എക്ല ചലോ രേ

ബംഗാൾ യാത്രകളുടെ പുസ്തകം

Ekle Chalore
Bengal Yathrakalude Pusthakam
Travelogue

Radhakrishnan cheruvally

CHINTHA PUBLISHERS
Thiruvananthapuram

First Edition
May 2023

Published & Typesetting
Chintha Publishers, Thiruvananthapuram

Cover Design
Vinod Mangoes

Illustrations
Chitharanjan Bhattacharya

ISBN : 978-81-19131-12-9

CO - 3295 / 6556

Email: chinthapublishers@gmail.com
Website: www.chinthapublishers.com

A version is available at National Libraries
Kolkata, Mumbai, Chennai and Delhi

Distribution
DESHABHIMANI BOOKHOUSE
H O Thiruvananthapuram 695035

Branch
Head Office Kunnukuzhi • Statue Thiruvananthapuram
KSRTC Bus Terminal Thampanoor • Saphalyam Complex Thiruvananthapuram
KSRTC Bus Station Alappuzha • KSRTC Bus Station Ernakulam
Machingal Lane Thrissur • IG Road Kozhikode
Mavoor Road Kozhikode • NGO Union Building Kannur
Central Bus Terminal Complex Thavakkara Kannur

എക്ല ചലോ രേ

ബംഗാൾ യാത്രകളുടെ പുസ്തകം

രാധാകൃഷ്ണൻ ചെറുവല്ലി

ചിന്ത പബ്ലിഷേഴ്സ്
തിരുവനന്തപുരം-695 035

രാധാകൃഷ്ണൻ ചെറുവല്ലി

ജനനം: തിരുവനന്തപുരം ജില്ലയിലെ ശ്രീകാര്യം. ആർ ശോഭനകുമാരി ജീവിതപങ്കാളി. ഇപ്പോൾ ചിന്ത പബ്ലിഷേഴ് സിൽ സബ് എഡിറ്റർ.

പ്രസിദ്ധീകരിച്ച പുസ്തകങ്ങൾ : *യേശയ്യൻ* (നോവൽ), *ദണ്ഡകാരണ്യത്തിലെ മഹുവാമരങ്ങൾ, മദ്ധ്യദേശത്തെ ചരിത്രപഥങ്ങൾ, കടലിലും കാട്ടിലും മണലാരണ്യത്തിലും, വിദർഭയുടെ സങ്കടങ്ങൾ, ചോരവീണ മണ്ണ്, അമിനിദ്വീപിലെ വിശേഷങ്ങൾ* (യാത്രാവിവരണം), *ആണധികാരത്തിന്റെ ബലപ്രയോഗങ്ങൾ – രാഷ്ട്രീയ സാമൂഹിക പഠനങ്ങൾ* (എഡിറ്റർ), *നവസിനിമ – അധീശത്വം, പ്രതിനിധാനം, പ്രത്യയശാസ്ത്രം* (സിനിമാപഠനങ്ങൾ) *സെല്ലുലോയ്ഡ് ചരിത്രത്തിലില്ലാത്ത ജീവിതവും സിനിമയും* (എഡിറ്റർ), *മലബാർ കലാപം: ചരിത്രം, രാഷ്ട്രീയം, പ്രത്യയശാസ്ത്രം* (സമാഹരണം), *ഇന്ത്യൻ ദേശീയത – ടാഗോർ* (പരിഭാഷ), *ഡോറിൻ ഗ്രേയുടെ ഛായാചിത്രം* (നോവൽ) – ഓസ്കാർ വൈൽഡ് (പരിഭാഷ), *ആഴത്തിൽ നിന്നുള്ള നിലവിളി* – ഓസ്കാർ വൈൽഡ് (പരിഭാഷ), *അളവുകളും തൂക്കങ്ങളും* (നോവൽ) – *ജോസഫ് റോത്ത്* (പരിഭാഷ), *മുപ്പത്തൊമ്പതു പടവുകൾ* (നോവൽ) – ജോൺ ബ്യൂക്കൻ (പരിഭാഷ), *കാൾമാർക്സിന്റെ ആശയങ്ങൾ* – അലൻ വുഡ്സ് (പരിഭാഷ).

ഫോൺ : 9447010396, 0471–2597376
E-mail : radhakrishnancheruvally@gmail.com

ഉള്ളടക്കം

രണ്ട്

ഒരേവഞ്ചിയിലെ യാത്രക്കാർ

പ്രസാധകക്കുറിപ്പ്

പശ്ചിമ ബംഗാൾ ജനപദത്തെ സവിശേഷമായി അടയാളപ്പെടുത്തുന്ന നിരവധി ഘടകങ്ങളുണ്ട്. നവോത്ഥാന മുന്നേറ്റങ്ങളുടെയും പുരോഗമന രാഷ്ട്രീയത്തിന്റെയും നീണ്ട ചരിത്രം. ടാഗോറും ബിഭൂതി ഭൂഷണും സത്യജിത്റായും ഋതിക് ഘട്ടക്കും പോലെ സാഹിത്യത്തിലും സിനിമയിലും മനുഷ്യജീവിതത്തിന്റെ അഗാധ സത്യങ്ങൾ തിരഞ്ഞ പ്രതിഭാധനരുടെ നീണ്ട നിര. ഇനിയുമുണങ്ങാത്ത വിഭജനത്തിന്റെ മുറിവുകൾ സ്വത്വത്തിൽ പേറുന്ന പശ്ചിമ ബംഗാൾ ജനതയെ, തീവ്രമായ രാഷ്ട്രീയാനുഭവങ്ങളിലൂടെ ഒരിക്കലും കടന്നുപോയിട്ടില്ലാത്ത മലയാളി ഏറെ ഇഷ്ടപ്പെടുന്നതിന്റെ കാരണങ്ങൾ ഇവയൊക്കെയാവാം. ഒരേ രാഗത്തിൽ ചിട്ടപ്പെടുത്തിയ രണ്ടു ഗാനങ്ങൾ പോലെയാണ് ബംഗാളും കേരളവുമെന്ന് നമുക്ക് പലപ്പോഴും തോന്നിപ്പോകും. ബംഗാളിൽ നിന്ന് വരുന്ന വാർത്തകൾക്ക് നാം എപ്പോഴും സാകൂതം കാതോർക്കുന്നത് ഇതിനാലാവും.

മാറി മറിയുന്ന ബംഗാൾ യാഥാർത്ഥ്യങ്ങളെ അടുത്തറിയാൻ ഒരു യാത്രികൻ നടത്തിയ ശ്രമങ്ങളാണ് *എക്‌ല ചലോരേ*. തിരക്കുകളിൽ വീർപ്പുമുട്ടുന്ന കൽക്കത്തയിലും സുന്ദർബൻ, ശാന്തിനികേതൻ, ബിഷ്ണുപ്പൂർ, സിംഗൂർ, പുരുളിയ എന്നിവിടങ്ങളുൾപ്പെടെയുള്ള സ്ഥലങ്ങളിലേക്ക് രണ്ടു കാലങ്ങളിലായി രാധാകൃഷ്ണൻ ചെറുവല്ലി നടത്തിയ യാത്രകളുടെ കുറിപ്പുകളാണിത്. വർത്തമാനകാല ബംഗാളിന്റെ സാമൂഹിക രാഷ്ട്രീയ ചലനങ്ങളറിയാൻ ശ്രമിക്കുന്നവർക്ക് ഇത് ഏറെ സഹായകമാകും.

ചിന്ത പബ്ലിഷേഴ്സ്

യാത്രകളിൽ ഒപ്പമുള്ള പ്രിയപ്പെട്ടവൾക്ക്...

WEST BENGAL

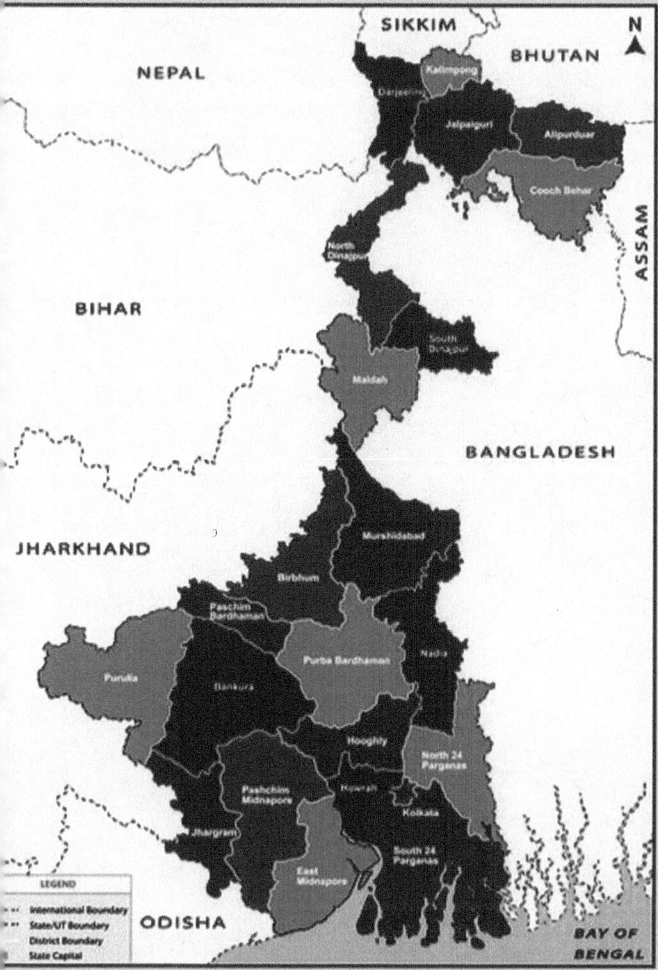

SIKKIM
N
NEPAL
BHUTAN
Kalimpong
Darjeeling
Jalpaiguri
Alipurduar
Cooch Behar
ASSAM
North Dinajpur
BIHAR
South Dinajpur
Maldah
BANGLADESH
JHARKHAND
Murshidabad
Birbhum
Paschim Bardhaman
Purba Bardhaman
Nadia
Purulia
Bankura
Hooghly
North 24 Parganas
Pashchim Midnapore
Howrah
Kolkata
Jhargram
South 24 Parganas
East Midnapore
LEGEND
International Boundary
State/UT Boundary
District Boundary
State Capital
ODISHA
BAY OF BENGAL

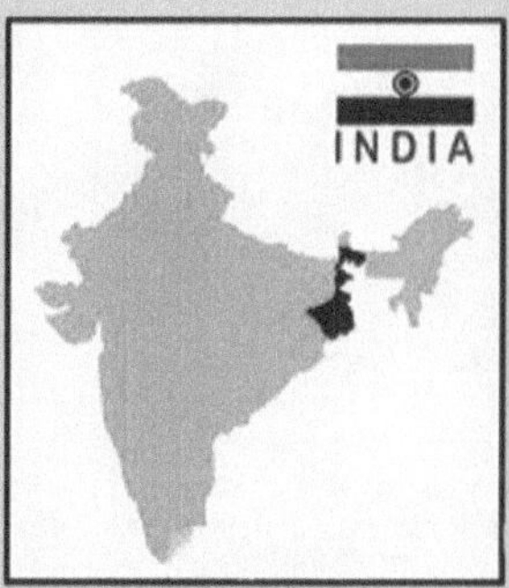

INDIA

ആമുഖം

വംഗദേശം മലയാളികളുടെ വികാരങ്ങളിലേക്ക് പ്രവേശിക്കുന്നത് സ്വാതന്ത്ര്യസമരത്തിന്റെയും സാമ്രാജ്യത്വവിരുദ്ധ പോരാട്ടങ്ങളുടെയും പശ്ചാത്തലത്തിലായിരിക്കണം. ഇന്ത്യയിൽ ആദ്യമായി ആധുനികതയിലേക്ക് ഉണർന്ന നഗരമെന്ന നിലയിൽ മലയാളികൾ കൊൽക്കത്തയിലേക്ക് ആവേശപൂർവ്വം നോക്കി. തൊഴിൽതേടിപോയി. രബീന്ദ്രനാഥ ടാഗോറും ബങ്കിം ചന്ദ്രനും താരാശങ്കർ ബാനർജിയും ബിമൽമിത്രയും സാബിത്രീ റോയിയും വിവർത്തനത്തിലൂടെ മലയാളികളുടെ ഹൃദയത്തിൽ സ്ഥാനമുറപ്പിച്ചു. സാംബശിവന്റെ കഥാപ്രസംഗങ്ങൾ വിശിഷ്യാ 'വിലയ്ക്കുവാങ്ങാം', 'നെല്ലിന്റെ ഗീതം' എന്നിവ വംഗഭൂമിയിലേക്ക് മലയാളികളെ കൂട്ടിക്കൊണ്ടു പോയി. വിപ്ലവപ്രസ്ഥാനത്തിന്റെ സാന്നിദ്ധ്യവും വളർച്ചയും ആ ബന്ധത്തെ ആഴത്തിലുള്ളതാക്കി. സത്യജിത് റായിയും ഋത്വിക് ഘട്ടക്കും മൃണാൾ സെന്നുമെല്ലാം നമ്മുടെ സ്വന്തം ആളുകളായി. അവരുടെയെല്ലാം മണ്ണിലേക്ക് ഒന്നുപോയിവരാൻ ഓരോ മലയാളിയും കൊതിച്ചു. ജ്യോതിബസു ഭരണത്തിന്റെ അവസാനനാളുകളിലൊന്നിൽ ആദ്യമായി ബംഗാളിലേക്കുപോയി. അതിനുശേഷം മൂന്നു വട്ടം കൂടി ബംഗാളിൽ സഞ്ചരിച്ചു. അതിന്റെയെല്ലാം അനുഭവങ്ങൾ ചേർത്ത് *ഒരേ വഞ്ചിയിലെ യാത്രക്കാർ* എന്നൊരു യാത്രാപുസ്തകമെഴുതി. ആദ്യ യാത്രയ്ക്കുശേഷം ഇരുപതു വർഷങ്ങൾ കടന്നുപോയി. ബംഗാളിൽ രാഷ്ട്രീയ സാഹചര്യം മാറി. ഇടതുപക്ഷ ഭരണം അവസാനിച്ചു. തൃണമൂൽ ഭരണവും അത് അഴിച്ചുവിട്ട കൊടിയ ആക്രമണങ്ങളും അതിജീവിച്ച് ഇടതുപക്ഷം ചെറുത്തുനിന്നു. ഇപ്പോഴിതാ ഭിന്നിപ്പിന്റെ ശക്തികൾ ബംഗാളിൽ പിടിമുറുക്കുന്നു. ജയ്ശ്രീറാം വിളികൾ, ഹനുമാൻ ജയന്തി ആഘോഷങ്ങൾ ആക്രോശമായി ബംഗാളിന്റെ വീഥികളിൽ മുഴങ്ങുന്നു.

മാറിയ ബംഗാളിനെ അടുത്തറിയാൻ, രാഷ്ട്രീയ സാമൂഹ്യ സാംസ്കാരിക ചലനങ്ങൾ തൊട്ടറിയാൻ കണ്ടുമറന്ന ചില മുഖങ്ങളെ ഒരിക്കൽക്കൂടി കാണാൻ, അവരുടെ അനുഭവങ്ങൾ അറിയാൻ, കണ്ടിട്ടില്ലാത്ത ഇടങ്ങളെയും മനുഷ്യരെയും കാണാൻ ബംഗാളി ഗ്രാമങ്ങളിലൂടെ നടത്തിയ യാത്രയാണീ പുസ്തകത്തിൽ.

"നിങ്ങളുടെ വിളി കേൾക്കാൻ ആരുമില്ലെങ്കിൽ സ്വന്തം വഴിയിലൂടെ ഒറ്റയ്ക്കു പോവുക"

– രബീന്ദ്രനാഥ ടാഗോർ

"Jodi Tor Dak Shune Keu Na
Ase Tobe Ekla Chalo Re"

ഈ യാത്രാക്കുറിപ്പുകൾ പ്രസിദ്ധീകരിച്ച *ദേശാഭിമാനി*വാരികയോടും പുസ്തകമാക്കാൻ സഹായിച്ച ചിന്തയിലെ സഹപ്രവർത്തകരോടും കവർ ചിത്രം ചെയ്ത കെ ടി വിനോദിനോടും എനിക്കുള്ള കൃതജ്ഞത ഇവിടെ കുറിക്കുന്നു.

രാധാകൃഷ്ണൻ ചെറുവല്ലി

ഒന്ന്

ഇച്ഛാമതി

ബാരക്പൂരിലെ നൊമ്പരങ്ങൾ

കൊൽക്കത്തയിലെ സുഭാഷ് ചന്ദ്രബോസ് വിമാനത്താവളത്തിൽനിന്നും ബരാസത്തിലേക്ക് ഇരുപതു കിലോമീറ്ററിലേറെ ദൂരമുണ്ട്. ബാരക്പൂരിലെത്താൻ പിന്നെയും പോകണം പതിനഞ്ചു കിലോമീറ്റർ. വിഭജനകാലത്ത് കിഴക്കൻ ബംഗാളിൽ നിന്നും എത്തിയ അഭയാർത്ഥികളെ പുനരധിവസിപ്പിച്ച സ്ഥലങ്ങളിലൊന്നാണ് ബാരക്പൂർ. ബ്രിട്ടീഷ് ഇന്ത്യയുടെ ആദ്യത്തെ പട്ടാള ബാരക് ഇവിടെയായിരുന്നു. നിരവധി പട്ടാള കലാപങ്ങൾക്ക് ബാരക്പൂർ സാക്ഷ്യംവഹിച്ചു. 1857-ലെ ഒന്നാം സ്വാതന്ത്ര്യസമരത്തിനു തിരികൊളുത്തിയ സംഭവങ്ങളിൽ ഒന്നായിരുന്നു 1824-ലെ ബാരക്പൂർ സൈനിക കലാപം. ബിന്ദി തീവാരി എന്ന ശിപായിയുടെ നേതൃത്വത്തിൽ 47 ബംഗാൾ നേറ്റീവ് ഇൻഫന്ററിയിലെ ഇന്ത്യൻ ശിപായിമാർ മേലധികാരികളുടെ ഉത്തരവുകൾ ലംഘിച്ച്, ബോട്ടിൽ കയറാൻ വിസമ്മതിച്ചു. ബർമ്മയിലെ 'കാലാപാനി'യിലേക്കുള്ള യാത്രയ്ക്ക് തയ്യാറെടുക്കുകയായിരുന്നു സൈന്യം. കടൽ കടക്കുന്നത് അക്കാലത്ത് ഹൈന്ദവവിശ്വാസങ്ങൾക്ക് എതിരായിരുന്നു!

1857-ലെ കലാപങ്ങൾക്ക് തുടക്കം കുറിച്ചതും ബാരക്പൂരിലെ മംഗൽപാണ്ഡെ എന്ന ശിപായിയായിരുന്നു. ബ്രിട്ടീഷ് കമാന്ററെ മംഗൽപാണ്ഡെ ആക്രമിച്ചു. ഇന്ത്യൻ സൈനികരിൽ പുകഞ്ഞുനിന്ന അസംതൃപ്തിയുടെ ബഹിർസ്ഫുരണമായിരുന്നു മംഗൽപാണ്ഡെയിലൂടെ പുറത്തുവന്നത്. പശുവിൻ കൊഴുപ്പ് തോക്കിൽ ഉപയോഗിക്കുന്നുവെന്നും അത് ഹൈന്ദവവിശ്വാസങ്ങൾക്ക് എതിരാണെന്നും ശിപായിമാർ കരുതി. തങ്ങളുടെ വിശ്വാസങ്ങളെ ബ്രിട്ടീഷുകാർ ബോധപൂർവ്വം മലിനപ്പെടുത്തുന്നുവെന്ന വികാരം അക്കാലത്ത് സൈനികരിൽ നിറഞ്ഞുനിന്നിരുന്നു. ബ്രിട്ടീഷുകാർ ഏർപ്പെടുത്തിയ കരം ഭൂവുടമകളെ അസ്വ

സ്ഥരാക്കിയിരുന്നു. ഔധിലെ ഭൂവുടമാ വിഭാഗങ്ങളിൽനിന്നാണ് കൂടുതൽ പേർ സൈന്യത്തിലേക്ക് റിക്രൂട്ട് ചെയ്യപ്പെട്ടിരുന്നത്. അക്കാലത്ത് ശക്തിപ്പെട്ടുവന്ന സന്ന്യാസിമാരുടെ രഹസ്യ രാഷ്ട്രീയപ്രവർത്തനവും മംഗൽ പാണ്ഡെയെ സ്വാധീനിച്ചതായി കണക്കാക്കപ്പെടുന്നു. വിചാരണയ്ക്കൊടുവിൽ മംഗൽ പാണ്ഡെയെ 1857 ഏപ്രിൽ 5-ന് തൂക്കിക്കൊന്നു. ഇന്നും ബാരക്പൂരിലെ സൈനിക ക്യാമ്പിനകത്ത് മംഗൽപാണ്ഡേയെ തൂക്കിലേറ്റിയ ആൽമരത്തിന്റെ ഭാഗങ്ങൾ നിലനില്ക്കുന്നുണ്ട്. 24 നോർത്ത് പർഗാനാസ് ജില്ലയിലാണ് ബാരക്പൂർ.

ശിലാദിത്യൻ

ബാരക്പൂരിലെ 'ദിശ' ഐ ഹോസ്പിറ്റലിനടുത്ത് ശിലാദിത്യദാസ് ഗുപ്ത പറഞ്ഞുവച്ച വൃത്തീഹിനമായ ഹോട്ടലിൽനിന്നും ഒരു വിധത്തിൽ പുറത്തുകടന്നു. കേരളത്തിൽനിന്നുള്ളവർക്കുവേണ്ടിയാണ് മുറിയെന്നറിഞ്ഞപ്പോൾത്തന്നെ ഈ മുറി അവർക്കിഷ്ടമാകില്ലെന്ന് താൻ തുറന്നു പറഞ്ഞിരുന്നതായി ഹോട്ടലുടമ വെളിപ്പെടുത്തി. ഭാണ്ഡവും പേറി മുറികൾതേടി അലഞ്ഞു. ഒടുവിൽ "ഓയോ" മുദ്ര കണ്ട ഒരു ഹോട്ടലിൽ എത്തിച്ചേർന്നു. ഓൺലൈൻ ബുക്കിങ്ങില്ലാത്തതിനാൽ കൂടിയ വാടകയാണ് ഈടാക്കുന്നതെന്ന് അറിയാമെങ്കിലും വഴങ്ങി.

മുറിയുറപ്പാക്കിയശേഷം രാത്രി നഗരം കാണാനിറങ്ങി. ശിലാദിത്യൻ ഒപ്പമുണ്ട്. ഗതാഗതം കനത്തിരിക്കുന്നു. വഴിവിളക്കുകളും കടകളിൽനിന്നുള്ള എൽ ഇ ഡി ബൾബുകളും രാത്രിക്ക് ശോഭ പകർന്നു. തെരുവാകെ കടുകെണ്ണയുടെ മണം പൊതിഞ്ഞുനിന്നു. മൺകപ്പുകളിൽ പകർന്നുകിട്ടുന്ന മധുരച്ചായക്കായി അന്വേഷിച്ചു. ചായ കഴിഞ്ഞിരിക്കുന്നു.

സഖാവ് ഹിമാംശുദാസ് ഗുപ്തയ്ക്കൊപ്പം

പഞ്ചാബി റസ്റ്റോറന്റ് ആന്റ് മദ്രാസ് കഫേയിൽ കയറി. മസാല ദോശകൾ കൊതിപ്പിച്ചുവെങ്കിലും പനീർ തണ്ടൂർ റൊട്ടിയും മിക്സഡ് വെജിറ്റബിൾ കുറുമയും കഴിച്ചു,

ശിലാദിത്യദാസ് ഗുപ്ത അഭിഭാഷകനാണ്. പഴയൊരു ചങ്ങാതി ഹിമാംശുദാസ് ഗുപ്തയുടെ മകൻ. വളരെ മൃദുവായാണ് അവന്റെ സംസാരം. സ്വന്തം വീട്ടിലേക്ക് കൂട്ടാൻ കഴിയാത്തതിലുള്ള കുറ്റബോധം അവനെ വിട്ടുമാറുന്നില്ല. കുടുംബാംഗങ്ങൾ കൂടിയിരിക്കുന്നു. വീടു പഴയതുതന്നെയാണ്. കഴിഞ്ഞ സന്ദർശനത്തിൽ അയൽപക്കത്തെ സാമാന്യസൗകര്യമുള്ള ഒരു വീട്ടിലാണ് ഞങ്ങളെ പാർപ്പിച്ചത്. ആ കുടുംബം ഇപ്പോൾ മകനോടൊപ്പം യു എസ് എയിലാണ്.

ബംഗാളിന്റെ സമകാലികാവസ്ഥയിൽ ദുഃഖിതനാണ് ശിലാദിത്യൻ. “ദാദ, ബംഗാൾ തകർന്നു. തൊഴിൽതേടി ആളുകൾ സൗത്ത് ഇന്ത്യയിലേക്കു പോവുകയാണ്. അഭ്യസ്തവിദ്യരായവർ ഏറെയും ചെന്നൈയിലും ബാംഗ്ലൂരിലുമാണ്. ഈ മുടിഞ്ഞ നാട്ടിൽനിന്നും രക്ഷപ്പെടാനാണ് ഏറെപ്പേരും ആഗ്രഹിക്കുന്നത്. പഴയ പ്രതാപം മാത്രമേ ഇനി ബംഗാളിൽ ബാക്കിയുള്ളു.”

രാത്രി തണുക്കുന്നു. ബാരക്പൂർ റയിൽവേ സ്റ്റേഷനിൽ സബ് അർബൻ ട്രെയിനുകൾ വന്നുപോകുന്ന ശബ്ദം കേൾക്കാം. ഇലക്ട്രിക് ആട്ടോകളാണ് എമ്പാടും. അവയെല്ലാംതന്നെ ഷെയേഡാണ്. പത്തു രൂപയ്ക്ക് ഏറെ ദൂരം പോകാം. എല്ലാ ഓട്ടോകളും നിശ്ചിതലക്ഷ്യങ്ങളിലേക്ക് നീങ്ങുന്നവയാണ്. ആണും പെണ്ണും ചേർന്നിരുന്ന് യാത്ര ചെയ്യുന്നു.

ഹിമാംശുദാസ് ഗുപ്ത

സഖാവ് ഹിമാംശുദാസ് ഗുപ്തയ്ക്ക് സ്ട്രോക്ക് വന്നു. പാർക്കിസൺ തുടക്കമാണ്. ഓർമ്മയുടെ അറകൾ തുറക്കാനും ഏറെ സമയം വേണ്ടി വരുന്നു. കൃഷ്ണാദിക്ക് ഒരു കണ്ണിന്റെ കാഴ്ച നഷ്ടമായി. ഇരുവർക്കും കൂടുതൽ വയസ്സായിരിക്കുന്നു. നാലുവർഷങ്ങൾക്കുമുമ്പ് അഗർത്തലയിൽനിന്നും മടങ്ങുംവഴി പോയി കണ്ടിരുന്നു. അന്ന് ഹിമാംശുദായ്ക്ക് സ്ട്രോക്ക് വന്നിരുന്നില്ല. ഇരുവരും ഇത്രയ്ക്ക് അവശരായിരുന്നുമില്ല.

തമ്മിൽ ആദ്യം കാണുന്നത് 1996 ഡിസംബർ 28 – 31 തീയതികളിൽ തിരുവനന്തപുരത്തു നടന്ന ആൾ ഇന്ത്യാ സ്റ്റേറ്റ് ഗവണ്മെന്റ് എംപ്ലോയീസ് ഫെഡറേഷന്റെ 9–ാം സമ്മേളനത്തിൽവച്ച്. ബംഗാൾ ഡലിഗേഷന്റെ ഭാഗമായിരുന്നു സഖാവ് ഹിമാംശുദാസ് ഗുപ്ത. ചെറിയൊരു മനുഷ്യൻ. കേരളത്തെപ്പറ്റി എത്രയറിഞ്ഞാലും മതിയാവാത്ത മനസ്സ്. മേൽവിലാസങ്ങൾ കൈമാറുന്ന അവസരത്തിൽ ഒരിക്കലും കരുതിയില്ല ബംഗാളിലേക്ക് ഒരു യാത്ര പോകുമെന്ന്. 1998 ൽ കൊൽക്കത്തയ്ക്ക് പോയി. കുടുംബമുണ്ടായിരുന്നു കൂടെ. അഖിലേന്ത്യാ സ്റ്റേറ്റ് ഗവണ്മെന്റ് എംപ്ലോയീസ് ഫെഡറേഷന്റെ കൊൽക്കത്തയിലെ ശങ്കരിത്തല റോഡിലുള്ള

ഓഫീസിൽ പല ദിവസങ്ങൾ രാപാർത്തു. അന്ന് സഖാവ് സുകോമൾ സെന്നുണ്ടായിരുന്നു. പാർലമെന്റ് അംഗവും ഫെഡറേഷന്റെ ജനറൽ സെക്രട്ടറിയുമായിരുന്നു അദ്ദേഹം. അപ്പോൾ ബംഗാളിലെ സർക്കാർ ജീവനക്കാരുടെ സംഘടനകളുടെ കോ-ഓർഡിനേഷൻ കമ്മിറ്റി ഓഫീസിനോടു ചേർന്നാണ് അഖിലേന്ത്യാ ഫെഡറേഷൻ പ്രവർത്തിച്ചിരുന്നത്. സർവ്വശക്തനായ ഹെഡ്ക്വാർട്ടേഴ്സ് സെക്രട്ടറി സ. ബിമൽദാ ഞങ്ങൾക്ക് എല്ലാ സൗകര്യങ്ങളും ഉറപ്പാക്കാൻ സഖാക്കൾക്ക് നിർദ്ദേശം നല്കിയിരുന്നു. സഖാവ് ഹിമാംശു ഞങ്ങളുടെ ലോക്കൽ ഗാർഡിയനായി.

ഹിമാംശുദാ അന്ന് ഏറെ ചുറുചുറുക്കുള്ള സംഘടനാപ്രവർത്തകൻ. ഹിമാംശുവിനോടൊപ്പം സദാ കാണപ്പെട്ട ശിബാനി ദേ. അവർ മക്കളോട് വാത്സല്യപൂർവ്വം പെരുമാറി. എന്റെ ബംഗാളി ചേച്ചി. അവരിപ്പോൾ എവിടെയാണാവോ? ഹിമാംശുദായോടു ചോദിച്ചറിയണം. പശ്ചിമ ബംഗാൾ ജീവനക്കാരുടെ സംഘടനകളുടെ കോ-ഓർഡിനേഷൻ സംസ്ഥാന കമ്മിറ്റി അംഗമായിരുന്നു ഹിമാംശു ദാ. പുനരധിവാസ വകുപ്പിലെ സംഘടനയുടെ സെക്രട്ടറിയും. ആ വകുപ്പിലെ ലീഗൽ ഓഫീസറായിരുന്നു അന്നദ്ദേഹം. കുട്ടികൾ അയാളെ ഹിമാംശുമാമൻ എന്നു വിളിച്ചു. ബംഗാളിയിൽ മാമൻ മാമായാണ്. കൊൽക്കത്ത എന്ന മഹാനഗരത്തിന്റെ നിലയ്ക്കാത്ത മനുഷ്യപ്രവാഹത്തിൽ പെട്ടുപോയാൽ നില്ക്കാനാവില്ല. ഓടണം. ഹിമാംശുദാ ഞങ്ങളുടെ കൈപിടിച്ച് തിരക്കേറിയ കൊൽക്കത്താ നഗരത്തിന്റെ വീഥികളിലൂടെ ഓടും. റോഡ് മുറിച്ചുകടക്കാനും ഓടുകതന്നെ വേണം. നടക്കുക എന്നതിന് കൊൽക്കത്തയിൽ ഓടുക എന്നുകൂടി അർത്ഥമുണ്ട്. ഓടുമ്പോഴും നടക്കുമ്പോഴും ഏവർക്കും ഇടമുണ്ടായിരുന്ന പഴയ കൊൽക്കത്ത.

ബാരക്പൂരിലേക്കുള്ള തിരക്കേറിയ തീവണ്ടിയിൽ ഞങ്ങളെയന്നു കയറ്റി. സബ് അർബൻ ട്രെയിനിലുള്ള ആദ്യ സഞ്ചാരം. അതൊരു യാത്ര തന്നെയായിരുന്നു. പ്രസംഗവും സംഗീതവും ബാബുമാരുടെ കലപിലയും കാറ്റും ഉറക്കവും ആഹ്ലാദവും പ്രണയഭരിത സായാഹ്നങ്ങളും. യാത്ര ആഘോഷമാക്കിയ ഒരു ജനത. അന്ന് ഒപ്പം യാത്രചെയ്തവരിൽ എത്ര പേരിന്ന് ജീവിച്ചിരിക്കുന്നുണ്ടാവും? വെറുതേ ഓർത്തു. അന്ന്, വീട്ടിൽ കൃഷ്ണാദിയും അമ്മ ദുർഗ്ഗയും മക്കളും. രണ്ടുപേരുടെയും കുട്ടികൾക്ക് ഏറെക്കുറെ ഒരേ പ്രായം. അവർ സംസാരിക്കുകയും കളിക്കുകയും ചെയ്തു. മനുഷ്യനൊരു വിശ്വഭാഷയുണ്ടെന്ന് കുട്ടികൾ തെളിയിച്ചു. സമീപത്തുള്ള പാളങ്ങളിലൂടെ ചൂളം മുഴക്കി പാഞ്ഞുപോകുന്ന സബ് അർബൻ തീവണ്ടികളെക്കാണാൻ മക്കൾ റെയിൽവേ ഗേറ്റിനു സമീപത്തേക്ക് ഓടിപ്പോകുമ്പോൾ ഹിമാംശു പറയും. അപ്പുവും ദുർഗ്ഗയും തീവണ്ടി കാണാൻ ഓടിപ്പോകുന്നു! അന്ന്, പന്ത്രണ്ടാം വയസ്സിൽ ശിലാദിത്യദാസ് ഗുപ്ത ഒരു കവിതാസമാഹാരം പ്രസിദ്ധീകരിച്ചിരുന്നു. ഹിരൺ മുഖർജിയാണത് പ്രകാശനം ചെയ്തത്. ഇന്ന്, പ്രാരാബ്ധങ്ങൾക്കിടയിൽ

കവിത അവനിൽനിന്നും അകന്നുപോയിരിക്കുന്നു.

വിഭജനകാലത്ത്, 13–ാം വയസ്സിൽ ഭർത്താവിന്റെ ചുമലിലിരുന്ന് പാടങ്ങളും വൻ പുഴകളും കടന്ന് കിഴക്കൻ ബംഗാളിൽനിന്നും എത്തിയവളാണ് ഹമാംശുവിന്റെ അമ്മ ദുർഗ്ഗ. പലായനം, അഭയാർത്ഥിക്യാമ്പുകളിലെ നവഖാലി ജീവിതം. ഒടുവിൽ ബാരക്പൂരിലെ പുനരധിവാസം. പിന്നീടുവന്ന ദുരിതജീവിതം. ദുർഗ്ഗാമാ ഇപ്പോഴില്ല. അനന്തതയിലേക്ക് യാത്രപോയിരിക്കുന്നു.

പൂജാദിനങ്ങളിലെ ഭവനസന്ദർശനങ്ങൾ. പന്തൽ മുതൽ പന്തൽ വരെയുള്ള പ്രയാണങ്ങൾ. സഖാക്കൾക്കൊപ്പം സിലിഗുരിയിൽ, മുർഷിദാബാദിൽ, കുർഷിയോങ്ങിൽ, ജൽപായ് ഗുഡിയിൽ, ഡാർജിലിങ്ങിൽ. അന്ന് ഹിമാംശുദാ തന്നൊരു ഉപദേശം ഇന്നും ചെവിയിൽ മുഴങ്ങുന്നു. “സഖാക്കളാണെന്നു കരുതി എല്ലാവരെയും കണ്ണടച്ചു വിശ്വസിച്ചുകളയരുത്. കള്ളന്മാരുമുണ്ട് കൂട്ടത്തിൽ.” പില്ക്കാലത്ത് അവരുടെ എണ്ണം കൂടിയിട്ടുണ്ടാകണം.

എഴുപതുകളിലെ കൊൽക്കത്തെ. മൃണാൾ സെൻ, അഭ്രകാവ്യമാക്കിയ കൊൽക്കത്തെ 71; അർദ്ധഫാസിസ്റ്റ് വാഴ്ചക്കാലം. തെരുവുകളിൽ ചോരമണം തങ്ങിനിന്നിരുന്നു. കൊലക്കത്തി, ലാത്തി, വെടിയുണ്ട, തുറുങ്ക്. എതിരാളികൾ കുത്തിമലർത്തിയതിന്റെ പാട് ആ കുറിയ മനുഷ്യന്റെ വയറിലുണ്ട്. അയൽക്കാർക്കുപോലും ഇന്ന് ഹിമാംശുദായുടെ യഥാർത്ഥ പേരറിയില്ല. നോനചന്ദൻ പുകൂറിലുള്ള കാളിയനിവാസ് പത്താം നമ്പർ റോഡിൽ വീണ്ടുമെത്തുമ്പോൾ വീട് മറന്നുപോയിരിക്കുന്നു. ഹിമാംശുവിനെപ്പറ്റി തെരക്കിയപ്പോൾ ആർക്കും അറിയില്ല. ഒടുവിൽ ശിലാദിത്യനെ വിളിച്ചുവരുത്തി. അപ്പോഴാണ് അദ്ദേഹത്തിന്റെ പേരു നഷ്ടമായ കാര്യം അറിയുന്നത്. അവർക്കദ്ദേഹം നന്നുദായാണ്. പുതിയ തലമുറ ആ മനുഷ്യനെ മറന്നുതുടങ്ങുന്നു.

ശിലാദിത്യത്തിന്റെ ഭാര്യ കുഹേലിദാസ് ഗുപ്തയെ കാണാനായില്ല. അവർ പഠിപ്പിക്കാനായി സ്കൂളിലേക്ക് പോയിക്കഴിഞ്ഞിരുന്നു. കൃഷ്ണാദി ഞങ്ങൾക്ക് പൂരി വിളമ്പി. കടുകെണ്ണയില്ലാത്ത ഉരുളക്കിഴങ്ങു കറി. പാത്രം നിറയെ മധുരവും സ്നേഹവും കണ്ണീരും വിളമ്പി. ഹിമാംശുദാ നിറകണ്ണുകളോടെ എല്ലാം കണ്ടിരുന്നു. ശിബാനിദിയെപ്പറ്റി അന്വേഷിച്ചു. ഓർമ്മയിൽനിന്നും അവരൊക്കെ മാഞ്ഞുപോയിട്ടുണ്ടാവണം. അതോ പങ്കുവയ്ക്കാനാകാത്ത ഓർമ്മകൾ കണ്ണുനീരായി ഊറിവരുന്നതോ!

ഹിമാംശുദാ ഇപ്പോഴും പാർട്ടി അംഗമാണ്; ശിലാദിത്യനും. മമത ‘കാറ്റു ചുഴലിയായി’ വന്ന നാളുകളിൽ കുറ്റികണക്കെ നിന്നവർ! വീട്ടിൽ ഇപ്പോഴും പ്രഭാതങ്ങളിൽ വാർത്തകളുമായി വന്നുവീഴുന്നത് ദുരന്തവാർത്തകളാണ്.

ഹിമാംശുദായുടെ വീട്ടുമുറ്റത്തെ മാവ് വളർന്നുപടർന്നിരിക്കുന്നു. ആദ്യമായെത്തുമ്പോൾ ഇത് ചെറിയൊരു മരം. കുട്ടികൾ അതിന്മേൽ കയറിക്കളിച്ചതും ഊഞ്ഞാൽ കെട്ടിയതും ഓർത്തു. ഇതേ മാവിൻചുവ

ട്ടിലാണ് പൂജാദിനങ്ങളിൽ കറുത്ത ആട്ടിൻകുട്ടികളെ കെട്ടിയിട്ടത്. നേരം പുലർന്നപ്പോൾ അവയെ കാണാനില്ല. രാത്രിയിലെപ്പോഴോ കാളിക്ക് ബലിനല്കി. ദുർഗ്ഗാപൂജ ബന്ധുക്കളുടെ മടങ്ങിവരവിന്റെയും സദ്യയുടെയും മദ്യപാനത്തിന്റെയും പ്രണയപ്പുതുക്കലുകളുടെയും നാളുകൾ കൂടിയാണ്. പെൺകുട്ടികൾ തങ്ങളുടെ രബീന്ദ്രസംഗീത മികവ് പ്രകടിപ്പിക്കുന്ന അവസരവും. പൂജാപന്തലുകൾക്കരികെ അക്കാലത്ത് ഗണശക്തിയുടെ പുസ്തകസ്റ്റാളുകൾ കണ്ടിരുന്നു. അന്ധവിശ്വാസികളും സാംസ്കാരികത്തനിമാവാദികളും ജാത്യാഭിമാനികളും ആയ സഹയാത്രികരായിരുന്നു പൂജാ പന്തലുകൾ ഏറെയും നിയന്ത്രിച്ചിരുന്നത്. പൂജാപന്തലുകളുടെ നിയന്ത്രണം ബംഗാളിൽ ഒരു രാഷ്ട്രീയപ്രവർത്തനം കൂടിയാണ്! സംഘടനാപരമായി അത്ര ശക്തമല്ലാതിരുന്ന അക്കാലത്ത് സി പി ഐ (എം) സാംസ്കാരികരംഗത്ത് ബംഗാളി സ്വത്വത്തിന്റെ വാഹകരമായി സ്വയം കരുതി. മദ്ധ്യകാല സാംസ്കാരിക മനോഘടനയും പുരോഗമനവാദവും ഒത്തുപോകുന്ന അത്ഭുതം ഏറെ നീണ്ടില്ല. അതു കൈകാര്യം ചെയ്യാൻ കൂടുതൽ പഴയ ബ്രാഹ്മണിക്കൽ ബോധവുമായി മമതയും സംഘികളും എത്തിയപ്പോൾ സാംസ്കാരികരംഗത്തുനിന്നും പുരോഗമനകാരികൾക്ക് ഒഴിയേണ്ടിവന്നു.

അടിയന്തരാവസ്ഥാനന്തരം വന്ന ആദ്യ സർക്കാർ വീണുകിട്ടിയ ഭാഗ്യമായിരുന്നു. അന്ന് ഇടതുമുന്നണി ജനതാപാർട്ടിയോട് നൂറ് സീറ്റാണ് ചോദിച്ചത്. അതവർ നല്കിയില്ല. ഒറ്റയ്ക്ക് മത്സരിച്ചാണ് ബംഗാൾ ഭരണം നേടിയെടുത്തത്. അന്ന് ശക്തിക്കപ്പുറമുള്ള സീറ്റുകൾ ലഭിച്ചു. തദ്ദേശ സ്വയംഭരണ സ്ഥാപനങ്ങളിൽ മത്സരിക്കാൻ ആകെ പാർട്ടി അംഗങ്ങൾ തികയുമായിരുന്നില്ല. സ്പോർട്സ് ക്ലബ്ബുകൾ പ്രധാനമാണവിടെ. അതിന്റെ നിയന്ത്രണം ഏറെക്കുറെ കൈക്കരുത്തുള്ളവരിലായിരുന്നു. ആ ക്ലബ്ബുകളുടെ പ്രവർത്തകർ തദ്ദേശ സ്വയംഭരണ സ്ഥാപനങ്ങളിൽ ജനപ്രതിനിധികളായി എത്തപ്പെട്ടു. അവരെ വേണ്ടവിധത്തിൽ നിയന്ത്രിക്കാൻ ഇടതുമുന്നണിക്കായില്ല. മുന്നണിക്കു പുറത്തുള്ള അധികാരകേന്ദ്രമായും കൈക്കരുത്തിന്റെ പര്യായമായും അവർ വളർന്നു. ഇടതുപക്ഷ ഭരണം തകർന്നപ്പോൾ അക്കൂട്ടർ തൃണമൂലിലേക്കു പോയി. ഈ ക്ലബ്ബുകൾക്ക് ബംഗാൾ രാഷ്ട്രീയത്തിലുള്ള സ്വാധീനം കണക്കിലെടുത്താണ് മമത സർക്കാർ ക്ലബ്ബ് ഒന്നിന് ഒന്നും രണ്ടും ലക്ഷം രൂപവീതം ഗ്രാന്റ് നൽകിയത്. ക്ലബ്ബുകൾ കൈയടക്കാൻ ഇപ്പോൾ ബി ജെ പി കൊണ്ടുപിടിച്ചു ശ്രമിക്കുകയാണ്. പലപ്പോഴും അത് ബി ജെ പി തൃണമൂൽ സംഘട്ടനങ്ങളായി മാറുന്നുണ്ട്.

രേവാ ഘോഷ്

ഹിമാംശുദാസ് ഗുപ്തയുടെ വീട്ടിൽവെച്ചാണ് രേവാഘോഷ്, എന്ന മദ്ധ്യവയസ്കയെ കാണുന്നത്. കൃഷ്ണാദിയുടെ അടുക്കളയിൽനിന്ന് ഞങ്ങൾക്കായി പാചകം ചെയ്യുകയായിരുന്നു അവർ. സൗത്തിന്ത്യയിലു

രേവാഘോഷ് കൃഷ്ണാദിയ്ക്കൊപ്പം

ണ്ടായിരുന്നത്രെ ഇവർ. കൃഷ്ണാദി പറഞ്ഞതാണ്. രേഖാ ഘോഷുമായി സംസാരിച്ചപ്പോഴാണ് അവരുടെ സൗത്തിന്ത്യൻ ബന്ധം അറിയുന്നത്. പതിനാലുകൊല്ലം ചെന്നൈ ടി നഗറിൽ ഭർത്താവിനൊപ്പം താമസിച്ചു. ഭർത്താവ് ഒരു കേബിൾ കമ്പനിയുടെ ബ്രാഞ്ച് മാനേജരായിരുന്നു. രേവ ഘോഷ് നന്നായി തമിഴ് പേശും. ഇഡ്ഢലി, സാമ്പാർ, രസം, രസവട, തൈരുസാദം എന്നിവ ചമയ്ക്കാനറിയാം. മുൻകൂട്ടി അറിഞ്ഞിരുന്നെങ്കിൽ എല്ലാം ചമച്ചുവയ്ക്കാമായിരുന്നു എന്നവർ പറയുന്നു. അവർ തെക്കേ ഇന്ത്യയുടെ ആരാധികയായിക്കഴിഞ്ഞു. രജനീകാന്ത്, കമൽഹാസൻ, വിജയ് എന്നിവരുടെ ആരാധികയാണ്. ഡബ്ബ് ചെയ്ത മലയാളം സിനിമകൾ വഴി മമ്മൂട്ടിയേയും മോഹൻലാലിനെയും അറിയാം. മക്കൾ ദില്ലിയിൽ പഠിക്കുന്നു.

"തേർതലിൽ യാർക്ക് വോട്ടു പണ്ണി?"

അങ്ങനെ തുറന്നുപറയാമോയെന്ന് രേവ പതുങ്ങി.

ഉത്തരം വന്നില്ല.

"മമതാ ആട്ചി എപ്പടി?"

"റൊമ്പ അശിങ്കം."

"നീങ്കയാർക്ക് വോട്ടു പണ്ണി?"

ചോദ്യം എന്നോട്

"ലെഫ്റ്റ് ഫ്രണ്ടിന്."

ഇങ്കെ സി പി എം. നാങ്കളും ലെഫ്റ്റ് ഫ്രണ്ടുതാൻ. രേവ രാഷ്ട്രീയം സൂക്ഷ്മമായി നിരീക്ഷിക്കുന്നുണ്ട്. ബംഗാളികളല്ലാത്തവർ ബംഗാളി സംസാരിക്കണമെന്ന മമതയുടെ തിട്ടൂരത്തെ രേവ തള്ളിക്കളയുന്നു. "അതെപ്പടി മുടിയും സാർ. ഒവ്വോരു മനിതനിക്കും അവങ്ക മൊഴി ഇരുക്കിലയാ. യാരോടും കണ്ടിപ്പാ പേസക്കൂടാത്, എന്നമൊഴി പേശണംന്ന്."

ആളുകൾക്ക് ഏതു ഭാഷയും പഠിക്കാം സംസാരിക്കാം. നിർബ്ബന്ധം പാടില്ല. താൻ തമിഴ് പഠിച്ചില്ലേ? രേവ ചോദിക്കുന്നു. കൊന്നാലും ജയ് ശ്രീറാം വിളിക്കില്ലെന്ന് രേവഘോഷ് തറപ്പിച്ചു പറയുന്നു. ദുർഗ്ഗാമായ്ക്കപ്പുറം രേവയ്ക്ക് മറ്റൊരു ദൈവമില്ല. ദുർഗ്ഗ വീട്ടിലെ ഒരംഗത്തെപ്പോലെയെന്നവർ. രേവാഘോഷിന്റെ പൂർവ്വികരും വിഭജനകാലത്ത് ധാക്കയിൽനിന്നും ഓടിപ്പോന്നവരാണ്. യാത്രാമദ്ധ്യേയുണ്ടായ തെരക്കിൽപ്പെട്ട് അമ്മയുടെ കുഞ്ഞനുജൻ നഷ്ടമായി. ആരും പിന്നെ അയാളെ കണ്ടിട്ടില്ല. കുടുംബാംഗങ്ങൾ ഒത്തുചേരുന്ന വേളകളിൽ അജ്ഞാതസാന്നിദ്ധ്യമായി ദുഃഖമായി ചേതൻ റായ് എന്ന ആ ബാലൻ ഉണ്ടാകാറുണ്ടെന്ന് രേവ പറഞ്ഞു. ഒരിക്കൽ അമ്മയ്ക്കൊപ്പം ജന്മനാട്ടിലേക്കു പോയി. ആ പ്രദേശമാകെ മാറിപ്പോയിരിക്കുന്നു. അമ്മയുടെ കുടുംബവീട്ടിൽ മറ്റാരോ താമസിക്കുന്നു. ദൂരെ നിന്നും നോക്കി അമ്മ മടങ്ങി. മടങ്ങുമ്പോൾ അമ്മ കരഞ്ഞുകൊണ്ടേയിരുന്നു. വിഭജനം ഒടുങ്ങാത്ത വേദനയാണ്. പിറന്ന മണ്ണിനെ പിരിയുന്നത് പച്ചമരത്തിന്റെ ശിഖരം ഇരിഞ്ഞെടുക്കുംപോലെയും. ഉപേക്ഷിച്ചുവന്ന മണ്ണിനെപ്പറ്റിയുള്ള സ്മരണകൾ തലമുറകൾ കൈമാറി മനുഷ്യരുടെ അബോധങ്ങളിൽ അസ്വസ്ഥകൾ വിതയ്ക്കുന്നു. വർഗ്ഗീയതയുടെ കൊലവിളികൾക്കിടയിലൂടെ നാട്ടുവഴികളും വൻപുഴകളും ചോരമണവും പിന്നിട്ടെത്തിയവർ ബംഗാളിൽ ശക്തിപ്പെട്ടുവരുന്ന വർഗ്ഗീയതയിൽ അസ്വസ്ഥരാണ്. ബാരക്പൂർ പാർലമെന്റ് മണ്ഡലത്തിൽ 2019 തെരഞ്ഞെടുപ്പിൽ ബി ജെ പിയിലെ അർജുൻസിങ്ങാണ് ജയിച്ചത്. തൃണമൂൽ കോൺഗ്രസിലെ ദിനേശ് ത്രിവേദി രണ്ടാം സ്ഥാനത്തും സി പി ഐ (എം) ലെ ഗാർഗി ചാറ്റർജി 1,17,456 വോട്ടുമായി മൂന്നാമതും എത്തി. ബി ജെ പിയുടെ അപ്രതീക്ഷിതവളർച്ച രേവയെ ഭയപ്പെടുത്തുന്നു. ഒരിക്കൽ സ്വന്തം മണ്ണിൽനിന്നും തുരത്തപ്പെട്ട് അഭയാർത്ഥികളായി എത്തിയവരെ ഇരുകൈയും നീട്ടി സ്വീകരിച്ച വംഗജനത പുതിയ വർഗ്ഗീയതയോടു സമരസപ്പെടുമോ?

രേവ സംസാരം നിർത്തി അടുക്കളയിലേക്കുകടന്നു. "ഇനി വരുമ്പോൾ മുൻകൂട്ടി അറിയിക്കണം. സാപ്പാട് സമക്കിറേൻ." ഉറപ്പായും അറിയിക്കുമന്ന് പറഞ്ഞു. ഹിമാംശുദാ കസേരയിൽത്തന്നെയിരുന്നു. ആ കൈകൾ ഉയർന്നു, ചുരുട്ടിയ മുഷ്ടിയുമായി. കണ്ണുനീരൊഴുകുന്നുണ്ട്. കൃഷ്ണാദി പടിവാതിൽല്ക്കൽ വരെയെത്തി. ഞാൻ പറഞ്ഞു. "വീ ഷാൽ ഓവർ കം, കോമ്രേഡ്." ആ മുഖം ഒന്നു പ്രകാശിച്ചു. വീണ്ടും വരണമെന്നു പറഞ്ഞു. വരാമെന്നല്ലാതെ മറ്റെന്തു പറയാനാകും ഈ ഉള്ളുപിടയ്ക്കുന്ന സൗഹൃദങ്ങളോട്? ശിലാദിത്യൻ ബാരക്പൂർ റയിൽവേ സ്റ്റേഷനിൽ വന്നു; കാനിങ് വരെ ടിക്കറ്റെടുത്തുതന്നു. ഹിമാംശുദാസ് ഗുപ്ത കുടുംബം ഇന്നത്തെ ബംഗാളാണെന്ന് ഉള്ളിലിരുന്നാരോ പറഞ്ഞു.

സുന്ദർബനിലേക്കുള്ള വഴികൾ

ബാരക്പൂരിൽനിന്നും സിയാൽദായിലെത്തി. ബംഗാൾ റെയിൽവേ രണ്ടായി പിളർന്നുകിടക്കുന്നു, ഹുഗ്ലി നദിയുടെ ഇരുകരകളിലായി. കേരളത്തിൽനിന്നും തീവണ്ടിമാർഗ്ഗം എത്തുന്നത് ഹൗറയിലാണ്. ഹൗറപാലം കടന്ന് അക്കരെയെത്തിയാൽ സിയാൽദയിലേക്കും. ബസിലോ ടാക്സിയിലോ പോകണം. ഡാർജിലിങ് തുടങ്ങിയ വടക്കൻ പ്രദേശങ്ങളിലേക്കുള്ള തീവണ്ടികൾ സിയാൽദയിൽ നിന്നാണു പുറപ്പെടുക. പ്രധാനപ്പെട്ട സബ് അർബൻ റെയിൽ ടെർമിനലും സിയാൽദയിലാണ്. ലോകത്തെ ഏറ്റവും തിരക്കേറിയ റെയിൽവേ സ്റ്റേഷനുകളിൽ ഒന്നാണ് സിയാൽദ. പ്രതിദിനം പതിനെട്ടുലക്ഷം മനുഷ്യരാണ് ഈ സ്റ്റേഷനിൽ കാലുകുത്തുന്നത്. കൊൽക്കത്തയ്ക്കും സിയാൽദായ്ക്കും പുറമെ രണ്ടു പ്രധാനപ്പെട്ട റെയിൽവേ സ്റ്റേഷനുകൾ കൂടിയുണ്ട് കൊൽക്കത്തയിൽ ഷാലിമാറും സാന്ദ്രാഗാച്ചിയും. ഹൗറയിൽനിന്നും നേരിട്ട് സിയാൽദായിൽ പോകാനാകില്ല. അങ്ങനെപോകണമെങ്കിൽ ഹൗറയിൽനിന്നും ബാല്ലിയിലെത്തി ലോക്കൽ ട്രെയിനിൽ കയറണം.

തീവണ്ടികളുടേയും മനുഷ്യരുടെയും അനന്തപ്രവാഹമാണ് സിയാൽദാ. ശരിക്കും ജനാരണ്യം. എണ്ണിയാലൊടുങ്ങാത്ത തീവണ്ടികൾ. ചുമടേറ്റിയും ഭാണ്ഡങ്ങൾ പേറിയും കുഞ്ഞുങ്ങളെ എടുത്തും എടുക്കാതെയും ആളുകൾ പ്ലാറ്റ്ഫോമിൽനിന്നും പ്ലാറ്റ്ഫോമിലേക്ക് ഓടുകയാണ്. ആൾക്കൂട്ടത്തിന്റെ മുറിയാ കൈവഴികളിലൊന്നിലൂടെ പത്താം നമ്പർ പ്ലാറ്റ്ഫോമിലെത്തി. കാനിങ്ങിലേക്കുള്ള സബർബൻ ട്രെയിൻ പോകാനൊരുങ്ങുന്നു. മത്സ്യം, പ്യാരാ (പേരക്ക) പൂക്കൾ, കപ്പലണ്ടി, കളിപ്പാട്ടം, സോപ്പുചീപ്പ് കണ്ണാടികൾ, കേലായെന്നു പേരിട്ടുവിളിക്കുന്ന വാഴപ്പഴം, പുറുത്തിച്ചക്ക, ഇറുത്തെടുത്ത ചക്കപ്പഴം, പ്രണയം തുടങ്ങിയ

എന്തും വില്പനയ്ക്കുണ്ട്. കാനിങ്ങിലേക്കുള്ള തീവണ്ടി സഞ്ചരിക്കുന്ന ഒരു ചന്ത കൂടിയാണ്. ഇന്ത്യയെ അറിയാൻ ഒരുവട്ടമെങ്കിലും ഗ്രാമീണ പാളങ്ങളിലൂടെ യാത്രചെയ്യണം. ഒന്നരമണിക്കൂർ യാത്ര. ഒരു ജീവിത കാലത്തെ അനുഭവവും. കാനിങ് സ്റ്റേഷനിലിറങ്ങി കവലയിലേക്കു നടന്നു. പഴങ്ങളിലുടെ ഉത്സവപ്പറമ്പാണിത്. മാമ്പഴം, ചക്കപ്പഴം, മാതളം, പൈനാപ്പിൾ, ഓറഞ്ച്, ലിച്ചി, പേരക്ക, പേരറിയാത്ത നാടൻപഴങ്ങൾ. പഴക്കൂട്ടങ്ങൾക്കിടയിലൂടെ തേനീച്ചകൾ മൂളിപ്പറക്കുന്നു. സുന്ദർബനിലേക്കാണ് പോകാൻ ആഗ്രഹിക്കുന്നതെങ്കിൽ ജാർക്കലെയിലേക്കാണ് ഇവിടെനിന്നും പോകേണ്ടതെന്ന് സഹയാത്രികയായ പെൺകുട്ടി പറഞ്ഞു തന്നിരുന്നു. ദൂരത്തുനില്ക്കുന്ന ജാർക്കലി ബസിലേക്ക് ഓടിക്കയറി.

കാനിങ്

സുന്ദർബനിലേക്കുള്ള അനേകം കവാടങ്ങളിൽ ഒന്നാണ് കാനിങ്. പശ്ചിമബംഗാളിലെ സൗത്ത് 24 പർഗാനാസ് ജില്ലയിലാണ് സുന്ദർബൻ. കൊൽക്കത്ത തുറമുഖത്തുനിന്നും ഗോഡ്ക്കാലി (Godkhali Post) തുറമുഖം വഴിയും സജ്നഖേലി വന്യമൃഗ സംരക്ഷണകേന്ദ്രത്തിൽ എത്താം. കൊൽക്കത്ത – കൊയ്ഖാലി (Koikhali) യാണ് മറ്റൊരുവഴി (92 കിമി) കൊൽക്കത്ത – നംഖാന (Namkhan) വഴിയും സുന്ദർബനിൽ എത്തിച്ചേരാം (117 കി മി). കൊൽക്കത്തയിൽനിന്നും കാനിങ് വഴി ജാർക്കലിയിലേക്കു പോകുന്നതാണ് ഏറ്റവും ദൂരക്കുറവ്. സൗത്ത് പർഗാനാസിലെ മഡ്‌ല നദിയോരത്താണ് ഈ ചെറുപട്ടണം സ്ഥിതിചെയ്യുന്നത്. ഈസ്റ്റേൺ റയിൽവേ സിയാൽദ മുതൽ കാനിങ് വരെ തീവണ്ടിയോടിക്കുന്നു. 1862 ലാണ് ഈ പാത നിലവിൽ വന്നത്. ബ്രിട്ടീഷ് ഇന്ത്യയിലെ വൈസ്രോയിയും ഗവർണർ ജനറലുമായിരുന്ന ലോഡ് കാനിങ്ങിന്റെ നാമധേയത്തിലാണ് ഈ സ്റ്റേഷനും പട്ടണവും അറിയപ്പെടുന്നത്.

മഡ്‌ലകൊണ്ടുപോയ തുറമുഖം

സിങ്കപ്പൂർ തുറമുഖത്തെ വെല്ലുന്ന ഒരു തുറമുഖം കൊൽക്കത്തയ്ക്കു പുറമേ നിർമ്മിക്കണമെന്ന് കാനിങ് പ്രഭു ആഗ്രഹിച്ചു. അതിനായി ബൃഹത്തായൊരു പദ്ധതി തയ്യാറാക്കി. മഡ്‌ല നദിയിലാണ് ആ തുറമുഖം നിർമ്മിക്കാൻ ഉദ്ദേശിച്ചത്. അതിനായി മഡ്‌ലതീരത്തുള്ള കണ്ടൽക്കാടുകളാകെ വെട്ടിമാറ്റി. അന്നത്തെ ഷിപ്പിങ് ഇൻസ്പെക്ടറും കരീബിയൻ ദ്വീപുകളിൽ തുറമുഖങ്ങൾ നിർമ്മിച്ചു പരിചയമുള്ളയാളുമായ ഹെന്റി പാഡിങ്ടൺ ആ നിർദ്ദേശം പ്രായോഗിക പ്രശ്നങ്ങൾ ഉന്നയിച്ച് എതിർത്തു. കണ്ടൽക്കാടുകൾ നദീമുഖങ്ങളിൽ അനിവാര്യമാണെന്നും അതു വെട്ടിമാറ്റിയാൽ സുന്ദർബനിലെ ജൈവമണ്ഡലമാകെ താറുമാറാകുമെന്നും അദ്ദേഹം മുന്നറിയിപ്പു നല്കി. മാത്രമല്ല, കടലിൽനിന്നും നിരന്തരം ഉയർന്നുപൊങ്ങുന്ന ചുഴലിക്കാറ്റിനെ ചെറുക്കാൻ കണ്ടൽക്കാടുകളുടെ സാന്നിദ്ധ്യം അനിവാര്യമാണെന്ന് അദ്ദേഹം വാദിച്ചു.

പാഡിങ്ടണിന്റെ വാദഗതികൾ കാനിങ് പ്രഭു പാടെ തള്ളിക്കളഞ്ഞു.

തുറമുഖത്തിന്റെ പ്രവർത്തനങ്ങൾ തുടങ്ങി. റെയിൽവേ വന്നു. ചുറ്റും ടൗൺഷിപ്പ് രൂപമെടുത്തു. കോട്ടകളും ബംഗ്ലാവുകളും പണ്ടികശാലകളും പണിതുയർത്തി. കാനിങ് കൊട്ടാരമെന്നു പുകൾപെറ്റ സൗധം കെട്ടിപ്പൊക്കി. 1867 ൽ മഡ്ല നദി രൗദ്രരൂപം പൂണ്ടു. പുഴ കര കവിഞ്ഞു. കടൽവെള്ളം ഇരച്ചുകയറി. കപ്പൽശാലയ്ക്കായി തുടങ്ങിവച്ചതൊക്കെ മഡ്ല കൊണ്ടുപോയി. കാനിങ് പ്രഭു പദ്ധതി ഉപേക്ഷിക്കാൻ തീരുമാനിച്ചു. വൻ പാരിസ്ഥിതിക നാശമുണ്ടായി. കാനിങ് പട്ടണം ഒരു പ്രേതനഗരമായി. കാലത്തെ അതിജീവിച്ച് കഡ്ല തുറമുഖത്തിന്റെ അടയാളമെന്നോണം ഇന്നും കാനിങ് കോട്ടയുടെ ജീർണ്ണരൂപം മഡ്ലാതീരത്ത് കാണാം. മനുഷ്യനും പ്രകൃതിയും തമ്മിലെ സംഘർഷം ഇന്നും തുടരുന്നു. വൻതോതിൽ കണ്ടൽക്കാടുകൾ നശിപ്പിക്കപ്പെടുന്നു. തൃണമൂൽ കോൺഗ്രസ്, പാർട്ടി ശക്തമാക്കാനുള്ള പണം കണ്ടെത്തിയ മാർഗ്ഗങ്ങളിലൊന്ന് സുന്ദർബനിലെ കണ്ടൽത്തടി വെട്ടിക്കടത്തിയിട്ടാണെന്ന് പറഞ്ഞുകേട്ടു. പരിസ്ഥിതി പ്രവർത്തകരുടെ ശക്തമായ നിരീക്ഷണവും ശക്തമായ വന നിയമങ്ങളുമാണ് ഇപ്പോഴും സുന്ദർബൻ നിലനില്ക്കാൻ കാരണം. സിങ്കപ്പൂർ തുറമുഖത്തെ വെല്ലുവിളിക്കാനായി വിഴിഞ്ഞത്ത് നിർമ്മിക്കുന്ന തുറമുഖത്തിന്റെ കാര്യം വെറുതെ ഓർത്തു.

ജാർക്കലിയിലെ വിചിത്രവണ്ടികൾ

ജാർക്കലി സുന്ദർബനിലെ പ്രധാനപ്പെട്ട ഗ്രാമമാണ്. തെരക്കൊഴിഞ്ഞൊരു നാട്ടുമൂല. കാനിങ്ങിൽനിന്നുള്ള ബസ് അവസാനിക്കുന്നിടത്ത് ഒരു ഗ്രാമീണ ചായക്കട കണ്ടു. ഊണുണ്ട്, ചായയും. കവല അല്പം അകലെയാണ്. ഭാണ്ഡവും ചുമലിലേറ്റി നടന്നു. മഴമേഘങ്ങൾ വട്ടമിട്ടു. എങ്ങും തെങ്ങും മാവും പ്ലാവും കാണപ്പെട്ടു. വച്ചുപിടിപ്പിക്കപ്പെട്ട യൂക്കാലിപ്റ്റസ് ചെടികൾ തല ഉയർത്തിനിന്നു. വെള്ളക്കെട്ടുകളിൽ കണ്ടൽച്ചെടികൾ സമൃദ്ധമായി വളർന്നുനില്ക്കുന്നു. ജാർക്കലെയിൽ സവിശേഷ കാഴ്ചകളില്ല. അതിന് സമാബേയിലേക്കും അതിനടുത്തുള്ള ജട്ടിഘട്ടിലേക്കും പോകണം. അവിടേക്ക് ഷെയർ ഓട്ടോകൾ കിട്ടും. വിചിത്രമായ വാഹനങ്ങളാണവിടെ കാണപ്പെട്ടത്. മോട്ടോർ സൈക്കിളിനുചുറ്റും നിർമ്മിച്ചെടുത്ത കൈവണ്ടിപോലൊന്ന്. സീറ്റുകളില്ല. വശങ്ങളിലേക്ക് കാലുകൾ തൂക്കിയിട്ടിരിക്കാം. ഉള്ളിലെ ഇടത്ത് ചമ്രം പടിഞ്ഞും. ആദ്യമെത്തിയതിന്റെ ആനുകൂല്യം ലഭിച്ചു. കാലുകൾ വശത്തേക്ക് തൂക്കിയിട്ടിരിക്കാൻ ഇടം കിട്ടി. ചന്തയിൽനിന്നും മടങ്ങുന്ന സ്ത്രീകൾ കലപില കൂട്ടി. അവർ ചന്തത്തിൽ സാരി ധരിക്കുകയും ബ്ലൗസിന്റെ പിൻഭാഗങ്ങളിൽ തുറസ്സിട്ട് അവിടെ മനോഹരമായ കുഞ്ചലങ്ങൾ ഞാത്തിയിടുകയും ചെയ്തിരിക്കുന്നു. അവരുടെ മുളമ്പാത്രങ്ങളിൽ മീനും പച്ചക്കറികളുമാണ്. ചിലർ വഴിയിലിറങ്ങിപ്പോയി. ചിലർ കയറി. പെട്ടെന്നൊരു ചാറ്റൽ മഴ വന്നു. മഴത്തുള്ളികൾ സ്നേഹം കുടഞ്ഞു. അങ്ങോട്ടങ്ങോട്ടു നീങ്ങവേ

ജാർക്കലി കവല

വഴി കൂടുതൽ ഋജുവായും കുഴികൾ നിറഞ്ഞതുമായി. ഇരുവശവും കണ്ടൽച്ചെടികൾ ഇടതൂർന്നുവളർന്നു നില്ക്കുന്നു. അതിനിടയിൽ വസിക്കുന്ന ഇരുട്ടിലേക്ക് സൂര്യകിരണങ്ങൾ വിരുന്നുചെല്ലുന്നു. നിശ്ചലജലത്തിൽ നിഴലുകൾ അനങ്ങുന്നു. കാറ്റ് ഉപരിതലത്തേക്കു മാത്രം സ്പർശിച്ചുപോകുമ്പോൾ അടിത്തട്ടിലെ ജലവിതാനത്തിന് പൗരാണികമായ കാഴ്ച കൈവരുന്നു. കഴിഞ്ഞ തിരഞ്ഞെടുപ്പിൽ കെട്ടിയ തൃണമൂൽ ബി ജെ പി പതാകകൾ മഴനനഞ്ഞു. വൈക്കോൽ മേഞ്ഞ ഗൃഹമുറ്റത്തെ കുളങ്ങളിൽ സ്ത്രീകൾ തുണികളലക്കി, പാത്രം കഴുകി, കുഞ്ഞുങ്ങളെ കുളിപ്പിച്ചു. പുരുഷന്മാർ കാലികളെ കഴുകി, മീൻ പിടിച്ചു. മുതിർന്ന കുട്ടികളും യുവാക്കളും നീന്തിതിമിർത്തു. അത്ഭുതവണ്ടിയിൽ സമാബേയിൽ എത്തിച്ചേർന്നു.

ജട്ടിഘട്ടിലെ സായാഹ്നം

ജാർക്കലിയിൽ സായാഹ്നമാകുന്നു. ചന്തയിൽ ആളുകളേറെയായി. ഗ്രാമീണർ വിളയിച്ചെടുത്ത പച്ചക്കറികളാണ് വില്പനയ്ക്ക്. ചേമ്പിൻതണ്ട്, ചേമ്പിൻ മാണം, കോവയ്ക്ക, പാവയ്ക്ക, പടവലങ്ങ, പടവൽ, കീര, വെണ്ടയ്ക്ക, കത്തിരിക്ക, വഴുതനങ്ങ തുടങ്ങിയ പച്ചക്കറികൾ നിരത്തിവച്ചിരിക്കുന്നു. നമ്മുടെ നാട്ടിൽ സുലഭമായ പച്ചക്കറികൾ തന്നെയാണവിടെയും. കറികളിൽ മത്തങ്ങ ഉപയോഗം കൂടുതലാണ്. കറികളിലെ സാദൃശ്യം ബംഗാളിനും കേരളത്തിനുമുണ്ട്. എണ്ണയാണ് പ്രശ്നം. നാം വെളിച്ചെണ്ണ ഉപേക്ഷിക്കാൻ മടിക്കുമ്പോൾ അവർ കടുകെണ്ണ ഉപേക്ഷിക്കാനും. ഇരുട്ടുപരക്കുന്നതിനു മുമ്പ് നാടുകണ്ടു മടങ്ങിയെത്തണം. ചന്തക്കവലയിൽ നിന്നൊരു ടോട്ടേ പിടിച്ചു. ചന്തക്കവലയിൽ ഓട്ടം കാത്തുകിടക്കുകയായിരുന്ന അയാൾ മടികൂടാതെ വന്നു. ജട്ടിഘട്ടിലേക്ക് ടോട്ടോ മെല്ലെ നീങ്ങി. നിരവധി ജലാശയങ്ങളും പുൽമേ

ടുകളും തരിശുഭൂമികളും ചതിപ്പുനിലങ്ങളും കണ്ടൽക്കാടുകളും പിന്നിട്ട് കടുവ സംരക്ഷണകേന്ദ്രത്തിലേക്കുള്ള ചെങ്കൽപാതയ്ക്കരികിൽ ടോട്ടോ നിന്നു. നദിയിലേക്കു നീളുന്ന പാതയ്ക്കിരുവശങ്ങളിലും താല്ക്കാലിക സ്റ്റാളുകളാണ്. നീല ടാർപ്പാ കൊണ്ടുടാർപ്പായും മുളന്തീളുകൾ കൊണ്ട് ചുമരുകളും. ചായക്കടയിൽ മൺകപ്പുകൾ ചേർത്ത് ഹാരം പോലെ അടുക്കിവച്ചിരിക്കുന്നു. ഒരു കപ്പ് ചായയ്ക്ക് അഞ്ചുരൂപ. പാലും പഞ്ചസാരയും തേയിലയും ഇഞ്ചിനീരും ചേർത്തു കാച്ചിക്കുറുക്കിയ ചായ രുചിക്കുന്നത് ഒരു സവിശേഷ അനുഭവമാണ്. കണ്ടൽക്കാടുകളിൽനിന്നും ശേഖരിച്ച തേൻ ചെറുതും വലുതുമായ കുപ്പികളിൽ പകർന്നുവച്ചിട്ടുണ്ട്. കരിക്കുവില്ക്കുന്നവനും കളിക്കോപ്പുകാരനും സഞ്ചാരികളെ കാക്കുന്നു. മഴക്കാലം ഇവിടെ സീസൺ അല്ല. വാണിഭക്കാരെയും അവരുടെ പ്രലോഭനങ്ങളെയും അതിജീവിച്ച് ഹരിയഭംഗിയുടെ ഓരത്തേക്കു നടന്നു.

ഹരിയഭംഗയുടെ തീരത്ത്

ഹരിയഭംഗ നമ്മുടെ നദീസങ്കല്പങ്ങളെയാകെ അട്ടിമറിക്കുന്നു. വേമ്പനാട്ടുകായൽപോലെ പരന്നൊഴുകുന്നൊരു നദി. മറുകര നേർത്തൊരു രേഖപോലെ. കണ്ടൽ വനദ്വീപാണ് മറുകരയിൽ തുടങ്ങുന്നത്. അസംഖ്യം ദ്വീപുകളുടെ ഇടയ്ക്കിടയാണ് ഹരിയഭംഗ ഒഴുകിപ്പരക്കുന്നത്.

ചാറ്റൽമഴയും കാറ്റും വന്നു.

നദിയും ആകാശവും ഒന്നായി.

പുഴ മഴയിലൊളിച്ചു.

നങ്കൂരമിട്ടുകിടന്ന ബോട്ടുകളുടെ മേല്ക്കൂര മാത്രം ദൃശ്യമായി. തല

ഹരിയഭംഗ നദി

വഴി പ്ലാസ്റ്റിക് പുതച്ചൊരാൾ നടന്നടുത്തു. അയാളുടെ കവചത്തിൽ മഴത്തുള്ളികൾ വീണുചിതറി. കൺപീലികളിൽ മഴത്തുള്ളികൾ അടർന്നു വീഴാൻ പാകത്തിൽനിന്നു. അയാൾ ചോദിച്ചു: "നമുക്കൊന്നു പുഴയിൽ ചുറ്റിയടിച്ചുവന്നാലോ ബാബു. ഓഫ് സീസണാണ്. സഞ്ചാരികൾ കുറവ്. ഞങ്ങളുടെ ബോട്ട് ഇന്ന് അനങ്ങിയിട്ടില്ല. ഇവളെ ഒന്ന് ഓടിച്ചിട്ടുവേണം ഇന്നത്തെ കാര്യങ്ങൾ കാണാൻ. സാധാരണ ഈടാക്കുന്നതിന്റെ പകുതി തന്നാൽ മതി ബാബു."

"മഴയല്ലേ ചങ്ങാതീ. ഇപ്പോൾ പുഴയിലേക്കിറങ്ങുന്നത് അപകടമല്ലേ?"

"വേലിയേറ്റങ്ങളും വേലിയിറക്കങ്ങളും ചുഴലിക്കാറ്റും ഈ സുന്ദർബനിൽ നിത്യസംഭവമല്ലേ ബാബു. എന്നിട്ടും നിങ്ങൾ കേൾക്കുന്നുണ്ടോ ഹരിയഭംഗയിൽ ബോട്ടു മുങ്ങിയെന്ന്. അവൾ ഞങ്ങളുടെ അമ്മയാണ് ബാബു. അന്നം തരുന്നവൾ. അവൾ ഞങ്ങളെ ചതിക്കില്ല. ഈ മഴ, നീണ്ടുനില്ക്കുന്ന മഴയല്ല സാബ്. അടിമാനം കണ്ടില്ലേ വെളുത്തുതുടങ്ങി."

അയാൾ അതു പറഞ്ഞ് നാവെടുത്തേയുള്ളൂ.

മഴ നിന്നിരിക്കുന്നു.

പ്രകൃതിയുമായി മനുഷ്യർ തന്മയീഭവിക്കുന്ന അവസ്ഥ. പ്രകൃതിയാണു താനെന്ന് മനുഷ്യർ തിരിച്ചറിയുന്ന ആ നിമിഷം പല അറിവുകളുടേയും വാതായനങ്ങൾ അവനുമുന്നിൽ തുറക്കപ്പെടും. പുഴയറിവ് മഴയറിവു കൂടിയാണ്. അതുതന്നെയാണ് മീനറിവും. രണ്ടുപേർക്ക് ഒരു മണിക്കൂർ ചുറ്റിയടിച്ച് തിരികെയെത്താൻ വെറും ആയിരത്തി ഇരുന്നൂറ് രൂപ മതിയെന്നാണ് അയാൾ പറഞ്ഞത്.

മഴമറയത്തുനിന്നും പുഴ തെളിഞ്ഞുവന്നു.

പ്രിയപ്പെട്ടവളേ ഹരിയഭംഗേ,
നിന്റെ മാർത്തടങ്ങളിലേക്ക് ഈയുള്ളവൻ നാളെയെത്താം.
നിന്റെ കാമുകനായ കുളിർകാറ്റേറ്റൊന്നു മയങ്ങാം.
പിണങ്ങിക്കളയല്ലേ പ്രിയപ്പെട്ടവളേ.

നാട്ടുവഴിഭംഗികൾ

"ഒരു ദ്വീപിലേക്കു കൊണ്ടുപോകട്ടെ?"

ടോട്ടോ ഡ്രൈവർ ഹിരൺമയ മജുംദാർ ചോദിക്കുന്നു.

"എത്രരൂപയാവും?"

"ഇരുന്നൂറു രൂപ, അതത്ര കൂടുതലല്ല ബാബു. കാണുമ്പോൾ അത് മനസ്സിലാകും,"

സമാബേയിലെ സായാഹ്നചന്തയിൽനിന്നും ടോട്ടോ വലത്തോട്ടു തിരിഞ്ഞു.

വീതികുറഞ്ഞ, ടാറിട്ട പാത.

ടോട്ടോ പായുന്നു.

ഗ്രാമീണ ഭവനങ്ങൾ, പാടങ്ങൾ, തെളിനീർ കുളങ്ങൾ, ആമ്പൽ പൊയ്കകൾ, വയ്ക്കോൽ കൂനകൾ, വഴിയോരക്കടകൾ. കാഴ്ചകളങ്ങനെ പെരുകുന്നു.

ഇരുൾപരക്കുന്നതിനുമുന്നേ വീട്ടമ്മമാർ കോഴികളെ കൂട്ടിലേക്കു തെളിക്കുന്നു.

അനുസരണക്കേടു കാട്ടിയ പൂവനു പിന്നിൽ വടിയുമായി പായുന്നു.

കളിക്കാൻ പോയ ചെക്കനിനിയും വീടണഞ്ഞില്ല.

നീട്ടിവിളിക്കുന്നു.

മുന്നാ... ഓ മുന്നാ....

വയ്ക്കോൽ പന്തലിന്റെ ചിത്രമെടുക്കാൻ ടോട്ടാ നിർത്തി. മഴ ചാറി യകന്ന നാട്ടുപാതയിലൂടെ ഒരു ഗ്രാമീണൻ നടന്നുവരുന്നു. അയാൾ മെല്ലെ നടന്നടുത്തു. അവരുടെ ജീവിതഭാണ്ഡത്തിൽ സമയം അനാദിയാണ്. ജീവേന്ദു മുഖോപാദ്ധ്യായ. ബംഗാളികൾ പേരിടുന്നതിൽ മഹാകവിക ളാണ്.

അയാൾ നാട്ടുവർത്തമാനങ്ങൾ പറഞ്ഞു.

"മഴക്കാലമായിട്ടും മഴയെത്തുന്നില്ല ബാബു.

വെറും മഴച്ചാറ്റൽ മാത്രം. തൊഴിൽതേടി കുട്ടികൾ രാജ്യത്തെമ്പാടും അലയുന്നു. പഠിക്കാൻ കൊൽക്കത്തയിലേക്കു പോകുന്ന മക്കൾ മട ങ്ങിവരുന്നില്ല. എന്നെ നോക്കൂ ബാബു. ഞാൻ നിരക്ഷരനാണ്. എന്റെ മകൻ ജാദബ്പൂർ യൂണിവേഴ്സിറ്റിയിൽ പഠിക്കാൻ പോയതാണ്. അവൻ പിന്നെ മടങ്ങിവന്നില്ല. അമേരിക്കയിലെ ന്യൂജഴ്സിയിലാണവനിപ്പോൾ. പഠിച്ചുതീർന്നില്ലത്രെ!" ഒരു ഗദ്ഗദം തൊണ്ടയിൽ കുരുങ്ങി.

"മമതയുടെ ഭരണമെങ്ങിനെ ജീവ്രേന്ദു ദാ?"

ജീവേന്ദു മുഖോപാദ്ധ്യായയുമായി ഒരു നർമ്മസല്ലാപം

ചുറ്റുപാടും നോക്കി അയാൾ നീട്ടിത്തുപ്പി.

നടന്നകലുമ്പോൾ അയാൾ പിറുപിറുത്തു.

"ചോർ ഹെ... സബ് ചോർഹെ...".

വീട്ടുമുറ്റത്തെ കുളം പോലെ രാഷ്ട്രീയ നൈരാശ്യം ബംഗാളിൽ തളംകെട്ടുന്നു. ഹിരൺമയൻ അവന്റെ രഥം തെളിച്ചു.

സന്ധ്യാക്കാഴ്ചകൾ മനം നിറച്ചു.

ദ്വീപിലെ കണ്ടൽകാഴ്ചകൾ അടുത്തടുത്തു വരുന്നു.

ഇച്ഛാമതിയുടെ ഓരങ്ങളിൽ

വിശ്വസിക്കാനേ ആയില്ല. ഞങ്ങൾ ഇച്ഛാമതിയുടെ കരയിലാണ്. അക്കരെ വരപോലെ തെളിയുന്നത് ബംഗ്ലാദേശാണ്. വിഭൂതിഭൂഷൺ ബന്ദോപാദ്ധ്യായ അനശ്വരമാക്കിയ നോവൽ ഓർമ്മയിലേക്ക് ഇരച്ചെത്തി. അവിഭക്ത ബംഗാളിൽ ഇച്ഛാമതിക്കരയിലെ മനുഷ്യർ നേരിട്ട ജാതി പ്രശ്നങ്ങളും നീലം കർഷകരുടെ പോരാട്ടങ്ങളുമാണ് ആ നോവലിൽ ജീവൻവച്ചത്. ഒന്നു തുള്ളിച്ചാടാൻ തോന്നി. പുഴ പരന്നാൽ ഇത്രയും പരക്കാമോ?

ഇത്രയും പരന്നൊരു നദി ഇതിനുമുമ്പു കണ്ടിട്ടില്ല.

തോണിപ്പടവുകളുടെ അറ്റത്ത് രണ്ടു ജോഡി യുവമിഥുനങ്ങൾ നനഞ്ഞിരിക്കുന്നു.

അവർക്കുമുന്നിൽ സ്കോച്ച് വിസ്കിയുടെ കുപ്പി. പകർന്ന ഗ്ലാസുകൾ.

മദ്യപിക്കാൻ ഇതിലേറെ മനോഹരമായ ഇടം ഈ ഭൂമുഖത്ത് വേറെയേതുണ്ട്?

ഇച്ഛാമതിയുടെ കരയിൽ

അവർ ഒളിക്കാനൊന്നും നോക്കിയില്ല.

പടവിറങ്ങുമ്പോൾ ഒരുവൻ സ്നേഹത്തോടെ പറഞ്ഞു: "ദാദാ വഴുക്കലുണ്ട് സൂക്ഷിക്കണം."

ഹിരൺമയൻ അകലെ ഏതോ ഗ്രാമീണനുമായി സംസാരിച്ചു നില്ക്കുന്നുണ്ട്.

പുഴയിലൂടെ എന്തൊക്കെയോ ബംഗ്ലാദേശിലേക്ക് ഒഴുകിപ്പോകുന്നു.

ഭാഗം പിരിഞ്ഞുപോയ സോദരർക്കുള്ള സമ്മാനങ്ങളാകാം.

കരയിലേക്കു നടന്നു.

എമ്പാടും കട്ടപിടിച്ച ചെളിയാണ്.

ചെരുപ്പിൽ പറ്റിപ്പിടിച്ച ചെളി കഴുകാൻ അടുത്തുകണ്ട കുഴൽക്കിണറിലേക്കു പോയി.

അടിയോടടിച്ചിട്ടും തുള്ളിവെള്ളം വന്നില്ല.

അതുകേടാണ് ചേട്ടാ. വെറുതെ അടിക്കണ്ട.

അതുവഴിപോയ യുവാക്കളിലൊരുവൻ പച്ച മലയാളത്തിൽ വിളിച്ചുപറഞ്ഞു.

ലോഹ്യം കൂടാൻ നില്ക്കാതെ അവൻ നടന്നകന്നു. അവൻ ഇത്രയും കൂടിപ്പറഞ്ഞു.

"ഞാൻ ചേർത്തലയിൽ ഉണ്ടായിരുന്നു."

കേരളം വളരുന്നു വംഗദേശത്തും.

പിണങ്ങിപ്പോകുന്ന പുഴകൾ

ജാർക്കലിയിലെ നാട്ടുവഴികളിലൂടെ ഒരു പുലർനടത്തം. ഇവിടെ അഞ്ചുമണിക്കേ പുലരും. കോഴികൾ നാലുമണിക്കേ കൂകിത്തുടങ്ങും. പുലരുന്നതിനുമുന്നേ ചായക്കടകളിൽ തെരക്കേറും. ചെറിയ മനുഷ്യർ കുഞ്ഞു മൺകപ്പുകളിൽ പകർന്നു കിട്ടുന്ന ചൂടു ചായ മൊത്തിക്കുടിക്കും. ഒപ്പം നാടൻ ബിസ്കറ്റുണ്ടാകും. അമ്പതുപൈസ മാത്രം. ബഹുരാഷ്ട്ര കുത്തകകൾ ബിസ്കറ്റ് വിപണിയിൽ നാടൻ ബിസ്കറ്റിനങ്ങൾക്കുമുന്നിൽ മൂക്കുകുത്തി വീഴും. നാടൻ ബിസ്കറ്റുകൾ നാലെണ്ണം പ്ലാസ്റ്റിക് ഡപ്പയിൽ നിറച്ച് വിമാനത്താവളത്തിൽ വില്പനയ്ക്കുണ്ട്. വെറും നാല്പത് രൂപ മാത്രം! ചായകുടി കഴിഞ്ഞ് മോണകൾക്കിടയിൽ പുകയിലപ്രയോഗവും. മിക്കവരുടെയും മോണ തേഞ്ഞ് പല്ലുകൾ ഉന്തിനില്ക്കുന്നു.

ചായക്കടകൾ പിന്നിട്ട് വലത്തേക്കു തിരിഞ്ഞു. മൺപാതയാണ്. ഹരിയഭംഗയുടെ കൈവഴികളിൽനിന്നും വെള്ളം പിണങ്ങിപ്പോയിരിക്കുന്നു. ബോട്ടുകളും നാടൻ വള്ളങ്ങളും കരയിലിരുന്ന് ഉറങ്ങുന്നു. വേലിയിറക്കമാണ്.

എപ്പോൾ വേണമെങ്കിലും വേലിയേറ്റവും വേലിയിറക്കവും ഉണ്ടായേക്കാം. വേലിയേറ്റത്തിൽ കരയെല്ലാം പുഴയാവും. മീൻപിടുത്തമാണ് ഇവിടത്തെ മനുഷ്യരുടെ പ്രധാന ഉപജീവനമാർഗ്ഗം. വേലിയേറ്റമില്ലെ

ങ്കിൽ ബോട്ടുകൾ പുഴയിലേക്ക് ഉന്തിയിറക്കും. ചെളിപ്പുറത്താണ് ഇരുപ്പെന്നതിനാൽ ചെറിയൊരുന്തുമതിയാകും. ജീവിതത്തിൽ ലഭിച്ചേക്കാവുന്ന ഒരു സ്നേഹയുന്തും കാത്താണല്ലോ നമ്മുടെയെല്ലാം ജീവിത നൗകകൾ നദിയോരങ്ങളിലിരിക്കുന്നത്.

ഉപജീവനവഴികൾ

പ്രഭാതനടത്തത്തിനിടെ തടിപ്പാലത്തിനടുത്തുവച്ചാണ് രൊമേഷ്ചന്ദ്ര ദൊസ്താദാറിനെയും ചങ്ങാതിമാരെയും കണ്ടത്. അവർ വനം പണിയാണ് ചെയ്യുന്നത്. എന്നുവച്ചാൽ തേൻ, വനഫലങ്ങൾ, വനപുഷ്പങ്ങൾ, ഔഷധസസ്യങ്ങൾ, സുഗന്ധദ്രവ്യങ്ങൾ എന്നിവ ശേഖരിക്കൽ, ഞണ്ട്, കക്ക എന്നിവയുടെ ശേഖരണം മീൻപിടുത്തം തുടങ്ങിയ അംഗീകൃത തൊഴിലുകളും മരം മുറിച്ചു കടത്തൽ എന്ന അനധികൃത തൊഴിലുമെന്നർത്ഥം. ഇതിനുപുറമേ നെൽകൃഷിയുമുണ്ട്. കർഷകത്തൊഴിലാളിക്ക് എട്ടുമണി മുതൽ അഞ്ചുമണിവരെയുള്ള പണിക്ക് മുന്നൂറ് രൂപവരെ കൂലിയുണ്ട്. കേരളത്തിലേക്കു തൊഴിൽതേടിപ്പോകുന്നവർ പ്രതിമാസം 20,000 രൂപയ്ക്കുമേൽ അയക്കുന്നുണ്ടത്രെ! അവരുടെ പോക്കുവരവ് വിമാനത്തിലും. ഇതുകണ്ട് പലരും കേരളത്തിലേക്കു വണ്ടി കയറുന്നു. 1971 ലെ യുദ്ധകാലത്ത് ബംഗ്ലാദേശിൽനിന്നും എത്തിയ അഭയാർത്ഥികളാണ് സുന്ദർബനിൽ ഏറെയും. സർക്കാർ അവർക്ക് കൃഷിഭൂമിയും പൗരത്വവും നല്കി. കോൺഗ്രസിന്റെ സ്വാധീനമേഖലയിൽ പിന്നീട് ആധിപത്യമുറപ്പിച്ചത് ആർ എസ് പി ആയിരുന്നു. ജെയ്നഗർ പാർലമെന്റ് മണ്ഡലമാണിത്. 2019 ലെ തിരഞ്ഞെടുപ്പിൽ തൃണമൂൽ കോൺഗ്രസിലെ പ്രൊതിമ മണ്ഡലാണ് വിജയിച്ചത്. ഇത് പട്ടികജാതി സംവരണമണ്ഡലമാണ്. ഗോസാബ, ബസന്തി, കുൽത്താലി, ജയനഗർ, കാനിങ് പശ്ചിമ്, കാനിങ് പൂർബ, മഗ്രഹട്ട്പൂർ എന്നിവയാണ് അസംബ്ലി മണ്ഡലങ്ങൾ. എല്ലാ അസംബ്ലി മണ്ഡലങ്ങളും പട്ടികവർഗ്ഗ സംവരണ മണ്ഡലങ്ങളാണ്. 1967 ലും 2009 ലും എസ് യു സി ഐ സ്ഥാനാർത്ഥികൾ പാർലമെന്റിലേക്കു ജയിച്ചുപോയ ചരിത്രവും ഈ മണ്ഡലത്തിനുണ്ട്. ബി ജെ പിയുടെ വളർച്ചയ്ക്കാണ് ഇവിടം ഇപ്പോൾ സാക്ഷ്യം വഹിക്കുന്നത്.

രൊമേഷ് ചന്ദ്ര പറയുകയാണ്: "ഇടതുപക്ഷം പറയുന്ന പല കാര്യങ്ങളും ഞങ്ങൾക്ക് മനസ്സിലായിരുന്നില്ല. എങ്കിലും അവർക്കൊപ്പം ഞങ്ങൾ നിന്നു. അവർ ഞങ്ങൾക്കൊപ്പവും. ഇവിടെ ഏറെയും ഹിന്ദുക്കളാണ്. ബിജെപി പറയുന്നത് ഹിന്ദുക്കൾ യോജിക്കണമെന്നാണ്. അത് ഞങ്ങൾക്ക് എളുപ്പം മനസ്സിലാകുന്ന കാര്യമാണ്. കാരണം പിറന്ന മണ്ണിൽനിന്നും ഓടിപ്പോന്നവരാണല്ലോ ഞങ്ങൾ. ഇടതുപക്ഷക്കാരെ ഇപ്പോൾ ഈ പ്രദേശത്തങ്ങനെ കാണാറില്ല. ഉണ്ടാവും. പക്ഷേ, ഞങ്ങൾ കാണുന്നില്ല. ഇവിടെയെല്ലാം ഇപ്പോൾ തൃണമൂൽ നിയന്ത്രണത്തിലാണ്. സഹകരണസംഘങ്ങൾ, ക്ലബ്ബുകൾ, ചന്തപ്പിരിവ്, പഞ്ചായത്തുഭരണം, കർഷകവായ്പയ്ക്ക് അപേക്ഷിക്കൽ, ടൂറിസം, എല്ലാം അവരുടെ

നിയന്ത്രണത്തിലാണ്. അതിനെ ആരെങ്കിലും ചോദ്യം ചെയ്താൽ ഉടൻ കലാപമായി. റിസോർട്ടുകളിൽനിന്നും ഗുണ്ടാപിരിവുണ്ട്. മമത ഗുണ്ട കളെ വളർത്തുകയാണ്. ക്യാ കർനാ ഭായി. കോയി ന..” അയാളുടെ അർദ്ധവിരാമത്തിൽ എല്ലാം അടങ്ങിയിരിക്കുന്നു.

മരപ്പാലവും ചെങ്കൽപ്പാതകളും

ഹരിയഭംഗയുടെ കൈവഴി മുറിച്ചുകടക്കാൻ കല്ലൻമുളകളും കണ്ടൽമരങ്ങളും കൊണ്ടു പണിതൊരു പാലം കണ്ടു. പാലം കടന്നാൽ ചെങ്കൽപാകിയ വഴികൾ. ഗ്രാമീണ വാസഗേഹങ്ങളിലേക്ക് ആ പാത കൾ നീളുന്നു. ഒറ്റപ്പെട്ട ചിലർ സൈക്കിളിൽ കടന്നുപോകുന്നുമുണ്ട്. വളരെ പരിമിതമായ സാഹചര്യങ്ങളിൽ ജീവിക്കുന്നവരാണ് ഏറെയും. ഒന്നോ രണ്ടോ ഭേദപ്പെട്ട ഭവനങ്ങളും കണ്ടെന്നുവന്നേക്കാം. സമുദ്ര-നദീ ലയനത്തിന്റെ ഭാഗമായി അടിഞ്ഞുകൂടിയ പശമണ്ണാണിവിടെയാ കെ. ചവിട്ടിയിൽ കാല്പുതയും. അതിൽനിന്നുള്ള രക്ഷയാണ് ചെങ്കൽ പാകിയ വഴികൾ. പാതയോരങ്ങളിൽ ആടുകൾ മേയുന്നു. അവയെ കണ്ടാൽ വലിയ മുയലുകളാണെന്നേ തോന്നൂ. ഇത്തിരിക്കുഞ്ഞികളും കുഞ്ഞന്മാരും. കുറുമ്പികളാണ് ഏറെയും. കുഞ്ഞുതല, കുഞ്ഞു കാലു കൾ, ഇത്തിരിപ്പോരം മാത്രമുള്ള അകിടുകളും ഓർമ്മത്തെറ്റുപോലെ മുലക്കാമ്പുകളും. ആട്ടിൻകൂട്ടത്തെ കണ്ടാൽ ഒരു കുട്ടയിൽനിന്നും മറി ച്ചിട്ട കറുത്ത ചക്കക്കുരുവാണെന്നേ തോന്നൂ. എമ്പാടുമുണ്ടവ. പുല്ത്ത ലപ്പു കടിച്ചും ചെറുശാഖികളിൽ കയറിയിറങ്ങിയും അവ ഉല്ലസിക്കു ന്നു. നാടൻ ഇനത്തിൽപ്പെട്ട ചെറിയ ഇനം പശുക്കളും മേയുന്നുണ്ട്. കൃഷി മെച്ചമാകാൻ സാദ്ധ്യത കുറഞ്ഞിടമാകയാലാവും ആളുകൾ ജീവ

ചെങ്കൽപ്പാത

സന്ധാരണത്തിനായി കാലിവളർത്തലിൽ ഏർപ്പെടുന്നത്. അവരുടെ ഗൃഹപരിസരങ്ങളിൽ തങ്ങളുടെ വീടുകൾക്കുള്ള തുല്യ പരിഗണന നല്കി തൊഴുത്തുകൾ നിർമ്മിച്ചിരിക്കുന്നു. വയ്ക്കോൽ മേഞ്ഞും ചുമരുകൾ മെഴുകിയും തറ ചാണകം വാരിമാറ്റി വൃത്തിയാക്കിയും സൂക്ഷിച്ചിരിക്കുന്നു.

സൊംഗീത റോയിയുടേയും ഒങ്കിത റോയിയുടേയും വീട്

ചെങ്കൽപ്പാത അവസാനിക്കുന്നിടത്താണ് സൊംഗീത റോയിയുടെയും അങ്കിത റോയിയുടെയും വീട്. സംശയം വേണ്ട. നമ്മുടെ സംഗീതയും അങ്കിതയും തന്നെ. നേരം പുലർന്ന ഉടനേ രണ്ടു പരദേശികളെ കണികണ്ടത് അവരുടെ അമ്മയ്ക്കത്ര പിടിച്ചില്ല. അവൾ ഒരു ആടിനേയും പിടിച്ച് വേഗത്തിൽ പാടത്തേക്കുപോയി. സൊംഗീതയുടെയും ഒങ്കിതയുടെയും വായിൽ വലിയ ബ്രഷ് കയറ്റിവച്ചിട്ടുണ്ട്. പേസ്റ്റുപത ഒലിച്ചിറങ്ങുന്നുമുണ്ട്. അവളുമാർക്ക് ചിരി അടങ്ങുന്നില്ല. സൊംഗീത നാലിലും ഒങ്കിത യു കെ ജിയിലും പഠിക്കുന്നു. അവരെ കൊണ്ടുപോകാൻ രാവിലെ ടോട്ടോ എത്തും. അവരും പഠിച്ചുകയറുകയാണ്. ഏതു പ്രതികൂല സാഹചര്യത്തെയും മറികടക്കാൻ അവർക്കാകട്ടെ. സർക്കാർ സ്കൂളുകളോടുള്ള വിപ്രതിപത്തി അവിടേയും കണ്ടു. ഇരുവരും സ്വകാര്യസ്കൂളുകളിലേക്കാണ് പോകുന്നത്. ദാരിദ്ര്യത്തിലും സ്വയംപൂർണ്ണ ഗ്രാമമെന്ന ദൂഷിതവലയം അവരെ പൊതിഞ്ഞുനില്ക്കുന്നു. വലിയ വലിയ സ്വപ്നങ്ങൾ അവരെ അലട്ടുന്നതായി തോന്നിയില്ല. വിദ്യയുടെ വെട്ടം തെളിയുമ്പോൾ ആദവും അവ്വയും വിലക്കപ്പെട്ട കനി കഴിച്ചുടൻ അവർക്കുമുന്നിൽ കാമനകളും സ്ഥലകാലങ്ങളും പിറന്നതുപോലെ

സൊംഗീത റോയിയും ഒങ്കിത റോയിയും

വിദ്യാഭ്യാസമെന്ന വിലക്കപ്പെട്ട കനി മാറ്റത്തിന്റെ രാസത്വരകമായി മാറുകതന്നെ ചെയ്യും.

ബംഗാളി അഡയുടെ ഗ്രാമീണ പതിപ്പ്

ബംഗാളി ഭദ്രലോകിനിടയിൽ 'അഡ' പ്രസിദ്ധമാണ്. ഈ അഡ നമ്മുടെ അടയല്ല. ചായക്കുചുറ്റുമിരുന്ന് നടത്തുന്ന സംവാദങ്ങളാണത്. അമർത്യാസെന്നിന്റെ ആർഗുമെന്റേറ്റീവ് ഇന്ത്യൻസ്! പ്രഭാത നടത്തത്തിനിടെ എത്തപ്പെട്ട ഗ്രാമീണ ചായക്കടയിൽ ചർച്ചകൾ കൊഴുക്കുന്നു. ചർച്ച നയിക്കുന്ന നാരായണൻ ദൊസ്തേദാർ. അയാളുടെ വേഷം പാന്റും ഷർട്ടും. ഇതരർ തനി ഗ്രാമീണ വേഷത്തിലും. പരദേശികളായ ഞങ്ങൾ ഉള്ളിലേക്കു ചെന്നപാടെ അവർ ഒതുങ്ങിയിരുന്ന് ഞങ്ങൾക്കു കൂടി ഇടമുണ്ടാക്കി. എല്ലാവർക്കും ഇടമുള്ളതാണ് ഗ്രാമീണ ചായക്കടകൾ.

ചീനിബിനാ ചായ് ചോദിച്ചു.

ദൂത്ത് ബിനാ ചായ് കിട്ടി.

"എവിടെനിന്നും വരുന്നു?"

"കേരളത്തിൽനിന്നും."

"ഇത്നാ ദൂർ സെ! ഗുംനെ കേലിയേ?"

"ഠീക്ക്."

"എവിടെയൊക്കെ പോയി."

നല്കിയ വിശദീകരണത്തിൽ അയാൾ തൃപ്തനായി. ഇവിടെ കൂലി കുറവായതിനാൽ ആളുകൾ കേരളത്തിലേക്കു പോകുന്നു. രാമകൃഷ്ണ ദായുടെ ചെക്കൻ ആലപ്പിയിലാണ് പണിയെടുക്കുന്നത്. അയാൾ പറഞ്ഞു.

"കൈ സേ ഹെ യേ ദീദി സർക്കാർ?"

"ഞാൻ തൃണമൂലാണ് മറിച്ചെങ്ങനെ പറയും?"

ന്യായമായ ഉത്തരം.

റേഷൻ കട, പ്രാഥമിക ആരോഗ്യകേന്ദ്രം, സ്കൂൾ, പൊലീസ് ഥാന എന്നിവയെല്ലാമുണ്ടിവിടെ.

കർഷകർക്ക് സഹകരണസംഘമുണ്ട്. മരാമത്തുപണികൾ ഏറ്റെടുത്തു നടത്തുന്ന സംഘമുണ്ട്. എല്ലാം ഞങ്ങളുടെ നേതൃത്വത്തിലാണ്.

ബിജെപിയുടെ വളർച്ചയിൽ നാരായണ് ഉൽക്കണ്ഠയുണ്ട്.

"സി പി എം പഹ്‌ലേ ധാ, വോ അച്ഛാ ആദ്മി ധാ, അബ ദേഖ്നാ നഹി."

എവിടെപ്പോയി, എന്ന ചോദ്യത്തിന് അറിയില്ലെന്നായിരുന്നു മറുപടി.

"ബൂത്തുപിടുത്തമൊക്കെ ഉണ്ട് ബാബു. അതുപിന്നെ മുമ്പും അങ്ങനെയൊക്കെത്തന്നെ ആയിരുന്നില്ലേ?"

അയാൾ ചിരിച്ചു.

എഴുന്നേറ്റ് മെല്ലെ അരികിലെത്തി.

"മമതയുടെ രണ്ടാം വരവ്... കാര്യങ്ങൾ ശരിയായ രീതിയിലല്ല നീങ്ങുന്നത്. ഗുണ്ടായിസവും. എല്ലാ ഗുണ്ടകളും തൃണമൂലിലായിരുന്നു. ബി ജെ പി ശക്തമായതോടെ കുറേപ്പേർ അതിലേക്കുപോയി. പണമാണ് എല്ലാം നിശ്ചയിക്കുന്നത് ദാദാ, പണം."

"ആരുവന്നാലെന്താ ദാദാ ഞങ്ങളുടെ ജീവിതം ഇങ്ങനെയൊക്കെത്തന്നെയല്ലേ?"

"ഞങ്ങൾ ചായ കുടിക്കുന്ന ഈ മൺകപ്പില്ലേ? അതിനു വലിയ വിലയില്ല. ഉപയോഗം കഴിഞ്ഞാൽ എറിഞ്ഞുടച്ചു കളയാം. ഞങ്ങളുടെ ജീവിതവും അതുപോലെ."

അയാൾ പറയുന്നത് ഗ്രാമീണരുടെ ഉള്ളാണ്. നാരായണൻ ദൊസ്തേദാറിനെത്തേടി പൊതുമരാമത്തു വകുപ്പിലെ ഓവർസിയറും കരാറുകാരനും ഏതാനും തൊഴിലാളുകളുമെത്തി. അവർക്കുമുന്നിൽ ഒരു രാഷ്ട്രീയക്കാരന്റെ മെയ്‌വഴക്കത്തോടെ അയാൾ നേതാവായി. ഇടതുപക്ഷത്തെപ്പറ്റി ഒരിക്കൽക്കൂടി തെരക്കി. വീണ്ടും എടുത്തുചോദിച്ചപ്പോൾ പറഞ്ഞു:

"അവരിൽ ചിലർ ഇവിടെയെവിടെയോയുണ്ട്. എന്തൊക്കെയോ നടക്കുന്നുണ്ട്. അവരുടെ കാര്യങ്ങൾ അങ്ങിനെ പുറത്തറിയില്ലല്ലോ ദാദ." അയാൾ ദൂരേക്കു നോക്കി പറഞ്ഞു.

നദിയും കടന്ന് കണ്ടൽവനത്തിലേക്ക്

രണ്ടുപേർ മാത്രം, ബോട്ട് ജട്ടിഘട്ടിൽനിന്നും ഹരിയഭംഗയുടെ വിരിനെഞ്ചിലേക്കു കടക്കുന്നു. കൗമാരക്കാരായ രണ്ടുകുട്ടികളാണ് ബോട്ട് ഡ്രൈവർമാർ. തെളിഞ്ഞ നദിയിൽ ആകാശത്തിന്റെ വിവിധ ഷേഡുകൾ. അകലെയാരോ തോണിയിലിരുന്ന് വല വിരിക്കുന്നു. കണ്ടൽക്കാടുകൾ നേർത്ത പച്ചവര പോലെ കാണപ്പെട്ടു. ജലപ്പരപ്പിന്റെ അപാരതയിൽ കാഴ്ചകൾ ശിഥിലമാകുന്നു. ഭയത്തിന്റെ കാലൊച്ചകൾ മനസ്സിലേക്ക് അരിച്ചിറങ്ങി. പിന്നിട്ട കടവിനോടു ചേർന്ന് രണ്ടുപേർ മീൻപിടിക്കുന്നു. കൈവലകൾ വീശിയാണ് മീൻപിടുത്തം. ബോട്ടുനീങ്ങുമ്പോൾ ഒരു പുരുഷനും സ്ത്രീയും തീരത്തെ ചെളിയുമായി മല്ലിടുന്നു. സ്ത്രീ വലയുടെ ഒരറ്റം പിടിച്ച് മുട്ടോളം ചെളിയിൽ നടക്കുന്നു. പുരുഷൻ വലയുടെ മറ്റേ അറ്റം പിടിച്ച് കുറേക്കൂടി ആഴത്തിലൂടെ നടക്കുന്നു. അവരുടെ ജീവിതംപോലെ ഉടയാടകളും ചെളിപിടിച്ചിരിക്കുന്നു. ഒറ്റയ്ക്കൊരു പയ്യൻ വലിയൊരു കലത്തിൽ കക്കയും ഞണ്ടും ശേഖരിക്കുകയാണ്. അനന്തപ്രവാഹിയായ ഹരിയഭംഗ ഇച്ഛാമതിയിലേക്ക് ഒഴുകിപ്പോകുന്നു. ഇച്ഛാമതി, ഗംഗഹുഗ്ലി, പത്മ, മേഘ്ന, ബ്രഹ്മപുത്ര എന്നീ വൻ നദികളും അവയുടെ അസംഖ്യം കൈവഴികളും ബംഗാൾ ഉൾക്കടലിൽ ചേരുന്ന പതിനായിരം ചതുരശ്ര കിലോമീറ്റർ വരുന്ന പ്രദേശമാണ് സുന്ദർബൻ. സുന്ദരവനമെന്നോ, സുന്ദരി നാമധാരിയായ കണ്ടലുകളുടെ ആവാസ കേന്ദ്രമെന്നോ, ബംഗാൾ കടുവയുടെ പ്രാദേശിക നാമമായ

സുന്ദരിയിൽനിന്നോ ആകാം സുന്ദർബൻ എന്ന പേരു സിദ്ധിച്ചത്. ബൻ എന്നാൽ വനം തന്നെ. ബംഗ്ലാദേശിലാണ് സുന്ദരവനത്തിന്റെ അറുപതു ശതമാനവും. യുനെസ്കോയുടെ പൈതൃക പട്ടികയിൽ ഇടം നേടിയ ഭൂപ്രദേശം നാശോന്മുഖമാണ്. പുഴകളിൽ വർദ്ധിച്ചുവരുന്ന അമ്ലാംശവും കുറഞ്ഞ നീരൊഴുക്കും കടൽവെള്ളത്തിന്റെ തോതിലുള്ള വർദ്ധനയും സുന്ദർബനിലെ സസ്യജന്തുജാലങ്ങളുടെ നിലനില്പ് അപകടത്തിലാക്കിയിരിക്കുന്നു. കടുവ, പുള്ളിമാൻ, മുതല, ആന മുതലായവ ഏറെയുണ്ട് ഈ കണ്ടൽവനത്തിൽ.

ജാർക്കലിയുടെ കടുവസംരക്ഷണകേന്ദ്രത്തിൽ രോഗബാധിതരും പരിക്കേറ്റവരുമായ കടുവകളെ ചികിത്സിച്ച് ഭേദമാക്കി കാട്ടിൽ കൊണ്ടുവിടുന്നുണ്ട്. മനുഷ്യവാസമുള്ളതും ഇല്ലാത്തതുമായ അനേകം കണ്ടൽ ദ്വീപുകളുണ്ട് സുന്ദർബനിൽ. പുഴകൾ ഒന്നിൽനിന്നും മറ്റൊന്നിലേക്കു ചേർന്ന് അനന്തമായ ജലസമുച്ചയങ്ങൾ സൃഷ്ടിക്കപ്പെട്ടിരിക്കുന്നു രണ്ടു മണിക്കൂർ നീണ്ട ബോട്ടുയാത്രയ്ക്കിടയിൽ കണ്ണുകൾ അടഞ്ഞുപോവുകയും ഭാരനഷ്ടം സംഭവിച്ച് അപ്പൂപ്പൻതാടിപോലെ വായുവിൽ ഉയരുകയും ചെയ്തു. അപ്പോഴേക്കും ബോട്ടിന്റെ ഖുംഖുമാരവം ചെവികളിൽ മുഴങ്ങും. ഉറക്കം മുറിയും. മടക്കയാത്രയിൽ കൂടുതൽ കൂടുതൽ കണ്ടൽ വനങ്ങൾ കണ്ടു. കടവിൽ ബോട്ടടുക്കുമ്പോൾ പ്രജ്ഞയിൽ നദിയൊഴുകുകയും കണ്ടൽ വളരുകയും മനസ്സിലെ കടുവ ആ കാട്ടിൽ ഓടി മറയുകയും ചെയ്തു.

കൊൽക്കത്തയിലെ രാപ്പകലുകൾ

1492 ൽ കൊളമ്പസ് അമേരിക്ക കണ്ടെത്തി എന്നു പറയുന്നതിനേക്കാൾ ശരി അമേരിക്കക്കാർ കൊളമ്പസിനെ കണ്ട വർഷമാണതെന്നു പറയുന്നതാവും. അതുപോലെയാണ് യൂറോ കേന്ദ്രീകൃത ചരിത്രത്തിന്റെ ഏടുകൾ ഒക്കെയും രചിക്കപ്പെട്ടിട്ടുള്ളത്. യൂറോപ്യൻമാർ 'സ്ഥാപിക്കുന്നതിനു' മുമ്പും ഇന്ത്യൻ നഗരങ്ങൾ നിലനിന്നിരുന്നു. എന്നാൽ ആധുനികതയിലേക്കുള്ള ചുവടുമാറ്റം എന്ന നിലയ്ക്ക് യൂറോപ്യന്മാരുമായുള്ള സന്ധിപ്പുകൾക്ക് പ്രാധാന്യമുണ്ട്. കൊൽക്കത്തയുടെ സ്ഥാപകൻ ആരെന്നുള്ള ചോദ്യത്തിന് ജോബ് ചാർണോക്ക് എന്ന ഉത്തരമാകും പാഠപുസ്തകങ്ങളിൽ കാണുക.

ജോബ് ചാർണോക്

ബ്രിട്ടണിലെ ലങ്കാഷയറിൽ വേരുകളുള്ള ഒരു കുടുംബത്തിൽ നിന്നാണ് ജോബ് ചാർണോക് വരുന്നത്. 1650 നും 53 നും ഇടയിൽ മൊറൈസ് തോംസൺ എന്ന വ്യാപാര കമ്പനിയിലെ ജീവനക്കാരനായിരുന്നു ജോബ് ചാർണോക്. 1658 ൽ ആ യുവാവ് ബ്രിട്ടീഷ് ഈസ്റ്റ് ഇന്ത്യാ കമ്പനിയിൽ ചേർന്നു. അന്ന് ഹൂഗ്ലി നദിക്കരയിലെ കോസിംബസാറിലായിരുന്നു ഈസ്റ്റിന്ത്യാ കമ്പനിയുടെ ബംഗാൾ ആസ്ഥാനം. ബിഹാറിൽ നിന്നും വെടിയുപ്പ് ശേഖരിക്കുന്ന ജോലിയാണ് ആദ്യം കിട്ടിയത്. കമ്പനിയോടുള്ള കൂറു കണക്കിലെടുത്ത് ഉയർന്ന സ്ഥാനങ്ങളിലേക്ക് വേഗമെത്തിച്ചേർന്നു. ഔദ്യോഗിക യാത്രയ്ക്കിടയിലാണ് ഗംഗാതീരത്ത് സതിയനുഷ്ഠിക്കാൻ നിർബ്ബന്ധിതയായ ഒരു യുവതിയെ കണ്ടുമുട്ടുന്നത്. അതീവ സുന്ദരിയായ ആ രജപുത്ര യുവതിയെ ചാർണോക് രക്ഷപ്പെടുത്തി. പിന്നീടവരെ സ്വന്തം ജീവിത പങ്കാളിയാക്കി. അവൾക്ക്

മരിയ എന്ന പേരും നല്കി. 1666 ൽ ചാർണോക് കമ്പനിയുടെ ചീഫ് ഏജന്റായി ഉയർത്തപ്പെട്ടു. പില്ക്കാലത്ത് കൊൽക്കത്ത എന്നറിയപ്പെട്ട പ്രദേശങ്ങൾ 17-ാം നൂറ്റാണ്ടിന്റെ അവസാനം വരെ മുഗൾ സാമ്രാജ്യത്തിന്റെ മേല്ക്കോയ്മ അംഗീകരിച്ച ബംഗാൾ നവാബിന്റെ കീഴിലായിരുന്നു. കമ്പനി ഉല്പന്നങ്ങൾക്കുമേൽ നവാബ് കസ്റ്റംസ് നികുതി ഏർപ്പെടുത്തിയതിനെത്തുടർന്ന് സംഘർഷം നിലനിന്ന വേളയിലാണ് ജോബ് ചാർണോക് ചീഫ് ഏജന്റായി എത്തുന്നത്. കോസിംബസാർ നവാബിന്റെ സൈന്യം വളഞ്ഞു. 1686 ഏപ്രിൽ വരെ ചാർണോകിന് ഹുഗ്ലിയിലെത്താനായില്ല. അദ്ദേഹം ചെറിയ യാനങ്ങളിൽ കമ്പനി പട്ടാളത്തെയും സാധന സാമഗ്രികളെയുംകൊണ്ട് സുതനുടി എന്ന സ്ഥലത്തെത്തി. ആ പ്രദേശം ചതുപ്പുകളും മുളംകുടിലുകളും ഇടകലർന്നൊരു ഗ്രാമമായിരുന്നു. ആദ്യ താവളത്തിൽ നിന്നും നാല്പത്തിമൂന്നുകിലോമീറ്റർ അകലെയായിരുന്നു സുതനുടി. 1687 ൽ കമ്പനി സുതനുടിയിൽ പ്രവർത്തനം തുടങ്ങി. ഇവിടെ വച്ച് മരിയ മരണമടഞ്ഞു. 1690 ൽ ദില്ലി സുൽത്താനായ ഔറംഗസേബിൽനിന്നും ഫാക്ടറി തുടങ്ങാൻ കമ്പനിക്ക് അനുമതി ലഭിച്ചു. സുതനുടി, ഗോവിന്ദപൂർ, കാളിഘട്ട് എന്നീ സമീപ പ്രദേശങ്ങൾ ചേർന്നാണ് കൽക്കത്ത എന്നറിയാൻ തുടങ്ങിയത്. കാളിഘട്ടിൽ നിന്നാവണം കൽക്കത്ത എന്ന പേര് ലഭിച്ചത്. ഈ പ്രദേശത്ത് 2000 വർഷങ്ങൾക്ക് മുമ്പേ മനുഷ്യർ വസിച്ചിരുന്നതിന് ആർക്കിയോളജിക്കൽ തെളിവുകളുണ്ട്. അതിനാൽ കൊൽക്കത്ത ഒരു സ്ഥാപകൻ ഉണ്ടെന്ന ചരിത്ര വ്യാഖ്യാനം പണ്ഡിതന്മാർ നിരാകരിക്കുന്നു. ഇന്ന് ലോകത്തിലെ തന്നെ ഏറ്റവും ജനസംഖ്യയുള്ള നഗരങ്ങളിലൊന്നാണ് കൊൽക്കത്ത. ഹുഗ്ലി നദിയുടെ കിഴക്കേ തീരത്തായി ഏകദേശം ഏൺപതു കിലോമീറ്റർ നീളത്തിലാണ് കൊൽക്കത്ത സ്ഥിതിചെയ്യുന്നത്. ഇന്ത്യയുടെ സാംസ്കാരിക തലസ്ഥാനം എന്ന വിളിപ്പേരുണ്ട് ഈ നഗരത്തിന്. 'സന്തോഷത്തിന്റെ നഗരമെന്നും' കൊൽക്കത്തയെ വിളിക്കാറുണ്ട്. ഏകദേശം ഒന്നരക്കോടി മനുഷ്യർ ഈ നഗരത്തിൽ വസിക്കുന്നു. ബ്രിട്ടീഷ് വാഴ്ചക്കാലത്ത് കൽക്കത്തയെ ബ്രിട്ടീഷ് ൗൺ എന്നും നേറ്റീവ് ൗൺ എന്നും രണ്ടായി പകുത്തിരുന്നു. ചൗരംഗി, ഡൽഹൗസി സ്ക്വയർ എന്നീ പ്രദേശങ്ങളിലായിരുന്നു ബ്രിട്ടീഷുകാരായ വെള്ളക്കാർ പാർത്തിരുന്നത്. കൽക്കത്ത വടക്കൻ ഭാഗത്തെയാണ് നേറ്റീവ് ൗൺ എന്നു വിളിച്ചു പോന്നത്. കിഴക്കൻ കൽക്കത്തയിലാണ് കാളീഘട്ട്, ടോളിഗഞ്ച്, നാഷണൽ ലൈബ്രറി, മദർതെരേസയുടെ മിഷനറീസ് ഓഫ് ചാരിറ്റി, ആലിപ്പൂർ മൃഗശാല എന്നിവ സ്ഥിതി ചെയ്യുന്നത്.

കൊൽക്കത്തെയുടെ അടയാളങ്ങൾ

കൊൽക്കത്തയിൽ ഇരുപതുവർഷത്തിനിടയിലെ നാലാം വരവാണിത്. ആദ്യ രണ്ടു വരവിലും ഇടതുമുന്നണി ഭരണമായിരുന്നു. ബംഗാളിൽ മൂന്നാം വരവ് അഗർത്തലയിൽ നിന്നും മടങ്ങുന്ന വഴി കൊൽക്ക

ത്തയിൽ ഇറങ്ങി ബാരക് പൂരിലേക്ക് പോകുമ്പോൾ. അപ്പോൾ മമത യുടെ ഒന്നാം ടേം അവസാനിക്കാറായിരുന്നു. ഇപ്പോഴും ഓർമ്മയുണ്ട് മുസാഫിർ പറഞ്ഞ വാക്കുകൾ, ഡംഡം വിമാനത്താവളത്തിൽ നിന്നും സിയാൽദയിലേക്കു മുസാഫിറിന്റെ അംബാസിഡർ ടാക്സിയിലാണ് സഞ്ചരിച്ചത്. ബിഹാറിൽനിന്നും വന്ന് കൊൽക്കത്തെയിൽ താമസമാക്കിയ ആളാണ് മുസാഫിർ. പേരുപോലെ തന്നെയാണ് ജീവിതവും. രാഷ്ട്രീയ കാര്യങ്ങൾ പരാമർശിക്കവേ മൺസൂൺ മഴ പോലെ ഇടിവിട്ടിടവിട്ട് അയാൾ പെയ്തു. പൊടിപടലങ്ങളും വാഹനത്തിരക്കും കൊണ്ടുവ ലയുമ്പോൾ അയാൾ അസ്വസ്ഥനാകും. തിരക്കൊഴിയുമ്പോൾ പറഞ്ഞു തുടങ്ങും.

"ഞാൻ ബീഹാറുകാരനാണു സാബ്. എല്ലാരും അവജ്ഞയോടെ പറയുന്ന പ്രദേശം. പാറ്റ്നക്കടുത്ത ഹാജിപൂരിലാണെന്റെ വീട്. ബാപ്പയും ഉമ്മയുമൊക്കെയുണ്ട്. ലാലുവിന്റെ ഭരണകാലത്ത് ഭരണമില്ലായ്മ കൊണ്ടാണ് ആ നാട് ശ്രദ്ധേയമായത്. ഞാനിവിടെ സെറ്റിൽചെയ്ത തിനു ശേഷം പത്തു വർഷം കഴിഞ്ഞാണ് നാട്ടിലേക്ക് പോകുന്നത്. എന്റെ സ്വന്തം വണ്ടിയിൽ, രണ്ടു വിദേശികളേയും കൂട്ടി. എനിക്കു പരിചയ മുള്ള ഒരു ഹോട്ടലുകാരൻ തരപ്പെടുത്തി തന്നതാണ്. ബിഹാറിലേക്കു കടന്നപ്പോൾ ഞാൻ അത്ഭുതപ്പെട്ടു. എത്ര വലിയ ഹൈവേകളും മേല്പാലങ്ങളും വന്നിരിക്കുന്നു. നിതീഷ്കുമാർ റോഡുകളെയാകെ മാറ്റി ക്കളഞ്ഞു. ജനങ്ങൾക്കൊന്നും വലിയ മാറ്റമില്ല. പക്ഷേ, റോഡുകൾ! പറയാതിരിക്കാൻ വയ്യ. മുമ്പ് കുഴിവീഴാത്ത ഒറ്റ റോഡുമുണ്ടായിരുന്നി ല്ല. ഇപ്പോൾ കാര്യങ്ങൾ മാറിയിരിക്കുന്നു. എന്നാൽ ഇവിടെ നോക്കു സാബ് ബംഗാളിൽ എന്താണു മാറിയത്?. ഒന്നും മാറിയില്ല എല്ലാം പഴ യതുപോലെത്തന്നെ. കൊൽക്കത്തെയിലെ തെരുവുകൾക്ക് ഒരു മാറ്റവു മില്ല. മുപ്പതിലേറെ കൊല്ലം ഇടതുമുന്നണി ഭരിച്ചു. ദീദി ഒരു ടേം പൂർത്തി യാക്കാറായി. റോഡുകൾ പഴയതു തന്നെ. അവിടെയും ഇവിടെയും ചില ബൈപ്പാസുകൾ, മേൽപ്പാലങ്ങൾ. സാബ് നിങ്ങൾ ഗ്രാമീണ ബംഗാൾ കണ്ടിട്ടുണ്ടോ? ഇല്ലെങ്കിൽ കാണണം. വയലുകൾ നിറയെ നെല്ലാണ്. എന്നിട്ടും ആളുകൾ ദരിദ്രർ. ബുദ്ധദേബ് ബാബു നാടിനെ നന്നാക്കാൻ നോക്കി. വ്യവസായം കൊണ്ടുവരാൻ നോക്കി. ബംഗാളികൾ അങ്ങനെ വേഗം മാറുന്ന കൂട്ടരല്ല ബാബു. മമത വന്നപ്പോൾ ബാബു ലോഗ് ഹാപ്പി യാണ്. അവർ എന്നേ കൊതിക്കുന്നതാണ്, ഭരണം കൈക്കലാക്കാൻ. ഇടതുപക്ഷക്കാരെയൊക്കെ ദീദി അടിച്ചോടിച്ചു. അവരുടെ ഓഫീസുകൾ പിടിച്ചെടുത്തു. എനിക്കൊരു രാഷ്ട്രീയവുമില്ല സാബ്. വോട്ടും ഇല്ല. എങ്കിലും ഒന്നു പറയാം. എന്നെപ്പോലുള്ള തൊഴിലാളികൾക്ക് നീതി കിട്ടിയ ഒരു കാലമാണ് കഴിഞ്ഞുപോയത്. പൊലീസ് സ്റ്റേഷനിലൊക്കെ കയറിച്ചെന്ന് നിവർന്നു നിന്നു സംസാരിക്കാമായിരുന്നു. തൊഴിലാളി കൾക്ക് അഭിമാനബോധമുണ്ടായിരുന്നു. അതുണ്ടാക്കിക്കൊടുത്തവർ പോയി. ആ ബോധവും പോയി. ഇപ്പോൾ എല്ലാം ഗുണ്ടാവിളയാട്ടമാണ്.

അടിച്ചു നിക്കണം, സാബ്, രാഷ്ട്രീയത്തിൽ. അതിനുള്ള കെല്പില്ലെങ്കിൽ വീണു പോകും. ഇതാണു ഞാൻ പഠിച്ചത്....."

മുസാഫിർ തികഞ്ഞ ഒരു ഫിലോസഫറെപ്പോലെയാണ് സംസാരിച്ചത്. സാധാരണ മനുഷ്യർ തത്ത്വജ്ഞാനികളെപ്പോലെ സംസാരിക്കുന്ന മറ്റൊരിടം ഈ ഭൂമുഖത്തുണ്ടോയെന്നു ഞാൻ സംശയിച്ചു. അന്ന് കൊൽക്കത്തയിലെ തെരുവോരങ്ങളിൽ നിന്നും ഗ്രാമവഴികളിൽ നിന്നും കേട്ടതൊക്കെ മുസാഫിർ പറഞ്ഞതിന്റെ രൂപഭേദങ്ങൾ മാത്രമായിരുന്നു.

മുസാഫിർ ഞങ്ങളെ ലക്ഷ്യസ്ഥാനത്തെത്തിച്ചു. കാഴ്ചയിൽ നിന്നു മറഞ്ഞപ്പോഴും അയാൾ ഉള്ളിൽ പെയ്തുകൊണ്ടേയിരുന്നു.

അംബാസിഡർ എന്ന മഞ്ഞ ടാക്സി

കൊൽക്കത്തയുടെ മായാത്ത അടയാളങ്ങളിൽ ഒന്നാണ് മഞ്ഞ അംബാസിഡർ കാറുകൾ. എവിടെയും അതു തിരിച്ചറിയപ്പെടുന്നു. ഓരോ കൊൽക്കത്തക്കാരനും പങ്കുവയ്ക്കാനുണ്ടാവും അതിനെപ്പറ്റി ചിലതെല്ലാം. "ഒരു പതിറ്റാണ്ടുമുമ്പുവരെ ഈ മഞ്ഞക്കാറുകളും അതോടിച്ചുപോകുന്ന തലപ്പാവു ധരിച്ച സിഖുകാരും അവരുടെ കഥകളിൽ വന്നു നിറഞ്ഞിരുന്നു. അപർണ്ണാ സെൻ സംവിധാനം ചെയ്ത *36, ചൗരംഗി ലെയ്ൻ* എന്ന ചലച്ചിത്രത്തിലേതുപോലെ, വിക്ടോറിയ മെമ്മോറിയലിലേക്ക് ടാക്സിയുടെ പിൻസീറ്റിലിരുന്നുപോകുന്ന യുവതീയുവാക്കൾ രഹസ്യചുംബനം കൈമാറുന്നത് അപൂർവ്വ കാഴ്ചയായിരുന്നില്ല. മറ്റേതു നഗരത്തിലുമെന്ന പോലെ കൊൽക്കത്തയിൽ പിന്നിട്ട ബാല്യ കൗമാരങ്ങളും യുവത്വവും മായ്ച്ചുകളയാനാകാത്ത ചില അടയാളങ്ങൾ ഉള്ളിൽ കോറിയിടും. പില്ക്കാലത്ത് ഓർത്ത് ഗൃഹാതുരമാ

കൊൽക്കത്തയിലെ അംബാസിഡർ

കാൻ. അതിലൊന്നാണ് 'ഒളി' പബ്ബിലേക്ക് ഒളിച്ചുകടന്ന് ഒരു ബിയറിന് സ്വന്തമായി ഓർഡർ നല്കൽ. എന്നാൽ ഒരു മഞ്ഞ ടാക്സി കൈ കാണിച്ചു നിർത്തി അതിന്റെ പിൻസീറ്റിലിരുന്ന്, ഈ നഗരമാകെ തനിക്കു സ്വന്തമെന്ന വികാരത്തോടെ പുറം കാഴ്ചകൾ കാണുന്നതിനോളം വരില്ല മറ്റൊന്നും." ഒരു കൊൽക്കത്തക്കാരൻ ഓർത്തെടുക്കുന്നു.

ബ്രിട്ടീഷ് മോറിസ്ഓക്സ്ഫോർഡ് മാതൃകയിൽ 1958 ൽ ഹിന്ദുസ്ഥാൻ മോട്ടേഴ്സ് രൂപകല്പന ചെയ്ത അംബാസിഡർ കാറുകൾ ഇന്ത്യൻ റോഡുകളിലെ രാജാവായി ഏകദേശം അരനൂറ്റാണ്ടുകൾ വാണു. ഗംഗാനദിയിൽ ഹിൽസ മത്സ്യങ്ങളെപ്പോലെയായിരുന്നു കൊൽക്കത്തയിൽ അംബാസിഡർ കാറുകൾ. കൊൽക്കത്തയിലെ കൊളോണിയൽ നിർമ്മിതികൾക്കനുരൂപമായിരുന്നു ഈ കാറുകളുടെ രൂപഭംഗി. മാത്രമല്ല ബംഗാളി ഭദ്രലോകിന്റെ കുലീന ഭാവത്തിന് ഇണങ്ങുന്നതുമായിരുന്നു അത്. കൊൽക്കത്തയിൽ 1907 ൽത്തന്നെ ടാക്സികൾ ഓടിത്തുടങ്ങിയെങ്കിലും അംബാസിഡർ കാറുകളോടുള്ള മമത പ്രത്യേകമാണ്. കാഴ്ചയ്ക്കു ഗരിമയും ഉള്ളിൽ ഇടവുമുള്ള വണ്ടിയെന്നാണ് അവരതിനെ വിശേഷിപ്പിക്കുന്നത്. ഇന്ത്യയുടെ ഇതരഭാഗങ്ങളിൽ നിന്നും അംബാസിഡറുകൾ അപ്രത്യക്ഷമായെങ്കിലും കൊൽക്കത്തയ്ക്കതിനോടുള്ള കൊതി തീർന്നിട്ടില്ല. 1980 ളിൽ മാരുതി 800 റോഡിലിറങ്ങിയതോടെയാണ് അംബാസിഡറുകളുടെ മടക്കയാത്ര തുടങ്ങുന്നത്. എന്നാൽ വിശ്വസ്ത കാമുകനെപ്പോലെ കൊൽക്കത്ത അംബാസിഡറുകളോടുള്ള പ്രണയം കാത്തുസൂക്ഷിച്ചു. ഓരോ കൊൽക്കത്തക്കാരനും തങ്ങളുടെ വർത്തമാനങ്ങളിൽ അംബാസിഡറിനെ ഡിഫന്റ് ചെയ്തു. ആയുസ്സിന്റെ കാര്യത്തിൽ മാരുതിയൊന്നും അബാസിഡറിന്റെ ഏഴയലത്തെത്തുകയില്ലെന്ന് അവർ ആണയിട്ടു. 1990 നും 2000 നും ഇടയിൽ വിദേശ കാർ നിർമ്മിതാക്കൾ ഇന്ത്യയിലെത്തി. ഫോഡും ഫോക്സ് വാഗണും വീടുകളിലെ പരിചിത നാമങ്ങളായി. പതിറ്റാണ്ടുകൾ സർക്കാർ വാഹനം എന്ന പദവി നിലനിർത്തിപ്പോന്ന അംബാസിഡർ കാറുകൾ അതിന്റെ അവസാനതുരുത്തായ കൊൽക്കത്തയിൽനിന്നും ക്രമേണ പടിയിറങ്ങുകയാണ്. മിക്ക രാഷ്ട്രീയ നേതാക്കളും എസ് യു വി കളിലേക്ക് ചുവടുമാറ്റി. മെഴ്സിഡസ് ബൻസും ഓഡിയും, ബി എം ഡബ്ലിയും അംബാസിഡറിന്റെ സ്ഥാനം കൈയടക്കി. 2014 ൽ ഹിന്ദുസ്ഥാൻ മോട്ടേഴ്സ് ഉല്പാദനം നിർത്തി. 2600 തൊഴിലാളികളുടെ ഭാവി അനിശ്ചിതത്വത്തിലായി. ദിനംപ്രതി 150 കാറുകൾ പുറത്തിറക്കിയ ഫാക്ടറിയിൽ നിശ്ശബ്ദത കുടിയേറി. നഷ്ടം കൂടാതെ, മുന്നോട്ടുപോകണമെങ്കിൽ പ്രതിമാസം 1500 കാറുകളെങ്കിലും പുറത്തിറങ്ങണം. അതിനുള്ള മാർക്കറ്റ് കണ്ടെത്താനാവാത്ത സ്ഥിതിക്ക് പൂട്ടിയിടൽ മാത്രമേ വഴിയുള്ളു എന്നാണ് മാനേജ്മെന്റ് പറയുന്നത്. കൊൽക്കത്തയിൽ ഇപ്പോൾ 32000 ടാക്സിഡ്രൈവർമാരുണ്ട്. അവർ ക്രമേണ മറ്റു കാറുകളിലേക്ക് ചുവടു മാറുന്നു. പുതിയ അംബാസിഡർ കാറുകളുടെ ഉൽപാദനം നിന്നു; സ്പെയർപാർട്ടുകളുടേയും.

അംബാസിഡർ കാറുകളുടെ സ്ഥാനത്തേക്ക് സെഡാൻ കാറുകളും എസ് യു വികളും കടന്നുവന്നു. ടാക്സിയുടെ സ്ഥാനത്തേക്ക് ആപ്പുകൾ വഴി നിയന്ത്രിക്കുന്ന ഓൺലൈൻ ടാക്സികൾ നിരന്നു. ഓലയും ഊബറും കൊൽക്കത്തയിൽ ഒരു കോൾ അകലെ നില്പുണ്ട്. കാലത്തിനൊത്തു പിടിച്ചുനില്ക്കാൻ പഴയ അംബാസിഡർ കാർ ഓടിക്കുന്ന ടാക്സിക്കാർ ശ്രമിക്കുന്നു. ഹൗറ റയിൽവേ സ്റ്റേഷനിൽ നിന്നും ടാക്സിക്കായി ചുറ്റും നോക്കുമ്പോഴാണ് പ്രിപെയ്ഡ് കൗണ്ടർ ശ്രദ്ധയിൽപ്പെടുന്നത്.

ഓപ്പറേറ്റഡ് ബൈ ഹൗറ പ്രോഗ്രസീസ് ടാക്സി മെൻസ് യൂണിയൻ എന്ന് കൗണ്ടറിൽ എഴുതിവച്ചിട്ടുണ്ട്. റിച്ചി റോഡ് ക്രോസിങ് കഴിഞ്ഞ് ഹസാര റോഡിലുള്ള ഹോട്ടലിലേക്കു പോകാൻ നൂറ്റിയിരുപത്തിമൂന്നു രൂപ കൗണ്ടറിലടച്ചു സ്ലിപ്പുവാങ്ങി.

നൈരാശ്യം പേറുന്ന മുഖവുമായി രത്തൻ സിങ് എന്ന ഡ്രൈവർ ഡോർ തുറന്നു തന്നു. അയാൾ ബിഹാറിൽനിന്നുള്ളയാളാണ്. നാല്പതുവർഷമായി ഇവിടെ ടാക്സി ഓടിക്കുന്നു. ഭാര്യയും മക്കളും പാറ്റ്നയിലാണ്. പ്രോഗ്രസീവ് ടാക്സി മെൻസ് യൂണിയന്റെ നിയന്ത്രണം ഇപ്പോൾ തൃണമൂലിനാണ്. സി ഐ ടിയുവാണ് ഇതെല്ലാം സംഘടിപ്പിച്ചത്. അവർ ഏറെ പണിപ്പെട്ടാണ് ഇതെല്ലാം ഉണ്ടാക്കിയത്. നല്ല അർപ്പണബോധമുള്ള അക്കൂട്ടരെ ദീദിയുടെ കൂട്ടരെത്തി തുരത്തിയോടിച്ചതായി സിങ് പറയുന്നു.

“ഇപ്പോഴുള്ള കൂട്ടർ വെറും ഗുണ്ടകളാണ് ബാബു. പിടിച്ചുപറിക്കാർ. പിന്നെ അവിടെ രജിസ്റ്റർ ചെയ്തില്ലെങ്കിൽ ഓൺലൈൻ ടാക്സിക്കാരോട് പിടിച്ചു നില്ക്കാനാവില്ല. നല്ലതൊക്കെ കൊൽക്കത്തയിൽ നിന്നും മാഞ്ഞുപോവുകയാണ് ബാബു. ഞങ്ങളുടെ ഈ അംബാസിഡർ” കാറുകൾപോലെ. അയാൾ പറഞ്ഞു നിർത്തി.

ഇല്ല, രത്തൻ....ഒന്നും കൊൽക്കത്തയിൽനിന്നും മാഞ്ഞു പോവില്ല. പുതിയതിന് വഴിമാറാൻ കൊൽക്കത്തയ്ക്കാവില്ല. അതൊരു മ്യൂസിയമാണ്. പാമുക് പേരിട്ടു വിളിച്ച ‘മ്യൂസിയം ഓഫ് ഇന്നസെൻസ്.’നിഷ്കളങ്കതയുടെ മ്യൂസിയം. ഇവിടെ മനുഷ്യൻ വലിച്ചോടുന്ന പ്രാചീന റിക്ഷകൾ മുതൽ മെട്രോ ട്രെയിനുകൾവരെ ഒരേ സ്ഥലത്തും കാലത്തും നിലനില്ക്കുന്നു!

ചുവരെഴുത്തുകൾ കാലത്തിന്റെയും

ജനാധിപത്യത്തിന്റെ മധുരം പുരളുന്നത് നഗരത്തെരുവുകളിലെ ചുമരിലൂടെയാണ്. രാഷ്ട്രീയ മുദ്രാവാക്യങ്ങളും അടയാളങ്ങളും കാലം കടന്നും നിലനില്ക്കുന്ന ഇൻസ്റ്റലേഷനുകളായി മാറാറുണ്ട്. സാംസ്കാരിക വിമർശകനായ സ്റ്റുവർട്ട് ഹാൾ ജനപ്രിയ സംസ്കാരത്തിന്റെ രാഷ്ട്രീയത്തെക്കുറിച്ച് വിശദമായി പഠിച്ചിട്ടുണ്ട്. അധീശത്തശക്തികൾക്ക് അനുകൂലമായും എതിരായും പോരാട്ടം നടക്കുന്ന ഇടമായാണ് ജനപ്രിയ

ചുവരെഴുത്ത്

സംസ്കാരത്തെ അദ്ദേഹം കണ്ടത്.

ചെറിയ കുത്തിവരയ്ക്കൽ മുതൽ ഇടവഴികളിലൂടെ ചെറുവീഥികളിലെ മതിലുകളിൽ കോറിയ മുദ്രാവാക്യങ്ങൾ, കാർട്ടൂണുകൾ, ചുമർചിത്രങ്ങൾ, മൾട്ടിമീഡിയ ഇൻസ്റ്റലേഷനുകൾ എന്നിവയെ സ്റ്റുവർട്ട്ഹാൾ സ്ട്രീറ്റ് ആർട്ട് എന്ന വിഭാഗത്തിൽപ്പെടുത്തുന്നു. ചില ആശയങ്ങളുടെ ദൃശ്യാവിഷ്കാരം-എഴുത്തുകൾ, ചിത്രങ്ങൾ, പെയിന്റിങ് എന്നിവ ഇതിൽപ്പെടുന്നു. വിശാലമായ സംസ്കാരികമണ്ഡലത്തെക്കുറിച്ചു പറയാതെ സ്ട്രീറ്റ് ആർട്ടിനെപ്പറ്റി മനസ്സിലാക്കാനാവില്ല. തെരുവ് കലാകാരന്മാർ മിക്കപ്പോഴും വിമതന്മാരോ രാഷ്ട്രീയ സാംസ്കാരിക പ്രവർത്തകരോ ആയിരിക്കും. കലാകാരന്റെ വ്യക്തിബോധത്തെ സ്ട്രീറ്റ് ആർട്ടിലൂടെ മറികടക്കാം. എന്താണ് ആവിഷ്കരിക്കപ്പെടുന്നത് എന്നതിനാണ് ഇവിടെ പ്രാധാന്യം; അത് ചെയ്ത കലാകാരനല്ല. അതിനാൽ തെരുവുകലയ്ക്ക് ജനാധിപത്യത്തോടും കലയോടു പ്രതിബദ്ധതയുണ്ട്.

അവിടെ അപരിമിതമായ ആസ്വാദനത്തിനുള്ള ഇടമുണ്ട്. പൊതു ഇടങ്ങളിലാണവ ആവിഷ്കൃതമാകുന്നത് എന്നതുകൊണ്ട് അതിൽ സ്വകാര്യമെന്നതിന്റെ നിരാകരണമുണ്ട്. ഇപ്പോൾ തെരുവുകലയെ വലിയൊരു പ്രചാരണോപാധിയായി കോർപ്പറേറ്റുകൾ ഉപയോഗപ്പെടുത്തുന്നുണ്ട്.

തിളച്ചുമറിഞ്ഞ രാഷ്ട്രീയ കാലങ്ങളിൽ കൊൽക്കത്തയിലെ തെരുവുകൾ വലിയ കാൻവാസായി മാറിയിട്ടുണ്ട്. നെൽസൺ മണ്ടേലയെ മോചിപ്പിക്കണമെന്നും വിയത്നാമിനുനേരെയുള്ള ആക്രമണങ്ങൾ അവസാനിപ്പിക്കണമെന്നും ആവശ്യപ്പെട്ടുള്ള മുദ്രാവാക്യങ്ങൾ കലാലയചുമരുകളിലും നഗരച്ചുമരുകളിലും നിറഞ്ഞ ഒരു കാലമുണ്ടായിരുന്നു

കൊൽക്കത്തയിൽ. വിപ്ലവ മുദ്രാവാക്യങ്ങളും മാർക്സും എംഗൽസും ലെനിനും മാവോയും ചെയും, ഹോ ചിമിനും സുപരിചിത അടയാളങ്ങളായി, കൊൽക്കത്തയുടെ ജനജീവിതത്തിന്റെ സർഗ്ഗാത്മകതയായി മാറി.

മുൻ കൊൽക്കത്താ സന്ദർശനവേളകളിൽ ഉള്ളിൽ പതിഞ്ഞ ചില അടയാളങ്ങളിലൊന്നാണ് ചുമരുകളിൽ മനോഹരമായ ഇൻസ്റ്റലേഷൻപോലെ വരച്ചുവയ്ക്കപ്പെട്ട കമ്യൂണിസ്റ്റ് മുദ്രകളും മുദ്രാവാക്യങ്ങളും. മാവോയിസ്റ്റുകളുടേയും നക്സലൈറ്റുകളുടേയും എസ് യു സി ഐയുടെയും ചുമരെഴുത്തുകൾ ഏറെയും അപ്രത്യക്ഷമായിരിക്കുന്നു. അച്ചിൽ വാർത്തതുപോലെ വൈവിദ്ധ്യരഹിതമായ തൃണമൂൽ തിരഞ്ഞെടുപ്പു ചിഹ്നങ്ങളാണേറെയും. പൊതു ചുമരുകളിൽ സർക്കാർ സ്പോൺസർഷിപ്പിലുള്ള ബ്യൂട്ടിഫിക്കേഷൻ----??. ഇടതുപക്ഷ മുൻകൈ തെരുവുകളിൽ നിന്നുപോലും തുത്തെറിയാൻ തൃണമൂൽ കോൺഗ്രസുകാർ ശ്രദ്ധയോടെ പ്രവർത്തിച്ചു. ഇടതുപക്ഷമുദ്രകളൊക്കെ വികൃതപ്പെടുത്തി. മുക്കിലും മൂലയിലും തൃണമൂൽ അടയാളങ്ങൾ മാത്രം. കഴിഞ്ഞ തിരഞ്ഞെടുപ്പിൽ ഇടതുപക്ഷം ഉയർത്തിയ മുദ്രാവാക്യങ്ങൾ പേറുന്ന എഴുത്തുകളും ചിഹ്നങ്ങളും അവിടവിടെ കണ്ടു. ബി ജെ പി യുടെ താമരചിഹ്നം കേരളത്തിൽ കാണുന്ന രൂപത്തിലുള്ള താമരയല്ല.

സംസ്കാരത്തിന്റെ കൂടിക്കലരലാണ് കൊൽക്കത്ത. ജനലക്ഷങ്ങളെ നിത്യേന നഗരത്തിൽ എത്തിക്കുന്ന ഹൗറാ സ്റ്റേഷനും സിയാലൽദാ സ്റ്റേഷനും മാറ്റം കൂടാതെ നിലനില്ക്കുന്നു. ജനങ്ങളുടെ മഹാ സഞ്ചാരങ്ങളാണ് കൊൽക്കത്തയെ മറ്റു നഗരങ്ങളിൽനിന്നും വേറിട്ടതാക്കുന്നത്. വിഭജന കാലത്തും 1971 ലെ ബംഗ്ലാദേശ് വിമോചനപ്പോരാട്ടകാലത്തും ഒഴുകിയെത്തിയ ജനകോടികളെ കൊൽക്കത്ത സ്വീകരിച്ചു. കിടപ്പാടവും തൊഴിലും നല്കി. അസമിൽനിന്നും ഒഡീഷയിൽനിന്നും ബീഹാറിൽ നിന്നും ഉപജീവനാർത്ഥം എത്തിച്ചേർന്നവരെ ഇരുകൈകളും നീട്ടി സ്വീകരിച്ചു. ആദ്യം വ്യവസായവല്കൃതമായ കൊൽക്കത്തയിലേക്ക് മലയാളികൾ ഉൾപ്പെടെ ദക്ഷിണ ഉത്തര ഇന്ത്യയിൽനിന്നും എത്തിയവർക്ക് തൊഴിൽ നല്കി. ഏവരേയും ചുമലിലേറ്റി അവൾ വൃദ്ധയായി. അവളുടെ തെരുവുകൾ മനുഷ്യരെക്കൊണ്ടു നിറഞ്ഞു. അലക്കുകാരും ചായവാലകളും ബാർബർമാരും വർക്ഷോപ്പുകാരും തെരുവുകൾ കൈയടക്കി. ഏതു ഭാഷ കൊണ്ടും ജീവിക്കാവുന്ന ഒരിടമായി ഈ മഹാനഗരം മാറി. ഇപ്പോൾ 'ദീദി' പറയുന്നു, "കൊൽക്കത്ത കൊൽക്കത്തയിലെ യഥാർത്ഥ ബംഗാളികളുടേതാണെന്ന്." ഇടതുപക്ഷമായിരുന്നു കൊൽക്കത്തയുടെ യുവത്വവും പോരാട്ടവീര്യവും മനുഷ്യസ്നേഹവും.

ചുട്ടെടുത്ത ചായക്കോപ്പുകൾ

ഏതു കപ്പിലാണ് ചായ പകരേണ്ടതെന്ന് കൊൽക്കത്തക്കാരോടു ചോദിക്കൂ. അവർ ഏക സ്വരത്തിൽ പറയും'ഭാർ'. ഗംഗയിൽനിന്നെടുക്കുന്ന 'മട്ടി' കൈകൾ കൊണ്ടു മെനഞ്ഞ് ചൂളകളിൽ ചുട്ടെടുക്കുന്ന

ചെറിയ ചായക്കപ്പുകളാണ് ഭാർ. മൺകപ്പുകളിൽ പകർന്നുകിട്ടുന്ന ആറ്റി ക്കുറുക്കിയ ചായ കൊൽക്കത്തയിലെ തെരുവുകളിലെമ്പാടും ലഭിക്കും. തിരക്കിലൂടെ പായുന്നതിനിടയിൽ കൊൽക്കത്തക്കാർ അല്പനേരം നിന്ന് കൽക്കരിയടുപ്പിൽ തിളയ്ക്കുന്ന കെറ്റിലിലെ ചായ സ്നേഹംചേർത്ത് മൺകപ്പുകളിൽ പകർന്നുതരും. ചൂടേറ്റൊന്നു പിടഞ്ഞേക്കാം. പ്ലാസ്റ്റിക് കപ്പുകളെ പ്രതിരോധിച്ച് ഈ പാരമ്പര്യക്കപ്പുകൾ ഇന്നും നില നില്ക്കുന്നു. ചായയ്ക്കൊപ്പം പകർന്നുകിട്ടുന്ന മൺവാസന മനുഷ്യരിൽ പ്രാക്തനസ്മരണകൾ ഉണർത്തുന്നുണ്ടാവാം. ജീവിതത്തെ നിയന്ത്രി ക്കുന്ന ആദിരൂപങ്ങളെ അങ്ങനെ ഒഴിപ്പിക്കാനാവില്ലല്ലോ. മൺകപ്പിലെ ചായ നുകരൽ ഒരു അനുഷ്ഠാനം കൂടിയാണ്. നുകർന്ന ശേഷം എറി ഞ്ഞുടയ്ക്കൽ. പൂജയ്ക്കൊടുവിൽ ദുർഗ്ഗയെ ഗംഗയിൽ നിമജ്ജനം ചെയ്യു ന്നതുപോലെ. കൊൽക്കത്തയുടെ പ്രാന്തപ്രദേശമായ ഉൾട്ടഗംഗയിലെ വീട്ടുമുറ്റങ്ങളിൽ കൂട്ടമായിരുന്നാണ് പ്രജാപതികൾ ചായക്കപ്പു മെനഞ്ഞെ ടുക്കുന്നത്. ഉത്തർപ്രദേശിൽ വേരുകളുള്ളവരാണ് പ്രജാപതിമാർ. തികച്ചും കൈകൾ കൊണ്ടു മെനഞ്ഞെടുക്കുന്നതിനാൽ ഓരോ കപ്പും ഓരോ സവിശേഷ നിർമ്മിതിയാണ്. ഒരു കപ്പിന് ഒരു രൂപ ലഭിക്കും.

സന്ധ്യയോടടുക്കുമ്പോൾ ഉന്തുവണ്ടികളിൽ കയറ്റിയ ചായക്കപ്പു കൾ ചായത്തട്ടുകളിൽ എത്തുന്നു. കൊൽക്കത്തയിലെ ചായത്തട്ടു കൾക്കു ചുറ്റും 'അഡ' കൂടുന്ന ബംഗാളിബാബുമാർ അഞ്ചുരൂപ മാത്രം നല്കിയത്രെ ഈ ചായ നുകരുന്നത്.

ഹുഗ്ലിയിൽ പെയ്ത മഴ

ഹുഗ്ലിനദിയുടെ പടിഞ്ഞാറെ കരയിലാണ് ബേലൂർ മഠം. രാമകൃ ഷ്ണമിഷന്റെ ആസ്ഥാനം. 1897 ൽ സ്വാമി വിവേകാനന്ദൻ തന്റെ ഗുരു വായ ശ്രീരാമകൃഷ്ണ പരമഹംസന്റെ തത്ത്വങ്ങൾ പ്രചരിപ്പിക്കാൻ പണി കഴിപ്പിച്ചതാണ് ഈ മഠം. ഇപ്പോൾ കൊൽക്കത്തയുടെ പ്രധാന കേന്ദ്ര ങ്ങളിലൊന്നാണ്. ഹൗറയിൽനിന്നും ബസ്മാർഗ്ഗം ബേപ്പൂർ മഠത്തിലേക്കു തിരിച്ചു. ദുർഗ്ഗന്ധവാഹിയായ കാറ്റ് ഒപ്പം കൂടി. മനുഷ്യനു സങ്കല്പി ക്കാൻ കഴിയുന്നതിനും എത്രയോ അപ്പുറമാണ് ഹൗറ മത്സ്യമാർക്കറ്റിലെ ദുർഗ്ഗന്ധവും മാലിന്യവും. ആന്ധ്ര രജിസ്ട്രേഷനിലുള്ള ലോറികളിൽ ഐസ് നിറഞ്ഞ മത്സ്യപ്പെട്ടികൾ കയറ്റുന്നു. വിശാഖപട്ടണം വഴി അതു കേരളത്തിലേക്ക് എത്തിയേക്കാം. ബേലൂർ മഠം തികഞ്ഞ കച്ചവടകേ ന്ദ്രമായി മാറിക്കഴിഞ്ഞു. ആത്മീയത ഏറ്റവും വലിയ വ്യാപാര വസ്തു വാകുന്ന കാലത്ത് സ്ഥിതി മറിച്ചാകാൻ വഴിയില്ല. ഇടതുപക്ഷത്തിനും വലതുപക്ഷത്തിനും വിവേകാനന്ദൻ സ്വീകാര്യനാകുന്നത് വിവേകാന ന്ദചിന്തയുടെ ശക്തിയാണോ ദൗർബല്യമാണോ എന്ന ചോദ്യത്തിന് ഒറ്റ ഉത്തരം നല്കാനാവില്ല. നിലവിലുള്ള രാഷ്ട്രീയ സാഹചര്യമാണത് നിർണ്ണയിക്കുക. വിശ്വാസത്തെ രാഷ്ട്രീയമാക്കുന്ന കാലത്ത് പ്രതിരോ ധത്തിനുള്ള ആയുധങ്ങൾ വിവേകാനന്ദചിന്തയിൽ കണ്ടെത്താനാവും.

അത്തരത്തിൽ ഉപയോഗിക്കപ്പെട്ടില്ലെങ്കിൽ വർഗ്ഗീയവ്യാപനത്തിനുള്ള ആയുധമായി വിവേകനന്ദചിന്തയെ പ്രതിലോമകാരികൾ ഉപയോഗപ്പെടുത്തും. ബേപ്പൂർ മഠത്തിലെ പുസ്തകശാലയിൽ ആത്മീയതയുടെ അന്വേഷണങ്ങളും ശാസ്ത്രത്തെയും ആത്മീയതയെയും തമ്മിൽ കൂട്ടിക്കെട്ടുന്ന ഗ്രന്ഥങ്ങളും കണ്ടു. സ്യൂഡോസയൻസ് ആത്മീയതയുടെ മറവിൽ സ്വീകാര്യത നേടുന്നതിന്റെ സാധൂകരണമായി പല ഗ്രന്ഥങ്ങളും അവിടെ കണ്ടു. സന്ദർശകർക്കുള്ള മൊമന്റോകളും കാവിക്കുപ്പായങ്ങളും അവിടെ ലഭ്യമാണ്. കാവി പുതച്ച തീർത്ഥാടകർ റോഡുമാർഗ്ഗവും നദി കടന്നും അവിടേക്ക് എത്തിക്കൊണ്ടിരിക്കുന്നു. ആർക്കും സൗകര്യപൂർവ്വം വിവേകാനന്ദനിൽ നിന്നും ഉദ്ധരിക്കാമല്ലോ. രാഷ്ട്രീയ ഹിന്ദുത്വത്തിന് അധീശത്വമുള്ളപ്പോൾ വിവേകാനന്ദചിന്ത വർഗ്ഗീയമായും ജനാധിപത്യത്തിനു മേധാവിത്തമുള്ളപ്പോൾ മതാതീതആത്മീയമായും മാറ്റപ്പെടാം.

ദക്ഷിണേശ്വറിലേക്കുള്ള യാത്രാബോട്ട് സൈറൺ മുഴക്കി. പല ദേശക്കാരായ മനുഷ്യർ തിക്കിത്തിരക്കി. അവർക്കിടയിൽ നിന്നും ജയ്ശ്രീറാം വിളികൾ മുഴങ്ങിയോ? സെൽഫിയെടുക്കാനുള്ള തെരക്കിൽപ്പെട്ട് ആരെങ്കിലും ഹുഗ്ലിയിൽ വീണുപോയാൽ അതിശയിക്കാനില്ല. ആളുകൾക്ക് അവനവനെ സ്നേഹിച്ചു മതിയാവുന്നില്ല. ആത്മീയത ഒരു പലായനവിനോദം കൂടിയാണല്ലോ. ഹുഗ്ലി കലങ്ങിമറിയുന്നു. ഹിമാലയത്തിൽ മഴപെയ്യുകയാവാം. എന്തൊക്കെയോ വേഗത്തിൽ ഒഴുകിപ്പോകുന്നു. പാതിവെന്ത ശവശരീരങ്ങളും ചത്തകാലികളും നഗരമാലിന്യങ്ങളും അവൾ പേറുന്നു. ആകാശം ഇരുണ്ടു. ആകാശപ്പരപ്പിൽ മഴക്കാറുകൾ ഭീതി നിറച്ചു. അപ്പോഴേക്കും നദി കൂടുതൽ രൗദ്രയായിക്കഴിഞ്ഞു. യാത്രികർ കൂടുതൽ ചേർന്നിരുന്നു. നദീതീരത്തെ പടവുകളിൽ ഒന്നുമറിയാത്തപോലെ മനുഷ്യർ തുണിയലക്കുന്നു. സ്നാനം ചെയ്യുന്നു. അസ്തിനിമഞ്ജനം ചെയ്യുന്നു. പരേതാത്മാക്കൾക്കായി ബലിതർപ്പണം ചെയ്യുന്നു. വിദേശ ടൂറിസ്റ്റുകൾ രൗദ്രനദിയുടെ വീഡിയോ എടുക്കുന്നു. അകന്നു പോകുന്ന കോട്ടകളെയും പുരാതന രാജഗേഹങ്ങളെയും ക്ഷേത്രമിനാരങ്ങളെയും ആളുകൾ തൊഴുതു വണങ്ങുന്നു. അവർക്ക് വണങ്ങാനായി എന്തെങ്കിലും മതി! അകലെനിന്നുവന്ന മഴാരവം ബോട്ടിന്റെ മേല്ക്കൂരയിൽ താണ്ഡവമാടി. മഴ അകത്തേക്കടിച്ചുകയറിയപ്പോൾ യാത്രികർ ഓടിമാറി. ബോട്ടൊന്നുലഞ്ഞു. ഇരുകരകളും മറഞ്ഞു. പുഴ മറഞ്ഞു. ബോട്ടും യാത്രികരും മാത്രം ദൃഷ്ടികളിൽ തങ്ങിനിന്നു. മഴ മുറിച്ച്, പുഴ മുറിച്ച് യാനം ദക്ഷിണേശ്വരത്തേക്കു തിരിഞ്ഞു. ഹുഗ്ലിക്കു കുറുകെ പാലം ദൃശ്യമായി. പാലത്തിൽ പെയ്തേറ്റ വെള്ളം ചാലുകളായി പുഴയിലേക്കു പതിച്ചു. മഴതീർന്നിട്ടും പാലം പെയ്തു കൊണ്ടിരുന്നു. പാലത്തിനു മുകളിലൂടെ വാഹനങ്ങൾ ചീറിപ്പാഞ്ഞു. ടയറുകൾക്കിടയിൽ ഞെരിഞ്ഞ ജലം ഫൗണ്ടനായി ചിതറി. ദക്ഷിണേശ്വരമിനാരങ്ങൾക്കു നേരെ ഭക്തർ കൈകളുയർത്തി. ബോട്ടു മെല്ലെ കടവിലടുത്തു.

ഉള്ളപാലം ഇല്ലാത്ത പാലം

കൊൽക്കത്തയുടെ അഭിമാനമാണ് ഹൗറപ്പാലം. തൂക്കുപാലമാണിത്. 1934 ൽ ഈ പാലം കമ്മീഷൻ ചെയ്യപ്പെട്ടു. കൊൽക്കത്തയെയും ഹൗറയെയും തമ്മിൽ ബന്ധിപ്പിക്കുന്ന ഹൗറാപാലം ഇപ്പോൾ രബീന്ദ്ര സേതു എന്നറിയപ്പെടുന്നു. നോബൽ സമ്മാന ജേതാവും ബംഗാളി അഭിമാനത്തിന്റെ കൊടിയടയാളവുമായ രബീന്ദ്രനാഥടാഗോറിന്റെ സ്മരണാർത്ഥമാണ് 1965 ൽ ഈ പാലത്തെ രബീന്ദ്രസേതു എന്നു വിളിക്കാൻ തുടങ്ങിയത്.

ഹൂഗ്ലി നദിക്കു കുറുകെയുള്ള നാലു പാലങ്ങളിലൊന്നാണിത്. വിദ്യാസാഗർ സേതു, വിവേകാനന്ദസേതു, നിവേദിതസേതു എന്നിവയാണ് മറ്റു പാലങ്ങൾ. എത്രപേരാണ് ഹൗറാപാലം വഴി പ്രതിദിനം കടന്നുപോകുന്നത്? അടുത്തകാലത്തെ ഒരു സർവ്വെ വെളിപ്പെടുന്നത് ഏകദേശം ഒന്നരലക്ഷം കാൽനടക്കാരും ഒരുലക്ഷം വാഹനങ്ങളും ഇതു വഴി കടന്നു പോകുന്നു! 1906 ൽ ഈ പാലത്തിന്റെ മുൻഗാമിയായിരുന്ന പൊന്തൂൺ (1874 ൽ തുറന്നു) പാലത്തിലൂടെ കടന്നുപോയിരുന്ന വാഹനങ്ങളിൽ മൂന്നിൽ രണ്ടും കാളവണ്ടികളായിരുന്നു!

രണ്ടു കരകളെ ബന്ധിപ്പിച്ചുകൊണ്ട് ഈ പാലങ്ങൾ നിലകൊള്ളുന്നു. എന്നാൽ കൊൽക്കത്തയിലെ സമ്പന്നരെയും ദരിദ്രരേയും ബന്ധിപ്പിക്കുന്ന സാംസ്കാരിക രാഷ്ട്രീയ പാലങ്ങൾ ഇനിയും നിർമ്മിക്കേണ്ടിയിരിക്കുന്നു. നവാബുമാരുടെ ഭരണത്തെ കടപുഴക്കിവന്ന ബ്രിട്ടീഷ് ഭരണം പുതിയ ദ്വരമാരെ സൃഷ്ടിച്ചു. ഇംഗ്ലീഷ് വിദ്യാഭ്യാസം സിദ്ധിച്ച കുലീനന്മാർ സൂട്ടും കോട്ടും ധരിച്ച് ഇംഗ്ലീഷിൽ സംസാരിച്ച് നാടൻ സായിപ്പുമാരായി നടന്നു. അവർ വെള്ളക്കാരേക്കാൾ കൂടുതൽ

രബീന്ദ്ര സേതു

അവജ്ഞയോടെ പാവങ്ങളെ കണ്ടു. ഇത് ബ്രിട്ടീഷുകാരുടെപോലും പരിഹാസത്തിന് പാത്രീഭവിച്ചിരുന്നു. അവർക്കുതാഴെ വിദ്യാഭ്യാസം സിദ്ധിച്ച ഗുമസ്തന്മാർ. സാധാരണക്കാർ ഇവരെ ബാബു എന്നു വിളിച്ചു. ഇവരാണ് ബംഗാളിലെ ഭദ്രലോക്. ഏറ്റവും താഴെ അഭയാർത്ഥികളും ദളിതരും തെരുവുവാസികളും. ബാബുമാർക്ക് പാവങ്ങളുമായി വലിയ അകലമുണ്ട്. കേരളത്തിൽ ഇടത്തരക്കാരെ പാവങ്ങളുമായി ചേർത്തുനിർത്തുന്നതിൽ ഇടതുപക്ഷപ്രസ്ഥാനങ്ങൾ വിജയിച്ചിട്ടുണ്ട്. ഇവരെ ചേർത്തുനിർത്തുന്നതിൽ സംഘടിത തൊഴിലാളിവർഗ്ഗം വലിയ പങ്കുവഹിച്ചിട്ടുണ്ട്.

ഒരുപക്ഷേ, ലോകത്തിലെ ഏറ്റവും വലിയ പാരമ്പര്യവാദികളും അല്പൻമാരുമായ കുലീനർ കൊൽക്കത്തയിലായിരിക്കും. കൊൽക്കത്തയിലേക്കു വരാനായി നെടുമ്പാശ്ശേരിയിലിൽ ഇരിക്കുമ്പോൾ ലോഞ്ചിൽ ഇരുപതോളം ബംഗാളി തൊഴിലാളികളുണ്ട്. അവരും കൊൽക്കത്തയിലേക്കാണ്. മദ്ധ്യവയസ്സുകഴിഞ്ഞ ബംഗാളി കുലീന ദമ്പതികൾ അടുത്തടുത്തായി ഇരിക്കുകയായിരുന്നു. ഭാര്യ അല്പനേരം ഷോപ്പുകളിൽ അലഞ്ഞു. ഒഴിഞ്ഞ കസേരയിൽ ഒരു ബംഗാളിയായ തൊഴിലാളികളിലൊരുവൻ ഇരുന്നു. അവൾ വന്നുനോക്കുമ്പോൾ കുലീനയായ ഭർത്താവിനരികിൽ കാഴ്ചയിൽത്തന്നെ ദരിദ്രനെന്നു തോന്നുന്ന ഒരു തൊഴിലാളിയുവാവ് ഇരിക്കുന്നു. അവൾക്കു സഹിക്കുമോ? 'ഉഠോ' എന്നൊരലർച്ചയായിരുന്നു. തനിക്കിരിക്കാൻ പാടില്ലാത്തിടത്തിരുന്നു എന്ന ബോധം അലട്ടിയിരുന്നതിനാലാവാം അവൻ ഞെട്ടിയെണീറ്റു മാറിയിരുന്നു. കൂലിപ്പണിക്കായി നാടെല്ലാം തെണ്ടി നടന്ന് ഇക്കൂട്ടർ ബംഗാളികളുടെ നാണം കെടുത്തുമെന്നവൾ പിറുപിറുത്തപ്പോൾ അയാൾ തലകുലുക്കി. ഇത്തരം കുലീനകളും കുലീനന്മാരും കൊൽക്കത്തയിൽ ഒരു മലയാളിയെ അസ്വസ്ഥനാക്കും. ഇവർക്കിടയിൽ തൊഴിലാളിവർഗ്ഗം കൂടുതൽ ദുർബ്ബലരും അസംഘടിതരുമാണിവിടെ.

മാറുന്ന മനുഷ്യർ മാറാത്ത നഗരം

കൊൽക്കത്ത ഉറങ്ങാത്ത നഗരമാണ്. ജീവിതം തുടിച്ചുനില്ക്കുന്ന തെരുവുകൾ. ചായാവാലമാരും അലക്കുകാരും ബാർബർമാരും കേലാവ്യാപാരികളും സീതപ്പഴക്കാരും നാരിയൽ വില്പനക്കാരും ജിലേബിയുണ്ടാക്കുന്നവരും കൊല്ലപ്പണിക്കാരും പഴയ സ്റ്റെയർപാർട്സുകൾ വില്ക്കുന്നവരും പകുത്തെടുത്ത തെരുവോരങ്ങൾ. അതിനിടയിലൂടെ പാഞ്ഞുപോകുന്ന ജീവിതങ്ങൾ. സിനിമ വിരിയുന്ന ടോളിഗഞ്ച്, മാംസമണമുള്ള സോനഗാച്ചി, ബാബുമാരുടെ റൈറ്റേഴ്സ് ബിൽഡിങ്, നവസിനിമാ പ്രേമികളുടെ നന്ദൻ, ബുദ്ധിജീവികളുടെ നാഷണൽ ലൈബ്രറി, ഭദ്രലോക് 'അഡ'നടത്തുന്ന ഇന്ത്യൻ കോഫിഹൗസ്, വിപ്ലവമണമുള്ള ജാദബ്പൂർ, പഴയ പുസ്തകങ്ങൾ കൈമറിയുന്ന കോളേജ് സ്ട്രീറ്റ്, തല ഉയർത്തിനില്ക്കുന്ന പ്രസിഡൻസി കോളേജ്, കൊളോണിയൽ സ്മരണകൾ പേറുന്ന ട്രാമുകൾ, എസ്പ്ലനേഡ്, മണിശങ്കർ മുഖർജി

ജീവൻ നല്കിയ 'ഷാജഹാൻ ഹോട്ടൽ' നിലനിന്നിരുന്ന ചൗരംഗി, ബിമൽ മിത്രയുടെ ദീപാങ്കുരൻ ഓടിനടന്ന കാളിഘട്ട്, ഋത്വിക്ഘട്ടും മൃണാൾസെന്നും സത്യജിത്റായിയും നടന്ന വഴികൾ, ബുദിറാം ബോസ് ജീവൻ നല്കിയ പോരാട്ട വീഥികൾ, ജ്യോതിബസു ജനലക്ഷങ്ങളെ അഭിസംബോധന ചെയ്ത് ബ്രിഗേഡ് മൈതാനം, ജുംബാലഹാരിയുടെ താഴ്നിലങ്ങൾക്ക് ഭൂമികയായ ടോളിഗഞ്ച്, പ്രബോധ് കുമാർ സന്യാൽ തെളിയിച്ച വഴിവിളക്കുകൾ അങ്ങനെ മലയാളികളുടെ നൊസ്റ്റാൾജിയ യിൽ ഇടം പിടിച്ച എന്തെല്ലാം....

എങ്കിലും ഇരുപതാണ്ടുകളുടെ ഇടവേളകൾക്കിടയിൽ കാര്യമായി മാറാത്ത നഗരത്തെയാണു കണ്ടത്. സിയാൽദയിൽ തീവണ്ടിയിറങ്ങി ബോളിഗഞ്ചിനടുത്തുള്ള ഹസ്റ റോഡിലെത്താൻ പലപ്പോഴും വഴിതെറ്റി. ലോഫ്ളോർ ബസിന്റെ ശീതളിമയിൽ കണ്ണുകളടയുമ്പോഴാണ് കണ്ട ക്ടർ ചോദിച്ചത്, എവിടേക്കാണ് ടിക്കറ്റെന്ന്. ഹസ്റാ റോഡെന്നും റിച്ചി ക്രോസിങ് എന്നും മാറിമാറിപ്പറഞ്ഞു. ഉച്ചാരണഭേദം കൊണ്ടോ, സ്ഥല വിജ്ഞാനത്തിന്റെ പരിമിതിമൂലമോ, പറഞ്ഞതൊന്നും കണ്ടക്ടർക്ക് പിടി കിട്ടിയില്ല. ഒടുവിൽ 'ബഡാജഗയായ' ബോളിഗഞ്ചിൽ ശരണം പ്രാപി ച്ചു. അയാൾ ഏറെ കുഴഞ്ഞു. ഒടുവിൽ അയാൾക്ക് സംഗതി പിടികിട്ടി. Hazra യിലെ ആണ് വില്ലനായത്. ബംഗാളികൾക്ക് അത് 'ജ'യാണ്. മലയാളികൾ ഇസ്ഡ് എന്നു പറയുന്ന അക്ഷരത്തെ സായിപ്പ് സ്സി എന്നാണുച്ചരിക്കുക. സ്ഥലമെത്തുന്നതിനുമുന്നെ അടക്കാനാവാത്ത ഉൽക്കണ്ഠയാൽ പലവട്ടം എഴന്നേല്ക്കുന്നതുകണ്ടപ്പോൾ ബംഗാളി എലീറ്റ് എന്നു ഞാൻ മുൻവിധിയെഴുതിയ ഒരു ജന്റിൽമാൻ "യു ഹാവ് റ്റു വെയ്റ്റ്. ഹസ്റ റോഡ് ഈസ് ഫാർ എവേ. ഐ വിൽ സേ. പ്ലീസ് ബീ സീറ്റഡ്" എന്നുപറഞ്ഞ് എന്നരികിലേക്കു നീങ്ങി. കേരളത്തിൽ നിന്നാ ണെന്നുപറഞ്ഞപ്പോൾ അദ്ദേഹം വാചാലനായി. "കൊൽക്കത്തെക്കാർ മറ്റു ള്ളവരെ അങ്ങേയറ്റം സ്വീകരിക്കുന്നവരാണ്. മറ്റുള്ളവരോട് മോശമായി പെരുമാറുന്നവർ ബംഗാളികളല്ല. യാഥാർത്ഥ ബംഗാളിഭാഷയും അവർക്ക റിയില്ല. സംസ്കാരവുമറിയില്ല."

ഒരു മമത അയാൾക്കുള്ളിൽ പാർക്കുന്നു!

"വാട്ട് എബൗട്ട് ലെഫ്റ്റ്?"

"ഇറ്റീസ് ഫിനിഷ്ഡ്. ദേ ഡിഡ് വാട്ടെവർ ദേ ക്കുഡ് റ്റു ഡിസ്ട്രോയ് ദിസ് ലാന്റ്."ഒരുതരം സംതൃപ്തി അയാളുടെ മുഖത്ത് പ്രകാശിച്ചു. ബംഗാളിലെ ഇടതുമുന്നണി സർക്കാർ ചെയ്തിട്ടുള്ളതായി മനസ്സിലാ ക്കിയിരുന്ന കാര്യങ്ങൾ അക്കമിട്ടുനിരത്തിയപ്പോൾ അയാൾ പറഞ്ഞു:

""Perhaps you may be right, from your side. But I disagree. Anyway they have an ideology alien to this land".

ചോദിക്കാതിരിക്കാനായില്ല.

"ഒരു പ്രാദേശികത്വം ഉള്ളതുപോലെ ഒരു അന്താരാഷ്ട്രത്വവും ഒരാ ളിൽ പ്രവർത്തിക്കുന്നില്ലേ? താങ്കളിലും. പാന്റ്, ഷർട്ട്, അണ്ടർവെയർ, വാച്ച്, കണ്ണട, പേന, മൊബൈൽ ഫോൺ ഷൂ, ബോക്സ്– ഇംഗ്ലീഷ്?"

അയാളൊന്നു പരുങ്ങി.

പിന്നെ യോജിച്ചു.

"ഈ കമ്യൂണിസ്റ്റുകാർ ഏറെയും വന്നത് കിഴക്കൻ ബംഗാളിൽ നിന്നാണ്. അവരുടെ കാലം കഴിഞ്ഞിരിക്കുന്നു. ഇനി തനി ബംഗാളികളുടെ കാലമാണ്."

അയാൾ നിർത്തി.

അപ്പോഴേക്കും ഹസ്റ റോഡ് എത്തിക്കഴിഞ്ഞിരുന്നു.

വിഭജനത്തിന്റെ വിങ്ങലുകൾ

ബംഗാളിലൂടെ സഞ്ചരിക്കുമ്പോൾ ഒരു യാത്രികന്റെ ചങ്കിലേക്ക് വന്നുവീഴുന്ന കനലുകളാണ് വിഭജനത്തിന്റെ വേർപാടുകളും വേദനകളും. വിട്ടുപോന്ന ഇടത്തെപ്പറ്റിയുള്ള വിങ്ങുന്ന ഓർമ്മകൾ പലരുടേയും രാത്രികളെ ഇപ്പോഴും അസ്വസ്ഥമാക്കുന്നുണ്ട്. ബംഗാളും ബംഗ്ലയും ബംഗാളികളുടെ ആത്മാഭിമാനവും സ്വത്വവും സ്വാതന്ത്ര്യവുമാണ്. മുമ്പെങ്ങോ മുറിച്ചുമാറ്റപ്പെട്ട കാലിന്റെ വിരൽത്തുമ്പിലെ വേദന ഇപ്പോഴും അനുഭവപ്പെടുന്നതായി പലരും രേഖപ്പെടുത്തിയിട്ടുണ്ട്. മുറിച്ചു മാറ്റപ്പെട്ടാലും നാഡീവ്യൂഹങ്ങൾ അവിടേക്കായി സന്ദേശങ്ങൾ അയച്ചു കൊണ്ടേയിരിക്കും. രണ്ടു രാജ്യങ്ങളായി വിഭജിക്കപ്പെട്ട ബംഗാളി ജനതയുടെ വിങ്ങലുകൾ ഇനിയും നിലച്ചിട്ടില്ല.

കഴ്സൺ പ്രഭു ഇന്ത്യയുടെ വൈസ്രോയ് ആയിരിക്കുമ്പോഴാണ് 1905 ജൂലൈ 19 ന് ബംഗാളിനെ രണ്ടായി വിഭജിക്കുന്നതായി പ്രഖ്യാപിച്ചത്. മുസ്ലിം ഭൂരിപക്ഷമുള്ള കിഴക്കും ഹിന്ദുഭൂരിപക്ഷമുള്ള പടിഞ്ഞാറും. പടിഞ്ഞാറൻ ബംഗാൾ പ്രദേശങ്ങളെ ബീഹാർ ഒറീസ പ്രോവിൻസുകളുമായി കൂട്ടിച്ചേർത്തതോടെ ബംഗാളികൾ അവിടെ ന്യൂനപക്ഷമായി. ഇതോടെ ബംഗാളി ദേശീയത തീവ്രരൂപം പൂണ്ടു. ദുർഗ്ഗയെ അമ്മയായി സങ്കല്പിക്കുകയും അമ്മയെ വെട്ടിമുറിച്ച ബ്രിട്ടീഷുകാരോട് പകവീട്ടാനുള്ള പ്രവണതകൾ സാധാരണക്കാരിൽ ശക്തിപ്പെടുകയും ചെയ്തു. ആദ്യം വിഭജനത്തെ എതിർത്ത കിഴക്കൻ ബംഗാളിലെ മുസ്ലീം നേതാക്കൾ തങ്ങൾക്ക് ആധിപത്യമുള്ള ഒരു പ്രദേശം കൈവരിക്കാനായതിൽ സന്തോഷിച്ചു. ബ്രിട്ടീഷുകാർ ഉദ്ദേശിച്ച കാര്യം നടന്നു. ഹിന്ദു-മുസ്ലിം ഭിന്നത രൂക്ഷമായി. എന്നാൽ കഴ്സൺ ഉദ്ദേശിച്ചപോലെയല്ല കാര്യങ്ങൾ നീങ്ങിയത്. ബംഗാൾ വിഭജനം ഇന്ത്യൻ നാഷണൽ കോൺഗ്രസിനും

തീവ്ര ദേശീയ വാദത്തിനും തീവ്ര വാദത്തിനും പുത്തനാവേശം പകർന്നു. തളർച്ചയിലായിരുന്ന ഇന്ത്യൻ നാഷണൽ കോൺഗ്രസ് സടകുടഞ്ഞെഴുന്നേറ്റു. ബോംബെ, പൂന, പഞ്ചാബ് ഉൾപ്പെടെയുള്ള പ്രോവിൻസുകളിൽ പ്രക്ഷോഭം ശക്തമായി. തൊഴിലാളികളും വിദ്യാർത്ഥികളും വൻതോതിൽ ദേശീയ പ്രസ്ഥാനത്തിനൊപ്പം ചേർന്നു. വന്ദേമാതരമൊക്കെ ദേശവ്യാപകമായത് ഇക്കാലത്താണ്. കോൺഗ്രസിനുള്ളിൽത്തന്നെ മിതവാദികളും, തീവ്രവാദികളും എന്ന വിഭജനമുണ്ടാവുകയും തിലകന്റെയും അരബിന്ദന്റെയും നേതൃത്വത്തിലുള്ള ഹൈന്ദവ തീവ്രവാദം മേൽക്കൈ നേടുകയും ചെയ്തു. വ്യാപകമായ പ്രക്ഷോഭങ്ങൾക്കുമുന്നിൽ മുട്ടുമടക്കിയ ബ്രിട്ടീഷ് സാമ്രാജ്യത്വം 1911 ൽ കിഴക്കൻ ബംഗാളിനെ ബംഗാൾ പ്രസിഡൻസിയോടൊപ്പം ചേർത്തു. ബംഗാളി ഭൂരിപക്ഷ പ്രദേശങ്ങൾ ബിഹാർ അസം ഒറീസ പ്രോവിൻസുകളിൽനിന്നും വേർപെടുത്തി. അങ്ങനെ ബംഗാൾ വീണ്ടും ബംഗാളായി. ജനമുന്നേറ്റം കണ്ട് ഭയപ്പെട്ടുപോയ ബ്രിട്ടീഷ് സാമ്രാജ്യത്വം ഇന്ത്യയുടെ തലസ്ഥാനം കൽക്കത്തയിൽ നിന്നും ദില്ലിയിലേക്കു മാറ്റി.

A Prattlers Tale കവർചിത്രം

എന്നാൽ ഭിന്നിപ്പിച്ചു ഭരിക്കുക എന്ന ബ്രിട്ടന്റെ ദീർഘകാല പദ്ധതി വിജയം കാണുകയായിരുന്നു. അതാണ് പില്ക്കാലത്ത് ഇന്ത്യാ പാകിസ്ഥാൻ വിഭജനത്തിലേക്ക് നയിച്ചത്.

ആ കാലഘട്ടത്തിൽ ഡാക്കയിലെ രാഷ്ട്രീയ–ബൗദ്ധിക ജീവിതം കൃത്യമായി പ്രതിഫലിപ്പിക്കുന്നുണ്ട് പ്രശസ്ത മാർക്സിസ്റ്റ് ചിന്തകനും പില്ക്കാലത്തു പശ്ചിമബംഗാളിലെ ധനകാര്യമന്ത്രിയുമായിരുന്ന അശോകമിത്രയുടെ *വെറുതെ പുലമ്പുന്ന ഒരുവന്റെ കഥ* (A Prattlers Tale) എന്ന കൃതിയിൽ.

"ഞാൻ ഡാക്ക യൂണിവേഴ്സിറ്റിയിൽ പഠിക്കുന്ന കാലത്ത് വിഭജനത്തെപ്പറ്റിയുള്ള വർത്തമാനങ്ങൾ തീവ്രമായിത്തുടങ്ങി. പല അദ്ധ്യാപകരും ഡാക്ക യൂണിവേഴ്സിറ്റി വിട്ടു പോയിത്തുടങ്ങിയിരുന്നു. ഞങ്ങൾ ഡാക്കയിൽ തന്നെ തുടരാൻ ഇഷ്ടപ്പെട്ടു. സാഹിത്യവും രാഷ്ട്രീയവുമായിരുന്നു എന്റെ ഇഷ്ട വിഷയങ്ങൾ. കൊള്ളകൊടുക്കലുകളുടെ

കാലം. ആശയങ്ങൾ ആശയങ്ങളോട് ഏറ്റുമുട്ടി. രാജ്യം തിളച്ചു മറിയുന്ന കാലമായിരുന്നു അത്. രണ്ടാം ലോക മഹായുദ്ധവും മഹാക്ഷാമകാലവും പിന്നിട്ട് ഇനി എന്താണ് വരാനിരിക്കുന്നത് എന്ന് ഉൽക്കണ്ഠപ്പെട്ട കാലം. രാഷ്ട്രീയമായ മാറിമറിയലുകൾ ഉണ്ടായി. ഐ എൻ എ വിചാരണ, ബോംബെ നാവിക കലാപം എന്നിവയെപ്പറ്റിയുള്ള കാമ്പയിനുകൾ യുവതീയുവാക്കളെ കോൺഗ്രസിൽനിന്നും അകറ്റിത്തുടങ്ങിയിരുന്നു. കോൺഗ്രസിന്റെ കുടക്കീഴിൽ പ്രവർത്തിക്കുമ്പോഴും സ്വതന്ത്ര പാർട്ടിയായി മാറാനുള്ള തയ്യാറെടുപ്പിലായിരുന്നു കമ്യൂണിസ്റ്റ് പാർട്ടി. 1938 മുതൽ ആന്റമാനിലും ഇതര ജയിലുകളിലും കഴിഞ്ഞ പോരാളികൾ കോൺഗ്രസിന്റെ പ്രത്യയശാസ്ത്രം കൈവിടാൻ തുടങ്ങിയിരുന്നു. പലവിവരങ്ങളും ശരിയായ രൂപത്തിൽ ഞങ്ങൾക്ക് ലഭ്യമായിരുന്നില്ല. മുസ്ലിം ലീഗായിരുന്നു ബംഗാളിൽ ഭരണത്തിൽ. പാകിസ്ഥാനുവേണ്ടിയുള്ള വാദം ശക്തിപ്പെട്ടുവന്നു. കോൺഗ്രസിലെ ഉന്നത നേതാക്കളുടെ സങ്കുചിത മനോഘടനമൂലം ഹിന്ദു-മുസ്ലീം ഭിന്നത രൂക്ഷമായിത്തുടങ്ങി. വിദ്യാർത്ഥികൾക്കിടയിലേക്കത് അരിച്ചിറങ്ങി. ആസാദ് ഹിന്ദ് ഭൗജ് (ഐ എൻ എ) നായകരെ മോചിപ്പിക്കാനാവശ്യപ്പെടുന്ന പ്രസ്ഥാനവും ബോംബെ നാവിക കലാപത്തോടുള്ള ഐക്യദാർഢ്യവും ഇരുവിഭാഗം വിദ്യാർത്ഥികളേയും ഒരുമിപ്പിച്ചു. അത് പ്രത്യാശ പകർന്നു. ചില വർഷങ്ങൾക്കു മുമ്പ് ഡാക്കയിൽ അരങ്ങേറിയ ഭീകരമായ വർഗ്ഗീയ കലാപത്തെപ്പറ്റിയുള്ള ഓർമ്മകൾ മായാൻ തുടങ്ങിയതായി ഞങ്ങൾ കരുതി. സ്വാത്രന്ത്യ സമരത്തിന്റേതായ ആ ഉച്ചഘട്ടത്തിൽ വർഗ്ഗീയ കേന്ദ്രീകരണങ്ങൾക്കപ്പുറം സ്വാത്രന്ത്യത്തിന്റെ ദീപശിഖ വിദ്യാർത്ഥികൾ ഉയർത്തിപ്പിടിക്കുമെന്നും ഞങ്ങൾ കരുതി. എന്നാൽ അതെല്ലാം വെറും മിഥ്യാധാരണകൾ മാത്രമായിരുന്നു. 1946– 47 കാലത്തെ സംഭവങ്ങൾ വിദ്യാർത്ഥികൾ ഉൾപ്പെടെ സകല വിഭാഗങ്ങളെയും മതാടിസ്ഥാനത്തിൽ ഭിന്നിപ്പിച്ചു. ആ ഭിന്നത സ്ഥിര സ്വഭാവമാർജ്ജിച്ചു. സ്വാതന്ത്ര്യ പ്രഖ്യാപനവും തുടർന്ന് വിഭജനവുമുണ്ടായി. കൂടുതൽ ശരിയായി പറഞ്ഞാൽ വിഭജനത്തെ പിന്തുടർന്നു സ്വാത്രന്ത്യം എത്തി.

ആ കാലത്ത് സർവ്വകലാശാല പ്രവർത്തിച്ചിരുന്നു എന്നത് അത്ഭുതമായിരുന്നു. അദ്ധ്യാപകർ ഏറെയും വിട്ടുപോയി. പരിചയസമ്പന്നരല്ലാത്ത പുതിയവർ വന്നു. പുറത്തെ അസ്വസ്ഥതകൾ അകത്തേക്ക് തല നീട്ടി. നവംബർ മാസത്തിനും മാർച്ചിനുമിടയിൽ ആ വർഷത്തിൽ ഒന്നിനുവേണ്ടിയല്ലെങ്കിൽ മറ്റൊന്നിനുവേണ്ടി വിദ്യാർത്ഥികൾ പഠിപ്പു മുടക്കിക്കൊണ്ടിരുന്നു. അക്കാലത്ത് യൂണിവേഴ്സിറ്റി കാമ്പസിനുള്ളിലെ മൈതാനത്ത് രാഷ്ട്രീയ യോഗങ്ങൾ പതിവായി. മധുവിന്റെ ചായക്കടയിലിരുന്ന് ഞങ്ങൾ പ്രകടനങ്ങൾ പ്ലാൻ ചെയ്തു. മുദ്രാവാക്യം മുഴക്കി. ഒപ്പം എണ്ണാനാവാത്തവിധത്തിൽ ചായക്കപ്പുകൾ കാലിയാക്കി. 1946 ലെ വർഗ്ഗീയ കലാപനാളുകളിൽ മാസങ്ങളോളം ഡാക്കാ യൂണിവേഴ്സിറ്റി

അടഞ്ഞു കിടന്നു. ഒറ്റ തിരിഞ്ഞ വർഗ്ഗീയ കലാപങ്ങൾ നിത്യസംഭവമായി.

അക്കാലത്ത് ഞാൻ ശ്രീ സംഘയുമായി (ഡാക്കയിലെ വിപ്ലവാഭി മുഖ്യമുള്ള ഒരു സംഘടന) ബന്ധപ്പെട്ടിരുന്നു. ലീലാ റോയി ഡാക്കയിലുണ്ടായിരുന്നു. എന്നെ അടുത്ത് വിളിച്ച് അവർ സ്നേഹം ചൊരിഞ്ഞിരുന്നു. മാർക്സിസത്തോട് എന്നിൽ വളർന്നു വന്നുകൊണ്ടിരുന്നു അനുഭാവം അവരെ വിഷമത്തിലാക്കി. എന്നാൽ ഈ വ്യതിയാനത്തിൽ ഞാൻ തൃപ്തനായിരുന്നു. കവിതയിൽ മുങ്ങിത്താണ കാലം കൂടിയായിരുന്നു അത്. ഞാൻ 'കവിത' മാസികയുടെ വരിക്കാരനായി. ബുദ്ധദേവ് ദാസുമായി എഴുത്തുകുത്തുകൾ നടത്തി. അക്കാലത്ത് ഉയർന്നുവന്നു കൊണ്ടിരുന്ന എഴുത്തുകാരുമായൊക്കെ ഞാൻ അടുപ്പം സ്ഥാപിച്ചു. കത്തുകളിലൂടെ ഞാൻ ബംഗാളി ഭാഷ കൈകാര്യം ചെയ്യാൻ പ്രാവീണ്യം നേടി.

വർഷത്തിൽ ഒരു പ്രാവശ്യമെങ്കിലും ഞാൻ കൽക്കത്ത സന്ദർശിച്ചു. എന്റെ പിതൃസഹോദരി തലാപാർക്കിലായിരുന്നു താമസം. അവിടെ നിന്നു ഞാൻ രണ്ടാം നമ്പർ ബസിൽ കയറി കോളേജ് സ്ട്രീറ്റിലേക്കു പോകും. രാവിലെ മുതൽ ഉച്ചവരെ അവിടെ അഡ (തർക്കവിതർക്കങ്ങൾ നടത്തുന്ന ബംഗാളി സൗഹൃദക്കൂട്ടം) കൂടും. ഉച്ചയാകുമ്പോൾ തിരികെ പോകും. വൈകുന്നേരമാകുന്നതോടെ വീണ്ടും കോളേജ് സ്ട്രീറ്റിൽ സുഹൃത്തുക്കളോടൊപ്പം കൂടും. സുരഞ്ജന്റെ ചങ്ങാതിക്കൂട്ടവുമായി ഞാൻ വേഗം അടുത്തു. മുറി നിറയെ യുവാക്കളാകുമ്പോൾ ഞങ്ങൾ വൈ എം സി എയിലേക്കു മാറും. അവിടത്തെ ഇന്ത്യൻ കോഫീ ഹൗസും അവിടത്തെ മായികമായ അന്തരീക്ഷവും ചൂടു കാപ്പിക്കു മുന്നിലിരുന്നുള്ള ചർച്ചകളും ഇപ്പോഴും മനസ്സിൽ നിറഞ്ഞുനില്ക്കുന്നു.

കോഫീ ഹൗസിലെ ചർച്ചകളിൽ (അഡ) പങ്കെടുക്കാനാണ് ഞാൻ ഡാക്കയിൽ നിന്നും കൽക്കത്തയിലേക്ക് ഓടിയെത്തിയിരുന്നത്. ഏഴോ എട്ടോ ദിവസം മാത്രം നീളുന്ന യാത്രകളായിരുന്നു അത്. അരുൺകുമാർ സർക്കാരിനൊപ്പം കവിതാ ഭവനിൽ ബുദ്ധദേവദാസിനെ കാണാൻ പോകുമായിരുന്നു. ബംഗാളി സാഹിത്യചരിത്രത്തിലെ തീവ്ര ഏറ്റുമുട്ടലുകളുടെ കാലമായിരുന്നു അത്. അന്നത്തെ ചങ്ങാതിമാർക്കിടയിൽ കടുത്ത ഭിന്നത ഉണ്ടാക്കിയത് 'ജനകീയ യുദ്ധം' എന്ന സിദ്ധാന്തമായിരുന്നു. കൽക്കത്തയിൽ പോകുമ്പോഴൊക്കെ കവിതാ ഭവനിൽ എത്താൻ ഞാൻ മറന്നിരുന്നില്ല. മിക്കപ്പോഴും അരുൺ കൂടെയുണ്ടാകും. അയാൾ കവിതയ്ക്കും എം എൻ റോയിക്കും ഇടയിൽപ്പെട്ടു വിഷമിക്കുന്ന കാലം.

എന്നെപ്പോലെ ഡാക്കയിൽനിന്നു വരുന്നവരെ കൽക്കത്തയിലെ കുലീനർ വെറും നാട്ടിൻപുറത്തുകാരായാണ് കണ്ടിരുന്നത്. അക്കാലത്തെ പ്രമുഖ കവികളുടെ കവിത വായിച്ചുകൊണ്ടാണ് ഞാനെന്റെ അപകർഷത മറികടന്നിരുന്നത്. കവിതാ ചർച്ചകളും മുറയ്ക്കു നടന്നു വന്നു. ഒരു ദിവസം കവിയായ കിരൺ ശങ്കർ സെൻഗുപ്ത എന്നെ തേടി വന്നു. ഞാൻ കുത്തിക്കുറിച്ച ചില കവിതകൾ അദ്ദേഹം വായിച്ചു.

അവധി ദിവസങ്ങളിൽ ഞങ്ങൾ കവിതാചർച്ചയ്ക്കായി ഒത്തുകൂടി.

ഞാൻ കവിതയുടെ സ്വർണ്ണഖനികൾ തേടുന്ന ഘട്ടത്തിൽ പുറത്ത് അനിശ്ചിതത്വം നടമാടി. രാജ്യം വിഭജിക്കപ്പെടുമോ? വിഭജിച്ചാലും ഇല്ലെങ്കിലും ഏതുതരത്തിലുള്ള രാഷ്ട്രീയസംവിധാനമായിരിക്കും സ്വാതന്ത്ര്യാനന്തരം ഉയർന്നുവരിക? വരാൻപോകുന്നതിനെ സ്വീകരിക്കണമോ എതിർക്കണമോ? എന്നതിനേക്കാൾ അത് എത്രത്തോളം രാഷ്ട്രീയമായി ശരിയാണ് എന്നതാണ് ഞങ്ങളെ അലട്ടിയത്. അക്കാലത്ത് ഞാൻ ശരിയായ രൂപത്തിൽ മാർക്സിസം മനസ്സിലാക്കിയിരുന്നില്ല. എങ്കിലും പരിവർത്തനത്തിന്റെ പടിവാതില്ക്കലായിരുന്നു എന്റെ നില. മണിക്കൂറുകളോളം കട്ടിലിൽ കിടക്കും. കവിതയും സമൂഹവും തമ്മിലുള്ള ബന്ധത്തെപ്പറ്റിയുള്ള ചോദ്യങ്ങൾക്ക് ഉത്തരം കണ്ടെത്താൻ ശ്രമിക്കും.

കവിതയോടുള്ള എന്റെ പ്രണയം തുടർന്നു. കവിതാ ചർച്ചയുടെ വേലിയേറ്റങ്ങൾക്ക് ശമനമുണ്ടായില്ല. അതോടൊപ്പം തന്നെ രാഷ്ട്രീയത്തോടുള്ള അഭിനിവേശവും വളർന്നുവന്നു. കൽക്കത്തയിലെ വിദ്യാർത്ഥി പ്രക്ഷോഭങ്ങൾ ഞങ്ങളെ വലിയ തോതിൽ സ്വാധീനിച്ചു. 1946 ലെ കമ്പിത്തപാൽ തൊഴിലാളികളുടെ സമരം ദേശവ്യാപകമാക്കുന്നതിൽ വിദ്യാർത്ഥികൾക്കുള്ള പങ്കെന്താണെന്ന് അവർ കാട്ടിക്കൊടുത്തു. അതൊരു തീപ്പൊരി മാത്രമായിരുന്നു. രാജ്യത്തെ വെട്ടിമുറിക്കാനുള്ള തീരുമാനത്തെ ദേശീയ നേതാക്കൾ അംഗീകരിച്ചു എന്ന വാർത്തകൾ പുറത്തു വന്നതോടെ മുസ്ലിംലീഗ് പ്രത്യക്ഷ സമരാഹ്വാനം നടത്തി. ഈ സമയത്ത് മറ്റൊരു സുപ്രധാന സംഭവമുണ്ടായി. ശ്യാമപ്രസാദ് മുഖർജിയെപ്പോലുള്ള ഇടുങ്ങിയ മനഃസ്ഥിതിക്കാരായവർ ദേശീയ ശ്രദ്ധാകേന്ദ്രമാവുകയും ഇന്ത്യൻ നാഷ്ണൽ കോൺഗ്രസിലേക്ക് അടുക്കുകയും ചെയ്തു. ഇതിനോടുള്ള സ്വാഭാവിക പ്രതികരണമെന്നോണം മുസ്ലിം ലീഗിലെ വർഗ്ഗീയ വാദികൾ പെട്ടെന്ന് പ്രശസ്തിയിലേക്കുയർന്നു.

ഈ സമയത്ത് ബംഗാളിൽ മുസ്ലിം ലീഗിന്റെ ജനറൽ സെക്രട്ടറിയായിരുന്ന അബുൽ ഹാഷെം അങ്ങേയറ്റം മതേതരവാദിയായിരുന്നു. ഹിന്ദുമുസ്ലിം മൈത്രിക്കുവേണ്ടി അദ്ദേഹം അത്യദ്ധ്വാനം ചെയ്തു. അദ്ദേഹത്തിന്റെ മതേതരനിലപാടിനെ അംഗീകരിക്കാനല്ല ഹിന്ദുമഹാസഭയോടൊപ്പം ചേരാനാണ് ഇടുങ്ങിയ മനഃസ്ഥിതിക്കാരായ കോൺഗ്രസ് നേതാക്കൾ തയ്യാറായത്. ഞാൻ അക്കാലത്ത് പുരോഗമന എഴുത്തുകാരുടെയും കലാകാരന്മാരുടെയും പരിപാടികളിൽ സ്ഥിരമായി പങ്കെടുക്കാൻ തുടങ്ങിയിരുന്നു. എന്റെ പരിചയക്കാരുടെ വൃത്തം വലുതായി. അവരിലൊരാളായിരുന്നു സർദാർ ഫാസുൽ കരീം. ബി എയ്ക്കും എം എയ്ക്കും ഒന്നാം സ്ഥാനക്കാരായിരുന്നു അയാൾ. പിറക്കാൻപോകുന്ന പാകിസ്ഥാനിൽ ഉന്നത ഉദ്യോഗം കിട്ടാൻ എല്ലാ സാദ്ധ്യതയും ഉള്ള മനുഷ്യൻ. എന്നാൽ അദ്ദേഹം ചെയ്തത് കമ്യൂണിസ്റ്റ് പാർട്ടിയുടെ മുഴുവൻ സമയ പ്രവർത്തകനാവുകയായിരുന്നു. അക്കാലത്ത് നിരവധി പുരോഗമന ചിന്താഗതിക്കാരുമായി ഞാൻ അടുത്തു.

വർഗ്ഗീയ സംഘർഷം തുടങ്ങിയതോടെ എനിക്ക് എന്റെ മുൻ സഹപാഠികളുമായുള്ള ബന്ധം നഷ്ടമായിരുന്നു. എന്നാൽ ഒരുവിധത്തിൽ സാധാരണാന്തരീക്ഷം വന്നതോടെ ഞാൻ അവരിൽ പലരുമായും ബന്ധം സ്ഥാപിച്ചു. ചലനാത്മകമായ മുസ്ലിം സമുദായത്തെ ഹിന്ദു ആചാരങ്ങൾ സ്വാധീനിക്കുന്നതായി അക്കാലത്ത് ഞാൻ കൗതുകത്തോടെ കണ്ടിരുന്നു. ഹിന്ദു ചുരുക്കപ്പേരുകൾ മുസ്ലീം കുടുംബങ്ങൾ സ്വീകരിച്ചിരുന്നു. എന്നാൽ മുസ്ലീം പേരുകൾ അവരുടേതുമാത്രമായിത്തന്നെ തുടരുകയും ചെയ്തു. രണ്ടു ഇസ്ലാം പേരുകളിൽനിന്നും ഒരാളെ ഞങ്ങൾ തിരിച്ചറിഞ്ഞിരുന്നത്, ഈ ചുരുക്കപ്പേരുകൾ വച്ചായിരുന്നു. ഉദാഹരണത്തിന് നൂറുൽ ഇസ്ലാം മോണ്ടു, സിറാജുൾഹക്ക് കാണു എന്നിങ്ങനെ.

മുസ്ലിം ലീഗ് ആഹ്വാനം ചെയ്ത പ്രത്യക്ഷ സമര ദിനത്തെ തുടർന്ന് കൽക്കത്തയിലും നവഖാലിയിലുമുണ്ടായ വർഗ്ഗീയ കലാപങ്ങളുടെ പ്രത്യാഘാതങ്ങൾ വ്യാപകമായിരുന്നു. യൂണിവേഴ്സിറ്റിയിൽ പഠനം മുടങ്ങി. സംഘർഷങ്ങൾക്കിടയിൽ പ്രശ്നപരിഹാരത്തിനുള്ള നീക്കങ്ങളും നടന്നു. കോൺഗ്രസ് നേതാക്കളുടെ ക്ഷമ നശിച്ചിരുന്നു. ഇനിയും കാത്തിരിക്കാൻ അവർ തയ്യാറായിരുന്നില്ല. ബ്രിട്ടീഷുകാർ മുന്നോട്ടു വച്ച ത്രിരാജ്യ സംവിധാനം അവർ തള്ളിക്കളഞ്ഞു. അവർക്കു കൂടുതൽ യോജിപ്പ് ജിന്നയും മുസ്ലീം ലീഗും മുന്നോട്ടുവച്ച പാകിസ്ഥാൻ എന്ന ആശയത്തെ അംഗീകരിക്കുന്നതിനോടായിരുന്നു. ബംഗാളിൽ ഈ സാഹചര്യം കനത്ത പ്രതിസന്ധി സൃഷ്ടിച്ചു. വിഭജനം നമ്മെ എവിടെക്കൊണ്ടെത്തിക്കും? ദേശീയ സ്വാതന്ത്ര്യപ്രസ്ഥാനം സൃഷ്ടിച്ച ആശയപരിസരത്തിന് എന്താണ് സംഭവിക്കുക? ഞങ്ങൾക്ക് ഒരു ഉത്തരം കണ്ടെത്താനായില്ല.

ഈ ഘട്ടത്തിലാണ് സ്വതന്ത്ര ഐക്യ ബംഗാൾ എന്ന ആശയം ഉയർന്നു വന്നത്. ശരത്ചന്ദ്ര ബോസ്, അബ്ദുൾ ഹാഷിം എന്നിവർ മുന്നോട്ടുവച്ച ഈ ആശയത്തെ സുഹ്രവർധി (1946–47 കാലത്തെ ബംഗാൾ പ്രധാനമന്ത്രി) അംഗീകരിച്ചു. പ്രത്യാശയുടെ ചെറുവെട്ടം ഞങ്ങൾക്കു മുന്നിൽ തെളിഞ്ഞു. ബംഗാളിലെ എല്ലാ ഇടതുപക്ഷ ഗ്രൂപ്പുകളും ഇതിന് അനുകൂലമായിരുന്നു. കോൺഗ്രസ് അതിനെ ശക്തമായി എതിർത്തു. ഇക്കാര്യത്തിൽ അപ്രതീക്ഷിതമായി ഒരു ചങ്ങാതിയെ കോൺഗ്രസിനു കിട്ടി. ഹിന്ദു മഹാസഭയായിരുന്നു അത്. ഹിന്ദു മഹാസഭയുടെ സ്ഥാപകരിലൊരാളായ ശ്യാമ പ്രസാദ് മുഖർജി ബംഗാളിനെ വിഭജിക്കാനും ഹിന്ദു ഭൂരിപക്ഷ പ്രദേശമായ പടിഞ്ഞാറൻ ബംഗാളിനെ ഇന്ത്യക്കൊപ്പം ചേർക്കാനുമായി ശക്തമായി പ്രചരണം നടത്തി. കിഴക്കൻ ബംഗാളിന് എന്തു സംഭവിക്കും എന്നുള്ളത് അദ്ദേഹത്തിന്റെ പരിഗണനാ വിഷയം പോലും ആയില്ല. കോൺഗ്രസ് ശ്യാമപ്രസാദ് മുഖർജിയുടെ വാദത്തെ പിന്തുണച്ചു. തന്റെ നിർദ്ദേശത്തിന് പിന്തുണ തേടി ശ്യാമപ്രസാദ് മുഖർജി ഡാക്കയിലെത്തിയപ്പോൾ അതിനെ എതിർക്കാൻ മുസ്ലിം

വിദ്യാർത്ഥികൾക്കൊപ്പം ഹിന്ദുക്കളായ വിദ്യാർത്ഥികളും ചേർന്നു. പൊലീസ് ഞങ്ങളെ ലാത്തിച്ചാർജ്ജ് ചെയ്തു. ഒരു ഹിന്ദു മഹാസഭാ നേതാവിനെ വിദ്യാർത്ഥി രോഷത്തിൽ നിന്നും രക്ഷപ്പെടുത്താൻ മുസ്ലിം ലീഗ് ഗവൺമെന്റ് ലാത്തിച്ചാർജ്ജിന് ഉത്തരവിട്ടത് വിരോധാഭാസമാണ്. നിരവധി പേർക്ക് അന്നു പരിക്കേറ്റു.

സംഭവിക്കേണ്ടതു സംഭവിച്ചു. 1947 ആഗസ്തിൽ ഒറ്റ രാത്രി കൊണ്ട് ഞങ്ങൾ പാകിസ്ഥാൻ പൗരന്മാരായി. ഞങ്ങളെ വഞ്ചിച്ച കോൺഗ്രസിനോടുള്ള ശത്രുത വർദ്ധിച്ചു. പാകിസ്ഥാന്റെ കൂറുള്ള പൗരന്മാരായി മാറി ആ രാജ്യത്തിന്റെ അഭിവൃദ്ധിക്കായി മറ്റുള്ളവർക്കൊപ്പം അണിചേരാൻ ഞങ്ങൾ തീരുമാനിച്ചു. മുസ്ലിം ലീഗിലെ ചില നേതാക്കൾ ഞങ്ങളുടെ വികാരങ്ങളെ ഏറ്റെടുത്തു. പാകിസ്ഥാന്റെ പുനർ നിർമ്മാണത്തിനായി സമർപ്പിക്കാൻ ഞങ്ങളെ ക്ഷണിച്ചു. കഴിഞ്ഞതെല്ലാം മറക്കാനും സമാധാനവും സമൃദ്ധിയും കളിയാടുന്ന ഒരു പാകിസ്ഥാൻ കെട്ടിപ്പടുക്കാൻ ആഹ്വാനം ചെയ്യുകയും ചെയ്തു. അനുകൂലമായ ചില സാമൂഹ്യ ചലനങ്ങളും രൂപപ്പെട്ടു. കൽക്കത്തയിലെന്ന പോലെ ഡാക്കയിലും കിഴക്കൻ പാകിസ്ഥാനിലെ മറ്റ് പ്രധാന നഗരങ്ങളിലും സ്വാതതന്ത്ര്യത്തിനു തൊട്ടടുത്തുള്ള ദിനങ്ങളിൽ ഹിന്ദു മുസ്ലീം മൈത്രിക്കായുള്ള പ്രകടനങ്ങളുടെ വേലിയേറ്റങ്ങളുണ്ടായി. അക്കാലത്ത് ഒരേ ക്ലാസിൽ പഠിക്കുമ്പോഴും, ഒരുമിച്ച് കോളേജ് യൂണിയൻ തിരഞ്ഞെടുപ്പുകളിൽ വോട്ടുചെയ്യുമ്പോഴും ഹിന്ദു മുസ്ലിം വിഭാഗങ്ങളിലെ കുട്ടികൾ മതാടിസ്ഥാനത്തിലുള്ള ഹാളുകളിലാണ് സമ്മേളിച്ചിരുന്നത്. പരസ്പരം ആശയവിനിമയത്തിനുള്ള സാഹചര്യം ഇതിനുമുമ്പ് ഞങ്ങൾക്ക് ലഭിച്ചിരുന്നില്ല.

ജാതി മതങ്ങൾ ഭേദിച്ച് ഒത്തുചേരാനുള്ള ഒരു വെമ്പൽ ഞങ്ങൾക്കുള്ളിലേക്ക് കൊടുങ്കാറ്റുപോലെ ഇരച്ചുകയറി. വ്യത്യസ്ത ഹാളുകളിൽ പാർത്തിരുന്ന വിദ്യാർത്ഥികൾ ഇതരനായൊരുവന്റെ പ്രശ്നങ്ങൾ മനസ്സിലാക്കാൻ ഒത്തുകൂടി. ശക്തമായൊരു വിദ്യാർത്ഥി പ്രസ്ഥാനം രൂപം കൊണ്ടു. അതൊരു പുതിയ രാജ്യമായിരുന്നു. അതിന്റെ സിരാകേന്ദ്രമാകട്ടെ ലാഹോറും കറാച്ചിയും. ഡാക്കയാകട്ടെ ആയിരത്തി ഇരുന്നൂറ് കിലോമീറ്റർ അകലെയും. ഞങ്ങൾ ബഹിഷ്കരിക്കപ്പെട്ടവരായി തോന്നി. ഞങ്ങളുടെ അഭിപ്രായങ്ങൾക്ക് വിലയുണ്ടായില്ല. കിഴക്കൻ പാകിസ്ഥാനിലെ ഭരണ സംവിധാനം അസംഘടിതമായിരുന്നു. ഉദ്യോഗസ്ഥന്മാരായ ഹിന്ദുക്കൾ കൂട്ടത്തോടെ അതിർത്തി കടന്നു. യൂണിവേഴ്സിറ്റിയിലാകട്ടെ മിക്ക അദ്ധ്യാപകരും ഇന്ത്യയിലേക്ക് പോയിക്കഴിഞ്ഞിരുന്നു. അപ്പോൾ പശ്ചിമബംഗാളിൽനിന്നും മുസ്ലീങ്ങളായ വിദ്യാർത്ഥികൾ അഡ്മിഷൻ തേടി ഡാക്കയിലേക്കു വന്നു. ആവശ്യത്തിന് സീറ്റുകൾ ഉണ്ടായിരുന്നില്ല. താമസസൗകര്യവും. വിദ്യാർത്ഥികൾ നേരിട്ട പ്രശ്നങ്ങൾ അവർ ഏതു മതക്കാരോ ആകട്ടെ, ഒന്നു തന്നെയായിരുന്നു. ഈ സാഹചര്യം വിദ്യാർത്ഥികളെ മതപരിഗണനകൾക്കുമപ്പുറം ഒന്നായിച്ചേർത്തു. വിഭ

ജനത്തെ തുടർന്ന് പൊതു വിതരണ സംവിധാനം തകർന്നിരുന്നു. വസ്ത്രത്തിനും ഭക്ഷണത്തിനും ക്ഷാമം നേരിട്ടു. എല്ലാ പ്രശ്നങ്ങളും വിദ്യാർത്ഥികളേയും ബാധിച്ചു.

1947 സെപ്തംബർ– ഒക്ടോബർ മുതൽ 1948 ഫെബ്രുവരി മാർച്ച് വരെ ഞങ്ങൾക്ക് ക്ലാസുകൾ മുടങ്ങാതെ ഉണ്ടായിരുന്നില്ല. ഞങ്ങൾ യോഗങ്ങളും ജാഥകളും നടത്തി. നിവേദനങ്ങൾ നല്കി. സ്വാതന്ത്ര്യം കിട്ടിയ ഉടനുള്ള കാലത്ത് ഖ്വാജനസ്സിമുദ്ദീനായിരുന്നു മുഖ്യമന്ത്രി. ഡാക്കയിലെ നവാബുമാരുടെ പരമ്പരയിൽപ്പെട്ടയാളും ഡാക്കയിൽ പുരാതന വസതിക്കുടമയായിരുന്ന ആളായിരുന്നെങ്കിലും ഒരു കൊൽക്കത്തക്കാരനായിരുന്നു അദ്ദേഹം. കുറച്ചു മാസങ്ങൾക്കുശേഷം പ്രധാനമന്ത്രിയായി ചുമതലയേല്ക്കാൻ അദ്ദേഹം കറാച്ചിയിലേക്കു പോയി. നൂറുൾ അമീൻ മുഖ്യമന്ത്രിയായി എത്തി. ഞങ്ങൾ പ്രകടനങ്ങളും നിവേദനം നല്കുകയും തുടർന്നു. അക്കാലത്ത് യൂണിവേഴ്സിറ്റി വിദ്യാർത്ഥികളുടെ ഒരു യോജിച്ച കർമ്മസമിതിക്ക് രൂപം നല്കി. ആ സമിതിയിലെ പതിനൊന്നു പേരിൽ രണ്ടുപേർ അമുസ്ലിങ്ങളായിരുന്നു. അതിലൊരാൾ ഞാനും. വെറുതെ വർത്തമാനം മാത്രം പോര പ്രവൃത്തിയിലേക്കു കടക്കണമെന്ന ആഹ്വാനം പ്രകടനങ്ങളിലുണ്ടായി. ആഹാരത്തിനും വസ്ത്രത്തിനും ക്ഷാമം നേരിട്ട നാളുകളായിരുന്നു അത്. പെൺകുട്ടികൾക്ക് ധരിക്കാൻ സാരിപോലും ലഭ്യമാകാത്ത അവസ്ഥ. ഈ അവസരത്തിലാണ് മുഖ്യമന്ത്രി വിദേശയാത്ര കഴിഞ്ഞ് മടങ്ങിയെത്തിയത്. വിദ്യാർത്ഥികൾ രോഷാകുലരായിരുന്നു. അവർ മുഖ്യമന്ത്രിയുടെ ഔദ്യോഗിക വസതിയിലേക്ക് മാർച്ച് ചെയ്തു. വിദ്യാർത്ഥികളുടെ വർദ്ധിച്ച എണ്ണം കണ്ട സെക്യൂരിറ്റി ഉദ്യോഗസ്ഥർ സ്ഥലം വിട്ടു. വിദ്യാർത്ഥികൾ മുഖ്യമന്ത്രിയുടെ മുറിയിലേക്ക് ഇരച്ചു കയറി. അദ്ദേഹം ഭയം കൊണ്ടു വിറച്ചു. മാപ്പു ചോദിക്കും പോലെ അദ്ദേഹം നിലകൊണ്ടു. “ഞങ്ങളുടെ അമ്മപെങ്ങന്മാർക്ക് ഉടുതുണി കിട്ടാനില്ല. താൻ വിദേശത്തു നിന്നും പന്ത്രണ്ട് സ്യൂട്ട് കെയ്സുകൾ നിറയെ ഷിഫോൺ സാരി കൊണ്ടു വന്നിരിക്കുന്നു. തന്റെ ഭാര്യക്കു ധരിക്കാൻ. തന്നെ ഇപ്പോൾ കൊല്ലും.

ഈ രോഷമാണ് പിന്നീട് 1971 ൽ ബംഗ്ലാദേശിന്റെ വിമോചനത്തിലേക്ക് നയിച്ചത്. വിദ്യാർത്ഥികളിലേറെയും താണ വരുമാനക്കാരായ മുസ്ലീം കുടുംബങ്ങളിൽ നിന്നുള്ളവരായിരുന്നു. എന്നാൽ ഭരണക്കാരായ പടിഞ്ഞാറെ പാകിസ്ഥാനിൽ നിന്നുള്ളവർ സമ്പന്ന പശ്ചാത്തലക്കാരും. പില്ക്കാല കലാപങ്ങൾക്കുള്ള കനൽ ഇതായിരുന്നു.

1948 പിറന്നതോടെ ചീത്തകാലം കഴിഞ്ഞുവെന്നു ഞങ്ങൾ കരുതി. മതസൗഹാർദ്ദം നിലനിർത്താൻ ഞങ്ങൾ മുസ്ലീം വിദ്യാർത്ഥികളുമായി ചേർന്ന് സമിതികളുണ്ടാക്കി. ആ സമയത്ത് മിടുക്കിയായ ഒരു ബ്രിട്ടീഷ് യുവതി ഡാക്കയിലുണ്ടായിരുന്നു. കാർമ്മൽ ബ്രിങ്മാൻ എന്നായിരുന്നു അവളുടെ പേര്. ഇംഗ്ലണ്ടിലെ ഏതോ യൂണിവേഴ്സിറ്റിയിലെ

വിദ്യാർത്ഥിനിയായിരുന്നു അവൾ. വിദ്യാർത്ഥികളുടെ സാർവ്വദേശീയ യൂണിയന്റെ പ്രതിനിധിയായി ഡാക്കയിൽ എത്തിയതായിരുന്നു. ഫെബ്രുവരിയിൽ കൽക്കത്തിയിൽ നടക്കുന്ന വിദ്യാർത്ഥി യുവജന സംഘടനകളുടെ തെക്ക്-കിഴക്കേഷ്യ കോൺഫറൻസിന് പാകിസ്ഥാൻ പ്രതിനിധികളെ സംഘടിപ്പിക്കാൻ എത്തിയതായിരുന്നു. പടിഞ്ഞാറൻ പാകിസ്ഥാനിൽ അപ്പോൾ അതിനുതക്ക വിദ്യാർത്ഥി യുവജന പ്രസ്ഥാനങ്ങൾ ഇല്ലാത്തതിനാലാണവർ ഡാക്കയിലെത്തിയത്. ഡാക്കയിലാകട്ടെ വിവിധ പശ്ചാത്തലങ്ങളിൽ നിന്നെത്തിയ യുവതി യുവാക്കൾ പ്രസ്ഥാനത്തിലുണ്ടായിരുന്നുതാനും. വേൾസ് ഫെഡറേഷൻ ഓഫ് ഡെമോക്രാറ്റിക് യൂത്തും, ഇന്റർ നാഷണൽ യൂണിയൻ ഓഫ് സ്റ്റുഡന്റ്സും അന്ന് ചെക്കോസ്ലാവാക്യയുടെ തലസ്ഥാനമായ പ്രോഗിലാണ് പ്രവർത്തിച്ചിരുന്നത്. പാകിസ്ഥാൻ ഡെലിഗേഷനിൽ ഞാൻ മാത്രമാണ് ഹിന്ദുവായിട്ടുണ്ടായിരുന്നത്. ഡെലിഗേഷനിൽ ഒരു യുവതിയെങ്കിലും വേണമെന്ന് കാർമ്മൽ നിർബ്ബന്ധം പിടിച്ചു. ഒരു യുവതിയെ പ്രതിനിധിയായി കണ്ടെത്തുക അത്ര എളുപ്പമുള്ള കാര്യമായിരുന്നില്ല. പാകിസ്ഥാൻ പിറന്നിട്ട് ഒരു കൊല്ലം പോലും ആയിരുന്നില്ല. മുസ്ലീം സമുദായത്തിലെ സ്ത്രീകൾ പുറത്തിറങ്ങി ജാഥയിലും യോഗങ്ങളിലും പങ്കെടുത്തു തുടങ്ങിയിരുന്നുമില്ല. ഒടുവിൽ എന്റെ ചങ്ങാതി മുസ്താഫിസിസൂർ റഹ്മാൻഖാൻ മോണ്ടുവിന്റെ അടുത്ത ഒരു ബന്ധുവിനെ പ്രതിനിധിയാക്കി.

അക്കാലത്ത് ഡാക്കയിൽനിന്നും കൽക്കത്തയിലേക്കു പോകണമെങ്കിൽ ആദ്യം തീവണ്ടിമാർഗ്ഗം നാരായൺഗഞ്ചിലെത്തണം അവിടെനിന്നും കപ്പൽമാർഗ്ഗം ഗോലുണ്ടോയിലും ഗോലുണ്ടോയിൽനിന്നും തീവണ്ടിമാർഗ്ഗം കൽക്കത്തയിലെ സിയാൽദയിലും എത്തണം. ഫെബ്രു

ഡാക്ക സർവ്വകലാശാല 1940 കളിൽ

വരി മാസത്തിലെ ആ പ്രഭാതം ഞാനിന്നും വ്യക്തമായി ഓർക്കുന്നു. പുറത്ത് നേരിയ തണുപ്പുണ്ടായിരുന്നു. മുണ്ടും കുർത്തയും ധരിച്ച് അഭിമാനത്തോടെ പാകിസ്ഥാൻ പതാക ശരീരത്തിൽ ചുറ്റി സിയാൽദയിൽ ഇറങ്ങി. മുസ്ലീങ്ങളായ മിക്ക പ്രതിനിധികൾക്കും കൽക്കത്തയിൽ ബന്ധുക്കളായി ആരെങ്കിലുമൊക്കെ ഉണ്ടായിരുന്നു. ഞാൻ തലാപാർക്കിലുള്ള ഒരു അമ്മായിയുടെ കൂടെക്കൂടി. ഇവിടെ ഒരു കാര്യം സാന്ദർഭികമായി സൂചിപ്പിക്കേണ്ടതുണ്ട്. കമ്യൂണിസ്റ്റ് പാർട്ടിയുടെ ബംഗാൾ ഘടകം അക്കാലത്ത് പശ്ചിമബംഗാളെന്നും കിഴക്കൻ പാകിസ്ഥാൻ എന്നും രണ്ടായി പിരിഞ്ഞിരുന്നില്ല. അതിർത്തികൾ കടന്ന് അങ്ങോട്ടുമിങ്ങോട്ടും പോകുന്നതിനും യാതൊരു തടസ്സങ്ങളും ഉണ്ടായിരുന്നുമില്ല. കൽക്കത്തയിൽ എത്തിയപ്പോൾ ഡാക്കയിൽ നിന്നുള്ള ഞങ്ങളുടെ ഡെലിഗേഷനിൽ ഒരു മാറ്റം വന്നതായി മനസ്സിലാക്കി. ഒരാളെ ഒഴിവാക്കി പകരം മൻസൂർ ഹബീബിനെ പ്രതിനിധിയാക്കിയിരുന്നു. മൻസൂർ അപ്പോഴേക്കും ബംഗാളിലെ ഒരു പ്രമുഖ കർഷക നേതാവായി അറിയപ്പെട്ടു കഴിഞ്ഞിരുന്നു. മൻസൂർ ഹബീബിനെ കിഴക്കൻ പാകിസ്ഥാനിൽ പ്രവർത്തിക്കാനായി പാർട്ടി നിയോഗിച്ചതിനാലാണ് അദ്ദേഹത്തെ പ്രതിനിധിയാക്കിയത്. ശുഭ്രവസ്ത്രധാരിയായ മൻസൂർ ഇംഗ്ലീഷ് കലർത്തി ഉർദ്ദുവിൽ സംസാരിക്കുന്നത് നല്ലൊരു കാഴ്ചയായിരുന്നു. വെല്ലിങ്ടൺ സ്ക്വയറിലെ വേദിയിൽ വച്ച് പാകിസ്ഥാനിലെ കർഷകരുടെ പ്രശ്നങ്ങൾ അദ്ദേഹം അക്കമിട്ടു നിരത്തി. (1977 ൽ മൻസൂർ ഹബീബ് പശ്ചിമ ബംഗാൾ അസംബ്ലിയിലെ സ്പീക്കറും കുറേ വർഷങ്ങൾക്കുശേഷം എന്നോടൊപ്പം മന്ത്രിസഭാ അംഗവുമായി പ്രവർത്തിച്ചു. ഞങ്ങൾ അപ്പോഴെല്ലാം 1948 ലെ സൗത്ത് ഈസ്റ്റ് ഏഷ്യാ യൂത്ത് കോൺഫറൻസിനെ പറ്റിയുള്ള ഓർമ്മകൾ പങ്കിടുമായിരുന്നു.)

ആ യുവജന സമ്മേളനം എന്റെ കണ്ണുതുറപ്പിച്ചു. ഇന്ത്യയുടെ ഇതര ഭാഗങ്ങളിൽ നിന്നും ലോകത്തിന്റെ വിവിധ കോണുകളിൽ നിന്നുമുള്ള യുവതീയുവാക്കളുമായി ആശയവിനിമയം നടത്താൻ കഴിഞ്ഞു. അവരെല്ലാം തന്നെ മാർക്സിസ്റ്റ് ദർശനത്തിൽ വിശ്വസിക്കുന്നവരായിരുന്നു. ദാക്കുറിയാ തടാകത്തിന്റെ കരയിലെ ബാരക്കുകളിലാണ് വിദേശപ്രതിനിധികളെ പാർപ്പിച്ചിരുന്നത്. രണ്ടാം ലോകമഹായുദ്ധകാലത്ത് പട്ടാളക്കാർക്കായി നിർമ്മിച്ചതായിരുന്നു ആ ബാരക്കുകൾ. പൂത്തു നില്ക്കുന്ന ഗുൽമോഹർ മരങ്ങളും തെങ്ങുകളും നിറഞ്ഞ ആ തടാകം മനോഹരമായ കാഴ്ചയായിരുന്നു. സമ്മേളന നടപടികൾ സജീവവും വർണ്ണാഭവുമായിരുന്നു. മുദ്രാവാക്യം വിളികളും വൈകാരിക പ്രകടനങ്ങളും സമ്മേളനത്തെ പ്രകമ്പനം കൊള്ളിച്ചു. ജനപ്രതിനിധികളെല്ലാം തന്നെ വൈവിദ്ധ്യമാർന്ന രാഷ്ട്രീയ സാംസ്കാരിക പശ്ചാത്തലങ്ങളിൽ നിന്നും വന്നവരായിരുന്നിട്ടും അവരുടെ വൈകാരികമായ അടുപ്പം എന്നെ അതിശയിപ്പിച്ചു. ചില പ്രതിനിധികൾ നവസ്വതന്ത്ര രാജ്യങ്ങളെയാണ് പ്രതി

നിധീകരിച്ചത്. കൽക്കത്തയിലെ യുവ കമ്യൂണിസ്റ്റുകാരായിരുന്നു സമ്മേളനത്തിന്റെ പ്രധാന സംഘാടകർ. പില്ക്കാലത്ത് സി പി ഐയുടെ ജനറൽ സെക്രട്ടറിയായി ഉയർന്ന് അർദ്ധേന്ദുഭൂഷൺ ബർദാൻ (എ ബി ബർദാൻ) ആയിരുന്നു പ്രധാന അനൗൺസർ. യുഗോസ്ലാവിയയിൽ നിന്നുള്ള പ്രതിനിധി പ്രസംഗപീഠത്തിലേക്കു നടക്കുമ്പോൾ ബർദാൻ ഉച്ചത്തിൽ വിളിച്ചു പറയും: "യുഗോസ്ലാവിയയിൽ നിന്നുള്ള സഖാവ് വിജയിക്കട്ടെ!" അപ്പോൾ സമീപത്തിരുന്ന ഗീതാ മുഖർജി ബർദാനോടു വിളിച്ചു പറയും: "സഖാവ് ടിറ്റോക്കും സിന്ദാബാദ് വിളിക്കൂ സഖാവേ, എന്ന്."

ലണ്ടനിൽ നിന്നുമുള്ള കിറ്റി വൂമ്ല മുഖ്യ സംഘാടകരിലൊരാളായിരുന്നു. പാഴ്സി സമൂഹാംഗമായിരുന്നു അവർ. ഏറെ ആരാധനയോടെയാണ് ഞാനവരെ നോക്കിയിരുന്നത്. അവർ പിന്നീട് പ്രവർത്തന രംഗം ഇന്ത്യയിലേക്കു മാറ്റി. കേരളത്തിൽനിന്നുള്ള രാമദാസ് മേനോനെ വിവാഹം കഴിച്ചു. ഇരുപതു വർഷങ്ങൾക്കുശേഷം അവർ ഡൽഹി സ്കൂൾ ഓഫ് ഇക്കോണമിക്സിൽ അദ്ധ്യാപക ജോലിക്ക് അപേക്ഷ നല്കി. വിധിവൈപരീതയത്താൽ ഞാനായിരുന്നു സെലക്ഷൻ കമ്മിറ്റിയിലെ ഒരംഗം. ഏറെ ക്ലേശപൂർവ്വമായിരുന്നു അപ്പോഴവരുടെ ജീവിതമെങ്കിലും അവരുടെ പ്രത്യയശാസ്ത്ര സ്ഥൈര്യത്തിന് ഒരു കുറവുമുണ്ടായിരുന്നില്ല. അവർ ദീർഘകാലം പാർട്ടിയുടെ മുഖ പ്രസിദ്ധീകരണമായ *പീപ്പിൾസ് ഡെമോക്രസിയിൽ* പണിയെടുത്തു.

ഈ സംഭവങ്ങളെയെല്ലാം ഭാവിയുടെ ഗർഭത്തിൽ പേറിയാണ് ഞങ്ങൾ ആ സമ്മേളനത്തിൽ പങ്കെടുത്തത്. ആ യുവ സമ്മേളനത്തിൽ ഇന്ത്യൻ പ്രതിനിധിസംഘം പ്രതിസന്ധിയും സൃഷ്ടിച്ചു. ഇടതു പ്രവർത്തകരും കോൺഗ്രസ് അനുഭാവികളേ ആ സമ്മേളനത്തിൽ പങ്കെടുത്തിരുന്നു. സുഭാഷ് ചന്ദ്രബോസിനെപ്പറ്റിയുള്ള പ്രമേയത്തിൽ വ്യത്യസ്ത അഭിപ്രായക്കാർ തമ്മിൽ സമ്മേളത്തിൽ രൂക്ഷമായ വാദപ്രതിവാദങ്ങളിലേർപ്പെട്ടു. സമ്മേളനത്തിന്റെ ഒടുവിലത്തെ ദിവസം വിദേശ പ്രതിനിധികൾക്ക് ഷാഹിദ് മിനാറിൽ സ്വീകരണം നല്കി. നിലയ്ക്കാത്ത ജനപ്രവാഹമാണ് അതിനോടനുബന്ധിച്ച പ്രകടനത്തിൽ ഉണ്ടായത്. നഗരം ചെമ്പതാകകളിൽ നിറഞ്ഞു. സമ്മേളനം കഴിഞ്ഞു. മിക്ക വിദേശ പ്രതിനിധികളും പോയി. ഞാൻ ഏതാനും ദിവസം കൂടി കൽക്കത്തയിൽ തങ്ങി. വിദേശ പ്രതിനിധികളിൽ ചിലർ ബംഗാളിന്റെ സാംസ്കാരിക രാഷ്ട്രീയ സാമ്പത്തിക സാഹചര്യങ്ങൾ കൂടുതൽ പഠിക്കാൻ ഈ അവസരം ഉപയോഗപ്പെടുത്തി. അവർ അവിടെ തങ്ങാനുള്ള മറ്റൊരു പ്രധാന കാരണവും ഉണ്ടായിരുന്നു. കമ്യൂണിസ്റ്റു പാർട്ടിയുടെ രണ്ടാം കോൺഗ്രസ് തുടർന്നുള്ള ആഴ്ചയിൽ നടക്കാനിരിക്കുകയായിരുന്നു. ഈ വിദേശ പ്രതിനിധികൾക്കായി കൽക്കത്തയിലെ പ്രശസ്ത ഗായകനായ ജ്ഞാൻപ്രകാശിന്റെ കുടുംബവീട്ടിൽ ഒരു സാംസ്കാരിക പരിപാടി

സംഘടിപ്പിച്ചിരുന്നു. പരിപാടികൾ നടന്നുകൊണ്ടിരിക്കെ രണ്ടു ജീപ്പുകളിലായി എത്തിയ ചിലർ പരിപാടി നടക്കുന്നിടത്തേക്ക് ബോംബുകൾ വലിച്ചെറിയുകയും സ്റ്റെൻഗൺ ഉപയോഗിച്ച് വെടിയുതിർക്കുകയും ചെയ്തു. രണ്ടു കലാകാരന്മാർ തൽക്ഷണം മരണപ്പെട്ടു. നിരവധി പേർക്കു പരിക്കേറ്റു. എനിക്കു അടക്കാനാകാത്ത ക്ഷോഭമുണ്ടായി. ഞാൻ ഡാക്കയിലേക്ക് മടങ്ങി. അവിടെയുള്ള പഴയ രാഷ്ട്രീയ ബന്ധങ്ങൾ അവസാനിപ്പിച്ച് മാർക്സിസത്തിന്റെ വഴി തെരഞ്ഞെടുത്തു."

വിഭജനം: ചരിത്രം തമസ്കരിക്കപ്പെടുന്നു

മഹാത്മാഗാന്ധി ഒരിക്കൽ എഴുതി

"ബംഗാളിലെ ഹിന്ദുക്കളെയും മുസ്ലിങ്ങളെയും മതത്തിന്റെ പേരിൽ രണ്ടായി പകുത്തുമാറ്റാനാവില്ല. അവർ ഒരു ഭാഷ സംസാരിക്കുന്നു. പൊതുവായൊരു സംസ്കാരമാണ് അവർക്കുള്ളത്. ബംഗാളിനെ എന്താണോ ബംഗാളാക്കുന്നത് അതു ഇരുവിഭാഗങ്ങൾക്കുമുള്ളതാണ്. ഇരുകൂട്ടരും തുല്യമായി അതിൽ അഭിമാനിക്കുന്നുണ്ട്."

ബംഗാളിനെ വെട്ടിമുറിച്ചവർക്ക് ഇത് അറിയാത്തതല്ല. ബംഗാളി ദേശീയതയെ തകർക്കാനും ആയിരം വർഷത്തോളം പഴക്കമുള്ള അവരുടെ ഐക്യത്തെ ശിഥിലമാക്കാനും പരസ്പരം പോരടിക്കുന്നവരാക്കി മാറ്റാനുമാണ് ബ്രിട്ടീഷുകാർ ആദ്യം വിഭജിച്ചത്. എന്നാൽ 1947 ലെ വിഭജനവും 1905 ലെ വിഭജനവും തമ്മിൽ താരതമ്യപ്പെടുത്താനാവില്ല. 1905 ൽ ബ്രിട്ടീഷുകാർ നടത്തിയത് രാഷ്ട്രീയമായ ഒരു നീക്കമായിരുന്നു. അപ്പോൾ മനുഷ്യരുടെയോ വാഹനങ്ങളുടേയോ നീക്കത്തിന് തടസ്സമുണ്ടായിരുന്നില്ല. ചരക്കു നീക്കവും വാർത്താവിതരണവും തടസ്സം കൂടാതെ നടന്നു. 1947 ലാകട്ടെ പശ്ചിമ ബംഗാൾ ഇന്ത്യയിലും കിഴക്കൻ ബംഗാൾ പാകിസ്ഥാനിലുമായി. ബംഗാൾ രണ്ടായി. ദിനജ് പൂർ, ജെസ്സോർ, നദിയ, മാൾഡ ജില്ലകളിൽപ്പെട്ടിരുന്ന മനുഷ്യർപോലും രണ്ടു രാജ്യങ്ങളിലായി. അവർക്കിടയിലേക്ക് രാജ്യാതിർത്തി കടന്നുവന്നു. നൂറ്റാണ്ടുകളായി നടന്നു വന്ന സാമ്പത്തിക ബന്ധങ്ങൾ നിലച്ചു. അഭയാർത്ഥി പ്രവാഹത്താൽ ബംഗാൾ വിറങ്ങലിച്ചു. ഗതാഗതം നിലച്ചു. ബംഗാളിന്റെ ചിറകുകൾ തകർന്നു.

വിഭജനവും കോൺഗ്രസ്-മുസ്ലിംലീഗ് ഭിന്നതയും

ഇന്ത്യൻ നാഷണൽ കോൺഗ്രസിന്റെയും മുസ്ലീം ലീഗിന്റെയും നേതാക്കൾ തമ്മിൽ ഉണ്ടായിരുന്ന ഭിന്നതയുടെ അടിവേര് ഇന്ത്യക്ക് എല്ലാ അധികാരവും കേന്ദ്രീകരിക്കുന്ന ഒരു ഭരണ സംവിധാനം വേണമോ സ്വയം ഭരണാധികാരമുള്ള യൂണിറ്റുകളുടെ ഫെഡറേഷൻ വേണമോ എന്നതു സംബന്ധിച്ചായിരുന്നു. ആ ഭിന്നതയാണ് ഇന്ത്യയുടെ വിഭജനത്തിലേക്കു നയിച്ചത്. 1921 ൽ മുസ്ലിം ലീഗ് സമ്മേളനത്തിൽ അദ്ധ്യക്ഷം വഹിച്ച മൗലാനാ ഹസ്റത്ത് മൊഹാനി സ്വതന്ത്ര ഇന്ത്യൻ രാജ്യങ്ങളുടെ ഫെഡറേഷൻ എന്ന ആവശ്യം ഉന്നയിച്ചു. 1924 ൽ മുസ്ലീം ലീഗ് സമ്മേളനം അംഗീകരിച്ച പ്രമേയം ഇപ്രകാരമായിരുന്നു.

നിലവിലുള്ള ഇന്ത്യൻ പ്രവിശ്യകളെ സമ്പൂർണ്ണ പ്രാദേശിക സ്വയം ഭരണമുള്ള പ്രദേശങ്ങളായി നിലനിർത്തി ഫെഡറൽ തത്ത്വങ്ങളുടെ അടിസ്ഥാനത്തിൽ ഒരു പൊതുഗവൺമെന്റിനു കീഴിൽ യോജിപ്പിക്കണം. കേന്ദ്ര ഗവൺമെന്റിന്റെ ചുമതല പൊതുവായി ബാധിക്കുന്ന കാര്യങ്ങൾ കൈകാര്യം ചെയ്യുന്നതിൽ മാത്രമായിരിക്കണം.

ഇവിടെ ശ്രദ്ധിക്കേണ്ട കാര്യം 1909 ൽ അന്നത്തെ ബ്രിട്ടീഷ് ഗവൺമെന്റ് നിയമ നിർമ്മാണ സഭകളിലേക്കുള്ള തിരഞ്ഞെടുപ്പുകളിൽ മുസ്ലീങ്ങൾക്ക് പ്രത്യേകമായ വോട്ടർപട്ടിക അനുവദിച്ചിരുന്നു. 1916 ൽ ലക്നൗ ഉടമ്പടിയിലൂടെ കോൺഗ്രസ് ഇതിനെ അംഗീകരിച്ചു. 1927 ൽ മുഹമ്മദ് അലി ജിന്നയുടെ നേതൃത്വത്തിലുള്ള മുസ്ലിം ലീഗ് പ്രത്യേക വോട്ടർപട്ടിക തള്ളി പൊതുവായ വോട്ടർപട്ടിക സോപാധികമായി അംഗീകരിക്കാൻ തയ്യാറായി. ഉപാധികൾ ഇപ്രകാരമായിരുന്നു:

1) ബോംബെ പ്രസിഡൻസിയുടെ ഭാഗമായ സിന്ധിനെ പ്രത്യേക പ്രവിശ്യയാക്കുക.

2) കിഴക്കുപടിഞ്ഞാറൻ അതിർത്തി പ്രവിശ്യകളെയും ബലൂചിസ്ഥാനെയും മറ്റു പ്രവിശ്യകൾക്കൊപ്പം അംഗീകരിക്കുക.

3) ബംഗാൾ പഞ്ചാബ് പ്രവിശ്യകളിലെ നിയമനിർമ്മാണ സഭകളിൽ ജനസംഖ്യാനുപാതിക പ്രാതിനിദ്ധ്യം അനുവദിക്കുക.

4) ലക്നൗ ഉടമ്പടിയിൽ കോൺഗ്രസ് അംഗീകരിച്ചിരുന്നതുപോലെ കേന്ദ്ര നിയമനിർമ്മാണ സഭയിൽ മുസ്ലിം പ്രാതിനിധ്യം മൂന്നിലൊന്നിൽ കുറയാതെ നിലനിർത്തുക.

കോൺഗ്രസ് വർക്കിങ് കമിറ്റി ആദ്യം ഇത് അംഗീകരിച്ചു. എന്നാൽ സ്വരാജിന്റെ ഭരണഘടന തയ്യാറാക്കാൻ 1928 മാർച്ചിൽ ചേർന്ന സർവ്വ കക്ഷി യോഗത്തിൽ ഹിന്ദു മഹാസഭാ നേതാക്കൾ ഇതിനെ എതിർത്തു. അവർ കോൺഗ്രസിലെ പ്രബലരായ നേതാക്കൾ കൂടിയായിരുന്നു. 1928 മാർച്ച് 17 ന് മുസ്ലിം ലീഗ് സമ്മേളനത്തിൽനിന്നും പിന്മാറി. പിന്നീട് മോട്ടി ലാൽ നെഹ്റു ചെയർമാനായി തട്ടിക്കൂട്ടിയ കമിറ്റി ഹിന്ദു മഹാസഭയുടെ ആവശ്യത്തിനു മുന്നിൽ കീഴടങ്ങി. സ്വന്തം വാഗ്ദാനത്തിൽ നിന്നും കോൺഗ്രസ് ലജ്ജാകരമായി പിൻവാങ്ങി. ഇതാണ് വാസ്തവത്തിൽ പാകിസ്ഥാൻ രൂപീകരണത്തിലേക്കു നയിച്ച പ്രധാന കാര്യം.

ഇന്ത്യൻ ദേശീയ പ്രശ്നങ്ങൾ വർഗ്ഗീയ പ്രശ്നങ്ങളുമായി പലവിധ ത്തിൽ ബന്ധപ്പെട്ടുകിടക്കുന്നു. മാർവാഡികളും ഗുജറാത്തികളും പാഴ്സി കളുമടങ്ങുന്ന ബനിയ വിഭാഗത്തിന് അങ്ങേയറ്റം കേന്ദ്രീകൃതമായ ഒരു രാജ്യമാണ് ആവശ്യം. കാരണം ആ ജനവിഭാഗങ്ങളിൽ നിന്നാണ് ഇന്ത്യ യിലെ വൻകിട ബൂർഷ്വാസി വരുന്നത്. ഹിന്ദി രാജ്യഭാഷയാക്കണമെ ന്നതും ഇവരുടെ വാശിയാണ്. കാരണം രാജ്യവ്യാപകമായ കമ്പോളം കൈക്കലാക്കാൻ അതവരെ സഹായിക്കും. അവർക്കെതിരെ ഉയർന്നു വന്നേക്കാവുന്ന പ്രാദേശിക മൂലധന ശക്തികളെ നേരിടാനും ഇത് ആവ ശ്യമാണ്. മറുവശത്ത് വളർന്നുവന്നുകൊണ്ടിരിക്കുന്ന മുസ്ലീം ബിസിനസ് ശക്തികൾക്ക് മുസ്ലീം ഭൂരിപക്ഷ പ്രദേശങ്ങളിൽ സ്വയം ഭരണം വേണം. കാരണം, എങ്കിൽ മാത്രമേ അവർക്ക് മാർവാഡി- ഗുജറാത്തി- പാഴ്സി സ്വവിഭാഗങ്ങളിൽപ്പെട്ട വൻകിട ബൂർഷ്വാസിയോടു മത്സരിച്ചു നില്ക്കാ നാകൂ. കോൺഗ്രസിലെ ഉയർന്ന നേതൃത്വം ഈ ബനിയ വിഭാഗത്തോ ടൊപ്പം നിലകൊണ്ടു. അവർക്ക് വേണ്ടത് പ്രവിശ്യകളുടെ മേലുള്ള സമ്പൂർണ്ണ നിയന്ത്രണമാണ്. ഈ ഹിന്ദു-ജയിൻ-പാഴ്സി വിഭാഗ ത്തിൽപ്പെട്ട വൻകിട ബൂർഷ്വാസിയോ മുസ്ലിം പ്രാദേശിക ബൂർഷ്വാ സിയോ പ്രവിശ്യകളുടെ അഥവാ ഉപദേശീയതകളുടെ സ്വയംനിർണ്ണാ യവകാശത്തെ അംഗീകരിച്ചിരുന്നില്ല."[1] ഇന്ത്യാ-പാകിസ്ഥാൻ വിഭജന ത്തിനകത്തെ വർഗ്ഗതാല്പര്യങ്ങളാണ് സുനീതികുമാർഘോഷ് ഇവിടെ ചൂണ്ടിക്കാട്ടുന്നത്.

1940 മാർച്ചിൽ ലാഹോറിൽ ചേർന്ന മുസ്ലിം ലീഗ് സമ്മേളനം ഉദ്ഘാ ടനം ചെയ്തുകൊണ്ട് ജിന്ന പറഞ്ഞു: "മുസ്ലിങ്ങൾ ഒരു ദേശമാണ് അവർക്ക് അവരുടെ മാതൃഭൂമി ലഭ്യമാക്കണം. അതിർത്തികളും സംസ്ഥാ നവും ലഭ്യമാക്കണം." 23-ാം തീയതി അംഗീകരിക്കപ്പെട്ട പ്രമേയത്തിൽ മുസ്ലിങ്ങൾ ഭൂരിപക്ഷമായ ഇന്ത്യയിലെ വടക്കുപടിഞ്ഞാറൻ പ്രദേശ ങ്ങളും കിഴക്കൻ പ്രദേശങ്ങളും ഏകോപിപ്പിച്ച് സ്വതന്ത്ര സംസ്ഥാനങ്ങൾ

ആക്കണമെന്നും ഓരോന്നിനു സ്വയം ഭരണവും പരമാധികാരവും നല്കണമെന്നും ആവശ്യപ്പെട്ടു. മഹാത്മാഗാന്ധി എപ്പോഴും പറഞ്ഞിരുന്നത് താൻ ഒന്നാമതായി ഒരു ഹിന്ദുവും പിന്നെ ഇന്ത്യാക്കാരനാണെന്നുമാണെങ്കിൽ താൻ ഒന്നാമതായി ഇന്ത്യാക്കാരനും പിന്നെ മുസ്ലീമും ആണെന്നായിരുന്നു ജിന്ന പറഞ്ഞിരുന്നത്. വിരോധാഭാസമെന്ന് പറയട്ടെ ആ ജിന്നയാണ് കോൺഗ്രസ് ഉയർത്തിയ ഇന്ത്യൻദേശീയതയെ എതിർക്കാൻ മുസ്ലിം ദേശീയതയെകുറിച്ച് പറഞ്ഞത്. രണ്ടു വാദങ്ങളും യഥാർത്ഥത്തിൽ വ്യാജമായിരുന്നു.[2] യഥാർത്ഥത്തിൽ ജിന്ന മാത്രമായിരുന്നില്ല ദ്വിരാഷ്ട്രവാദം ഉന്നയിച്ചിരുന്നത്. ബങ്കിം ചന്ദ്രചാറ്റർജിയും സർ സെയ്ദ് അഹമ്മദും 19-ാം നൂറ്റാണ്ടിൽ തന്നെ ഈ വാദം ഉയർത്തിയിരുന്നു. 20-ാം നൂറ്റാണ്ടിലാകട്ടെ ഹിന്ദു മഹാസഭ, ജനസംഘം തുടങ്ങിയ ഹിന്ദു വർഗ്ഗീയവാദപാർട്ടികളുടെ ഹിന്ദു രാഷ്ട്രസങ്കല്പം മുതൽ ആർഎസ് എസ് സ്ഥാപകനായ ഹെഡ്ഗേവാർക്കു വരെ ഹിന്ദുക്കളായിരുന്നു ഭാരതത്തിലെ 'ദേശം', അതാണ് ഹിന്ദുത്വവും രാഷ്ട്രീയത്വവും എന്നു പ്രഖ്യാപിച്ചിരുന്നു. ഹിന്ദുസ്ഥാൻ ഹിന്ദുക്കൾക്ക് എന്നായിരുന്നു ആർ എസ് എസ് മുദ്രാവാക്യം.

ദ്വിരാഷ്ട്രവാദമനുസരിച്ച് ജിന്ന ഇന്ത്യാവിഭജനം ആവശ്യപ്പെട്ടിരുന്നെങ്കിലും അദ്ദേഹം അതിൽ വിശ്വസിച്ചിരുന്നതായി കണക്കാക്കാനാവില്ല. 1940 നു മുമ്പുവരെ ജിന്ന ഹിന്ദുക്കളും മുസ്ലിങ്ങളും ചേർന്നതാണ് ഒരു ദേശമെന്ന് വിശ്വസിച്ചിരുന്നത്. അതുകൊണ്ടാണ് സരോജിനി നായിഡുവിനെപ്പോലുള്ളവർ ജിന്നയെ ഹിന്ദുമുസ്ലീം മൈത്രിയുടെ അംബാസിഡർ എന്നു വിളിച്ചത്. 1944 ഫെബ്രുവരിയിലെ ലാഹോർ പ്രമേയം അംഗീകരിക്കപ്പെട്ട ശേഷം ലണ്ടനിലെ *ന്യൂസ് ക്രോണിക്കിൾ* എന്ന പത്രത്തിന്റെ പ്രതിനിധിക്ക് നല്കിയ അഭിമുഖത്തിൽ ജിന്ന ഇങ്ങനെ ചോദിച്ചത്രേ:

24 വ്യത്യസ്ത ദേശങ്ങൾ അടങ്ങുന്ന വിശാലമായ ഒരു രാജ്യത്തിന് അതിന്റെ ഇരുപത് ഭാഷകൾ വച്ചുകൊണ്ട് എപ്പോഴെങ്കിലും ഒറ്റരാജ്യമായി നിലകൊള്ളാനാവുമെന്ന് സാമാന്യ ബുദ്ധിയുള്ള ആർക്കെങ്കിലും വിശ്വസിക്കാനാകുമോ?

യഥാർത്ഥത്തിൽ ലാഹോർ പ്രമേയം വിലപേശൽ മാത്രമായിരുന്നു. 1943 ഏപ്രിലിൽ മാസത്തിൽ ചേർന്ന ലീഗ് സമ്മേളനത്തിൽ ജിന്ന ഇങ്ങനെ പറഞ്ഞു: ലാഹോർ പ്രമേയം പാസ്സാകുമ്പോൾ നമ്മൾ പാകിസ്ഥാൻ എന്നൊരു വാക്കേ ഉച്ചരിച്ചിരുന്നില്ല എന്ന കാര്യം നിങ്ങൾ ഓർക്കുന്നുണ്ടാവും. ആരാണ് നമുക്കീ വാക്ക് തന്നത്. അത് അവരുടെ തെറ്റാണെന്ന് ഞാൻ പറയും. പാകിസ്ഥാന്റെ പേര് പറഞ്ഞ് അവർ നമ്മുടെ പ്രമേയത്തെ അപലപിക്കുകയായിരുന്നു. അവരാണ് ആ വാക്ക് അടിച്ചേല്പിച്ചത്. തല്ലികൊല്ലുന്നതിനു മുമ്പ് പട്ടിയെ പേപ്പട്ടിയെന്നു വിളിക്കും പോലെ പാകിസ്ഥാൻ എന്ന വാക്ക് നമുക്കുമേൽ അടിച്ചേല്പ്പിച്ചത് ഹിന്ദു പത്രങ്ങളിലെ ഒരു വിഭാഗവും ബ്രിട്ടീഷ് പത്രങ്ങളും ചേർന്നാണ്."[3] ദ്വിരാ

ഷ്ട്രവാദത്തിന്റെ അടിസ്ഥാനത്തിൽ വിഭജനം ആവശ്യപ്പെട്ടാൽ കോൺഗ്രസ് നേതൃത്വം ഭയപ്പെട്ട് ചർച്ചയ്ക്ക് തയ്യാറാവും എന്നാണ് ജിന്ന കരുതിയതെങ്കിൽ അദ്ദേഹത്തിനു തെറ്റി. ഹിന്ദുക്കൾക്കും മുസ്ലിങ്ങൾക്കുമായി രണ്ടു ഫെഡറേഷനുകൾ എന്ന ആവശ്യം അംഗീകരിക്കാവുന്നതാണെന്ന് ഗാന്ധിയുടെ അഭ്യുദയകാംക്ഷികളിലൊരാളായ ജി ഡി ബിർള ഗാന്ധിക്കെഴുതിയിരുന്നു (1938). അദ്ദേഹം നെഹ്റുവിനും എഴുതി, വിഭജനത്തിന് സമ്മതിക്കണമെന്ന് ഗാന്ധിയെ പ്രേരിപ്പിക്കാൻ.

വിഭജനം സംബന്ധിച്ച് പല കെട്ടുകഥകളും പ്രചാരത്തിലുണ്ട്. അതിലൊന്നാണ് സാമുദായിക മൈത്രിയെക്കരുതി മാത്രമാണ് കോൺഗ്രസ് വിഭജനത്തിനു സമ്മതിച്ചതെന്ന കഥ. ആ കഥയുടെ ഉള്ളടക്കത്തിൽ മറ്റൊരു സൂചനയുണ്ട്. അതായത്. 1946 – 47 ലെ ഇടക്കാല സർക്കാർ പ്രവർത്തിച്ചു തുടങ്ങിയപ്പോഴാണ് മുസ്ലിം ലീഗുമായി ചേർന്നു പ്രവർത്തിക്കാനാവില്ലെന്ന് കോൺഗ്രസിനു മനസ്സിലായത് എന്നാണ്. ഈ കഥ കണ്ടുപിടിച്ച് പ്രചരിപ്പിച്ചത് രാജേന്ദ്ര പ്രസാദിനെപോലുള്ള കോൺഗ്രസുകാരാണ്. മറ്റൊരു കെട്ടുകഥയാണ് അവസാനം വരെ വിഭജനത്തെ എതിർത്തത് ഗാന്ധിജി മാത്രാണ് എന്നത്.[4] പല സുഹൃത്തുക്കളും ഹിന്ദു മുസ്ലിം ഐക്യത്തിനുവേണ്ടി എന്തെങ്കിലും ചെയ്യാൻ ഗാന്ധിജിയോട് ആവശ്യപ്പെട്ടിരുന്നു. പാകിസ്ഥാൻ കൂടാതെ തന്നെ മുസ്ലിംലീഗ് ചിലതൊക്കെ അംഗീകരിച്ചേക്കും എന്നും അവർ അദ്ദേഹത്തിന്റെ ശ്രദ്ധയിൽ പെടുത്തി. ഇതായിരുന്നു പ്രധാന പ്രശ്നം. ആരായിരിക്കണം കേന്ദ്ര ഭരണം നിയന്ത്രിക്കേണ്ടത്? കോൺഗ്രസ് ചില വിട്ടുവീഴ്ചകൾക്ക് തയ്യാറാകണം. വൈകിയാൽ ഫലം മാരകമായിരിക്കും. ഒരു ഇംഗ്ലീഷുകാരനായ സുഹൃത്ത് ഗാന്ധിജിയെ ഓർമ്മിപ്പിച്ചു. അതിനു ഗാന്ധി നല്കിയ മറുപടി ഇപ്രകാരമായിരുന്നു. തുന്നിക്കെട്ടൽപരിഹാരങ്ങൾക്ക് തീരെ താല്പര്യമില്ല. പാകിസ്ഥാൻ മുസ്ലിങ്ങൾക്കായി മാത്രമുള്ളതും അതിന്റെ നിഴലിൽനിന്നുകൊണ്ട് കൂടുതൽ നേടാൻ ആഗ്രഹിക്കുന്നതുമാണെങ്കിൽ ആ പരിഹാരം അനീതിയാണ്. അത് ഒരു പരിഹാരവും ഇല്ലായ്മയെക്കാൾ തെറ്റായിരിക്കും. അതിനാൽ ആ ശല്യം ഒഴിഞ്ഞുപോകുംവരെ ഞങ്ങൾ കാത്തിരിക്കും.[5] എന്നാൽ അദ്ദേഹത്തിന്റെ നിഷ്ക്രിയതയാൽ ആ ശല്യം ഒഴിഞ്ഞു പോയില്ല. അത് ദശലക്ഷക്കണക്കിനു മനുഷ്യരുടെ ജീവിതത്തിനു മുകളിലൂടെ വളർന്നു.

1946 ജൂലൈ 7നും 10 നും ജവാഹർലാൽ നെഹ്റു പ്രവിശ്യകൾക്കുള്ള സ്വയം ഭരണാവകാശവും പ്രവിശ്യകളുടെ ഗ്രൂപ്പിങ് സംവിധാനവും അവസാനിപ്പിക്കണമെന്നാവശ്യപ്പെട്ടു. തങ്ങളുടെ പ്രവർത്തന സ്വാതന്ത്ര്യവും പ്രാദേശിക ഡൊമനിയൻ പദവിയും നിയന്ത്രിക്കാനുള്ള നീക്കമാണിതെന്ന് മുസ്ലിംലീഗ് ഭയപ്പെട്ടു. ലീഗുമായി ഒരു വിട്ടുവീഴ്ചയ്ക്കും കോൺഗ്രസ് തയ്യാറല്ലെന്നതിന്റെ തെളിവായി അവർ ഈ പ്രഖ്യാപനങ്ങളെ കണ്ടു. അങ്ങനെ ഇന്ത്യാ വിഭജനം ഒഴിവാക്കാനാകാത്ത സാഹചര്യം സംജാതമായി.

ഇന്ത്യയിലെ പ്രമുഖ രാഷ്ട്രീയ പാർട്ടികളുടെ പ്രതിനിധികളെ ഉൾപ്പെടുത്തി ഒരു ഇടക്കാല ഗവൺമെന്റുണ്ടാക്കാൻ ക്യാബിനറ്റ് മിഷൻ ശുപാർശ ചെയ്തു. വൈസ്രോയി ഒഴികെ മറ്റെല്ലാവരും ഈ രാഷ്ട്രീയ പാർട്ടികളുടെ പ്രതിനിധികളായിരിക്കുമെന്നും ഉറപ്പു നല്കി. ആ സർക്കാരിന്റെ ഘടന സംബന്ധിച്ച് ലീഗും കോൺഗ്രസും തമ്മിൽ തർക്കം ഉടലെടുത്തു. ഗാന്ധി ഇങ്ങനെ പ്രതികരിച്ചു.

ഏകരൂപത്തിലുള്ള ഒരു ദേശീയ ഗവൺമെന്റാണ് ആവശ്യം. മുന്നണി ഗവൺമെന്റ് അപ്രായോഗികമാണ്.

ഐക്യ ചർച്ചകൾ പരാജയപ്പെട്ടു. വേവൽപ്രഭു കാബിനറ്റ് മിഷനുമായി ചർച്ച ചെയ്ത് ജൂൺ 16 ന് 14 അംഗ മുന്നണി സർക്കാർ രൂപീകരിക്കാനുള്ള നിർദ്ദേശം വച്ചു. കോൺഗ്രസിൽനിന്നും ആറുപേർ. അതിലൊരാൾ പട്ടികജാതി പട്ടികവർഗ്ഗവിഭാഗത്തിൽ നിന്നും. അതിൽ ഒറ്റ മുസ്ലിങ്ങളും ഇല്ല. അഞ്ചുപേർ മുസ്ലിം ലീഗ് പ്രതിനിധികൾ. ഒരാൾ വീതം സിഖുമതത്തിൽ നിന്നും പാഴ്സികളിൽ നിന്നും ഇന്ത്യൻ ക്രിസ്ത്യാനികളിൽ നിന്നും.

കോൺഗ്രസ് ഹൈക്കമാന്റ് ഈ നിർദ്ദേശത്തെ തള്ളിക്കളഞ്ഞു ഇതേക്കുറിച്ച് പെൻഡറൽ മൂൺ ഇങ്ങനെ എഴുതി:[6]

അവസാന നിമിഷത്തിൽ ഗാന്ധിജിയുടെ ഇടപെടൽ ഉണ്ടായിരുന്നില്ലെങ്കിൽ കോൺഗ്രസ് കാബിനറ്റ് മിഷൻ മുന്നോട്ടുവച്ച ഇടക്കാല ഗവൺമെന്റ് സംബന്ധിച്ച നിർദ്ദേശങ്ങൾ അംഗീകരിക്കുമായിരുന്നു. ജൂലൈ മുതൽ കോൺഗ്രസ്- ലീഗ് മുന്നണി സർക്കാർ അധികാരത്തിൽ വരുമായിരുന്നു. അടുത്ത ചില മാസങ്ങളിൽ അരങ്ങേറിയ വർഗ്ഗീയ കലാപങ്ങൾ ഒരിക്കലും സംഭവിക്കുമായിരുന്നില്ല.

ജൂലൈ 27 ന് ബോംബെയിൽ ചേർന്ന മുസ്ലീം ലീഗ് യോഗം കാബിനറ്റ് മിഷൻ നിർദ്ദേശത്തിന് നല്കിയ അംഗീകാരം പിൻവലിച്ചു. എത്തിച്ചേർന്ന ധാരണ തകർത്തതിൽ അവർ നെഹ്റുവിനെയും ആസാദിനെയും കുറ്റപ്പെടുത്തി. പ്രവിശ്യകളെ ഗ്രൂപ്പ് ചെയ്യാനുള്ള കാബിനറ്റ് മിഷൻ പദ്ധതി എതിർക്കാനും കോൺസ്റ്റിറ്റുവന്റ് അസംബ്ലിയെ പരമാധികാര ബോഡി ആക്കാനും അത് കരാറിന്റെ ചട്ടക്കൂടിന് പുറത്തുനിന്നു പ്രവർത്തിക്കാനുമുള്ള ധാരണ കാബിനറ്റ് മിഷന്റെ വിശ്വാസ്യത നഷ്ടമാകുമെന്നും അവർ പ്രഖ്യാപിച്ചു. അങ്ങനെയാണ് ആഗസ്ത് 16 ന് പ്രത്യക്ഷ സമരദിനം ആചരിക്കാനുള്ള മുസ്ലിം ലീഗ് തീരുമാനം ഉണ്ടായത്.

വർഗ്ഗീയ സംഘർഷസാദ്ധ്യത നിറഞ്ഞുനിന്ന നാളുകളായിരുന്നു അത്. ഈ സമയം വിദേശഭരണാധികാരികൾക്കെതിരെയും വിദേശീയ ചൂഷകർക്കെതിരെയും ഇന്ത്യയിലെമ്പാടും ഉയർന്നുവന്ന ജനകീയ പ്രക്ഷോഭത്തെ ശത്രുക്കൾ ഭയപ്പെട്ടു.

1946 ജൂലൈ 21 ന് ഗാന്ധിജി പട്ടേലിന് ഇങ്ങനെ എഴുതി: പലകാര്യ

ങ്ങളും കോൺഗ്രസിന്റെ കൈകളിൽനിന്നും വഴുതിപ്പോവുകയാണ്. പോസ്റ്റുമാൻമാർ ഇതു ശ്രദ്ധിക്കുകയില്ല. അതുപോലെതന്നെ അഹമ്മദാബാദും. അവിടെ വർഗ്ഗീയ കലാപം തുടങ്ങിക്കഴിഞ്ഞിരുന്നു. ഹരിജനങ്ങളും മുസ്ലിങ്ങളും. ഇത് അസാധാരണമായൊരു സാഹചര്യമാണ്.[7]

ജൂലൈ 24 ന് ഗാന്ധിജി പട്ടേലിന് വീണ്ടും എഴുതി:

വേറെയും ചില സമരങ്ങൾ ശക്തമാകുന്നുണ്ട് പ്രത്യേകിച്ച് പോസ്റ്റൽ സമരം. ഇതെല്ലാം വളരെ പ്രസക്തമായി തോന്നുന്നു. ഉപരിവിപ്ലവമായി നോക്കിയാൽ കോൺഗ്രസിന്റെ നില ഭദ്രമാണെന്നു തോന്നും. എന്നാൽ ജനങ്ങൾക്കിടയിൽ അതിന്റെ സ്വാധീനം കുറഞ്ഞു വരുന്നതായി തോന്നുന്നു. അല്ലെങ്കിൽ ഈ കുഴപ്പങ്ങൾക്കു പിന്നിൽ കോൺഗ്രസു തന്നെയായിരിക്കും, അല്പം അകലത്തിൽ നിന്നുകൊണ്ടാണെങ്കിൽ പോലും. ഇക്കാര്യം വ്യക്തമാക്കപ്പെടണം. അല്ലെങ്കിൽ നമ്മൾ എന്തിനു വേണ്ടിയാണോ പോരാടുന്നത് അതിൽ നാം പരാജയപ്പെടും![8]

മഹാത്മാഗാന്ധി രാഷ്ട്രീയവും ഐക്യദാർഢ്യപരവുമായ പണിമുടക്കുകൾക്കെതിരെ ശക്തമായ ആക്രമണം നടത്തി. പട്ടേലിനോടും അങ്ങനെ ചെയ്യാൻ ആവശ്യപ്പെട്ടു. പോസ്റ്റൽ വകുപ്പിലെ ഒരുലക്ഷത്തോളം വരുന്ന തൊഴിലാളികൾ നടത്തിയ അഖിലേന്ത്യാ പണിമുടക്കത്തെ ഗാന്ധിയും നെഹ്റുവും അപലപിച്ചു.

ലീഗിന്റെ പ്രത്യക്ഷ സമരപരിപാടികൾ പ്രഖ്യാപിക്കപ്പെട്ടതിനെത്തുടർന്ന് വർഗ്ഗീയ കലാപത്തിന്റെ സാദ്ധ്യതകൾ അങ്ങിങ്ങ് പ്രത്യക്ഷമായി. സാമ്രാജ്യത്വ വിരുദ്ധ പോരാട്ടങ്ങളിലും വർഗ്ഗസമരത്തിലും ജ്വലിച്ചു നിന്ന പാരമ്പര്യമുള്ള കൽക്കത്തയിൽ, ജാതിക്കും മതത്തിനും അതീതമായി തോളോടുതോൾ ചേർന്ന് സാമ്രാജ്യത്വത്തെ വിറപ്പിച്ച കൽക്കത്തയിൽത്തന്നെ വർഗ്ഗീയതയുടെ ആദ്യ ചോരപ്പുഴയൊഴുകി എന്നത് ക്രൂരമായ വിരോധാഭാസമായി. ഈ തുറമുഖ നഗരത്തിലാണ് വ്യവസായ പ്രമുഖർ ഏറെയുള്ളതും. കൊളോണിയൽ ശക്തികൾക്കും അവരുടെ ശിങ്കിടികളായ ഇന്ത്യൻ മുതലാളിമാർക്കും കലാപത്തിന്റെ നാളുകളിൽ മനുഷ്യരുടെ വിപ്ലവകരമായ ഐക്യത്തെ തകർക്കാൻ കഴിഞ്ഞു.

ബംഗാളിലെ മുസ്ലിങ്ങളിൽ ഏറെയും ഉറുദു സംസാരിക്കുന്ന ബംഗാളികളല്ലാത്തവരായിരുന്നു. പ്രത്യക്ഷ സമരപരിപാടിയുടെ ഭാഗമായി ചിലർ ജിഹാദിന് ആഹ്വാനം ചെയ്തു. ഇത് ഹിന്ദുക്കൾക്കു നേരേയുള്ള നേരിട്ടുള്ള ആക്രമണമായി. വർഗ്ഗീയ വിഭജനത്തെ പ്രോത്സാഹിപ്പിക്കുന്ന വിധത്തിലുള്ള ലഘുലേഖകൾ പ്രചരിപ്പിക്കപ്പെട്ടു. ഹിന്ദു വർഗ്ഗീയവാദികളും അരയും തലയും മുറുക്കി രംഗത്തിറങ്ങി. ആഗസ്ത് മാസം 16 മുതലുള്ള 5 ദിവസം കൊണ്ട് 5000 ൽ പരം പേർ കൊല്ലപ്പെട്ടു. അതിലേറെ പേർക്കു പരിക്കേറ്റു. കലാപങ്ങളിൽ പങ്കെടുത്തവരിൽ ഏറെപ്പേരും ബംഗാളികൾ അല്ലാത്തവരും അധോലോകത്തിലുള്ളവരുമായിരുന്നു. മറ്റുള്ളവർ കലാപം പടർത്തിയവരോ ചെറുത്തു നിന്നവരോ ആയിരുന്നു. 1946 ലെ

കലാപങ്ങളും അതിനു മുമ്പുണ്ടായവയും തമ്മിലുള്ള പ്രധാന വ്യത്യാസം ബിസിനസുകാരുടെയും രാഷ്ട്രീയക്കാരുടെയും ബോധപൂർവ്വമായ ഇട പെടലായിരുന്നു. മുസ്ലിം ലീഗ് മുസ്ലിങ്ങൾക്കായും ഹിന്ദു മഹാസഭയും കോൺഗ്രസിൽ ഒരു വിഭാഗവും ഹിന്ദുക്കൾക്കായും രംഗത്തിറങ്ങി. ഹിന്ദു പ്രമാണിമാരും മാർവാഡിമാരും അവരുടെ ഗോഡൗണുകളും മന്ദിരങ്ങളും അക്രമകാരികൾക്ക് തമ്പടിക്കാൻ തുറന്നുകൊടുത്തു.

കൽക്കത്തയിലെ കൂട്ടക്കുരുതി കോൺഗ്രസിനെ ഒട്ടും ഉലച്ചില്ല. ചിലരുടെ തെറ്റായ പ്രവർത്തനങ്ങൾ ഞങ്ങളെ ബാധിക്കില്ല എന്നത്രെ നെഹ്റു പറഞ്ഞത്. വേവൽപ്രഭു ആഗസ്റ്റ് 27 ന് ഗാന്ധിയെയും നെഹ്റു വിനെയും കണ്ടു. ബംഗാളിലും കേന്ദ്രത്തിലും ഒരു മുന്നണി സർക്കാർ വരേണ്ടതിന്റെ ആവശ്യം ബോദ്ധ്യപ്പെടുത്താൻ നോക്കി. പുതിയ ഭരണ ഘടനാ പ്രകാരമുള്ള ആദ്യതിരഞ്ഞെടുപ്പുവരെ പ്രവിശ്യകൾ പഴയതു പോലെ നിലനിർത്താൻ കോൺഗ്രസ് തയ്യാറാണെന്നു പ്രഖ്യാപിക്കാനും ആവശ്യപ്പെട്ടു ഗാന്ധി അതിനോടു യോജിച്ചില്ലെന്നു മാത്രമല്ല മേശമേ ലടിച്ച് ഇപ്രകാരം പറഞ്ഞുവത്രെ: "ഇന്ത്യ ചോരയിൽ കുളിക്കാനാണ് ആഗ്രഹിക്കുന്നതെങ്കിൽ അങ്ങനെയാകട്ടെ."[9] ചോരയിൽ കുളിക്കുക എന്ന പദം ലൂയിസ് ഫിഷറോടു സംസാരിക്കുമ്പോഴും ഗാന്ധി ആവർത്തി ച്ചിരുന്നത്രേ.

കൽക്കത്തയെ തുടർന്ന് ഏഴാഴ്ചയ്ക്കകം നവഖാലി സംഭവിച്ചു. അത് ത്രിപുരയിലേക്കു പടർന്നു. നൂറുകണക്കിനു ഹിന്ദുക്കൾ കൊല്ല പ്പെട്ടു. വീടുകൾ അഗ്നിക്കിരയായി. എന്നാൽ ത്രിപുരയിലെ ഹസന്നാ ബാദിൽ കമ്യൂണിസ്റ്റുകാരുടെ നേതൃത്വത്തിൽ മുസ്ലീം കർഷകർ സംഘ ടിച്ച് ഹിന്ദു ഭവനങ്ങൾക്കും കച്ചവടസ്ഥാപനങ്ങൾക്കും രാപ്പകൽ കാവൽ നിന്നു. കലാപം ബിഹാറിലേക്കു പടർന്നു. അവിടെ മുസ്ലിങ്ങളായിരുന്നു ഇരകൾ. ബിഹാറിലെ കൂട്ടക്കുരുതി തടുക്കുന്നതിനു പകരം പട്ടേൽ ശിഷ്യ ന്മാർ തങ്ങളുടെ സംഭാവനകൾ നല്കുകയായിരുന്നു.

ഈ സമയത്തും കൂട്ടുകക്ഷി സർക്കാർ എന്ന ആശയത്തോട് ഗാന്ധിജി യോജിച്ചില്ല. ബംഗാളിലെ വർഗ്ഗീയ കലാപങ്ങൾക്ക് അറുതിവ രുത്താൻ യത്നിക്കാതെ ഗാന്ധി നേരെ നവഖാലിയിലേക്കു പോയി. അവിടെ അദ്ദേഹം സമാധാനം ആവശ്യപ്പെട്ടു. നവഖാലിയിലേക്കുള്ള വഴിമദ്ധ്യേ ചാന്ദ്പൂരിൽ ഒരു കൂട്ടം ഹിന്ദുക്കൾ ഗാന്ധിയെക്കണ്ടു (7/11/1946) പാകിസ്ഥാനുവേണ്ടിയാണ് മുസ്ലീങ്ങൾ ഞങ്ങളെ കൊല്ലുന്നതും ഭവനങ്ങൾ തീവയ്ക്കുന്നതെന്നും പറഞ്ഞപ്പോൾ അദ്ദേഹം പരിഹസിച്ച് ചിരിച്ചു കൊണ്ടു പറഞ്ഞത് അത് മദ്ധ്യവേനലിലെ ഉച്ചക്കിറുക്കുമാത്ര മാണെന്നാണ്.

എന്തായിരുന്നു ഗാന്ധിയുടെ നവഖാലി ദൗത്യം? ഗാന്ധിയനായ നിർമ്മൽ ബോസ് ഇങ്ങനെ എഴുതി:

യഥാർത്ഥത്തിൽ ഉണ്ടായ ജീവനാശമോ വസ്തുവകകളുടെ

നാശമോ അല്ല അദ്ദേഹത്തെ അലട്ടിയിരുന്നത്. അതിനുപിന്നിലുള്ള രാഷ്ട്രീയ ലക്ഷ്യവും അതിനെ നേരിടേണ്ട വിധങ്ങളുമായിരുന്നു അദ്ദേഹത്തിന്റെ ആലോചനാ വിഷയം.

കോൺഗ്രസിലെ ഉയർന്ന നേതാക്കൾക്ക് പ്രശ്നത്തിന്റെ ഗൗരവം അറിയാമായിരുന്നു. എന്നാൽ ഈ ചോരയിൽകുളിക്കൽ രാഷ്ട്രീയ പരിഹാരത്തിലെത്തിക്കുമെന്നവർ കരുതി.

വിഭജനത്തെ സംബന്ധിച്ച കമ്യൂണിസ്റ്റ് പാർട്ടി നിലപാട് 1946 ആദ്യത്തോടെ അവർ വ്യക്തമാക്കി.

ബംഗാൾ ഹിന്ദുക്കളുടെയും മുസ്ലിങ്ങളുടെയും പിതൃഭൂമിയാണ്. പരമാധികാരമുള്ള ഒരു കോൺസ്റ്റിറ്റ്യൂവന്റ് അസംബ്ലിയിലൂടെ വോട്ടവകാശം ഉപയോഗിക്കാവുന്നതും ഇതര വിഭാഗങ്ങളുമായുള്ള ബന്ധം തീരുമാനിക്കാവുന്നതുമാണ്.

എന്നാൽ കമ്യൂണിസ്റ്റു പാർട്ടിയുടെ ബംഗാൾ ഘടകം 1945 അവസാനത്തിൽ ബംഗാൾ വിഭജനം സംബന്ധിച്ച് കൈക്കൊണ്ടിരുന്ന നിലപാട് ഇപ്രകാരമായിരുന്നു:

ഹിന്ദുസ്ഥാനിൽ ചേരണമോ പാകിസ്ഥാനിൽ ചേരണമോ സ്വതന്ത്രമായി നില്ക്കണമോ എന്ന കാര്യം ബംഗാൾ ജനതയ്ക്കു വിട്ടുകൊടുക്കണം. തിരഞ്ഞെടുക്കപ്പെട്ട ഒരു കോൺസ്റ്റിറ്റുവന്റ് അസംബ്ലിക്കു മാത്രമേ ഇക്കാര്യത്തിൽ അന്തിമ തീരുമാനമെടുക്കാനാവൂ. ബംഗാൾ കമ്മിറ്റി അതിന്റെ *ഇലക്ഷൻ മാനിഫെസ്റ്റോയിൽ* ഇങ്ങനെ പറഞ്ഞു: ബംഗാൾ ഒന്നായി ഐക്യത്തോടെ കഴിയണമെന്ന കാര്യം ഹിന്ദുക്കളുടെയും മുസ്ലിങ്ങളുടെയും ആവശ്യമാണ്. ബംഗാൾ വിഭജിക്കപ്പെട്ടാൽ അത് എല്ലാവരേയും നശിപ്പിക്കും. ബംഗാളിന്റെ രണ്ടുഭാഗങ്ങളും സാമ്പത്തികമായി പരസ്പരാശ്രിതമാണ്.

1942 ൽ കമ്യൂണിസ്റ്റ് പാർട്ടി എടുത്ത നിലപാട് 1946 ൽ തിരുത്തി. 1942 ൽ വിവിധ ദേശീയതകളുടെ സ്വയം നിർണ്ണയാവകാശത്തെ പാർട്ടി ഉയർത്തിപ്പിടിച്ചിരുന്നു. ഈ നിലപാട് തിരുത്തിക്കൊണ്ടാണ് പാകിസ്ഥാൻ രൂപീകരണത്തെ പിന്നീട് വിമർശിച്ചത്.

വിഭജന ചരിത്രത്തെ ഇങ്ങനെ നമുക്കു ചുരുക്കാം:

“ഒരിക്കൽ കെ എ അബ്ബാസ് ചോദിച്ചു
ആരാണ് ഇന്ത്യയെ കൊന്നത്
ഇന്ത്യയെ കൊന്നത് അതിന്റെ മക്കൾ തന്നെയായിരിക്കും.
ഒരുപിടി മക്കൾ ചേർന്ന് ഒരു രാജ്യത്തെ കൊന്നു.”

മിഷുറുൾ ഹസ്സൻ പറഞ്ഞതാകട്ടെ ഇങ്ങനേയും

തെക്കേ ഏഷ്യയുടെ ചരിത്രത്തിൽ ഒരിടത്തുപോലും മുൻവൈരാഗ്യമില്ലാതെ ഇത്രയും കുറച്ചു മനുഷ്യർ ചേർന്ന് ഇത്രയും വലിയ വിഭജനം സൃഷ്ടിച്ചതായി വായിക്കാനാകില്ല.

കുറിപ്പുകൾ

1. സുനീതി കുമാർ ഘോഷ്, The Trafic Partition of Bengal, P. 259 60
2. സുനീതികുമാർ ഘോഷ്, Ibd Page 266
3. The High Politics of Indian Partition: The Revisionist Perspective M. Hason (ed) P. 112
4. സുനീതികുമാർ ഘോഷ്: The Tragicfartiting Beyal, P. 283
5. Ibid P. 283
6. Moon (ed) Wavell, the Viceroy's
7. Collected Works of Mahatma Gandhi, L XXXXV, 35
8. Selected Works of Jawaharlal Nehru
9. Moon (Ed) Wavell the Viceroy's, Journal 341N 700 VIII, 17

ഒരിക്കലും നശിക്കാത്ത ഓർമ്മകളെപ്പറ്റി ഒരു പുസ്തകം

വിഭജനത്തിന്റെ ഇരകളുടെ ഒരിക്കലും മറക്കാത്ത സ്മരണകൾകൂടി പങ്കുവച്ചുകൊണ്ടേ നമുക്കിത് അവസാനിപ്പിക്കാനാകൂ.

വിഭജനത്തെപ്പറ്റി എണ്ണിയാലൊടുങ്ങാത്ത പുസ്തകങ്ങൾ വിദേശത്തും സ്വദേശത്തുമായി ഇറങ്ങിയിട്ടുണ്ട്. വിവിധ ഭാഷകളിൽ വിഭജനത്തിന്റെ ഒരു ഓർമ്മ പുസ്തകം ഇവയിൽ നിന്നെല്ലാം വേറിട്ടു നില്ക്കുന്നുണ്ട്. ആഞ്ചൽ മൽഹോത്രയുടെ *ഒരു വിഭജനത്തിന്റെ ചരിത്രം വസ്തുക്കളെപ്പറ്റിയുള്ള ഓർമ്മകളിലൂടെ:* എന്ന പുസ്തകം അതിന്റെ സത്യസന്ധത കൊണ്ടു വേറിട്ടുനില്ക്കുന്നു. ആളുകൾ എങ്ങനെ വിഭജനകാലത്തെ ഓർത്തെടുക്കുന്നു? എന്ത് ഓർക്കുന്നു? ഓർമ്മകൾ എങ്ങനെ നിലനിർത്തുന്നു? പറച്ചിലുകളിലൂടെ ഓർമ്മകൾ എങ്ങനെ മാറിമറിയുന്നു. ഒരു വസ്തുവിനു ചുറ്റും ഓർമ്മകൾ എങ്ങിനെ പരൽ പോലെ പറ്റിപ്പിടിപ്പിക്കുന്നു? എന്നെല്ലാം ആഞ്ചൽ ഈ പുസ്തകത്തിൽ വരച്ചു കാട്ടുന്നു.

Remants of a Seperation - A history of Partition through material memory

ഒരു വസ്തുതന്നെ അതിന്റെ ആവിഷ്കാരമായി മാറുന്ന അവസ്ഥ ഈ പുസ്തകം പ്രതിഫലിപ്പിക്കുന്നു. ഓർത്തെടുക്കൽ പോലെ മറക്കാൻ ശ്രമിക്കലും ഈ പുസ്തകത്തിന്റെ ആത്മാവാണ്. ചില വസ്തുക്കളെ ചുറ്റിപ്പറ്റിയുള്ള ഓർമ്മകൾ എങ്ങനെ ഒരു ജനതയെ മുറിച്ചു മാറ്റിയ സംഭവുമായി ബന്ധിപ്പിക്കപ്പെടുന്നു എന്നിടത്താണ് ഈ പുസ്തകം സവിശേഷമാകുന്നത്. ഈ പുസ്തകത്തിൽ പങ്കുവെയ്ക്കപ്പെട്ട നിരവധി ഓർമ്മകളിൽ നിന്നും ചില ചിന്തകൾ ഇവിടെ സാന്ദർഭികമായി പങ്കുവെയ്ക്കുന്നു.

പ്രൊഫസർ പാർത്ഥയുടെ ശേഖരത്തിൽ നിന്നും കണ്ടെത്തിയ ഒരി

ക്കലും നശിക്കാത്ത കാര്യങ്ങളെ പറ്റിയുള്ള പുസ്തകം.

ബ്രൗൺ നിറത്തിലുള്ള കട ലാസു കൊണ്ടു പൊതിഞ്ഞ പുസ് തകങ്ങളുടെ കൂമ്പാരത്തിനുമേൽ കൈവച്ചു കൊണ്ട് പ്രൊഫസർ പറഞ്ഞു.

"ഭൂതകാലത്തെപ്പറ്റി എനിക്കു തീരെ മനസ്സിലാകാത്ത രണ്ടു കാര്യങ്ങളുണ്ട്." വലതു കൈ യിലെ ചൂണ്ടുവിരൽ ഉയർത്തിപ്പി ടിച്ച് അദ്ദേഹമിങ്ങനെ പറയുന്നു:

ബോധപൂർവ്വമായോ ഉപ ബോധത്തിൽ നിന്നോ അതിലേക്ക് എത്തിനോക്കാനുള്ള വിമുഖത യാണ് ഒന്നാമത്. രണ്ടാമതായി അതിന്റെ തീർത്തും ക്ഷണികമായ സ്വഭാവം. ഭൂതകാലത്തേക്ക് തിരിഞ്ഞു നോക്കുക എന്നാൽ കഴി ഞ്ഞുപോയൊരു കാലത്തെ വീണ്ടെടുക്കലും അതിൽ നിന്നും പഠിക്കലു മാണ്. ഒരു നിമിഷവും എന്നന്നേക്കുമായി നിലനില്ക്കില്ല. സമയത്തിന്റെ ക്ഷണിക സ്വഭാവമാണതിനെ പ്രധാനപ്പെട്ടതാക്കുന്നത്. ഒരു ചരിത്രകാ രനായതു കൊണ്ടാവാം ഭൂതകാലമാണ് എന്നിൽ സമകാലത്തേക്കാൾ സജീവമായി നിലനില്ക്കുന്നത്. അതിന്റെ പ്രസക്തിയെപ്പറ്റി ഞാൻ പല പ്പോഴും അത്ഭുതപ്പെടാറുണ്ട്. ഓർമ്മകൾ നഷ്ടപ്പെട്ടുതുടങ്ങി. പഴയതു കുഴിച്ചെടുക്കാനുള്ള താല്പര്യക്കുറവ് പുതിയ തലമുറയിൽ ദൃശ്യമാകു ന്നു. സംസാരം ഇടയ്ക്കുനിർത്തി പ്രൊഫസർ പാർത്ഥ മിറ്റൽ ഭാര്യയുടെ നേരേ നോക്കി. സൂര്യപ്രകാശത്തിന്റെ വലയം അപ്പോൾ അവരെ ചുറ്റി നിലനിന്നിരുന്നു...

എന്റെ കുടുംബ വക്കീലന്മാരുടെയും ബുദ്ധിജീവികളുടെയും തല മുറയിൽപ്പെട്ടതായിരുന്നു. എന്റെ മുതുമുത്തശ്ശൻ കാളി പ്രസന്ന സിംഹ *മഹാഭാരതം* ബംഗാളി ഭാഷയിലേക്ക് വിവർത്തനം ചെയ്തയാളാണ്. എന്റെ അമ്മ കൊൽക്കത്തയിലെ പാർക്ക് സർക്കസ് ഏര്യയിലാണ് വളർന്നത്. അവരുടെ പിതാവ് ബി സി ദേ കേംബ്രിഡ്ജിൽ പഠിച്ച ഒരു അഭിഭാഷകനായിരുന്നു. പഴയ കൊൽക്കത്ത കുടുംബങ്ങളിൽപ്പെട്ടവരിൽ ഒരു ഇരട്ട സ്വഭാവം ഞാൻ കണ്ടിട്ടുണ്ട് അവർ ബ്രിട്ടീഷുകാരോടൊപ്പം പ്രവർത്തിച്ചിട്ടുണ്ട് എങ്കിലും അവരിൽ മുന്നിട്ടാ നില്ക്കുന്നത് ബംഗാളി സംസ്കാരമാണ്. ബ്രിട്ടീഷുകാർ യജമാനന്മാരായിരുന്നു എന്നത് ശരി തന്നെ. എന്നാൽ കാര്യങ്ങൾ അത്ര ലഘുവായിരുന്നില്ല. കുലീനന്മാരു

മായ ഇന്ത്യക്കാരുടെ സ്ഥിതിയും സങ്കീർണ്ണമായിരുന്നു...

ഉച്ചതിരിഞ്ഞ് തുടങ്ങിയ ചർച്ച വൈകുന്നേരത്തേക്ക് നീണ്ടു പ്രൊഫസർ കുടുംബകഥയിൽ നിന്നും വിഭജനകാലത്തേക്ക് അപ്പോഴും എത്തിച്ചേർന്നിരുന്നില്ല.

എന്റെ അമ്മയ്ക്ക് പ്രിയപ്പെട്ട വിഷയമായിരുന്നു ഇംഗ്ലീഷ് സാഹിത്യം അവർ കവിതയെ ഹൃദയത്തോടു ചേർത്തുപിടിച്ചു. പഠന മുറിയിൽ കെട്ടിവച്ചിട്ടുള്ള പുസ്തകങ്ങളിലേക്ക് ചൂണ്ടി അദ്ദേഹം പറഞ്ഞു. ഇതെല്ലാം കവിതാ പുസ്തകങ്ങളാണ്. എന്റെ അമ്മയുടേത്.

വേറൊരു പുസ്തകകെട്ട് അദ്ദേഹം തുറന്നു അമ്മയുടെ ഏറ്റവും പ്രിയപ്പെട്ട പുസ്തകം ഈ കെട്ടിലാണ്. The Book of Everlasting Things (ഒരിക്കലും നശിക്കാത്ത കാര്യങ്ങളെപ്പറ്റിയുള്ള പുസ്തകം). മാസ്മരികമായ തലക്കെട്ടും മാസ്മരികമായ ഉള്ളടക്കവും. പ്രണയ കവിതകൾ അമ്മയ്ക്ക് ഇഷ്ടമായിരുന്നു.

ചെറിയൊരു ശബ്ദത്തോടെ പുസ്തകം തുറന്നു. പല വർണ്ണങ്ങളിലുള്ള കടലാസുതുണ്ടുകൾ താഴെ വീണു. ഞാനത് പെറുക്കിയെടുത്തു മേശപ്പുറത്തുവച്ചു. അകത്തെ പുറങ്ങൾ കട്ടിയുള്ള കടലാസുകളായിരുന്നു. എന്റെ കൈകൾ പേജുകളിലൂടെ സഞ്ചരിച്ചു.

204-ാം പേജിൽ ബൈറന്റെ കവിത. Roll on Thou Deep and Dark Blue Ocean Roll പുസ്തകത്തിന്റെ സ്പൈൻ കീറിപ്പോയിരുന്നു.

ഒരു പെൺകുട്ടി ബൈറനെ വായിക്കുന്നത് ഞാൻ സങ്കല്പിച്ചു.

"ഈ പുസ്തകം പാർക്ക് സർക്കസ് ഏര്യയിലെ വീട്ടിൽനിന്നുമാണോ ഞാൻ ചോദിച്ചു."

"ശരിയാണ്. അപ്പോ ഞാൻ 1940 ലേക്കു കടക്കട്ടെ, ഈ പുസ്തകങ്ങളുടെ കഥ പറയാൻ" ഞാൻ തലകുലുക്കി.

"രണ്ടാം ലോകമഹായുദ്ധം കൊടുമ്പിരികൊണ്ട സമയം. 1942 ൽ ക്വിറ്റ് ഇന്ത്യാ മൂവ്മെന്റും ബംഗാൾ ക്ഷാമവും ഒന്നിച്ചെത്തി. ഞങ്ങളുടെ കുടുംബം പടിപടിയായി തകർച്ചയെ നേരിടുകയായിരുന്നു. എന്നാൽ എല്ലാം തകർത്തെറിയപ്പെട്ടത് 1946 ലായിരുന്നു. 1946 ആഗസ്റ്റ് 16. അന്നായിരുന്നു മുസ്ലീം ലീഗ് പ്രഖ്യാപിച്ച പ്രത്യക്ഷ സമരദിനം. ജീവിതത്തെപ്പറ്റിയുള്ള എന്റെ കാഴ്ചപ്പാടിനെ മാറ്റിമറിച്ച മൂന്നു കാര്യങ്ങളിൽ ഒന്ന് അതായിരുന്നു."

അദ്ദേഹത്തിന്റെ വിഷാദ സംസാരം അകന്നുപോയി. ഭയത്തിന്റെ വീചികൾ കടന്നു വന്നു.

"ഞാൻ മുമ്പു പറഞ്ഞില്ലേ. പാർക് സർക്കസ് ഏര്യയിലായിരുന്നു എന്റെ അമ്മയുടെ കുടുംബം ജീവിച്ചിരുന്നതെന്ന്. അത് അന്നും ഇന്നും ഒരു മുസ്ലിം ഭൂരിപക്ഷ പ്രദേശമാണ്. ആ സമയത്ത് എന്റെ മുത്തശ്ശിയും ഒരു അമ്മാവനും യുവതിയായ ഭാര്യയും കൈക്കുഞ്ഞുമാണ് അവിടെ വസിച്ചിരുന്നത്. മുത്തശ്ശൻ ബി ബി ദേ ഒരു ഐ സി എസ് ഉദ്യോഗസ്ഥനായിരുന്നു. അദ്ദേഹം നേരത്തേ മരിച്ചു. പറയാൻ പോകുന്ന സംഭ

വങ്ങൾ നടക്കുമ്പോൾ ഞാൻ അവിടെ ഉണ്ടായിരുന്നില്ല. കുടുംബാംഗ ങ്ങളിൽ നിന്നും ആവർത്തിച്ചാവർത്തിച്ച് കേട്ട് പ്രജ്ഞയിൽ ഉറച്ചുപോയ കാര്യങ്ങളാണവ.

അന്നു വൈകുന്നേരം ഒരു വലിയ ആൾക്കൂട്ടം വീടിനടുത്തേക്ക് വരുന്നത് കണ്ടു. ഗേറ്റ് തകർത്ത് അവർ അകത്തു കടന്നു. എല്ലാവരേയും കൊല്ലുമെന്നു ഭീഷണിമുഴക്കി. മുസ്ലിം ഭൂരിപക്ഷപ്രദേശത്തു വസിക്കുന്ന ഹിന്ദുകുടുംബം. അതും യുദ്ധകാലം. അത്തരത്തിലൊരു രക്തദാഹത്തിന് വിശദീകരണങ്ങളൊന്നും ആവശ്യമില്ല. ആളുകൾ എങ്ങിനെയാണ് അയൽക്കാരെയും സുഹൃത്തുക്കളെയും പരിചയക്കാരെയും കൂട്ടക്കുരുതി ചെയ്തത് എന്ന കാര്യം എനിക്കൊരിക്കലും പിടികിട്ടിയിരുന്നില്ല...

അതൊരു വലിയ വീടാണ്. താഴത്തെ നില പഞ്ചാബിൽ നിന്നുമുള്ള ഒരു ഹിന്ദു കുടുംബത്തിന് വാടകയ്ക്കു നല്കിയിരുന്നു. ശാന്തിലാൽ എന്നായിരുന്നു കുടുംബനാഥന്റെ പേര്.

'ഞാനൊരു മുസ്ലിമാണ്. ഇതെന്റെ കുടുംബവും.' ദേ കുടുംബത്തെ സംരക്ഷിക്കാനായി അയാൾ പറഞ്ഞു. ആൾക്കൂട്ടം അതു വിശ്വസിക്കാൻ തയ്യാറായില്ല.

അയാൾ കല്മ ചൊല്ലാൻ തുടങ്ങി.

അദ്ദേഹം അതെങ്ങനെ പഠിച്ചു എന്നെനിക്കറിയില്ല. പക്ഷേ, കലാപകാരികൾക്ക് അതുമതിയായിരുന്നു. അവരിൽ ഭൂരിപക്ഷവും അത്ര വിദ്യാസമ്പന്നരൊന്നും ആയിരുന്നില്ല. ആ കുടുംബത്തെ വളഞ്ഞ് പുറത്തേക്കിറക്കി. എന്നാൽ അവരെ ഒന്നും ചെയ്തില്ല. അവർ എന്നിട്ട് മുറിക്കുള്ളിലേക്കിരച്ചു കയറി. ഫർണിച്ചറുകൾ അടിച്ചു തകർത്തു. മുറിക്കു തീയിട്ടു. തന്റെ ജീവൻ അവരുടെ കൺമുന്നിൽവച്ചുതന്നെ പൊലിഞ്ഞു പോകുന്നതായി അവർക്കു തോന്നി. ജീവൻ മാത്രം കിട്ടിയാൽ മതിയെന്നു പ്രാർത്ഥിച്ചു. ആരും സഹായത്തിനെത്തിയില്ല. ഒരു ഇംഗ്ലീഷുകാനായ പൊലീസ് ഉദ്യോഗസ്ഥനും കടന്നുവന്നില്ല, ഐ സി എസ് ഉദ്യോഗസ്ഥനായിരുന്ന ഒരുവന്റെ വിധവയ്ക്കായി. അവരുടെ സാധന സാമഗ്രികളെല്ലാം പുറത്തേക്കു വാരിയിട്ടു. ജീവിതകാലം മുഴുവൻ സംരക്ഷിച്ചു പോന്ന അമൂല്യ ശേഖരങ്ങൾ നിമിഷ നേരം കൊണ്ട് വെറും വസ്തുക്കളായി തീർന്നു. ആ ദിവസം ആൾക്കൂട്ടം പലതും കൊണ്ടുപോയി. അമ്മയുടെ സംഗീതോപകരണങ്ങൾ, സൂക്ഷിച്ചു വച്ചിരുന്ന ചിത്രങ്ങളും ശില്പങ്ങളും എല്ലാം അവർ കൊണ്ടുപോയി. എല്ലാ പുസ്തകങ്ങളും നശിപ്പിച്ചു. ഇംഗ്ലീഷിലും ഫ്രഞ്ചിലും ബംഗാളിലുമായി എന്റെ മുത്തശ്ശൻ സൂക്ഷിച്ചു വച്ച അമൂല്യ ഗ്രന്ഥങ്ങൾ. എന്റെ അമ്മയുടെ പ്രിയപ്പെട്ട കവിതാ പുസ്തകങ്ങൾ എല്ലാം നശിപ്പിച്ചു. എല്ലാ പുസ്തകങ്ങളും കീറിക്കളയാൻ വേണ്ടത്ര സമയം കിട്ടാത്തതിനാലാവണം അവയെല്ലാം കൂട്ടിയിട്ട് തീകത്തിച്ചു. ബാത്ത് ടബ്ബിൽ വെള്ളം നിറച്ച് അതിലേക്ക് പുസ്തകങ്ങൾ വാരിത്തള്ളി. എന്റെ കൈയിലിരിക്കുന്ന The Book of Everlasting Things ലെ ജലശേഷിപ്പിന്റെ മായാമുദ്രകൾ ഇങ്ങനെ

വന്നുചേർന്നതാണ്. പുസ്തകത്തിൽ പതിഞ്ഞ ജല മുദ്രകൾ മാഞ്ഞു പോയേക്കാം. എന്നാൽ പ്രൊഫസറിന്റെ മനസ്സിൽ അതു തീർത്ത നീർച്ചുഴികൾ അവസാനിക്കുന്നില്ല. കത്തിത്തീരാത്തതോ കുതിർന്നൊടുങ്ങാത്തതോ ആയ പുസ്തകങ്ങൾ വേർതിരിച്ചെടുത്തു. ആൾക്കൂട്ടം മറഞ്ഞതിനു ശേഷം വീട്ടിലെ മുറികളിലായി ചിതറിക്കിടന്ന അമൂല്യശേഖരങ്ങളുടെ ശേഷിപ്പുകൾ അവർ പെറുക്കികൂട്ടി. എന്റെ അമ്മയുടെ സഹോദര പുത്രന്മാരുടെ കൈവശം ഇപ്പോഴുള്ള മേശ അത്തരത്തിൽ ശേഷിച്ച ഒന്നാണ്. ശേഷിച്ച പുസ്തകങ്ങൾ അവർ അമ്മയ്ക്ക് മടക്കി നല്കി. മേശപ്പുറത്ത് കണ്ട പാതിപോയ ഒരു പുസ്തകം കൈയിലെടുത്ത് അദ്ദേഹം പറഞ്ഞു. എന്റെ മുത്തശ്ശിയുടെ കൈവശമുണ്ടായിരുന്ന എമിലി സോളയുടെ The Earth ന്റെ കോപ്പിയുടെ ഇത്രയും മാത്രമാണ് ബാക്കിയായത്.

കത്താതെ The Earth ന്റെ ബാക്കിയായ പുറങ്ങളിൽ നിന്ന് അദ്ദേഹം ഇങ്ങനെ വായിച്ചു.

“ഞാനവർക്ക് എല്ലാം നല്കി.” വൃദ്ധൻ കരഞ്ഞു. “മാന്യമായി പെരുമാറി, എന്നിട്ടും എനിക്കു തിരിച്ചു കിട്ടിയതോ?”

വായിച്ചു കൊണ്ടിരിക്കെ അദ്ദേഹം ദീർഘമായി നിശ്വസിച്ചു.

“ആ ദിവസം റേഡിയോയിൽ ഞങ്ങൾ ഇങ്ങനെ കേട്ടു. ഔദ്യോഗികമായ ഒരു പ്രഖ്യാപനമായിരുന്നു അത്. പാർക്ക് സർക്കസ് ഏരിയ പൂർണ്ണമായും നശിപ്പിക്കപ്പെട്ടിരിക്കുന്നു.”

“അപ്പോൾ അങ്ങ് എവിടെയായിരുന്നു.”

“ഞാൻ മാതാപിതാക്കൾക്കൊപ്പം എന്റെ വീട്ടിലായിരുന്നു. മുത്തശ്ശൻ മരിക്കുന്നതിനു മുമ്പ് ഹരീഷ്മുഖർജി റോഡിൽ പണിത വീട്ടിൽ, അതൊരു ഹിന്ദു ഏരിയയായിരുന്നു.”

വർഗ്ഗീയ കലാപം മൂന്നു നാൾ നീണ്ടു നിന്നു.

എല്ലാം എനിക്ക് ഓർമ്മയുണ്ട്.

അത് 1946 ആഗസ്ത് 16-ാം തീയതി വൈകുന്നേരം 5.20 ആയിരുന്നു.

ഇതാണ് എന്റെ ജീവിതത്തെ മാറ്റി മറിച്ച രണ്ടാമത്തെ സംഭവം.”

മരം മറഞ്ഞ ജാലകത്തിലൂടെ പുറത്തേക്കു ചൂണ്ടി അദ്ദേഹം പറഞ്ഞു:

“ഞാൻ അവിടെ നില്ക്കുകയായിരുന്നു.”

തന്റെ അയൽക്കാരിയായ ഒരു സ്ത്രീയെ അവരുടെ വീട്ടിൽ നിന്നും പുറത്തേക്ക് വലിച്ചിഴച്ചുകൊണ്ടുപോയി തെരുവിൽ വച്ച് അവരേയും അവരുടെ കുഞ്ഞുങ്ങളെയും തല്ലിക്കൊന്നു. എന്റെയും മറ്റുള്ളവരുടെയും മുന്നിൽ വച്ചായിരുന്നു ആ അരുംകൊലകൾ. അന്ന് എനിക്ക് എട്ടു വയസ്സായിരുന്നു. എന്താണു സംഭവിക്കുന്നതെന്ന് എനിക്ക് മനസ്സിലായിരുന്നില്ല. പക്ഷേ, ജനാലയ്ക്കരികിൽ നിന്നു ഞാനെല്ലാം കണ്ടു.

പുറത്തേക്കു നോക്കുമ്പോൾ എങ്ങും പുകപടലങ്ങളായിരുന്നു.

ആകാശം ഇരുണ്ടിരുന്നു. കൽക്കത്തയെ രാക്ഷസീയത വിഴുങ്ങുകയായിരുന്നു. ആ സ്ത്രീകളുടെയും കുട്ടികളുടെയും ദാരുണമായ കൊലപാതകങ്ങൾ എന്നിൽ നിന്നും ഒരിക്കലും മാഞ്ഞു പോയില്ല. സർവ്വകലാശാലയിലെ എന്റെ ദിനങ്ങളിൽ അതു ഓർമ്മയിലേക്കു വന്നു കൊണ്ടേയിരുന്നു. അമേരിക്കയിലെ വംശഹത്യകൾ, ഹോളക്കോസ്റ്റ്, വിഭജനങ്ങൾ എല്ലാം പഠിപ്പിക്കുമ്പോഴും വംശം, പ്രാതിനിദ്ധ്യം, അധീശത്വം, കീഴ്പെടുത്തൽ, മുൻവിധികൾ, ഈ ആശയങ്ങൾ എന്നിൽ സദാ ഉൽക്കണ്ഠയുണ്ടാക്കിയിരുന്നു. അതിനു വിത്തുപാകിയതാകട്ടെ 1946 ലും.

കലാപം തുടങ്ങിയപ്പോൾ ഞങ്ങളുടെ വീട്ടിലും പരിസരങ്ങളിലും തൊഴിൽ ചെയ്യുന്ന മുസ്ലിങ്ങളെയോർത്ത് എന്റെ അച്ഛൻ വിഷമിച്ചിരുന്നു. കലാപത്തിന്റെ രണ്ടാമത്തെയോ മൂന്നാമത്തെയോ ദിവസമാണെന്നു തോന്നുന്നു അച്ഛൻ രാത്രിയുടെ മറവിൽ അവരെ കാറിൽ കയറ്റി, നിശ്ശബ്ദരായി കുനിഞ്ഞിരിക്കാൻ പറഞ്ഞ്, സുരക്ഷിത കേന്ദ്രങ്ങളിലെത്തിച്ചു. ഇതറിഞ്ഞ് അടുത്ത പ്രദേശങ്ങളിലുള്ള ഹിന്ദുക്കൾ സംഘടിച്ച് വീട്ടിലെത്തി. 'നിങ്ങളൊരു മുസ്ലിം പ്രേമിയാണ്, ഹിന്ദുക്കളെ വഞ്ചിച്ചു. നാണമില്ലേ നിങ്ങൾക്ക്' എന്നെല്ലാം ആക്രോശിച്ചു. അച്ഛനും ഒരനുജനും പുറത്തിറങ്ങി അവരെ ശാന്തരാക്കാൻ നോക്കി. അവർ അടങ്ങിയില്ല അവസാനം കോൺഗ്രസിലെ ഒരു പ്രാദേശിക നേതാവിനെ വിളിച്ചു വരുത്തി പ്രശ്നം പരിഹരിക്കുകയായിരുന്നു.

പ്രത്യക്ഷ സമരദിനത്തോടനുബന്ധിച്ച് കൽക്കത്തയിൽ അരങ്ങേറിയ കലാപങ്ങൾക്കൊരു പ്രത്യേകതയുണ്ടായിരുന്നു. കൽക്കത്തയുടെ ചരിത്രത്തിൽ ആദ്യമായാണ് സമ്പന്നരും ഇടത്തരക്കാരുമായ മനുഷ്യർ വൻതോതിൽ കലാപങ്ങൾക്കായി തെരുവിലിറങ്ങിയത്. വിഭജന ചരിത്രത്തിൽ ആദ്യമായാണിത്. ഈ കലാപങ്ങൾക്കുള്ള പ്രാധാന്യവും ഇതു തന്നെയാണ്. ഇത് പ്രശ്നങ്ങളെ കൂടുതൽ വഷളാക്കി. രാജ്യത്തിന്റെ പല ഭാഗങ്ങളിൽ വർഗ്ഗീയ ലഹളകൾ പൊട്ടിപ്പുറപ്പെട്ടു. അപ്പോൾ തന്നെ തിക്കിത്തിരക്കുന്ന ജനസംഖ്യാ ബാഹുല്യമുള്ള കൽക്കത്തയിലേക്ക് കലാപബാധിതർ ഒഴുകിയെത്തി. സ്വാതന്ത്ര്യവും വിഭജനവും ഇതിന് ആക്കം കൂട്ടി. വിഭജനത്തിന്റെ മുറിവുകളുമായാണ് 1947 ആഗസ്റ്റ് പതിനഞ്ച് പിറന്നത്. 1946 ൽ ഒഴുകിത്തുടങ്ങിയ ചോരപ്പുഴ 1947 ലും തുടർന്നു. ഞാൻ സ്വാതന്ത്ര്യത്തിനു സാക്ഷ്യം വഹിച്ചില്ല. കാരണം ഇന്ത്യ സ്വാതന്ത്ര്യത്തിലേക്ക് ഉണരുമ്പോൾ ഞാൻ ഇംഗ്ലണ്ടിൽനിന്നും ഇന്ത്യയിലേക്കുള്ള യാത്രാമദ്ധ്യേ കപ്പലിലായിരുന്നു. ഇതാണ് ജീവിതത്തെ സ്വാധീനിച്ച മൂന്നാമത്തെ കാര്യം. 1946 ലെ കലാപത്തെ തുടർന്ന് എന്റെ മാതാപിതാക്കൾക്ക് കൽക്കത്തയിൽ തുടരാനായില്ല. എന്റെ അച്ഛന്റെ ഫുഡ് കമ്മീഷണറായുള്ള താല്ക്കാലിക നിയമനകാലയളവ് കഴിഞ്ഞിരുന്നു. അടുത്ത നിയമനം ആയുമില്ല. സഞ്ചാര പ്രിയനായ അദ്ദേഹം ഒരു വർഷം നീണ്ടു നിന്ന ഒരു യാത്രയ്ക്കു പുറപ്പെട്ടു. എന്നാൽ ആ സംഭവം എന്റെയുള്ളിൽ ഭിന്നാഭിപ്രായങ്ങൾ ഉയർത്തി. അത്രയും പ്രധാ

നപ്പെട്ട ഒരു സംഭവം നടക്കുമ്പോൾ രാജ്യത്തില്ലാതെപോയത് ശരിയാണോയെന്ന് ഉള്ളിൽ ആരോ ചോദിച്ചു. വിവിധ രാജ്യങ്ങൾ സഞ്ചരിച്ച് ഞങ്ങൾ 1947 ജൂലൈ ആഗസ്റ്റ് മാസങ്ങളിൽ ഇംഗ്ലണ്ടിൽ എത്തിച്ചേർന്നു. 1947 ലെ ഇംഗ്ലണ്ട് ഭീതിതമായിരുന്നു. അമ്മയ്ക്ക് അത് സഹിക്കാനായില്ല. 1945 ൽ അച്ഛൻ ഇംഗ്ലണ്ട് സന്ദർശിച്ചിരുന്നു. അന്ന് യുദ്ധത്തിൽ ജയിച്ചുവന്ന രാജ്യമായിരുന്നു ഇംഗ്ലണ്ട്. എങ്ങും വിജയാഹ്ലാദങ്ങൾ. ആ സ്മരണകളുമായാണ് അദ്ദേഹം ഞങ്ങളെ മുന്നോട്ടു കൊണ്ടുപോയത്. യുദ്ധം മൂലം സാമ്പത്തിക തകർച്ചയെ അഭിമുഖീകരിക്കുകയായിരുന്നു ഇംഗ്ലണ്ട്. അതിനാൽ തന്നെയാണ് മുൻകൂട്ടി നിശ്ചയിച്ചതിനും നേരത്തെ ഇന്ത്യക്ക് സ്വാതന്ത്ര്യം നല്കാൻ അവർ തയ്യാറായത്. ഇംഗ്ലണ്ടിൽ അക്കാലത്ത് എന്തിനും ഏതിനും റേഷനിങ്ങായിരുന്നു. പവർക്കട്ട് നിത്യസംഭവമായി. 1946 ൽ ഞങ്ങൾ ഇന്ത്യവിടുമ്പോൾ ഇന്ത്യയുടെ സ്വാതന്ത്ര്യം ഉറപ്പായിരുന്നില്ല. ചർച്ചകൾ കൊടുമ്പിരികൊണ്ടിരുന്നു. അപ്പോഴും ഇന്ത്യക്കാർ ബ്രിട്ടീഷ് സാമ്രാജ്യത്വത്തിന്റെ പൗരന്മാർ തന്നെയായിരുന്നു. എന്നാൽ ദിവസങ്ങൾ കഴിയവേ ഇന്ത്യയിലെ തുറമുഖങ്ങൾ അടച്ചിട്ടതായി വാർത്തകൾ വന്നു. സ്വാതന്ത്ര്യ പ്രഖ്യാപനത്തിനുമുമ്പുതന്നെ ലോകത്താകമാനമുള്ള പത്രപ്രവർത്തകർ ദില്ലിയിൽ തമ്പടിക്കാൻ തുടങ്ങിയിരുന്നു. അങ്ങനെ വീട്ടിൽ നിന്നും ഏറെ അകലെ വ്യത്യസ്ഥമായൊരു പ്രദേശത്തിരുന്ന് സ്വാത്രന്ത്യത്തെയും വിഭജനത്തെയും ഞങ്ങൾ കണ്ടു.

ഞങ്ങൾ ഇന്ത്യയിലേക്കു പുറപ്പെടുമ്പോൾ ഇന്ത്യയുടെയും പാകിസ്ഥാന്റെയും അതിർത്തികൾ കൃത്യമായി നിശ്ചയിക്കപ്പെട്ടിരുന്നില്ല. ട്രെയിനുകൾ അതിർത്തികടന്നു പോയിത്തുടങ്ങിയിരുന്നില്ല. വീടും നാടുമുപേക്ഷിച്ച് ആളുകൾ അഭയാർത്ഥികളായി പ്രവഹിക്കാൻ അടങ്ങിയിരുന്നുമില്ല. കപ്പലിലെ ദിനങ്ങൾ ഞാനിപ്പോഴും ഓർക്കുന്നു. അതൊരു മഴക്കാലമായിരുന്നു. യാത്രക്കാർ മിക്കവരും അസുഖബാധിതരായി. എനിക്ക് കടൽച്ചൊരുക്ക് പിടിച്ചിരുന്നു, യാത്ര അവസാനിച്ചതിന്റെ ദുഃഖവും വീണ്ടും സ്കൂളിൽ പോകേണ്ടിവരുമല്ലോ എന്ന ദുഃഖവും എന്നെ അലട്ടി. യാത്രാമദ്ധ്യേ ഇന്ത്യ സ്വതന്ത്രയായ വാർത്ത ബി ബി സി പുറത്തു വിട്ടു.

അദ്ദേഹത്തിന്റെ ശബ്ദം നേർത്തു. ജനനാലയ്ക്കപ്പുറത്തേക്ക് അദ്ദേഹം മിഴിച്ചു നോക്കി. എന്റെ ടേപ് റെക്കോഡറിൽ നിശ്വാസങ്ങൾ മാത്രം രേഖപ്പെടുത്തപ്പെട്ടു.

"ഒരാളിന്റെ സ്വാതന്ത്ര്യത്തെപ്പറ്റി അറിയാൻ പറ്റിയൊരിടം."

ഞാൻ പറഞ്ഞു.

ഒരു നിമിഷാർദ്ധം കടന്നുപോയി. നിശ്ശബ്ദത എന്നെ ദി ബുക്ക് ഓഫ് എവർലാസ്റ്റിങ് തിംഗ്സിനെ പറ്റി ഓർമ്മിപ്പിച്ചു. അനന്ത സാഗരങ്ങളെപ്പറ്റി അതിന്റെ നിയന്ത്രണാതിതമായ പ്രയാസങ്ങളെപ്പറ്റി ഓർമ്മിച്ചു.

അതു നന്നായെന്ന് ഇപ്പോഴെനിക്കു തോന്നുന്നു.

അദ്ദേഹം പറഞ്ഞു നിർത്തി.

പല കൊൽക്കത്തക്കാരും ഒരു മലയാളിയും

എടി എം തേടിയാണിറങ്ങിയത്. രാത്രിക്കും പകലിനും ഇടയിലുള്ള സമയം. മനുഷ്യർക്ക് തെരക്കേറുന്ന നിമിഷങ്ങൾ. വഴിയോരത്തെ ക്ഷേത്രങ്ങളിൽ നിന്നും മന്ത്രോച്ചാരണങ്ങൾ മുഴങ്ങുന്നു.

യാ ദേവീ സർവ്വഭുതേഷു മാതൃരൂപേണ സംസ്ഥിതാ
യാ ദേവീ സർവ്വഭുതേഷു ശക്തിരൂപേണ സംസ്ഥിതാ
യാ ദേവീ സർവ്വഭുതേഷു ശാന്തിരൂപേണ സംസ്ഥിതഃ
നമസ്തസ്യൈ: നമസ്തസ്യൈ: നമസ്തസ്യൈ: നമോ നമഃ

ബംഗാളികൾക്ക് ദുർഗ്ഗയാണെല്ലാം. മാതൃഭാവത്തിന്റെയും ശക്തിയുടെയും ശാന്തിയുടെയും പ്രതിരൂപമാണവൾ. ദുർഗ്ഗയുടെ വിവിധ പ്രതിരൂപങ്ങൾ ബംഗാളിയുടെ സഞ്ചിതസ്മരണകളിൽ ജീവിക്കുന്നുണ്ട്. രാഷ്ട്രീയ പ്രത്യയശാസ്ത്ര ഭേദങ്ങളോ വേറിട്ട മതവിശ്വാസമോ ആയിക്കൊള്ളട്ടെ. ദുർഗ്ഗ സർവ്വവ്യാപിയാണ്, ബംഗാളി സംസ്കൃതിയിൽ.

ആളുകൾ ധൃതിയിൽ നടന്നുപോകുന്നു. മത്സ്യം മുറിച്ചുവില്ക്കുന്നവരുടെ ചുറ്റും ആൾക്കൂട്ടമുണ്ട്. പച്ചക്കറി വില്ക്കുന്നവർക്കുമുന്നിലും പഴം വില്ക്കുന്നവർക്കുമുന്നിലും പുരുഷാരം തങ്ങിനില്ക്കുന്നു. തെരുവിലാകെ മത്സ്യത്തിന്റെയും കർപ്പൂരത്തിന്റെയും സാമ്പ്രാണിയുടെയും മിശ്രഗന്ധം പരക്കുന്നു. ദേവീ വിഗ്രഹത്തിൽ പൂജാരികൾ ജപപുഷ്പങ്ങളും രംഗൻപുഷ്പങ്ങളും ചേർത്ത മാലകൾ ചാർത്തുന്നു.

ഹൗറാപാലത്തിനരികിലുള്ള ആനന്ദകുമാർ റോയി ചൗധരി ലെയിനിലൂടെയാണിപ്പോൾ നടക്കുന്നത്. ഇരുവശത്തും ഹിന്ദുഭവനങ്ങളാണ്. സന്ധ്യ നിറച്ച ഭക്തി, ഗൃഹപരിസരങ്ങളിൽ ചുറ്റിപ്പറ്റി നിന്നു. പൂത്താലങ്ങളുമായി അംഗനമാർ ദുർഗ്ഗാക്ഷേത്രങ്ങളിലേക്കു നടന്നുപോകുന്നുണ്ട്. ചെറിയ ചെറിയ പെൺസംഘങ്ങൾ ഭജനപ്പാട്ടുകൾ പാടി ദേവീ ദേവ

ന്മാരുടെ കൂറ്റൻ ചിത്രങ്ങൾക്കു ചുറ്റും കുടിയിരിക്കുന്നു. രവിവർമ്മയുടെ ഭാവനയിൽ പിറന്ന കാളിയുടെ ചിത്രം കണ്ടു. ഹിന്ദു ഭാവനയിലെ ദൈവങ്ങൾക്ക് മൂർത്തരൂപം നല്കിയതിന് രവിവർമ്മയോടു നന്ദി പറയണം. നഗ്നരായ ദേവീ ദേവന്മാർക്ക് ആടയാഭരണങ്ങൾ നല്കിയതിനും. വഴി പോക്കരിലൊരുവനോട് ചോദിച്ചു. അടുത്തെവിടെയെങ്കിലും എ ടി എം ഉണ്ടോ? നേരെ പോവുക. ഇടതു തിരിയുമ്പോൾ ആ വലിയപാലം കാണും. അതിനു കീഴിലൂടെ നടക്കുക. മുഖ്യ വ്യാപാരത്തെരുവിലെത്തിച്ചേരും. അവിടെ എ ടി എമ്മുകളുണ്ട്. വഴിതെറ്റാതെത്തന്നെ എ ടി എമ്മിന്റടുത്തെത്തി. അകത്ത് എ ടി എം ൽ റീത്തു വച്ചിരിക്കുന്നു. ഒറ്റ വാചകം മാത്രം. എ ടി എം അണ്ടർ റിപ്പയർ. ടെമ്പററലി ക്ലോസ്ഡ്. ഔട്ട് ഓഫ് ഓർഡറാണ് കൊൽക്കത്തയിലെ ഓഡർ. അടുത്തതും അടുത്തതും അടഞ്ഞുകിടന്നു. അതിനടുത്തതിൽ നീണ്ട ക്യൂ. വീണ്ടും മുന്നോട്ടുനടന്നു. പൂക്കളും പലഹാരങ്ങളും വില്ക്കുന്ന സ്റ്റാളുകൾക്കിടയിൽ കോർപ്പറേഷൻ ബാങ്കിന്റെ ഒരു എ ടി എം കണ്ടെത്തി. എ ടി എമ്മിന് കാവലായി യൂണിഫോമിട്ടൊരു മനുഷ്യൻ ഇരിപ്പുണ്ട്. അകത്തൊരാൾ യന്ത്രവുമായി മല്ലിടുന്നുണ്ട്. ബട്ടണുകൾ മാറി മാറി കുത്തുന്നു. കാർഡ് ഊരിയെടുത്ത് അല്പനേരം എന്തുചെയ്യണമെന്നറിയാതെ നിന്ന അയാൾ വീണ്ടും യുദ്ധം തുടങ്ങി. പുറത്തുനില്ക്കുമ്പോൾ വായിക്കാം നിങ്ങളുടെ കാർഡ് ശരിയായ രീതിയിലല്ല പ്രവേശിപ്പിക്കപ്പെട്ടത്. അയാൾ, അയാളുടെ ഇടലും ഊരലുമായി നീണ്ടുപോകവേ സെക്യൂരിറ്റിക്കാരൻ ഇടപെട്ടു. ഇങ്ങനെ വരുന്ന സന്ദർഭങ്ങളിൽ ഇടപെടാനാണല്ലോ സെക്യൂരിറ്റി! അയാൾ അകത്തുകയറി കാർഡ് ശരിയായി ഇടുന്നതെങ്ങനെയെന്നു കാട്ടിക്കൊടുത്ത് അല്പം സന്ദേഹത്തോടെ പുറത്തിറങ്ങി. അകത്തുള്ളയാൾക്ക് കാശിനുപകരം നോട്ടീസാണു കിട്ടുന്നത്. അതിലെ ലിഖിതം മനസ്സിലാക്കാതെ പകച്ച അയാൾ സെക്യൂരിറ്റിക്കാരനോടു പരാതിപ്പെട്ടു. മതിയായ പണമില്ലാത്തതാണു കാരണമെന്നു പറഞ്ഞപ്പോൾ അയാൾ കയർത്തു. മോദിയെ ചീത്തവിളിച്ചു. ദുഷ്ടൻ ഓരോ അക്കൗണ്ടിലും പതിനഞ്ചു ലക്ഷം വീതം ഇടുമെന്നു പറഞ്ഞിട്ട് പലിശയെന്നും പിഴയെന്നും പറഞ്ഞ് ഉള്ളതു മുഴുവൻ ഊറ്റുന്നു. നശിച്ചുപോകട്ടെ. അയാൾ ശപിക്കുന്നു. അത് സെക്യൂരിറ്റിക്കാരന് അത്ര രുചിച്ചില്ല. തന്റെ അക്കൗണ്ടിൽ പണമില്ലാത്തതിന് മോദിജി എന്തു പിഴച്ചു, ഹേ സബ്ബ് ചോർ ഹെയെന്നു ആത്മഗതം നടത്തി അയാൾ ഇറങ്ങിപ്പോയി. പലരിൽനിന്നും പലവട്ടം ഈ വാക്കുകൾ കേട്ടിരിക്കുന്നു. നൈരാശ്യം ബംഗാളിനെ പൊതിഞ്ഞു നില്ക്കുന്നതായി തോന്നി.

"എന്റെ ഊഴം വന്നു. പണം കിട്ടി. പുറത്തേക്കിറങ്ങവേ കേട്ട ട്രാൻസാക്ഷൻ കാൻസൽ കരോ!" ഒരു ഉത്തരവായിരുന്നു അത്. പീഛേ മൂഡ് എന്നൊക്കെ പറയുംപോലെ. അപ്രകാരം ചെയ്തു. പണമെടുക്കുക. പോകുക. അതിനപ്പുറം പതിവില്ലാത്തതാണ്. ഒരു നിമിഷം പതറി. ഡിജിറ്റൽ ഡിവൈസിന്റെ ഇക്കരെയാണ് നില. നീന്തൽ വശമില്ല.

"ആപ്പ് കഹാം സെ ഹെ?"

താനെവിടെന്നെടേയെന്നു ഞാനതിനെ പരിഭാഷപ്പെടുത്തി.

കേരളമെന്ന പേരു കേട്ടയാളുടെ അന്തരംഗം അഭിമാനപൂരിതമായെന്നു മുഖം പറഞ്ഞു.

"ബാപ് രെ. കേരൾ! മുഝേ പള്ളിപ്പുറം മേ ട്രെയിനിങ് കിയാ ഥാ!"

"മാലും ഹെ യെ ജഗ?"

പിന്നല്ല. അതെന്റെ നാടല്ലേ മാഷേ എന്ന ഭാവത്തിൽ ഞാൻ പറഞ്ഞു.

അവിടെനിന്നും ഏഴെട്ടു കിലോമീറ്ററേ വരു എന്റെ 'ജഗ'യായ ശ്രീകാര്യത്തേക്ക്.

ശ്രീകാര്യം? എനിക്കറിയാം. വെളുപ്പാൻ കാലത്ത് വ്യായാമത്തിന്റെ ഭാഗമായി ഞങ്ങളെ ശ്രീകാര്യം വരെ ഓടിക്കും.. യേ ഭഗവാൻ... എത്ര വർഷങ്ങൾ കടന്നുപോയി. ഞാനിപ്പോൾ സി ആർ പിയിൽ നിന്നു വിരമിച്ചു സാബ്. ബാങ്കിലാണ്. എങ്കിലും രാജ്യം തന്നെ മുഖ്യം. ഒരു പൊലീസുകാരൻ എപ്പോഴും പൊലീസുകാരൻ തന്നെ. നാടിന്റെ കാവല്ക്കാരൻ.

അയാളെന്നെ സ്നേഹാതിരേകത്താൽ കെട്ടിവരിഞ്ഞു. അടുത്തു കിടന്ന രണ്ടു കസേരകളിലൊന്നിൽ ഇരുത്തി. റോഡിലിരുന്ന ചായാവാല കല്ക്കരി പുകച്ചു. എ സി 'നഹി'യായതിനാൽ എ ടി എം വാതിലുകൾ മലർക്കെ തുറന്നു വച്ചിരുന്നു. പുക അകത്തേക്കിരച്ചു കയറി.

ചായാവാലയ്ക്കു നേരെ തിരിഞ്ഞ് ഭടൻ ആജ്ഞാപിച്ചു.

"ചൽ ചൽ യഹാം സെ."

പെട്ടെന്നുള്ള ഭാവമാറ്റത്തിന്റെ കാരണം പിടികിട്ടാതെ അയാൾ പകച്ചു.

"ചൽ, സാലേ ചൽ..."

കാര്യം പന്തിയല്ലെന്നു മനസ്സിലായ അയാൾ കൂടും കുടുക്കയുമെടുത്തു ചലിച്ചു.

"ദീദിക്കു സുഖമല്ലേ? കേമമല്ലേ അവരുടെ സർക്കാർ?"

പാവം ചൂണ്ടയിൽ കൊത്തി.

അയാൾ രണ്ടോ മൂന്നോ തെറിപ്പദങ്ങൾ ഒറ്റ ഞെരിപ്പിനു പറഞ്ഞു. ബംഗാളിയിലായിരുന്നതിനാൽ വേഗത്തിൽ പിടികിട്ടിയില്ല. തെറികൾക്ക് അങ്ങനെയൊരു ഗുണമുണ്ട്. ഭാഷ വേണ്ട അതിന്. തെറിയാണെന്ന്, കേട്ടാലുടൻ മനസ്സിലാവും. അറിയാതെ വായിൽ നിന്നും തെറിച്ചുപോകുന്ന പാവം സത്യങ്ങളാണല്ലോ തെറിയായി നമുക്കനുഭവപ്പെടുന്നത്.

"നോക്കൂ സാബ്. 'പരിബർത്ത'നുമായി തെരുവുകളിലൂടെ അലയുന്ന കാലത്ത് ഞാൻ ദീദിക്കൊപ്പമായിരുന്നു. നിങ്ങളൊക്കെ കരുതും പോലെ സിംഗൂരും നന്ദിഗ്രാമുമൊന്നുമല്ല ഇടതുപക്ഷത്തെ തകർത്തത്. ബുദ്ധിജീവികളും പത്രങ്ങളും ടി വിക്കാരും അവസരം ശരിക്കും ഉപയോഗിക്കുകയായിരുന്നു. പിന്നെ ഇത്രയുംകാലം ഒരു കക്ഷിതന്നെ ഭരി

ച്ചാൽ ആരാണു മടുത്തുപോകാത്തത്. അവർ, അവർക്കാവുന്നതൊക്കെ ചെയ്തു. പക്ഷേ, അങ്ങനെ ആർക്കെങ്കിലും എളുപ്പത്തിൽ നന്നാക്കാവുന്ന ഒരു നാടല്ല ബംഗാൾ. കേരളത്തിൽ എല്ലാം ഉണ്ട്. ഞങ്ങളുടെ പയ്യന്മാർ തൊഴിൽ തേടി അങ്ങോട്ടേ ക്കല്ലേ വരുന്നത്? ബംഗാളിനു ഭാവിയില്ല സാബ്. മോദി ഭരണം ബംഗാളിലും വരണം. ദീദി എല്ലാം മുസ്ലിങ്ങൾക്കു കൊടുക്കുകയല്ലേ? ഹിന്ദുക്കളുടെ മാനം കാക്കാൻ ബി ജെ പി വരണമെന്നാണെന്റെ പക്ഷം, സഹവർത്തിത്വത്തോടെ ജീവിച്ച ഒരു ജനതയെ മതാടിസ്ഥാനത്തിൽ വേർതിരിച്ചില്ലേ എന്ന ചോദ്യത്തിന് അതും ശരിയാണെന്നായി അയാൾ.

ഈ സെക്യൂരിറ്റി ജീവനക്കാരന്റെ പേര് പൂർണ്ണദാസ് ഗാംഗുലി. പൂർണ്ണദാസ് ബംഗാളിൽ വളർന്നു വരുന്ന അപകടകരമായ വർഗ്ഗീയ ചേരിതിരിവിന്റെ പ്രത്യക്ഷ ഉദാഹരണമാണ്.

ദീദിയെപ്പറ്റി പരാമർശിക്കുന്നതു കേട്ട് പണമെടുക്കാൻവന്ന ഒരു പെൺകുട്ടി തിരിഞ്ഞുനിന്നു.

“ആരുടെ ദീദി. സ്വയം വിളിച്ചാൽ ഒരുവൾ ദീദിയാകുമോ? ദീദി, മോദി സബ് ചോർ ഹെ.”

“അവൾ ചുവപ്പത്തിയാണ്. എനിക്കവളെ മുമ്പേ അറിയാം. മുദ്രാവാക്യം മുഴക്കി ഈ തെരുവിലൂടെ പ്രകടനത്തിനൊപ്പം പോകുന്നത് ഞാൻ കണ്ടിട്ടുണ്ട്.” പൂർണ്ണദാസ് പറയുന്നു.

അപ്പോഴേക്കും പുറത്തൊരു മാന്യൻ വന്നു. അയാളോട് മെല്ലെയെന്തോ പറഞ്ഞ് പൂർണ്ണദാസ് വലിഞ്ഞു.

വന്നയാൾ അതേ തെരുവിലെ ഒരു വ്യാപാരിയാണ്.

കേരളത്തിൽ നിന്നാണെന്നറിഞ്ഞപ്പോൾ അയാളിലെ കമ്യൂണിസ്റ്റ് വിരോധം പതഞ്ഞു പൊങ്ങി.

“ഞാനൊരു തൃണമൂൽ അനുകൂലിയാണ്.”

അയാൾ ഒരു വെല്ലുവിളി പോലെയാണു പറഞ്ഞത്.

“നല്ലത്. വ്യാപാരമൊക്കെ എങ്ങനെ പോകുന്നു.”

“വലിയ വലിയ മാളുകൾ വന്നതോടെ ഞങ്ങൾ ചെറുകിടക്കാർ പ്രശ്നത്തിലാണ്. ജി എസ് ടി വന്നതോടെ രാജ്യം ഒരു വ്യാപാരമേഖലയാവുമെന്നൊക്കെപ്പറഞ്ഞെങ്കിലും വൻകിടക്കാർ തന്നെ എല്ലാം നിയന്ത്രിക്കുന്നത്.....”

അയാളുടെ വ്യാപാര സങ്കടങ്ങൾ നീണ്ടു.

“ദീദി വന്നതിനുശേഷം തൊഴിലാളികളെ നിലയ്ക്കുനിർത്തി. സമരമില്ല ഹർത്താലില്ല. കൊൽക്കത്ത ശാന്തമായി.”

“ബംഗാളിൽ ഒരു മാറ്റവും വന്നില്ലല്ലോ ചങ്ങാതീ. ഞാൻ കണ്ടതൊക്കെയും വികസന മുരടിപ്പിന്റെയും നൈരാശ്യത്തിന്റെയും കാഴ്ചകൾ മാത്രമായിരുന്നല്ലോ.”

“അതൊക്കെ അങ്ങനെ തന്നെയാണ്. അല്ലെങ്കിൽ ആർക്കാണീ ബംഗാളിനെ നേരേയാക്കാനാകുക.”

ബംഗാളിൽ നിറഞ്ഞുനില്ക്കുന്ന പൊതുബോധമാണിത്. ആർക്കാണ് ബംഗാളിനെ രക്ഷിക്കാനാകുക?

കേരളത്തിലെ ശബരിമല പ്രശ്നം അയാളിവിടെ എടുത്തിട്ടു. കേരളത്തിലെ വലതുപക്ഷം ക്ഷീരബലപോലെ ആവർത്തിച്ച വാദങ്ങൾ അയാളുടെ നാവിൽ നിന്നും വീഴുന്നു. കോർപ്പറേറ്റു മാധ്യമങ്ങൾ ഇടതുപക്ഷത്തിനുനേരെ ഉയർത്താൻ കിട്ടുന്ന ഓരോ വടിയും വൻപ്രഹരമാക്കി മാറ്റാൻ കാത്തിരിപ്പുണ്ട്. മദ്ധ്യവർഗ്ഗ ബോധത്തിൽ അതിനു സ്വീകാര്യതയുമുണ്ട്.

അയാൾ തികച്ചും മാന്യനാണ്.

ബംഗാളി ഭദ്രലോകിന്റെ പ്രതിനിധി.

കോളേജ് സ്ട്രീറ്റ് തേടി

ഹസ്റാ റോഡിൽനിന്നും കോളേജ് സ്ട്രീറ്റു വരെ പോകണം. പഴയ പുസ്തകങ്ങൾക്കിടയിലൂടെ ഒന്ന് ഒഴുകിപ്പോകണം.

ആൽമരത്തിന്റെ തണലിൽ ചുവന്ന പട്ടുടുത്ത ഒരു ദേവതയുണ്ട്. മരത്തോട് ചേർന്ന് അതിന്റെ മറുപാതി ചായ്‌വാലയുടേതാണ്. ചായ മാത്രമല്ല ചപ്പാത്തിയും സബ്ജിയും കടുകെണ്ണ മണത്തിൽ പിറന്നു വീഴുന്നുണ്ട്. ഒരു മദ്ധ്യവയസ്കയാണ് നടത്തിപ്പുകാരി. ബംഗാളി കോട്ടൺ സാരി ചന്തത്തോടെ ഉടുത്തിരിക്കുന്നു. ബ്ലൗസ് പല ഷേഡുകളിലുള്ള തുണിയിൽ നിർമ്മിതം. നെറ്റിയിൽ വട്ടപ്പൊട്ട്. മേനിക്ക് കറുപ്പഴക്. മനോഹരമായ ചുണ്ടുകളിൽ മുറുക്കാൻ ചുവപ്പുണ്ട്. കൊയ്യുകയും പാടുകയും ചെയ്യുന്ന കൊയ്ത്തുകാരിയെപ്പോലെ അവൾ കെറ്റിലിൽനിന്നും ചായ പകരുകയും സാലവൃക്ഷപത്രങ്ങൾ കോട്ടിയെടുത്ത കുഞ്ഞു പാത്രങ്ങ

ഗൗതം ബാനർജി

ളിൽ ചപ്പാത്തിയും സബ്ജിയും വിളമ്പുകയും ഒളിച്ചുവച്ച ഡപ്പ തുറന്ന് സിഗരറ്റും പാൻമസാലകളും വില്ക്കുകയും ചെയ്യുന്നുണ്ട്.

ചായ നുകർന്നു നില്ക്കുന്ന മാന്യന്മാരോട് കുശലം പറയാൻ കൂടി.

കേരളത്തോടുള്ള ആദരവ് അവരെല്ലാം പ്രകടിപ്പിച്ചു. ഒഴിഞ്ഞുപോയ പ്രളയത്തെപ്പറ്റി തിരക്കി. അതിലൊരാൾ തോളിൽ കൈവച്ചു. തിളങ്ങുന്ന കണ്ണുകൾ. നരച്ച താടി. തടിച്ച ശരീരം. ഗൗതം ബാനർജി. വിരമിച്ച ബാങ്കു ദ്യോഗസ്ഥൻ. സ്റ്റേറ്റ് ബാങ്ക് ഓഫ് ഇന്ത്യയിലായിരുന്നു. ബാങ്കു ജീവന ക്കാരുടെ സംഘടനയായ എൻ സി ബി ബിയുടെ ബംഗാൾ സംസ്ഥാന ജനറൽ സെക്രട്ടറിയായിരുന്നു. അദ്ദേഹത്തിന്റെ സംഘടനയെപ്പോലെ അദ്ദേഹവും രാഷ്ട്രീയം ഒളിച്ചുപിടിക്കുന്നുണ്ട്.

നന്നായി സംസാരിച്ചു. അല്പം കവിത കലർന്ന ഇംഗ്ലീഷിൽ.

"എന്റെ രാഷ്ട്രീയം കക്ഷിബദ്ധമല്ല. ബാങ്ക് ജീവനക്കാർക്കുവേണ്ടി പ്രവർത്തിച്ചു. വിരമിച്ചു. രാഷ്ട്രീയ പ്രവർത്തനമില്ല."

ബംഗാൾ കടന്നുപോകുന്ന ഘട്ടത്തെപ്പറ്റി തികഞ്ഞ ബോദ്ധ്യമുണ്ട് അദ്ദേഹത്തിന്. ബംഗാൾ കണ്ടതിൽ ഏറ്റവും ഏകാധിപത്യ സ്വഭാവമുള്ള സർക്കാരാണ് മമതയുടേതെന്ന് ഗൗതം ബാനർജി. "ഇടതുപക്ഷത്തോട് വിയോജിപ്പുണ്ട്. എങ്കിലും ഒന്നു പറയാം. തൊഴിലാളികൾക്കും സാധാ രണക്കാർക്കും ആത്മാഭിമാനം പകർന്നത് അവരാണ്. അവരുടെ സെക്ടേ റിയൻ കാഴ്ചപ്പാടുകളോട് ഞാൻ ബാങ്കിങ് യൂണിയൻ രംഗത്ത് എതിർത്തുനിന്നവനാണ്. ബെഫിയുടെ സാന്നിദ്ധ്യമുണ്ട്. അവരിവിടെ ശക്തരല്ല. അവരുടെ രാഷ്ട്രീയോന്മുഖതയോട് എനിക്ക് യോജിപ്പില്ല... പ്രമോദ് ദാസ് ഗുപ്തയെയേയും ജ്യോതിബസുവിനെയും സ്നേഹ ത്തോടെ ഓർത്തെടുത്ത് അദ്ദേഹം അത്തരം നേതാക്കളുടെ അഭാവം ഇടതുപക്ഷത്തുണ്ടെന്നു തുറന്നു പറഞ്ഞു. അവർ കൊണ്ടുവന്ന ഭൂപരി ഷ്കാരം മൂലം ക്ഷാമത്തിൽനിന്നും പുറത്തുകടക്കാനായി. സിംഗൂർ മികച്ച ഒരു കാല്വെയ്പായിരുന്നു. എന്നാൽ അതു നടപ്പിലാക്കിയ രീതിയോട് എതിർപ്പുണ്ട്." യോജിപ്പും വിയോജിപ്പുമായി ഗൗതം ബാനർജിയോടു സംസാരിച്ചുനില്ക്കെ മറ്റുള്ളവരും ഒപ്പം ചേർന്നു. തർക്കവിതർക്കങ്ങളിൽ ഏർപ്പെടാനുള്ള ബംഗാളി മദ്ധ്യവർഗ്ഗത്തിന്റെ ത്വര അപാരമാണ്. അത വിടെ അനുഭവിച്ചറിഞ്ഞു. ഞങ്ങൾ തുടങ്ങിവച്ച ചർച്ച ഗംഭീര രാഷ്ട്രീയ ചർച്ചയായി വളർന്നപ്പോൾ ഞാൻ മെല്ലെ മിസ്റ്റർ ബാനർജിയെ തോണ്ടി. "കുറച്ചു പുസ്തകങ്ങൾ തേടിപ്പിടിക്കണം. കോളേജ് സ്ട്രീറ്റിലേക്ക് എങ്ങിനെ പോകും."

"അല്പം മുമ്പോട്ടു നടക്കുക. ഒരു കവലയിൽ എത്തും. ഇടത്തോട്ട് തിരിയുമ്പോൾ മെട്രോ സ്റ്റേഷൻ എത്തും. ജിതിൻദാസ് പാർക്ക്. അവി ടെനിന്നും മെട്രോയിൽ കയറി സെൻട്രൽ സ്റ്റേഷനിലിറങ്ങി അല്പം നട ന്നാൽ കോളേജ് സ്ട്രീറ്റിൽ എത്താം."

നന്ദി പറഞ്ഞ് ജിതിൻ ദാസ് പാർക്കിലേക്കു നടന്നു.

പടവുകളിറങ്ങി ടോക്കൺ കൗണ്ടറിലെത്തുമ്പോഴേക്ക് ഒരു ട്രെയിൻ

പോയിക്കഴിഞ്ഞു. റാപ്പിഡ് ട്രാൻസിസ്റ്റ് സിസ്റ്റമെന്നു സാങ്കേതികമായി പേരിട്ടു വിളിക്കുന്ന മെട്രോ നഗരത്തിന് ഒരു ആവശ്യവും ആനന്ദവുമാണ്. 1984 ൽ പ്രവർത്തനമാരംഭിച്ച കൊൽക്കത്ത മെട്രോ ഇന്ത്യയിൽ ആദ്യത്തെ സംരംഭമാണ്. പ്രതിദിനം 284 ട്രിപ്പ് നടത്തുന്ന കൊൽക്കത്ത മെട്രോ ഏകദേശം എട്ടുലക്ഷം യാത്രക്കാരെ കൊണ്ടുപോകുന്നു.

ഓഫീസുകൾ വിട്ട് ആളുകൾ സ്റ്റേഷനിൽ എത്തിച്ചേർന്നുകൊണ്ടിരുന്നു. രബീന്ദ്ര സംഗീതവും ഇടയ്ക്കിടയ്ക്കുണ്ടാവുന്ന സ്റ്റേഷൻ അറിയിപ്പുകളും ഒഴിവാക്കിയാൽ നിശ്ശബ്ദമാണ് ബോഗി. ഓരോരുത്തരും അവനവനിലേക്കു ചുരുങ്ങാനും സീറ്റിലിരുന്നോ കൈവിലങ്ങുകൾ പോലെ തൂങ്ങിയാടുന്ന കൈപ്പിടിയിൽ സ്വസ്ഥാനമുറപ്പിച്ചോ മയങ്ങാൻ തുടങ്ങി. എല്ലാം ശരവേഗത്തിലാണ്. സെൻട്രൽ സ്റ്റേഷൻ എത്തിയതറിഞ്ഞില്ല.

കോളേജ് സ്ട്രീറ്റെന്ന പുസ്തകച്ചന്ത

സെൻട്രൽ സ്റ്റേഷനിൽ നിന്നും കോളേജ് സ്ട്രീറ്റിലേക്ക് നടക്കുമ്പോൾ തെരുവുവിളക്കുകൾ പ്രകാശിച്ചുതുടങ്ങി. ഡോ. സുമൻ മുഖർജി റോഡു മുറിച്ചുകടന്ന് പത്തുമിനിറ്റു നടക്കുമ്പോൾ കോളേജ് സ്ട്രീറ്റിൽ എത്തിപ്പെടുമെന്നറിഞ്ഞു. തെരുവിൽ കാര്യമായ തെരക്കില്ല. ബുർഖ ധരിച്ച ഏതാനും പെൺകുട്ടികൾ ലോക്കൽ ബസിലേക്ക് ഓടിപ്പോകുന്നു. സന്ധ്യ ഇന്ത്യയിലെ സ്ത്രീകൾക്ക് അങ്കലാപ്പിന്റെ സമയമാണ്. കേരളത്തിലായാലും കൊൽക്കത്തയിലായാലും. അവർക്കായി ആൺതൂണുകൾ ഒരുക്കിയിട്ടുള്ള സുരക്ഷാ മേല്ക്കൂരയ്ക്കുള്ളിൽ കടക്കണമെങ്കിൽ അവർ നിശ്ചിത സമയത്തിനുള്ളിൽ എത്തണം. രാജ്യത്തിലെ ജനസം

കോളേജ് സ്ട്രീറ്റിലെ പുസ്തകക്കട

ഖ്യയിൽ നേർപാതിയിൽ കൂടുതൽ പേർക്ക് ഇനിയും സ്വാതന്ത്ര്യം പ്രാപി ക്കാനായിട്ടില്ലെങ്കിൽ നാം നേടിയെടുത്ത സ്വാതന്ത്ര്യത്തിന് എന്താണർത്ഥം? വഴിവിളക്കുകൾ തെളിച്ച വഴികളിലൂടെ പുസ്തകങ്ങളുടെ വനസ്ഥലിയിലേക്കു കടന്നു.

ബൗബസാർ ഏര്യയിലെ ഗണേശ് ചന്ദ്ര അവന്യൂ മുതൽ മഹാത്മാഗാന്ധി റോഡുവരെയുള്ള ഒന്നരകിലോമീറ്റർ നീളമുള്ള 'കോളേജ് സ്ട്രീറ്റ്' പുസ്തകപ്രേമികളുടെയും ഗവേഷകരുടെയും മെക്കയാണ്. കൊൽക്കത്തയിലെ പ്രസിഡൻസി യൂണിവേഴ്സിറ്റി, മെഡിക്കൽ കോളേജ്, സംസ്കൃത കോളേജ്, സിറ്റി കോളേജ് ഓഫ് കോമേഴ്സ് & ബിസിനസ് അഡ്മിനിസ്ട്രേഷൻ എന്നിവയെ തൊട്ടാണ് കോളേജ് സ്ട്രീറ്റ്. 'ബോയി പാറ' അഥവാ പുസ്തകത്തെരുവ് എന്നാണ് കോളേജ് സ്ട്രീറ്റ് പ്രാദേശികമായി അറിയപ്പെടുന്നത്. ചെറുതും വലുതുമായ പുസ്തകാലയങ്ങൾ കോളേജ് സ്ട്രീറ്റിന്റെ ഇരുവശങ്ങളിലും കാണാം. വൻകിട പ്രസാധകരുടെ പ്രദർശനശാല മുതൽ പൈറേറ്റഡ് പുസ്തകങ്ങളുടെ തെരുവു മൂലകൾവരെ ഇതിലുണ്ട്. ഒരു സ്റ്റാളിൽ കയറിയാൽ ഒരു ചങ്ങല പോലെ ഒന്നര കിലോമീറ്റർ വീതം അങ്ങോട്ടും ഇങ്ങോട്ടും തടസ്സങ്ങളേതുമില്ലാതെ പുസ്തകങ്ങളെ കണ്ടും തൊട്ടും മറിച്ചും നോക്കിയും തെല്ലിട വായിച്ചും സഞ്ചരിക്കാം. പുസ്തകപ്രേമികൾക്കു മാത്രം ആസ്വദിക്കാനാകുന്ന പ്രത്യേകതരം പുസ്തകഗന്ധമുണ്ട്. ആവോളം ആസ്വദിക്കാമത്. അരുന്ധതി റോയിയുടെ *മിനിസ്ട്രി ഓഫ് അറ്റ്മോസ്റ്റ് ഹാപ്പിനസ്സി*ന്റെ പൈറേറ്റഡ് എഡിഷൻ നൂറുരൂപയ്ക്ക് ലഭ്യമാണിവിടെ. ചർച്ചാവിഷയമാകുന്ന ഏതൊരു പുസ്തകവും മണിക്കൂറുകൾക്കകം വ്യാജനായി എത്തിച്ചേരും. അരുന്ധതിയുടെ തന്നെ *ദ ഡോക്ടർ ആന്റ് ദ സെയിന്റ്*, *ഗോഡ് ഓഫ് സ്മാൾ തിങ്ങ്സ്* എന്നിവയുടെ വ്യാജൻ മിക്ക സ്റ്റാളുകളിലും ഇടംപിടിച്ചിട്ടുണ്ട്. ചിത്രാ ബാനർജി ദിവകരുണിയുടെ *സിസ്റ്റർ ഓഫ് മൈ ഹാർട്ടും ദ പാലസ് ഓഫ് ഇല്യൂഷൻസ്, ഖാലീദ് ഹൊസേനിയുടെ ദ കൈറ്റ് റണ്ണർ, എ തൗസന്റ് സ്പെളെൻഡിഡ് സൺസ്, ആന്റ് ദ മൗണ്ടൻ എക്കോഡ്* എന്നിവയും പൈറേറ്റഡ് ബസ്റ്റ് സെല്ലറുകളാണ്. പുതിയതും പഴയതുമായ പുസ്തകങ്ങൾക്കിടയിൽ ഈസ്റ്റിന്ത്യാ കമ്പനിയുടെ വാർഷികക്കണക്കു പുസ്തകവും കണ്ടു. പത്തൊമ്പതാം നൂറ്റാണ്ടിലെ അമൂല്യഗ്രന്ഥങ്ങൾ മുതൽ ജഫ്റി ആർച്ചറുടെ പുസ്തകങ്ങൾ വരെ ഇവിടെ ലഭ്യമാണ്.

വാഷിങ്ടണിൽ നിന്നിറങ്ങുന്ന ജേണലായ *സ്മിത്സോണിയനിൽ* വന്നൊരു ലേഖനത്തിൽ കോളേജ് സ്ട്രീറ്റിനെപ്പറ്റി ഇങ്ങനെ കണ്ടു:

പാതയിലേക്കിറങ്ങി നില്ക്കുന്ന അരമൈൽ ദൂരം. ബുക്ക്സ്റ്റാളുകളും ഷോപ്പുകളും. ആദ്യപതിപ്പുകൾ, ലഘുലേഖകൾ, പേപ്പർ ബാക്കുകൾ. ഇന്ത്യയിലെ വിവിധ ഭാഷകളിലും ഫ്രാൻസ്, റഷ്യ, ജർമ്മനി, ഇംഗ്ലണ്ട് എന്നിവിടങ്ങളിലും ഔട്ട് ഓഫ് പ്രിന്റായ പുസ്തകങ്ങൾ... ഇവിടെ നിങ്ങൾക്ക് ലഭിക്കാത്ത പുസ്തകങ്ങളൊന്നും തന്നെയില്ല. ക്ഷമയോടെ

പുസ്തക വില്പനക്കാരൻ

തെരയണമെന്നു മാത്രം.

പഴയ പുസ്തകങ്ങൾക്കിടയിലൂടെയുള്ള സഞ്ചാരം ചുവന്ന നാടകൊണ്ടു ബന്ധിച്ച ഏഴു വാല്യങ്ങളിൽ മുട്ടിനിന്നു. മാർസൽ പ്രൂസ്റ്റിന്റെ *റിമമ്പറൻസ് ഓഫ് തിങ്സ് പാസ്റ്റ്* എന്ന ഫ്രഞ്ച് നോവലിന്റെ ഇംഗ്ലീഷ് പരിഭാഷ. സി കെ സ്കോട്ട് മോൺ ക്രീഫ് വിവർത്തനം ചെയ്ത് 1922 നും 31 നും ഇടയിൽ പ്രസിദ്ധീകരിച്ച ആറു വാല്യങ്ങളും സ്റ്റീഫൻ ഹെഡ്സൺ വിവർത്തനം ചെയ്ത *ഏഴാം വാല്യ* (1932) വുമായിരുന്നു അത്. ആരുടെയോ അമൂല്യശേഖരത്തിൽനിന്നുള്ള ആദ്യ പതിപ്പിന്റെ കോപ്പികൾ. ഓരോ വാല്യത്തിനുമുണ്ട് സവിശേഷ ശീർഷകങ്ങൾ. ഓർത്തെടുക്കുക എന്ന മനുഷ്യ മസ്തിഷ്കത്തിന്റെ അപാര സവിശേഷതയുടെ ആഖ്യാനമെന്നു വിശേഷിപ്പിക്കുന്ന ഈ കൃതിക്ക് പരിഷ്കരിച്ച വിവർത്തനങ്ങൾ ഇറങ്ങിയിട്ടുണ്ട്. ഇപ്പോഴത് *ഇൻസെർച്ച് ഓഫ് ലോസ്റ്റ് ടൈം* എന്ന പേരിലാണ് ഇംഗ്ലീഷിൽ ലഭിക്കുന്നത്. 1992 ൽ ജെ സി എൻറൈറ്റ് നടത്തിയ പുതിയ വിവർത്തനം മുതല്ക്കാണ് പുതിയ പേര്. പ്രൂസ്റ്റിന്റെ പുസ്തകത്തെപ്പറ്റി ഏറെ വായിച്ചിട്ടുണ്ടെങ്കിലും ആ പുസ്തകം ഇനിയും വായിക്കാൻ കഴിഞ്ഞിട്ടില്ല. ഏഴ് വാല്യങ്ങളുംകൂടി ആയിരത്തി അഞ്ഞൂറ് രൂപയ്ക്ക് വില്ക്കാമെന്ന് സ്റ്റാളുടമ പറഞ്ഞു. ആയിരത്തിന് അത് കിട്ടിയേക്കുമെന്നു കരുതിയ സമയത്താണ് പരവശയായി കാണപ്പെട്ട ഒരു പെൺകുട്ടി ഓടിക്കിതച്ചെത്തിയത്. അവൾ വന്നയുടനെതന്നെ പ്രൂസ്റ്റിൽ കൈവച്ചു.

“ഈ നില്ക്കുന്നയാൾ എടുത്തുവച്ചിരിക്കുകയാണ് മോളേ.”

അവൾ ദയനീയമായി നോക്കി.

“വേറൊരു കോപ്പിയുണ്ടാവുമല്ലോ ദാദ.”

“ഇല്ല മോളേ ഈ ഒറ്റക്കോപ്പിയേയുള്ളു. അടുത്തകാലത്ത് അന്തരിച്ച ഒരു യൂണിവേഴ്സിറ്റി പ്രൊഫസറുടെ മക്കൾ എനിക്കു തന്നതാണീ പുസ്തകങ്ങൾ!”

പഴയ പുസ്തകങ്ങളിലേക്ക് കൈകൾ ചൂണ്ടി അയാൾ പറഞ്ഞു.

“ദാദ അങ്ങേയ്ക്ക് അത്യാവശ്യമില്ലെങ്കിൽ ഞാനെടുത്തോട്ടെ.”

പ്രൂസ്റ്റ് കൈവിട്ടുപോകുമോയെന്ന ഉൽക്കണ്ഠ ഉള്ളിൽ പെരുകി. നാം എന്തിന്റെ പേരിൽ ഉൽക്കണ്ഠപ്പെടുന്നുവോ അതു നമ്മുടെ ദുർബ്ബല മേഖലയാണെന്നും നഷ്ടത്തിലേ അതു കലാശിക്കൂ എന്നും ജീവിതം

ഇതിനകം പഠിപ്പിച്ചിരിക്കുന്നു.

"കുട്ടി എന്തു ചെയ്യുന്നു?"

പ്രസിഡൻസിയിൽ പി എച്ച് ഡി ചെയ്യുന്നു. പ്രൂസ്റ്റ് എന്റെ പഠന വിഷയമാണ്. കോളേജിൽ കോപ്പിയുണ്ട്. പക്ഷേ, എനിക്കിത് സ്വന്തമായി വേണം. ഓർത്തെടുക്കലിന്റെ സാഹിത്യപരിസരങ്ങൾ. മാർസൽ പ്രൂസ്റ്റിനെ കേന്ദ്രീകരിച്ച്. ഇതാണെന്റെ ഗവേഷണവിഷയം."

"ദാദ എവിടന്നു വരുന്നു. സൗത്തിൽ നിന്ന്?"

"അതെ സൗത്ത്. കേരള."

"ഓ, കേരള. ഹാപ്പി ടു മീറ്റ് യു സർ."

അവൾ കേരളത്തെപ്പറ്റി വാചാലയായി. സുഹൃത്തുക്കൾക്കൊപ്പം ആലപ്പുഴയിൽ വന്നിട്ടുണ്ടത്രെ. കായലിലൂടെ നടത്തിയ ഹൗസ് ബോട്ട് യാത്ര അവൾ ഓർത്തെടുത്തു. സംസാരിക്കുമ്പോൾ മുടിയിഴകൾ മുഖ പടം തീർക്കുന്നു. അവളത് മാടിയൊതുക്കുന്നു. ചങ്ങാതിക്കൂട്ടത്തിനൊപ്പം തിരുവനന്തപുരം എക്സ്പ്രസ്സിൽ സ്ലീപ്പർ ക്ലാസിൽ നടത്തിയ യാത്ര യുടെ വിശദാംശങ്ങളിലേക്ക് അവൾ കടന്നു.

പ്രൂസ്റ്ററിനെ അവൾക്കു വിട്ടുകൊടുത്തു. അവൾ ക്ഷണിച്ചതനുസ രിച്ച് ഒരു തട്ടുകടയിലേക്കു നടന്നു. മൺകപ്പുകളിൽ ചായ പകർന്നു നല്കുന്ന കട.

ഒരു മുഖവുരയുമില്ലാതെ അവൾ പറഞ്ഞു.

"ദ ഒൺലി ലെഫ്റ്റ് സ്റ്റേറ്റ് ലെഫ്റ്റ്."

"അതെ."

"ദാദ. നിങ്ങൾ പലതിലും ഒന്നാമതല്ലേ. ബിക്കാസ് ഓഫ് ലെഫ്റ്റ് സ്ട്രഗ്ഗിൾ ആന്റ് ഗവൺമെന്റ്സ്."

"ഇത്ര കൃത്യമായി?"

"ഞാൻ എസ് എഫ് ഐയിലുണ്ട്."

"സജീവം?"

"ഇപ്പോഴത്ര സജീവമല്ല. പഠനത്തിൽ ശ്രദ്ധിക്കുന്നു."

"എസ് എഫ് ഐയുടെ സ്വാധീനം?"

"ദാദ രണ്ടു കൊല്ലത്തിലേറെയായി പ്രസിഡൻസിയിൽ വിദ്യാർത്ഥി യൂണിയൻ തിരഞ്ഞെടുപ്പുനടക്കുന്നില്ല. മൂന്നു പ്രധാനശക്തികളാണിവി ടെ. ഇൻഡിപെൻഡൻസ് കൺസോളിഡേഷൻ, എസ് എഫ് ഐ, ഐസ – ഡി എസ് ഒ – എ ഐ എസ് എഫ് കൂട്ടുകെട്ട്. വരുന്ന തിരഞ്ഞെടുപ്പ് എസ് എഫ് ഐ നേടും ദാദ. ലെനിൻ മുതൽ രോഹിത് വെമുല വരെ ഞങ്ങളുടെ ദീപസ്തംഭങ്ങളാണ്."

ചായ നുകർന്ന്, കൈകൊടുത്ത് പിരിഞ്ഞു. അവൾ പുസ്തകക്കെട്ടും പേറി അകന്നു പോകുമ്പോൾ ഒരു കാര്യം മറന്നു. അവളുടെ പേര് ചോദി ക്കാൻ.

കോളേജ് സ്ട്രീറ്റിൽ ഇരുട്ടു കനത്തു. വഴിവിളക്കുകളുടെ പ്രഭ ഏറി. പുസ്തക സ്റ്റാളുകളിലൂടെ നിലയ്ക്കാത്ത മനുഷ്യപ്രവാഹം. ഒരു കാര്യം

പ്രത്യേകം ശ്രദ്ധിച്ചു. എത്രവില കുറച്ചുപറഞ്ഞാലും അവർക്ക് പരിഭവ മേതുമില്ല. "ന ദാദ ന" എന്നു മാത്രം പറയും.

പ്രസിഡൻസി കോളേജിന്റെ കവാടത്തിൽനിന്ന് ഉള്ളിലേക്കു നോക്കി. കാമ്പസ് ഇപ്പോഴും സജീവമാണ്. 2010 ൽ പ്രസിഡൻസി കോളേജിനെ യൂണിവേഴ്സിറ്റിയാക്കിയിട്ടുണ്ട്. 1817 ൽ സ്ഥാപിതമാകുമ്പോൾ ഇത് 'ഹിന്ദു കോളേജാ'യിരുന്നു. പിന്നീടത് പ്രസിഡൻസി കോളേജായി. ഈ കോളേജിന്റെ സ്ഥാപകരിലൊരാൾ രാജാ റാം മോഹൻ റായിയായിരുന്നു. ബംഗാളിന്റെയും ഇന്ത്യയുടെ തന്നെയും ചരിത്രഗതിയെ മാറ്റി മറിച്ച എത്രയോ പ്രഗത്ഭർ പഠിച്ചിറങ്ങിപ്പോയ കോളേജിനെ സല്യൂട്ട് ചെയ്ത് ഞാൻ വീണ്ടും പുസ്തകങ്ങളുടെ ലോകത്തേക്കു പോയി.

പുസ്തകങ്ങൾ തെരഞ്ഞു തെരഞ്ഞ് എത്തിപ്പെട്ടത് അൻവറുൾ ഹസന്റെ സ്റ്റാളിലാണ്. എഡ്ഗർ അലൻ പോയുടെ *തിരഞ്ഞെടുത്ത കഥകൾ* മാറ്റിവച്ച് ഹസൻ സാദത്ത് മൻടോയുടെ പുസ്തകങ്ങളിലേക്കു തിരിഞ്ഞപ്പോൾ അൻവറുളിന് കാര്യങ്ങളുടെ കിടപ്പ് പിടികിട്ടി. വിഭജനത്തെ സംബന്ധിച്ച ഉറുദു കഥകളുടെ ഇംഗ്ലീഷ് വിവർത്തനം ഗുൽസാറിന്റെ ഇംഗ്ലീഷ് കവിതകൾ ഇസ്മത് ചുഗ്തായിയുടെ *എ ലൈഫ് ഇൻ വേഡ്സ്, ആൻ അൺസിവിൽ വുമൺ* എന്നിവ മുമ്പിലെത്തി. പഴ്സിന്റെ കനവും പുസ്തകവുമായുള്ള താരതമ്യത്തിൽ അലൻപോയും ഇസ്മത് ചുഗ്താതയിയും മാത്രം കൈകളിലായി.

"ഭായി. കൊൽക്കത്തയുടെ ചരിത്രം?"

"ആരുടെ, ദാദ?"

ആരുടെയെങ്കിലും, നോക്കട്ടെ.

കൊൽക്കത്താ ചരിത്രം പലത് വന്നുവീണു. പഴയതും പുതിയതും.

തങ്കപ്പൻ നായർ എന്നൊരു മലയാളി കൊൽക്കത്തയെപ്പറ്റി ധാരാളം പുസ്തകങ്ങൾ എഴുതിയിട്ടുണ്ട് എന്ന കാര്യം ഓർത്തു.

"ഹിസ്റ്ററി ഓഫ് കൊൽക്കത്ത ബൈ വൺ തങ്കപ്പൻ നായർ?"

"യു മീൻ പി റ്റി നായർ?"

"അതെ, അതു തന്നെയാണ്."

'സച്ച് എ ഗ്രേറ്റ് മാൻ.... ബെയർ ഫുട് ഹിസ്റ്റോറിയൻ. നിങ്ങളുടെ നാട്ടുകാരനാണ്. എത്രയോ കാലമായി കൊൽക്കത്തയിലായിരുന്നു. ഇപ്പോൾ കൊച്ചിനിലാണ്. *എ ഹിസ്റ്ററി ഓഫ് കൽക്കത്ത സ്ട്രീറ്റ്സ്* ആണ് പ്രധാന പുസ്തകം. ആവശ്യക്കാർ ഏറെയുണ്ട് ബാബു. പക്ഷേ, കോപ്പിയില്ല."

പി റ്റി നായരുടെ മറ്റു ചില പുസ്തകങ്ങൾ അൻവറുൾ ചികഞ്ഞെടുത്തു. *സൗത്ത് ഇന്ത്യൻസ് ഇൻ കൊൽക്കത്ത, ഗാന്ധിജി ഇൻ കൊൽക്കത്ത, കൽക്കത്ത ഇൻ സെവന്റീന്ത് സെഞ്ചുറി* തുടങ്ങി അറുപതിലേറെ പുസ്തകങ്ങൾ പി റ്റി നായരുടേതായിട്ടുണ്ട്.

"ഇവിടെ വരുമായിരുന്നു ബാബു. മിക്ക ദിവസവും. ഒരു കെട്ടു

പുസ്തകങ്ങൾ തേടിപ്പിടിക്കും. പി റ്റിയുടെ വരവ് ഞങ്ങൾ ആദരവായി കണ്ടു. പലപ്പോഴും പൈസ വേണ്ടെന്നു പറയും. അങ്ങനെ പറഞ്ഞാലൊന്നും നായർ ദാ വിട്ടുതരില്ല. പോക്കറ്റിൽ തിരുകി വയ്ക്കും....' അദ്ദേഹം തിരിച്ചുപോയി. കൊൽക്കത്തയുടെ വലിയ നഷ്ടമാണ് നായർ ദാ.... നിങ്ങൾ തിരക്കൂ ദാദായ്ക്ക് സുഖമാണോയെന്ന്."

പുസ്തകങ്ങളുമായി തെരുവ് കടന്നുപോകുമ്പോൾ പി റ്റി നായരെപ്പറ്റി ഓർത്തു. അദ്ദേഹത്തെപ്പറ്റി നിരവധി ലേഖനങ്ങൾ ഇതിനകം മലയാളത്തിൽ വന്നുകഴിഞ്ഞു. ടൈപ്പ് റൈറ്റിങ് യോഗ്യതയുമായി 1955 ൽ കൊൽക്കത്തയിലെത്തിയ പരമേശ്വരൻ തങ്കപ്പൻ നായർ കൊൽക്കത്തയുടെ ചരിത്രകാരനായി. ആ നഗരത്തെ ഉള്ളിൽ പാർപ്പിച്ചു. തെരുവുകളിലൂടെ നടന്നു. പുസ്തകക്കടകളിലും ലൈബ്രറികളിലും പുരാതന രേഖകൾ പരതി. ഒരു നഗരം എന്താണോ ഒളിച്ചുപിടിക്കുന്നത് അതു തുറന്നുകാട്ടി. ജനകീയ ചരിത്രരചനയുടെ ഉത്തമമാതൃകയാണ് തങ്കപ്പൻ നായർ. കൊൽക്കത്തയുടെ പരുക്കൻ പ്രതലത്തിനുള്ളിൽനിന്നും ഊറിവരുന്ന സൗഹൃദം നുണഞ്ഞ് എത്രയോ മലയാളികൾ ഇവിടെ പാർപ്പുറപ്പിച്ചു. പുരോഗമന കലാസാഹിത്യസംഘം കൊൽക്കത്ത ജില്ലാ കമ്മിറ്റി പ്രവർത്തകനായ നാരായണനും മലയാളികൾ നഗരത്തിലെത്തിയാൽ സൗഹൃദക്കരങ്ങളുമായി എത്തുന്ന അജന്തയുമൊക്കെ അവരിൽ ചിലർ മാത്രം.

ഏകതാരയുടെ വിഷാദനാദം

ശാന്തിനികേതൻ എക്സ്പ്രസ്സ് എന്നും രാവിലെ പത്തു പത്തിന് ഹൗറയിൽനിന്നും പുറപ്പെടും. ശാന്തിനികേതനിലേക്കു പോകേണ്ടവർ ബോൽപൂരിലിറങ്ങി ഓട്ടോപിടിക്കണം. ഹൗറ – ബോൽപൂർ യാത്ര പലതുകൊണ്ടും പ്രധാനപ്പെട്ടതാണ്. ബർധമാൻ ജില്ലയിലെ വിശാലമായ വയലേലകളിൽനിന്നും വീശുന്ന ഈർപ്പമുള്ള കാറ്റേറ്റ് കണ്ണുകൾ അടഞ്ഞുതുടങ്ങുമ്പോഴാകും ഏകതാരയുടെ വിഷാദഭരിതമായ സംഗീതത്തോടൊപ്പം ഹൃദയഹാരിയായ പാട്ടുകേൾക്കുന്നത്. ഉണർന്നോളൂ. ബാവുൽ ഗായകരുടെ വരവാണ്.

ശ്രാവണമാസത്തിലെ ഈറൻ പകലുകളിൽ ബാവുലിന്റെ ഹൃദയഗാനവും ഏകതാരയുടെയും ഢോലിന്റെയും കാൽച്ചിലങ്കയുടെയും നാദവിസ്മയങ്ങളും പകരുന്ന കുളിർമ പറഞ്ഞറിയിക്കാനാവില്ല. ഭിക്ഷുക്കൾക്കെന്നപോലെ മറ്റുള്ളവരുടെ ദാനമാണ് അവരുടെ അന്നം. മൂന്നു സമ്പ്രദായങ്ങൾ അനുവർത്തിക്കുന്ന ബാബുൽമാരുണ്ട്. ബംഗാളിലെ ബിർബം, ബർധമാൻ, ബാങ്കുറ മേദിനിപ്പൂർ മേഖലകളിലെ ബാവുൽ സമ്പ്രദായം താന്ത്രിക് ബുദ്ധിസത്തിന്റെയും മുർഷിദാബാദ് മേഖലയിൽ വൈഷ്ണ പാരമ്പര്യത്തിന്റെയും കിഴക്കൻ ബംഗാളിൽ മുസ്ലിം പാരമ്പര്യത്തിന്റെയുമാണ്.

എ ഡി അഞ്ചാം നൂറ്റാണ്ടിലെ സൂഫികളിൽനിന്നും ബംഗാളിലെ പാട്ടുപാരമ്പര്യത്തിൽ നിന്നും അവയുടെ കൂടിക്കലരുകളിൽ നിന്നുമാകാം ബാവുൽ സംഗീതം ഉയിർകൊണ്ടത്. പില്ക്കാലത്ത് ഭക്തിപ്രസ്ഥാനത്തിൽനിന്നും ലാലൻ ഫക്കീർ, രബീന്ദ്രനാഥ ടാഗോർ തുടങ്ങിയ ബംഗാളി കവികളിൽനിന്നും ബാവുൽ ഗാനങ്ങൾ പിറന്നു. രബീന്ദ്രനാഥ ടാഗോറിന്റെ കവിതകളിലും സംഗീതത്തിലും ബാവുൽ സ്വാധീനമുണ്ട്.

ആകാശ് ഹോതെ കോഷ്ലോ താരാ
അംതാർ രാതേ പാതോ ഹരാ
പ്രൊഭാത് താരേ കുഞ്ജ്തെ ജാബേ
ധാരാർ ധൂലായ് കുഞ്ജെ പാബേ
ത്രിനെ ത്രിനെ ശിശിർധാരാ.....

ടാഗോറിന്റെ ഈ പ്രശസ്ത ഗാനം ബാവുൽഗീതത്തിന്റെ ചിട്ടവട്ടങ്ങൾക്കനുസരിച്ച് ക്രമപ്പെടുത്തിയതാണ്.

ബാവുൽമാർ മിക്കവരും അവിവാഹിതരോ സഹജീവിതം നയിക്കുന്നവരോ ആണ്. പങ്കാളികൾ മാറുന്നു. അങ്കലാപ്പുകളോ ആശങ്കകളോ കൂടാതെ അവർ അതംഗീകരിക്കുന്നു. ബാവുൽ ജീവിതം ലൈംഗിക സ്വാതന്ത്ര്യത്തിന്റെ കൂടി ജീവിതമാണ്. ഗുരുകുലങ്ങളിൽ താമസിച്ചാണ് അവർ സംഗീതം അഭ്യസിക്കുന്നത്. കേവലമായ രാഗങ്ങൾ മാത്രമല്ല സമൂഹജീവിതമാണ് അവർ നയിക്കുന്നത്. അയവേറിയതും സ്നേഹത്താൽ മാത്രം ദൃഢതരമാവുന്നതുമാണ് അവരുടെ ബന്ധങ്ങൾ. ഗുരുകുലങ്ങളിൽ സ്ത്രീ ബാവുലുകളെ സേവികമാർ എന്നും വിളിക്കുന്നു. കാലം ബാവുൽ ജീവിതങ്ങളെയും മാറ്റിമറിക്കുന്നുണ്ട്. ഇക്കാലത്ത് വിവാഹിതരായി കുടുംബജീവിതം നയിക്കുന്ന ബാവുലുകളുടെ എണ്ണം കൂടി വരുന്നു.

ബാവുൽ ആത്മീയത തേടുന്നത് ശരീരത്തിനുപുറത്തല്ല. ശുദ്ധമായ ശരീരത്തിലത്രെ ശുദ്ധമായ ആത്മാവ് കുടികൊള്ളുന്നത്. അവർ പ്രത്യേക മതങ്ങളിൽ വിശ്വസിക്കുന്നില്ല. പ്രത്യേക ജാതികളിലുംപെടുന്നില്ല. സൂഫികളെപ്പോലെയാണവർ. അവധൂതർ. മുസാഫിർ. സൂഫിസത്തോടു ചേർന്നുനില്ക്കുന്ന ബാവുൽ ഗായകരാണ് പഴയ കിഴക്കൻ

ബാവുൽ ഗായകൻ

ബംഗാളിയായ ഇന്നത്തെ ബംഗ്ലാദേശിലുള്ളത്.

116–ാം വയസ്സിൽ മരിച്ചു എന്നുകരുതപ്പെടുന്ന ബംഗ്ലാദേശിലെ ലാലൻ ഷായാണ് (1774–1890 എ ഡി) ബാവുൽ ഇസ്ലാമിക പാരമ്പര്യത്തിന്റെ രാജാവ്. പടിഞ്ഞാറൻ ബംഗ്ലാദേശിലെ ഖുഷ്തിയ പട്ടണത്തിലാണ് അദ്ദേഹം ജീവിച്ചത്. അദ്ദേഹത്തിന്റേതായി ആയിരത്തിലേറെ ഗാനങ്ങൾ കണ്ടെത്തപ്പെട്ടിട്ടുണ്ട്. രബീന്ദ്രനാഥ ടാഗോർ ലാലൻ ഷായുടെ ഗാനങ്ങളിൽ ആകൃഷ്ടനായിരുന്നു. മതാതീതമായ ആത്മീയതയാണ് അദ്ദേഹം ഉയർത്തിപ്പിടിച്ചത്.

"കാചാർ വിതോർ ഓചിൻ പാകി കാമ്നെ അഷെ ജായ്...
കൂട്ടിലടച്ച അജ്ഞാത പക്ഷീ
എങ്ങിനെ പറക്കും നീ
അകത്തേക്കും പുറത്തേക്കും?
പറ്റിയാൽ ഞാൻ നിന്നെ പിടിക്കും
എന്റെ മനസ്സിലെ ചങ്ങലയാൽ ബന്ധിക്കും.

ബംഗാളിന്റെ ഗ്രാമാന്തരങ്ങളിൽ മതത്തിനും ജാതിക്കും അതീതമായ ഗാനങ്ങളുമായി ബാവുലുകൾ എന്ന അവധൂതന്മാർ ഇറങ്ങുകയായി. അവർ കെട്ടുപാടുകൾ വലിച്ചെറിഞ്ഞ മുസാഫിർമാരാണ്. അവരുടെ കൈകളിലെ ഏകതാരയോ ദോതാരയോ ഢോലോ മാനവികതയുടെ ഹൃദയതാളമാണ്.

രാജ്യാതിർത്തികൾ കടന്ന് മഹാനഗരത്തിലേക്കും സംഗീത സദസ്സുകളിലേക്കും ബാവുൽ ഗായകരും അവരുടെ ഹൃദയം പൊട്ടിയൊഴുകുന്ന ഗാനങ്ങളും വളർന്നിരിക്കുന്നു. വ്യാജ ബാവുലുകളും അരങ്ങുവാഴുന്നുണ്ട്. സാംസ്കാരിക ടൂറിസം ബലപ്പെട്ടതോടെ ഇൻസ്റ്റന്റ് കഥകളിയുണ്ടായതുപോലെ ഇൻസ്റ്റന്റ് ബാവുലുമാരുമുണ്ടായേക്കാം. എങ്കിലും വംഗദേശത്തെ മനുഷ്യരുടെ ആത്മാവായ ബാവുൽ ഗായകർ നമ്മെ മാടിവിളിക്കുകയാണ്.

അജ്ഞാത യാത്രക്കാരാ വന്നു പോകൂ...
ഈ മരത്തണലിലിരുന്ന്
എന്റെ പാട്ടൊന്നു കേൾക്കൂ
എന്റെ തംബുരുവും കാൽച്ചിലങ്കകളും
നിലയ്ക്കാതെ ചലിപ്പിക്കാം..

ബസുന്ധരാ ഹോട്ടലിൽനിന്നും ഏറെ വളവു തിരിവുകൾ പിന്നിട്ടാണ് അമിയകുമാർ മണ്ഡലിന്റെ ടോട്ടോ (വൈദ്യുത ബാറ്ററിയാൽ ചലിപ്പിക്കുന്ന ഓട്ടോറിക്ഷകൾക്ക് ബംഗാളികൾ നല്കിയ പേര്) ഞങ്ങളെ ശാന്തിനികേതനിൽ എത്തിച്ചത്. സ്കൂൾ ക്ലാസുകൾ തൊട്ടേ കേൾക്കുന്ന പേരാണ് ശാന്തിനികേതൻ. അതിനാൽ ഇവിടെ കാലുകുത്തുന്നതിനു മുമ്പ് നമിക്കണം നാം ടാഗോറിനെ, ഇന്ത്യയുടെ വിശ്വപൗരനെ, എഴുത്തിനെ, വരകളെ, സംഗീതത്തെ, ശില്പങ്ങളെ, നൃത്തനൃത്യങ്ങളെ.

ശാന്തിനികേതന്റെ നിഴലുറങ്ങുന്ന കാമ്പസിൽ അസംഖ്യം വൃക്ഷലതാദികളും കിളികളും ശില്പങ്ങളും പഠനമുറികളും കളരികളും തുറസ്സുകളും മണ്ഡപങ്ങളും നിറഞ്ഞുനിന്നു. പൂമണങ്ങളും നിശ്ശബ്ദതയും കുളിർകാറ്റും ചാറ്റൽമഴയും പോകാൻ മടിച്ചു. ഢോൽ മുഴക്കവും ഏകതാരയുടെ വിഷാദഭരിത മാധുര്യവും ബാവുലിന്റെ കണ്ഠത്തിൽനിന്നും ഒഴുകിയെത്തുന്ന അവധൂത ഗാനവും കാറ്റിന്റെ ഏറ്റക്കുറച്ചിലനുസരിച്ച് വന്നുപോയി. കൂട്ടങ്ങളായും പ്രണയദ്വന്ദ്വങ്ങളായും കാമ്പസിലെ പഠിതാക്കൾ, ഗവേഷകർ, പെർഫോമർമാർ മരത്തണലുകളിൽ വിശ്രമിച്ചു. അവരുടെ പൂർത്തിയാവാത്ത പഠനത്തെ പ്രതി, പ്രണയത്തെ പ്രതി, അപൂർണ്ണ ശില്പങ്ങൾ മാടിവിളിച്ചു.

രബീന്ദ്ര ഭവനത്തിലേക്കുള്ള പ്രവാഹം കുറഞ്ഞിരിക്കുന്നു. രബീന്ദ്രനാഥ ടാഗോറിന്റെ ബാല്യം മുതല്ക്കുള്ള ചിത്രങ്ങൾ, എഴുത്തുകൾ, കൈയെഴുത്തുപ്രതികൾ, പുസ്തകങ്ങൾ, പെയിന്റിങ്ങുകൾ, ശില്പങ്ങൾ, നൊബേലുൾപ്പെടെയുള്ള പുരസ്കാര റിപ്ലിക്കുകൾ, മോട്ടിഫുകൾ, അക്കാലത്തെ ധന്യജീവിത സമാഗമത്തിന്റെ ഓർമ്മച്ചിത്രങ്ങൾ അങ്ങനെ നെഞ്ചുനിറയ്ക്കും രബീന്ദ്രഭവനം.

പ്രഭാതമെത്തിയപ്പോൾ
അവരെന്റെ ഭവനത്തിലേക്കു വന്നു പറഞ്ഞു
"ഇവിടത്തെ ഏറ്റവും ചെറിയമുറി തന്നാലും."
അവർ തുടർന്നു പറഞ്ഞു:
"നിന്റെ ഈശ്വരാരാധനയിൽ ഞങ്ങൾ
നിന്നെ സഹായിക്കാം.
ഈശ്വര പ്രസാദത്തിന്റെ പാതി
ഞങ്ങൾ സ്വീകരിച്ചുകൊള്ളാം"
അവർ മുറിയുടെ ഒരു കോണിൽ
വിനയാന്വിതരും നിശ്ശബ്ദരുമായി ഉപവിഷ്ടരായി.
എന്നാൽ, രാവിൻ തമോമയമാം മുഹൂർത്തത്തിൽ
അങ്ങയുടെ പാവനമാം ശ്രീകോവിലിലേക്ക് കടന്നുകയറി
ഈശ്വരന്റെ ബലിപീഠത്തിൽ അർപ്പിച്ച നൈവേദ്യങ്ങൾ
കളങ്കിത മോഹത്തോടെ കവർന്നെടുക്കുന്നത്
ഞാൻ കണ്ടു.
(*ഗീതാഞ്ജലി* 33: പരിഭാഷ മുഞ്ഞിനാട് പത്മകുമാർ)

ബോൽപൂരിൽ കൊൽക്കത്തയിലെ ടാക്കൂർ ഭവനത്തിലെ കാരണവർ മഹാർഷി ദേവേന്ദ്രനാഥ ടാക്കൂർ റായ്പൂർ താലൂക്ക് ദാരായ ഭൂപേൻ മോഹൻ സിൻഹയിൽനിന്നും സ്ഥിരം പാട്ടത്തിനെടുത്ത ഇരുപതേക്കർ ഭൂമിയിൽ ഒരു അതിഥിമന്ദിരം പണിതു. എ ഡി 1863 ൽ. ചുറ്റും ഏഴിലംപാലകൾ നട്ടു. ആ മന്ദിരത്തിനു ശാന്തിനികേതൻ എന്നുപേർ വിളിച്ചു. പില്ക്കാലത്ത് ആ പ്രദേശമാകെ ശാന്തിനികേതനം എന്നറിയപ്പെട്ടു. രബീ

ടാഗോർ

ന്ദ്രനാഥൻ തന്റെ പിതാവിനൊപ്പം പന്ത്രണ്ടാം വയസ്സിൽ ശാന്തിനികേതൻ സന്ദർശിച്ചു. മകൻ ക്രിസ്തുവിനെപ്പോലെ ജ്ഞാനത്തിൽ വളർന്നു. വിദേശ വിദ്യാഭ്യാസം നേടി വിശ്വപൗരനും കവിയും രബീന്ദ്രനാഥ ടാഗോറുമായി വീണ്ടും ശാന്തിനികേതനിലെത്തി. വിശ്വഭാരതി സ്ഥാപിച്ചു. ഭാഷകളും സാഹിത്യവും പഠിക്കാനും കലകൾ അഭ്യസിക്കാനും ലോകത്തെമ്പാടും നിന്ന് കുട്ടികൾ അവിടേക്കെത്തി. ശാന്തി നികേതനവും വിശ്വഭാരതിയും അനുഭവിക്കാനായി നാം വണ്ടി കയറുന്നു. ഗീതങ്ങളുടെ അഞ്ജലി തീർത്ത് അനുവാചക ഹൃദയങ്ങളിൽ അർപ്പിച്ചതിന്റെ പേരിൽ രബീന്ദ്രനാഥ ടാഗോർ 1913 ൽ നൊബേൽ പുരസ്കാരം ഭാരത മണ്ണിലേക്കു കൊണ്ടുവന്നു.

“നിഴൽ ധരയിലേക്കു ചായുന്നു
ദിനാന്ത്യമാകുന്നു സമയമായ്
അരുവിയിലേക്കു പോയെൻ
മൺകുടം നിറയ്ക്കുവാൻ
തെളിഞ്ഞതാം നീരിൽനിന്നുയരും
ദുഃഖഭരിതമെൻ ഗാനം കേൾക്കുവാൻ
കിതച്ചോടുന്ന മധ്യാഹ്ന മാരുതൻ...”

എന്നാൽ കേന്ദ്ര സർക്കാരോ അതിന്റെ പ്രമുഖ വിദ്യാലയപട്ടികയിൽ നിന്നും വിശ്വഭാരതിയുടെ പേരു വെട്ടിക്കളഞ്ഞിരിക്കുന്നു. എന്തിന് സർക്കാർ ചെലവിൽ മാവോയിസ്റ്റുകളെ സൃഷ്ടിക്കുന്നു, അല്ലേ?

എന്തുകൊണ്ടാവാം രബീന്ദ്രനാഥ ടാഗോർ എന്ന വിശ്വ മനുഷ്യൻ സാംസ്കാരിക ദേശീയതവാദികൾക്ക് അഹിതമാകുന്നത്?

ദേശഭക്തിയെപ്പറ്റി 1908 നവംബറിൽ ടാഗോർ ഇങ്ങനെ എഴുതിയിരുന്നു.

ദേശഭക്തി ഒരിക്കലും നമ്മുടെ ആത്മീയ അഭയകേന്ദ്രമാകരുത്. വജ്രത്തിന്റെ വില നല്കി ഞാനൊരിക്കലും കുപ്പിച്ചില്ല് വാങ്ങുകയില്ല. ജീവിച്ചിരിക്കുന്നിടത്തോളം കാലം മനുഷ്യനുമേൽ ദേശഭക്തി വിജയിക്കാൻ ഞാൻ അനുവദിക്കില്ല. എന്റെ രാജ്യത്തിനും ഉപരിയായി നിലകൊള്ളുന്ന സാർവ്വദേശീയ മനുഷ്യനിൽ എന്റെ വിശ്വാസം നിലനിർത്താനാകാതെവരുമ്പോൾ ദേശഭക്തിയുടെ മുൻവിധികൾ എന്റെ ദൈവത്തിനുമേൽ നിഴൽ വീഴ്ത്തുമ്പോൾ ആന്തരികമായി വിശക്കുന്നതായി എനിക്ക് അനുഭവപ്പെട്ടു.

ഇതിൽനിന്നും എന്താണു വ്യക്തമാകുന്നത്?

ടാഗോർ സന്താൾ ആദിവാസികളുടെ അദ്ധ്വാനത്തെയും അതിജീവനശേഷിയെയും ആദരിച്ചിരുന്നു. അവർ പാടങ്ങളിൽ പണിയെടുക്കുന്നത് അദ്ധ്വാനമെന്ന പോലെ മികച്ച കലാപ്രവർത്തനവുമാണെന്ന് അദ്ദേഹം കണ്ടു. അവരുടെ നൃത്തവും സംഗീതവും ടാഗോർ എടുത്തു. ചടുലനൃത്തങ്ങൾക്ക് സംഗീതചാരുത പകർന്നു. വിദ്യാഭ്യാസം നല്കുന്നതിൽ മുൻകൈ എടുത്തു. കലാപരിശീലനവും നല്കി.

മഹത്തായ സന്താൾ കലാപത്തിന്റെ തീക്ഷ്ണ അനുഭവം കൈമുതലായുള്ള സന്താൾ വിഭാഗത്തിന്റെ വലിയൊരു ആവാസമേഖല ശാന്തിനികേതനു സമീപമുണ്ട്. സാലമരങ്ങൾ ആകാശത്തേക്കു ശാഖകൾ വിരിച്ചുനില്ക്കുന്ന ഹരിതവനങ്ങൾ പിന്നിട്ട് സന്താൾ ഗ്രാമത്തിലേക്കു കടന്നു. സന്താൾ വിഭാഗം മാത്രം വസിക്കുന്ന ഡംഗയിലെ ബോണേപുകൂർ ഗ്രാമമാണത്. മൺചുമരുകളിൽ മനോഹരമായ ചിത്രങ്ങളും മൺശില്പങ്ങളും കണ്ടു. ഓരോ വീടും മനോഹരമായ ഓരോ ഇന്റലേഷ

സന്താൾ ഗ്രാമം

നാണ്. ഇത് സൃഷ്ടിക്കുന്നതിൽ ശാന്തിനികേതനിലെ കലാകാരന്മാരുടെ സഹായമുണ്ട്. എന്നാൽ ബാഹ്യമായി വച്ചുപിടിപ്പിച്ചതല്ല ആന്തരികമായി ഉരുവം കൊണ്ടതാണ് സന്താൾ കലയെന്നത് വിളിച്ചോതും.

നൃത്തവും സംഗീതവും മാറ്റിനിർത്തി ഒരു സന്താൾ ജീവിതമില്ല. ഗൃഹകവാടങ്ങൾ അവരുടെ ഗതകാല ഗരിമയെ ദ്യോദിപ്പിക്കുന്നു. ദാരിദ്ര്യം അവരുടെ ഗ്രാമത്തിൽ കുടിപാർക്കുന്നു. ഈ വനസ്ഥലിയിൽ കുടിനിരിനായി അവർക്ക് കുഴൽക്കിണറുകളെ ആശ്രയിക്കേണ്ടിയിരിക്കുന്നു. ഗ്രാമത്തിൽ പൊതു ഇടങ്ങളിലൊന്നിൽ കൂടിയിരുന്ന് പുകവലിക്കുകയും വെറ്റില മുറുക്കുകയും ചെയ്യുന്ന യുവാക്കൾക്കരികിലേക്കു നടന്നു. അവരുടെ മുഖങ്ങളിൽ ദൃശ്യപ്പെട്ട ക്രൗര്യം തെല്ലൊന്നു ഭയപ്പെടുത്തി. അടുത്തെത്തി സംസാരത്തിൽ ഏർപ്പെടവേ ഒരുതരം വിരക്തി അവരുടെ മുഖങ്ങളിൽ തങ്ങിനില്ക്കുന്നതു കണ്ടു. തങ്ങളെ കാഴ്ചവസ്തുക്കളാക്കുന്ന പരിഷ്കൃതരെന്നു സ്വയം കരുതുന്ന മദ്ധ്യവർഗ്ഗത്തിന്റെ നാട്യങ്ങളെ മഹത്തായ സന്താൾ പോരാട്ടത്തിന്റെ പിന്മുറക്കാർ അവജ്ഞയോടെ കണ്ടില്ലെങ്കിലേ അതിശയിക്കേണ്ടതുള്ളൂ.

എന്റെ സ്ഥാനത്തു നിങ്ങളായിരുന്നെങ്കിൽ

ആലോചിച്ചു നോക്കൂ
നിങ്ങൾ എന്റെ സ്ഥാനത്തും
ഞാൻ നിങ്ങളുടെ സ്ഥാനത്തുമാണെങ്കിൽ
നിങ്ങൾക്കെന്തു തോന്നും?
വിദൂര മലനിരയുടെ താഴ്വാരത്തിലാണ്
നിങ്ങളുടെ ഗ്രാമമെങ്കിൽ
കാളകൾക്കും പശുക്കൾക്കും ആടുകൾക്കും കോഴികൾക്കും
പന്നികൾക്കും അരികിലായി
പുല്ലു മേഞ്ഞ കുടിലിനുള്ളിൽ
അന്തിവിളക്കു കെടാറാകുമ്പോൾ
വിശന്നു വലയുന്ന കുഞ്ഞുങ്ങളെക്കാണാൻ
നിർബ്ബന്ധിതനായാൽ
നിങ്ങൾക്കെന്തു തോന്നും?

കുഞ്ഞുങ്ങൾക്ക് ഒരിറക്ക് വെള്ളത്തിനായി
ഏറെ ദൂരെയുള്ള അരുവിയിലേക്കു
പോകേണ്ടിവന്നാൽ
അടുപ്പിൽ തീ പൂട്ടാൻ
നിങ്ങളുടെ ഭാര്യ
വിറകിനായി കാട്ടിലേക്കു പോകുമ്പോൾ
കുടുംബം നടത്താൻ നിങ്ങൾ
പാറപൊട്ടിക്കാനോ

റോഡ് ടാറിടാനോ പോയാൽ
ഉപ്പും എണ്ണയും പോലുള്ള അവശ്യവസ്തുക്കൾ വാങ്ങാൻ
പൊളിഞ്ഞു വീഴാറായ സൈക്കിളിൽ
പുലർച്ചെ
വിറകുകെട്ടുകൾ ചവിട്ടി നീക്കേണ്ടിവന്നാൽ
നിങ്ങൾക്കെന്തു തോന്നും?

നിങ്ങളുടെ മക്കൾ
പശുക്കൾക്കും ആടുകൾക്കും പിന്നാലെ
പായുന്ന കണ്ടാൽ
മറ്റു ചില കുട്ടികൾ
ബാഗും ചുമലിലേറ്റി
സ്കൂളിലേക്കു പോകുന്ന കണ്ടാൽ
നിങ്ങൾക്കെന്തു തോന്നും?

പെട്ടെന്ന് ആരോ നിങ്ങളുടെ
ചുമലിൽ പിടിച്ച് ചതയുടെ
ആഴം നോക്കുകയോ
പട്ടിണിച്ചുണ്ടുകൾ വിട്ട് നിറമാറിലേക്ക്
ക്യാമറ ഫോക്കസ് ചെയ്യുകയോ ചെയ്താൽ
നിങ്ങൾക്കെന്തു തോന്നും?

ചിന്തിച്ചു നോക്കൂ!
കുറച്ചു നേരത്തേക്കെങ്കിലും
നീണ്ടു പോകുന്ന വരിയിൽ
നിങ്ങൾ ഏറ്റവും പിന്നിലാകുകയും
ഞാൻ ഏറ്റവും മുന്നിൽ നില്ക്കുകയും ചെയ്താൽ
നിങ്ങൾക്കെന്തു തോന്നും?
ചിലതുകൂടി.
നിങ്ങളുടെ നിറം കറുത്തും
മൂക്ക് പരന്നും
പാദങ്ങൾ വിണ്ടു കീറിയിരിക്കുകയും
അതുനോക്കി ചിലർ തമാശ പറഞ്ഞു
ചിരിക്കുകയും ചെയ്താൽ
നിങ്ങൾക്കെന്തു തോന്നും.

– നിർമ്മല പുതുൽ (സന്താളി കവി)

വിദ്യാഭ്യാസം നേടിയ ഏറെപ്പേർ ഇവിടെയുണ്ട്. അടുത്തുതന്നെ ഒരു ഹൈസ്കൂളും എൽ പി സ്കൂളുമുണ്ട്. സെക്കന്ററി വിദ്യാഭ്യാസ

ത്തിനും കോളേജ് പഠനത്തിനും ബോൽപൂരിലേക്കു പോകണം. കൃഷിയാണവരുടെ പ്രധാന ഉപജീവനമാർഗ്ഗം. കർഷക തൊഴിലാളിയുടെ പ്രതിദിന കൂലി നൂറുരൂപയത്രെ. മിക്കവരും സ്വന്തം പാടങ്ങളിൽ പണിയെടുക്കുന്നതിനാൽ കൂലിപ്പണി കുറവാണ്. കാടു നാടായപ്പോൾ പരമ്പരാഗത ഉപജീവനമാർഗ്ഗങ്ങൾ അപ്രത്യക്ഷമായി. അതിനാൽ തൊഴിലില്ലായ്മ അവരുടെ ജീവിതത്തെ കാർന്നുതിന്നുന്നു. ബംഗാളിലെ ഏറ്റവും വലിയ പ്രശ്നവും ഈ കൂലിക്കുറവു തന്നെ. നിർമ്മാണ മേഖലയുടെ വളർച്ചയില്ലായ്മ തൊഴിൽ രാഹിത്യത്തിന്റെ മറ്റൊരു കാരണമാണ്. നൂറുരൂപയാണു കൂലിയെങ്കിൽ അതിനുതാഴെമാത്രമുള്ള ജീവിത സാദ്ധ്യതയല്ലേ അവർക്കു തുറന്നുകിട്ടൂ. കാർഷിക വിഭവങ്ങൾക്ക് വിലക്കുറവായതിനാൽ കൂലി കൂട്ടാനുമാവില്ല. ശക്തമായ സർക്കാർ ഇടപെടൽ ഉണ്ടായാൽ മാത്രമേ ഇവരുടെ ജീവിതം ചലനാത്മകമാവൂ. അമ്പതിലേറെ ബിരുദധാരികൾ സമീപങ്ങളിലായുണ്ട്. ശാന്തിനികേതനിലെ പഠിതാക്കളായും അദ്ധ്യാപകരായും ഇതര ജീവനക്കാരായും ഇവരിൽ ചിലർ പ്രവർത്തിക്കുന്നു. റേഷൻ കടകളും അംഗനവാടികളുമുണ്ടെങ്കിലും അവരുടെ ആവശ്യങ്ങൾക്ക് അപര്യാപ്തമാണ്.

സന്താൾ കലാപം

കൊളോണിയൽ അടിച്ചമർത്തലിനെതിരെ നടന്ന സന്താൾ സായുധകലാപം സ്വാതന്ത്ര്യ സമരചരിത്രത്തിലെ സുവർണ്ണാദ്ധ്യായമാണ്. സ്വന്തം ആവാസ മേഖലയിൽ പരമാധികാരികളായിരുന്ന സന്താളർക്കുമേൽ സെമിന്താരി ഉസുരി സമ്പ്രദായങ്ങൾ ഏർപ്പെടുത്താനുള്ള ബ്രിട്ടീഷ് ഇന്ത്യയുടെ തീരുമാനത്തിനെതിരെയായിരുന്നു സന്താളർ ആയുധമെടുത്തു പോരാടിയത്. സന്താൾ ഭൂമി വളഞ്ഞവഴികളിലൂടെ തട്ടിയെടുക്കാൻ ഭൂപ്രഭുക്കളും കൊള്ളപ്പലിശക്കാരും ശ്രമിച്ചിരുന്നു. ബ്രിട്ടീഷ് സർക്കാർ സന്താൾ ഭൂമിക്കുമേൽ കടുത്ത നികുതി ഏർപ്പെടുത്തി. ഇതിനെതിരായ രോഷത്തെ ജ്വലിപ്പിച്ചത് മൂർമു, സിദ്ധു, കൻഹ, ഭൈരവ് സഹോദരന്മാരായിരുന്നു. 1855 ജനുവരി 30 ന് ഇവരുടെ നേതൃത്വത്തിൽ പതിനായിരക്കിലേറെ സന്താളർ അണിനിരന്നു. ആദ്യമെത്തിയ ബ്രിട്ടീഷ് സൈനിക വ്യൂഹത്തിന് തോറ്റു മടങ്ങേണ്ടിവന്നു. സെമിന്ദാർമാരെയും മുർഷിദാബാദ് നവാബിനെയും കൂട്ടുപിടിച്ച് കൂടുതൽ സൈന്യത്തെ ബ്രിട്ടീഷ് സർക്കാർ വിന്യസിച്ചു. അവർ ഭീകരമായ അടിച്ചമർത്തൽ തുടങ്ങി. സന്താൾ പോരാളികൾ പരമ്പരാഗത ആയുധങ്ങൾ ഉപയോഗിച്ച് വീറോടെ പൊരുതി. സന്താൾ സഹോദരന്മാരുടെ തലയ്ക്ക് ബ്രിട്ടീഷ് സർക്കാർ പതിനായിരം രൂപ വിലയിട്ടു. 7-ാം നേറ്റീവ് ഇൻഫൻട്രി റജിമന്റും 40-ാം നേറ്റീവ് ഇൻഫൻട്രി റജിമെന്റും രംഗത്തിറങ്ങി. 1855 ജൂലൈ മുതൽ 1856 ജനുവരിവരെ കഹാൽഗാവ്, സുരി, രഘുനാദ്പൂർ, ഭൻകത്തോറ എന്നിവിടങ്ങളിലായിരുന്നു പ്രധാനമായും പോരാട്ടവും അടിച്ചമർത്തലും നടന്നത്. ആധുനിക ആയുധങ്ങൾക്കുമുന്നിൽ ഏറെക്കാലം പിടിച്ചുനില്ക്കാൻ സന്താൾ പോരാളികൾക്കു കഴിഞ്ഞില്ല.

കലാപം ക്രൂരമായി അടിച്ചമർത്തപ്പെട്ടു. സിദ്ധു, കാനു സഹോദരന്മാർ കൊല്ലപ്പെട്ടു. ശേഷിച്ച സന്താൾ സഹോദരന്മാരെ തൂക്കിലേറ്റി. മുർഷിദാബാദ് നവാബ് നല്കിയ ആനകളെ ഉപയോഗിച്ച് സന്താൾ ഗ്രാമങ്ങൾ നശിപ്പിച്ചു. 60,000 വരുന്ന സന്താൾ പോരാളികളിൽ 15,000 പേർ കൊല്ലപ്പെട്ടു. കലാപം അടിച്ചമർത്തപ്പെട്ടുവെങ്കിലും മേജർ ജെർവിസിനെപ്പോലുള്ളവർ ഇങ്ങനെ നിരീക്ഷിച്ചു.

'അതൊരു യുദ്ധമായിരുന്നില്ല. ഏകപക്ഷീയമായ മനുഷ്യക്കുരുതിയായിരുന്നു. അവർക്ക് കീഴടങ്ങൽ എന്നൊരു കാര്യം അറിയുമായിരുന്നുമില്ല. അവരുടെ പെരുമ്പറകൾ മുഴങ്ങുമ്പോൾ മുഴുവൻ പോരാളികളും എഴുന്നേറ്റുനില്ക്കും. സ്വയം വെടിയേറ്റു വീഴും; അവരുടെ അമ്പേറ്റ് ഞങ്ങളിൽ ചിലരും. അതിനാൽ അവർ എഴുന്നേറ്റു നില്ക്കുവോളവും ഞങ്ങൾ വെടിയുതിർക്കും. അവരുടെ പെരുമ്പറകൾ നിശ്ശബ്ദമാകുമ്പോൾ അവർ കാൽമെൽ ദൂരം പിന്മാറും. പെരുമ്പറ പിന്നീടും മുഴങ്ങും. അവർ വീണ്ടും എഴുന്നേറ്റുനില്ക്കും. മനുഷ്യർക്ക് നേരെ തൊടുക്കുന്ന അമ്പിൽ അവർ ഒരിക്കലും വിഷം പുരട്ടിയില്ല. അവർക്കുനേരെ വെടിയുതിർത്തതിനെ പ്രതി അവമതി തോന്നാത്ത ഒരു ശിപായിയും ഉണ്ടായിരുന്നില്ല.'

ഇന്നത്തെ ഝാർഖണ്ഡ് ഉൾപ്പെടുന്ന ബംഗാൾ പ്രസിഡൻസി നടത്തിയ മനുഷ്യക്കുരുതി ബ്രിട്ടീഷ് സൈനിക മേധാവികളെപ്പോലും മരവിപ്പിക്കുന്നതായിരുന്നു എന്നാണ് മേജർ ജർവിസിന്റെ കുറിപ്പുകൾ വ്യക്തമാക്കുന്നത്.

കലാപാനന്തരം ബ്രിട്ടീഷ് സർക്കാർ സന്താൾ പ്രൊവിൻസ് ആക്ടും സന്താൾ പ്രൊവിൻസ് ടെനൻസി ആക്ടും കൊണ്ടുവന്നു. സന്താൾ ജനത ബ്രിട്ടീഷ് വാഴ്ചയ്ക്കെതിരായും ജീവിക്കാനുള്ള അവകാശത്തിനായും നടത്തിയ പോരാട്ടം അതിന്റെ വർഗ്ഗപരമായ ഉള്ളടക്കം കൊണ്ടും 1857 ലെ ഒന്നാം സ്വാതന്ത്ര്യസമരത്തിന്റെ പ്രഭയിലും ചരിത്രകാരന്മാരാൽ അവഗണിക്കപ്പെട്ടു. പില്ക്കാലത്ത് പുരോഗമന ചരിത്രകാരന്മാരും കീഴാള ചരിത്രകാരന്മാരും ഈ സമരത്തെ ചരിത്രത്തിന്റെ ഇരുണ്ട അറകളിൽനിന്നും മോചിപ്പിച്ചു.

പൗഷമേള ശാന്തിനികേതനിലെ പ്രധാനപ്പെട്ട ഉത്സവമാണ്. പൗഷമാസത്തിലെ ഏഴാം നാളിൽ (ഏകദേശം ഡിസംബർ) മേള തുടങ്ങും. ബംഗാളിലെ നാടോടി കലാകാരന്മാരും സംഗീതജ്ഞരും നർത്തകരും കരകൗശലക്കാരും അവിടെ ഒത്തുചേരും. ദിനംപ്രതി പതിനായിരങ്ങൾ മേളയിലേക്ക് ഒഴുകിയെത്തും. ശാന്തിനികേതനിൽനിന്നും അല്പം അകലെയാണ് ഉത്സവച്ചന്ത. 1500 ൽപരം സ്റ്റാളുകൾ കരകൗശല വസ്തുക്കൾ കൊണ്ടും നാടൻ ഉല്പന്നങ്ങൾകൊണ്ടും നിറയും. ദേവേന്ദ്രനാഥ ടാഗോറും ശിഷ്യന്മാരും ഹിന്ദുമതവിശ്വാസം കൈയൊഴിഞ്ഞ് ബ്രഹ്മസമാജത്തിൽ ചേർന്നത് 1888 ലെ പൗഷമാസത്തിലായിരുന്നു. അതിന്റെ ഓർമ്മ പുതുക്കലാണ് പൗഷോത്സവം.

ഉത്സവപ്പറമ്പിൽ മുളകൊണ്ടു തീർത്ത ഏതാനും പവലിയനുകൾ ഇപ്പോഴുമുണ്ട്. മൈതാനത്തിൽ വസ്ത്രങ്ങളും ആഭരണങ്ങളും വില്ക്കുന്ന ഏതാനും പേരുണ്ട്. അവരോട് കുശലം പറഞ്ഞു ചിലതെല്ലാം കണ്ടും ചിലതൊക്കെ വാങ്ങിയും ചുറ്റിക്കറങ്ങുമ്പോഴാണ് ഏകതാരയുടെ രോദനവും ഢോൽ മുഴക്കവും കേട്ടത്. വളർച്ച മുരടിച്ച ഒരു സാലവൃക്ഷത്തിന്റെ ചുറ്റും പണിത മൺതിട്ടയിൽ ഒരു ബാവുൽ പാടുകയാണ്. ബാവുലിനു മുന്നിൽ കണ്ണുകളടച്ച് ഏതാനും നിമിഷം നിന്നു. സംഗീതത്തിനു ഭാഷയില്ല. അതൊരു വൈകാരികാനുഭവമാണ്. പാട്ടുകേട്ട്, വീണ്ടും ഒന്നു കൂടി കേട്ടു നില്ക്കുമ്പോൾ മറ്റുചിലർകൂടിവന്നു. ഹൃദയം പൊട്ടിയ കവിത കണക്കേ എന്ന പിയുടെ വാക്കുകൾ ഓടിയെത്തി.

കുമാർദാസ് ബാവുലാണ് പാടുന്നത്. അടുത്തായിത്തന്നെ ദുലാൽദാസ് ബാവുലുമുണ്ട്. അവർക്ക് ഇരുപതുപേരടങ്ങുന്ന ഒരു സംഘമുണ്ട്. ഇന്ത്യയിലെ പല ഭാഗങ്ങളിലായി അവർ പ്രോഗ്രാം ചെയ്യുന്നുണ്ടത്രെ! നമ്മുടെ സ്വന്തം പാർവ്വതി ബാവുലിനെയും ചിത്രകാരി കബിത മുഖർജിയെയും കുമാർദാസിനറിയാം; അവരുടെ ശാന്തിനികേതൻ ദിനങ്ങൾ മുതൽ. കുമാർദാസ് പാടുമ്പോൾ നാം അല്പനേരത്തേക്ക് സൂഫികളാവും. മനസ്സ് ദേശാടനം ചെയ്യും. ഏകതാരയോ ദോതാരയോ വിഷാദം പൊഴിക്കും. ഹൃദയം ഢോൽ മുഴക്കത്താൽ വിറകൊള്ളും.

പൗഷമേളാ മൈതാനിയിൽനിന്നും അമർകുടിയിലേക്കു നടന്നു. പലാശവും ഉങ്ങും നിറഞ്ഞ വഴിയോരങ്ങളിൽ കാലികൾ മേയുന്നു. വഴിയോരത്ത് ചുവന്ന നയനതാരാ പുഷ്പങ്ങൾ വിടർന്നുനില്ക്കുന്നു. വിശാല മൈതാനിയിലെ കൂറ്റൻ ടാഗോർ പ്രതിമയും കരകൗശല പവലിയനും കണ്ടു. പവലിയനിലെ വില്പനക്കാരനായ തൊഴിലാളികളിലൊരുവൻ ഞങ്ങൾ കേരളത്തിൽനിന്നുമാണ് അറിഞ്ഞപ്പോൾ അടുത്ത മുറിയിലേക്കു കൂട്ടി. കേരള സർക്കാരിന്റെ പ്രവർത്തനങ്ങൾ ആരാഞ്ഞു. പ്രളയം, നിപ്പ, ശബരിമല എല്ലാ ദുരന്തങ്ങളും അവരറിഞ്ഞിരിക്കുന്നു. മെല്ലെയാണവർ പറഞ്ഞത്, ഇടതുപക്ഷ യൂണിയനിലാണ് തങ്ങളെന്ന്. ചിലർ വിട്ടുപോയി. പേടിച്ചാണ് പലരും കഴിയുന്നത്. 'പരിവർത്തനു'ശേഷമുള്ള മമതയുടെ വരവ് ഒരു വരവുതന്നെയായിരുന്നു. ഇടതുപക്ഷ സാന്നിദ്ധ്യമാകെ തുടച്ചുമാറ്റുകയായിരുന്നു ലക്ഷ്യം. ജീവനക്കാരെയാകെ വിറപ്പിച്ചു. സ്ഥലംമാറ്റങ്ങളുടെ പൂരം. അമർകുടി അഥവാ നമ്മുടെ കുടിൽ എന്ന ഈ കരകൗശല ഗ്രാമത്തിന് മഹത്തായൊരു ചരിത്രമുണ്ട്. 1923 ൽ സുസേൻ മുഖോപാദ്ധ്യായയാണ് ഈ സ്ഥാപനം തുടങ്ങിയത്. രബീന്ദ്ര ചിന്തകളായിരുന്നു അതിനു പിന്നിൽ. ഗ്രാമവികസനത്തിനായിരുന്നു ഊന്നൽ. സ്വാതന്ത്ര്യസമര സേനാനികൾക്ക് അഭയം നല്കിയതിന്റെ പേരിൽ അമർകുടി സർക്കാർ പൂട്ടിച്ചു. മുഖോപാദ്ധ്യായ തുറുങ്കിനുള്ളിലായി. അഞ്ചു വർഷത്തെ തടവിനിടെ അദ്ദേഹം നിരവധി വിപ്ലവകാരികളെ പരിചയപ്പെട്ടു. അവരിൽ പണിലാൽ ഗുപ്ത, മണി ബാനർജി എന്നിവർപെടുന്നു. ജയിൽ മോചിതനായ ശേഷം പഠന ക്ലാസുകൾ തുടങ്ങി.

ക്രമേണ ബംഗാളിലെ വിപ്ലവകാരികളുടെ കമ്യൂണായി അമർകുടി മാറി. പില്ക്കാലത്ത് ബംഗാളിൽ രൂപംകൊണ്ട ശക്തമായ കർഷകപ്രസ്ഥാനത്തിന്റെ തുടക്കവും അമർകുടിയിൽനിന്നാണ്. സ്വാതന്ത്ര്യാനന്തരം അമർകുടി സഹകരണ സംഘമായി മാറി.

അമർകുടിക്ക് അമരകൂടീരം എന്നു ഞാൻ മലയാളത്തിൽ പേരു നല്കുന്നു. തെറ്റാണെന്നറിഞ്ഞു കൊണ്ടുതന്നെ.

ബേൽപൂരിലെ ബസുന്ധര ഹോട്ടലിൽ വച്ചാണ് സഖാവ് ബസുദേവ്ദാസിനെ പരിചയപ്പെട്ടത്. ഹോട്ടൽ മാനേജറാണ്. യാത്ര ചെയ്യാത്തൊരു സമയത്ത് ഹോട്ടൽ ലോഞ്ചിൽ ഇരിക്കുകയായിരുന്നു. കാബിൻ വിട്ട് അയാൾ പുറത്തുവന്ന് അടുത്തിരുന്നു. ബംഗാൾ രാഷ്ട്രീയത്തിലേക്കു കടന്നപ്പോൾ അയാൾ അതീവ തല്പരനായി. തൃണമൂൽ, ബി ജെ പിയുടെ പുഷ്ടിപ്പെടൽ എന്നിവയെ ചുറ്റിപ്പറ്റി സംസാരം നീണ്ടു. മുമ്പു കണ്ടു സംസാരിച്ചവരെപ്പോലെയല്ല ബസുദേവ്ദാസ്. അയാൾക്ക് ഉറച്ച അഭിപ്രായങ്ങളുണ്ട്. മമതയുടെ പൊതുസ്വീകാര്യതയെപ്പറ്റി ചോദിച്ചപ്പോൾ ഈ ഭരണം ജനങ്ങൾ മടുത്തുതുടങ്ങി. എന്തിനും ഏതിനും തൃണമൂലുകാർക്ക് 'കട്ട്മണി' നല്കണം. നിങ്ങൾ കേരളക്കാരെപ്പോലെ എല്ലാരുമിവിടെ സാക്ഷരരല്ല. പാവപ്പെട്ടവരെ എളുപ്പത്തിൽ പറ്റിക്കാം.

അയാൾ ഫ്ളാസ്കിൽനിന്നും ചായ പകർന്നു.

ഞാൻ എന്നെ പരിചയപ്പെടുത്തി.

"എനിക്കു സംശയം തോന്നിയിരുന്നു."

അയാൾ പറഞ്ഞു.

"കസ്റ്റമേഴ്സിന്റെ സ്വകാര്യത ചികയരുതെന്നത് ഹോട്ടൽ മാനേജ്മെന്റിന്റെ ബാലപാഠമാണ്. ട്രാവൽ ആന്റ് ടൂറിസമാണ് പഠിച്ചത്."

ഞാനിടപെട്ടു.

"വരുന്നവഴി സി പി ഐ (എം) ഓഫീസു കണ്ടു. ഇപ്പോഴും തുറക്കുന്നുണ്ടോ പാർട്ടി ഓഫീസുകൾ?"

"ബേൽപൂർ നഗരത്തിൽ കാണുന്നത് സി പി ഐ (എം) ഡിവിഷൻ കമ്മിറ്റി ഓഫീസാണ്. ഇവിടെ നമ്മുടെ ഓഫീസൊക്കെയുണ്ട്."

പാർട്ടിയുടെ ലോക്കൽകമ്മിറ്റി അംഗവും ഡി വൈ എഫ് ഐ നേതാവുമാണ് ബസുദേവ്.

"ചില ബ്രാഞ്ചുകൾ പ്രവർത്തനരഹിതമായി. ബ്രാഞ്ച് പുനഃസംഘടന നടന്നുവരുന്നു. പാർട്ടി കെട്ടിപ്പടുക്കലാണിപ്പോൾ പ്രധാനം. അവസരവാദികൾ, ആനുകൂല്യംപറ്റികൾ ഒക്കെപോയി. കമ്യൂണിസ്റ്റുകാരാരും പോയിട്ടില്ല. ഞാൻ ഈ പാർട്ടിയിലാണെന്നതിൽ അഭിമാനിക്കുന്നു. ഞങ്ങളുടെ മുൻ എം എൽ എ സൈക്കിളിലാണ് ഇവിടെ വന്നിരുന്നത്. തൃണമൂൽ എം എൽ എ സ്കോഡ കാറിലാണ് വരവ്. സമ്പന്നതയെ ആളുകൾ ഇപ്പോൾ മാനിച്ചുതുടങ്ങി. ഇവിടെ ഞങ്ങളാരും അഴിമതി കാട്ടിയില്ല. തൃണമൂൽ അഴിമതിക്കൂമ്പാരമാണ്. ഞാനിന്ന് ഡി വൈ എഫ് ഐ സംഘടിപ്പിച്ച രക്തദാന ക്യാമ്പിൽ നിന്നാണുവരുന്നത്. ആളുക

ളോട് കൂടുതൽ അടുക്കേണ്ടതുണ്ട്. ഇക്കഴിഞ്ഞ തിരഞ്ഞെടുപ്പിൽ ദിദിയെ തുരത്താനാണ് ആളുകൾ ബി ജെ പിക്ക് വോട്ടു നല്കിയത്. അവരിവിടെ വാഴില്ല. ഭീതിവിതച്ചാണ് ദീദി പരിവർത്തൻ കൊണ്ടുവന്നത്. ബി ജെ പിക്കെതിരെ പൊരുതാൻ അവരിപ്പോൾ ഞങ്ങളെ ക്ഷണിക്കുന്നു. ഞങ്ങളാ കെണിയിൽ വീഴാൻ പോകുന്നില്ല. വളരെ സൂക്ഷിച്ചാണ് ഓരോ ചുവടും വയ്ക്കുന്നത്." ബസുദേവ് പറയുന്നത് ശരിവയ്ക്കുകയാണ് ഇവിടെ നിന്നുള്ള പത്രവാർത്തകളും.

സിംഗൂരിലെ മണ്ണും മനുഷ്യരും

പുലർച്ചയ്ക്ക് ഡംഡം ലെ സുഭാഷ് ചന്ദ്രബോസ് വിമാനത്താവളത്തിലെത്തി. സഹയാത്രിക ഇടയ്ക്കുവച്ചു മടങ്ങുന്നു. സുരക്ഷാ പരിശോധനയ്ക്കായി അവൾ അകത്തേക്കു പോയി. മഹാനഗരത്തിൽ ഒറ്റയ്ക്കാവുകയാണ്. ഏകാന്തതയെ എന്നും ഭയപ്പെട്ടു. അവൾ ഒപ്പമുള്ളപ്പോൾ ഒരു ലോകം ഒപ്പമുള്ളതുപോലെയാണ്. ഒത്തുചേർന്നതിൽപ്പിന്നെ ഒപ്പമില്ലാതിരുന്ന നാളുകൾ ഏറെയുണ്ടായിരുന്നു. എങ്കിലും, അവളെപ്രതി ആദ്യമായി കണ്ണുകൾ ഈറനാവുകയും തൊണ്ട ഇടറുകയും ചെയ്തു. കാഴ്ചയിൽ നിന്നും മറഞ്ഞപ്പോൾ മെല്ലെ ബസ് സ്റ്റാന്റിലേക്കു നടന്നു. ബസിലിരുന്നപ്പോൾ അവളുടെ വിളിവന്നു. ജോലിപോയി. വിരമിക്കലിനുശേഷമുള്ള ചുരുങ്ങിപ്പോകൽ മറികടക്കാൻ ഒ എൽ എക്സ് വഴി കണ്ടെത്തിയ ജോലി. ഏതാനും യുവാക്കളുടെ ഇന്റീരിയർ ഡെക്കറേഷൻ സ്റ്റാർട്ടപ്പ്. “ബിസിനസ് സ്ലോ ഡൗൺ മാം. സോറി റ്റു ഡ്രോപ്പ്യു.”

ദം തലയിൽനിന്നും അസൻസോളിലേക്കുള്ള ലോ ഫ്ളോർ എ സി ബസ്സിൽ കയറിക്കൂടി. സിംഗൂർ ഠൗണിൽ പോകില്ല ബൈപാസ്സിൽ ഇറങ്ങണം. സമ്മതിച്ച് ടിക്കറ്റ് വാങ്ങി. കൈയിൽ അഞ്ഞൂറ് രൂപ നോട്ടുമാത്രം. രാവിലെയായതിനാലാവാം പശ്ചിമബംഗാൾ റോഡ് ട്രാൻസ്പോർട്ട് കോർപ്പറേഷൻ ബസിൽ ആളു കുറവാണ്. അയാളുടെ ബാഗിലും ചില്ലറയില്ല. കേരളത്തിൽനിന്നാണ് അറിഞ്ഞപ്പോൾ അയാൾ ചിരിക്കുക മാത്രം ചെയ്തു. പണ്ട്, കയ്യൂർ സമര സഖാക്കളെ തൂക്കിലേറ്റിയ ദിവസം വൈകുന്നേരത്ത് കൊൽക്കത്ത തെരുവുകളിലൂടെ രക്തസാക്ഷികൾക്ക് അഭിവാദ്യങ്ങളർപ്പിച്ച് ആയിരങ്ങൾ നടന്നുപോയ കാര്യം ഓർത്തു. ബംഗാളികളും മലയാളികളും തമ്മിലുള്ള ഇഴയടുപ്പത്തിന്റെ കാരണം എന്താവാം? രാഷ്ട്രീയം? സാഹിത്യം?

ദുർഗ്ഗാപൂർ എക്സ്പ്രസ്‌വേയിലൂടെ ബസ് ചീറിപ്പാഞ്ഞു. യാത്രയിൽ ഇതുവരെ കണ്ടതുപോലുള്ള ഇടങ്ങളല്ല ഹുഗ്ലി ജില്ലയിൽ കാണുന്നത്. കേരളം പോലെതന്നെ വികസിതം. വിസ്തൃതമായ കൃഷിയിടങ്ങൾ, മേച്ചിൽ സ്ഥലങ്ങൾ, വലിയ ജലാശയങ്ങൾ എല്ലാം ജനലഴികൾക്കപ്പുറം സ്ക്രീനിലെന്നപോലെ കടന്നുപോകുന്നു. ഇറങ്ങാനുള്ള സ്ഥലം അടുക്കവേ ചില്ലറയുടെ പ്രശ്നം വീണ്ടും ഉയർന്നുവന്നു. അടുത്ത സീറ്റിലിരുന്ന ബംഗാളി വനിതയോട് ചില്ലറ ചോദിച്ചു. അവരും ബാഗു തുറന്നു കാട്ടി. 500 രൂപ നോട്ടുമാത്രം. എവിടെപ്പോയി മറഞ്ഞു ഈ വില കുറഞ്ഞ നോട്ടുകൾ? വണ്ടിനിന്നു. പ്രശ്നമില്ല ഇറങ്ങിക്കോളൂ. ഇനി കാണുമ്പോൾ വാങ്ങാം. ബൽ ശബ്ദിച്ചു. ഞാനിറങ്ങി. ഡോറുകളടഞ്ഞു വഴിവക്കിൽ ഏറെ നേരം പകച്ചുനിന്നു.

ഇന്ത്യയിലെ എക്സ്പ്രസ്‌വേകളെല്ലാം മാലിന്യ നിക്ഷേപകേന്ദ്രങ്ങൾ കൂടിയാണല്ലോ. നമ്മുടെ പൗരബോധത്തിന്റെ അളവുകോൽ കൂടിയാണത്. മൂലധനം ഉല്പന്നങ്ങൾ മാത്രമല്ല അതിന്റെ മാലിന്യവും കൂടി ഉല്പാദിപ്പിക്കുന്നു. ലാഭം മാത്രം ലക്ഷ്യമാകുമ്പോൾ മാലിന്യം പൊതു ബാദ്ധ്യതയാക്കി മാറ്റുന്നു. നമ്മുടെ തുറസ്സുകളെല്ലാം അപ്രഖ്യാപിത മാലിന്യ നിക്ഷേപകേന്ദ്രങ്ങൾ ആകുന്നത് അതുകൊണ്ടായിരിക്കണം. ദുർഗ്ഗാപൂർ എക്സ്പ്രസ് വേ എന്ന ബംഗാളിന്റെ ധമനിയും മാലിന്യക്കൂമ്പാരങ്ങളാൽ നിറയ്ക്കപ്പെട്ടിരിക്കുന്നു. ചാക്കിൽ കെട്ടിയ ഇറച്ചിവേസ്റ്റും ഹോട്ടൽ മാലിന്യങ്ങളും കക്കൂസ് മാലിന്യങ്ങളും ദുർഗ്ഗന്ധം വമിപ്പിച്ച് വഴിയോരങ്ങളെ നിറച്ചിരിക്കുന്നു. തെരുവു പട്ടികൾ ഇറച്ചിച്ചാക്കുകൾ കടിച്ചുവലിക്കുന്നു. ഈച്ചകൾ മൂളുന്ന ഹൈവേ ഓരത്തുനിന്നും ഓടിയകന്നു. അകലെ ഒരു ഹൈവേ റസ്റ്റോറന്റിന്റെ തിളങ്ങുന്ന ബോർഡുകണ്ടു. ഭാണ്ഡവുംപേറി റസ്റ്റോറന്റിലേക്കു നടന്നു. ഭാരമുക്തിയിൽ ആശ്വാസം കണ്ട് ഒരു മേശയ്ക്കരികിൽ ഇരുന്നു. കൗണ്ടറിൽ ഇരിക്കുന്നയാളിനോട് നാനോ കാർ ഫാക്ടറിയുടെ നിർദ്ദിഷ്ട പ്ലാന്റ് എവിടെയാണെന്നന്വേഷിച്ചു. ഞങ്ങൾ ഇവിടത്തുകാരല്ലെന്നായിരുന്നു മറുപടി. കേരളത്തിലെപ്പോലെ തന്നെ ഇവിടെയും ഹോട്ടൽ ചെയ്നുകൾ ഏറെയും മാർവാഡികളുടേതാണ്. കോഫിക്ക് ഓർഡർ നല്കി. എതിരെയിരുന്ന് ഭക്ഷണം കഴിക്കുന്ന യുവാവിനോടും ചോദ്യം ആവർത്തിച്ചു. അയാൾ ഝാർഖണ്ഡുകാരനാണ്. റാഞ്ചിയിൽനിന്നും കൊൽക്കത്തയിലേക്ക് അമ്മയേയുംകൊണ്ട് വിദഗ്ധ ചികിത്സയ്ക്കു പോകുന്ന വഴിയിലാണീ ആക്സിസ് ബാങ്ക് ജീവനക്കാരൻ. അയാൾ മൊബൈൽ ഫോണിൽ ഗൂഗിൾ മാപ്പെടുത്തു പരതി. ആറു കിലോമീറ്റർ കാണിക്കുന്നു. ഒരു ഓട്ടോയെടുത്ത് ഹൈവേയിലൂടെ പോകുക. ബിൽ പേ ചെയ്ത് വീണ്ടും ഹൈവേയിലൂടെ നടന്നു. ഓട്ടോയൊന്നും വന്നില്ല. ഒരു പൊലീസ് ജീപ്പു വന്നു. അന്യനാട്ടിൽ പൊലീസ് ബന്ധുവും വഴികാട്ടിയുമാണ്. ശത്രുവല്ല. ഇൻസ്പെക്ടറോട് ചോദിച്ചുറപ്പിച്ചു. കേരളം എന്ന പേര് ബംഗാളിൽ ഒരു ബിഗ് സെല്ലിങ്ങ് പോയിന്റാണെന്ന് ഒരിക്കൽക്കൂടി ഉറപ്പിച്ചു.

കേരളത്തിലെ വെള്ളമിറങ്ങിയോയെന്നു ചോദിച്ചു. അദ്ദേഹം ഒരു കൊല്ലം പിറകിലാണ്.

ആനന്ദ് പത്രെ തന്റെ വാഹനത്തിൽ നാനോ സൈറ്റിലേക്ക് കൊണ്ടുപോവുകയാണ്. സ്വന്തം വാഹനമാണ്. പതിവ് ഓട്ടമുണ്ടെന്നു തടസ്സം പറയാനയാൾ തുടങ്ങിയതാണ്. കേരളത്തിൽ നിന്നാണെന്നറിഞ്ഞപ്പോൾ അതിശയം മറച്ചുപിടിക്കാതെ ചോദിച്ചു. "ഇത്നേ ദൂർ സെ?" ദുർഗ്ഗാപുർ ഹൈവേയിലൂടെ മൂന്നാലു കിലോമീറ്റർ സഞ്ചരിച്ചപ്പോൾ നാനോ ഫാക്ടറിയുടെ നിർദ്ദിഷ്ട സെറ്റ് കണ്ടുതുടങ്ങി. മതിൽക്കെട്ടിനുള്ളിലെ അതിവിശാലമായ തരിശുഭൂമി.

ബംഗാളിൽ വലിയ കാർഷിക വികസനം നടപ്പിൽവന്നു. വലിയ പുരോഗതിയായിരുന്നു ആ മേഖലയിൽ വന്നത്. ബംഗാൾ ജനതയുടെ ബഹുഭൂരിപക്ഷവും കാർഷികവൃത്തിയിലാണ്. തൊഴിലില്ലായ്മയാകട്ടെ അതിരൂക്ഷവും. വ്യാവസായികമായി ഏറെ പിന്നോക്കവും. സാങ്കേതികവിദ്യയിലെ പിന്നോട്ടടി, കുറഞ്ഞകൂലി എന്നിവ ബംഗാളിനെ അലട്ടുന്ന കാലമായിരുന്നു അത്. 2006 ലെ വൻഭൂരിപക്ഷത്തോടെയുള്ള ഇടതുമുന്നണിയുടെ വിജയം ധീരമായ ചുവടുകൾ വയ്ക്കാൻ ഇടതുപക്ഷ സർക്കാരിനു ധൈര്യം നല്കി. ത്വരിത വ്യവസായവല്ക്കരണത്തിനുള്ള നയം പ്രഖ്യാപിക്കപ്പെട്ടു. ഈ പശ്ചാത്തലത്തിലാണ് ടാറ്റായുടെ നാനോ കാർ പദ്ധതി സവിശേഷമായത്. ടാറ്റാ ഫാക്ടറിക്കായി സംസ്ഥാനങ്ങൾ മത്സരിച്ചെങ്കിലും രത്തൻ ടാറ്റ മുൻഗണന നല്കിയത് സിംഗൂരിനായിരുന്നു. വൻ തൊഴിൽ സാദ്ധ്യതയാണ് നാനോ കാർ ഫാക്ടറിയും അനുബന്ധ വ്യവസായങ്ങളും തുറന്നുവച്ചത്. ടാറ്റ നേരിട്ട് 1000 കോടി രൂപയുടെ നിക്ഷേപമാണ് നിർദ്ദേശിച്ചത്. ഭൂമി, സർക്കാർ ഏറ്റെടുത്ത് ടാറ്റയ്ക്കു പാട്ടത്തിനു നല്കാൻ സംസ്ഥാന വ്യവസായ വികസന കോർപ്പറേഷനെ ചുമതലപ്പെടുത്തി വിജ്ഞാപനമിറക്കി. സിംഗൂരിൽനിന്നും 997 ഏക്കർ ഭൂമി ഏറ്റെടുത്തു. 1874 ലെ ഭൂമി ഏറ്റെടുക്കൽ ചട്ടം ഉപയോഗിച്ചായിരുന്നു ഏറ്റെടുക്കൽ. ബഹുവിളകൾ കൃഷിചെയ്യുന്ന 'സോനാ'ലാന്റിന് ഏക്കറൊന്നിന് 12.8 ലക്ഷവും ഒറ്റത്തവണ കൃഷി ചെയ്യുന്ന 'സാലി'ലാന്റിന് 8.7 ലക്ഷം രൂപയുമാണ് നഷ്ടപരിഹാരമായി നിശ്ചയിക്കപ്പെട്ടത്. പങ്കുപാട്ടക്കാർക്ക് ഇതിന്റെ 25% ഉം നിശ്ചയിക്കപ്പെട്ടു. 70% പേർ ഭൂമി സ്വമേധയാ വിട്ടുകൊടുക്കാൻ തയ്യാറായപ്പോൾ 30% പേർ വിസമ്മതിച്ചു. എതിർപ്പുള്ളവർ പ്രതിഷേധവുമായി രംഗത്തുവന്നു.

സിംഗൂരിലും നന്ദിഗ്രാമിലുമുണ്ടായ ഗ്രാമീണ പ്രക്ഷോഭം പഠിക്കാനായി എത്തിയ ഫ്രഞ്ച് എഴുത്തുകാരനായ മാർക്ക് ഹാറ്റ്സ്ഫെൽഡ് തന്റെ The Poetics & Land എന്ന പുസ്തകത്തിൽ സിംഗൂർ പ്രശ്നത്തെപ്പറ്റി ഇങ്ങനെ വിലയിരുത്തുന്നു.

"സിംഗൂർ പ്രശ്നം സി പി ഐ (എം) നടത്തിയ ഒരു ഭാഗ്യപരീക്ഷണമായിരുന്നു. ചരിത്രവും ഗ്രാമീണജനതയും തങ്ങൾക്കൊപ്പമാണെന്ന് അവർക്ക് ബോദ്ധ്യമുണ്ടായിരുന്നു. അവരുടെ നിലപാട് വഞ്ചനാപരം

സിംഗൂരിലെ കരിമ്പനകൾ

ആയിരുന്നില്ല. അവരുടെ വ്യവസായനയത്തിന് ഗ്രാമീണരുടെ അകമഴിഞ്ഞ പിന്തുണയുണ്ടാകുമെന്നവർ കരുതി. തിരഞ്ഞെടുപ്പിലുണ്ടായ വൻവിജയം പ്രാതിനിദ്ധ്യ ജനാധിപത്യത്തിന്റെ പരിമിതികളെ ഭേദിക്കാൻ പര്യാപ്തമായി എന്നവർ കരുതി. ഗ്രാമീണർ തങ്ങളുടെ ഭൂമി നഷ്ടപ്പെടുമ്പോൾ എങ്ങനെ പെരുമാറും എന്നതിനെപ്പറ്റി വേണ്ടത്ര ഗൃഹപാഠമുണ്ടായോയെന്നു സംശയമാണ്. മമതാ ബാനർജി എന്ന രാഷ്ട്രീയക്കാരിയുടെ കൗശലക്കണ്ണുകളെപ്പറ്റിയും വേണ്ടത്ര ധാരണയുണ്ടായില്ല. മടങ്ങിവരാൻ അവസരം കാത്തിരുന്ന നക്സലൈറ്റുകളെപ്പറ്റിയും ചിന്തിച്ചില്ല. തിരഞ്ഞെടുപ്പിൽ ലഭിച്ച മാൻഡേറ്റ് സമൂഹത്തിന്റെ ആധുനികവല്ക്കരണത്തിനായി വിനിയോഗിക്കാൻ അവർ ഉറച്ചു. ഗ്രാമങ്ങളിൽ വാഴുന്ന അക്രമത്തെപ്പറ്റിയും അഴിമതിയെപ്പറ്റിയും അവർ അറിഞ്ഞിരുന്നുവോ? ഗ്രാമീണരുടെ ദയനീയ ജീവിത പരിസരങ്ങളിൽനിന്നും മോചിപ്പിച്ച് അവർക്ക് മെച്ചപ്പെട്ട ജീവിതം പ്രദാനം ചെയ്യുക തന്നെയായിരുന്നിരിക്കണം അവരുടെ ലക്ഷ്യം. ബംഗാളിലെ ദീർഘസഞ്ചാരങ്ങൾക്കിടയിൽ എനിക്കു മനസ്സിലായ ഒരുകാര്യം യൂണിവേഴ്സിറ്റി വിദ്യാഭ്യാസം സിദ്ധിച്ച നേതാക്കൾക്കും ഗംഗാസമതലത്തിലെ ഗ്രാമീണ കർഷകർക്കും ഇടയിൽ വലിയ സാംസ്കാരികാന്തരം ഉണ്ടെന്നാണ്. ഇരു കൂട്ടർക്കും ജീവിതത്തെപ്പറ്റിയും വിമോചനത്തെപ്പറ്റിയും ആഴത്തിലുള്ള പാരമ്പര്യബോധമുണ്ട്. എന്നാൽ അവ തമ്മിൽ പലപ്പോഴും പൊരുത്തപ്പെടാറില്ല. ഗ്രാമീണർക്ക് ഭൂമി അവരുടെ ഉപജീവനോപാധിയാണ്; സർക്കാരിന് അതൊരു സമ്പത്തും.

സിംഗൂരിലെ ചില ഭൂഉടമകൾ ഭൂമി വിട്ടുകൊടുക്കുന്നതിൽ സന്തുഷ്ടരായിരുന്നു. കാരണം അവർ അവിടെ പാർക്കുന്നവരല്ല. അസന്തുഷ്ടർ ഏറെയും പങ്കുപാട്ടക്കാരായിരുന്നു. കാരണം അവർക്ക് മതിയായ

നഷ്ടപരിഹാരം ലഭിക്കുകയില്ല. ഏറ്റവും അസന്തുഷ്ടരായവർ ഭൂരഹിതരും കുടിയേറ്റക്കാരുമായിരുന്നു. അവരുടെ കാര്യത്തിൽ മമതപോലും ഒന്നും മിണ്ടിയിരുന്നില്ല. ഭൂരഹിതർക്ക് നഷ്ടപരിഹാരം നല്കണമെന്ന് അവർ ആവശ്യപ്പെട്ടില്ല. സിംഗൂർ ഒന്നാംതരം ഉരുളക്കിഴങ്ങിനു പേരു കേട്ട സ്ഥലമാണ്. അതുമായി ബന്ധപ്പെട്ട നിരവധി ഫാക്ടറികൾ അവിടെയുണ്ടായിരുന്നു. അവിടത്തെ തൊഴിലാളികളുടേയും കർഷകത്തൊഴിലാളികളുടെയും കാര്യത്തിലും തീരുമാനമുണ്ടായില്ല. അത്തരക്കാരുടെ എണ്ണം 5000 ൽപരം വരും. കാലി വളർത്തലിൽ ഏർപ്പെട്ട് പാൽ വില്പന നടത്തി ജീവിക്കുന്നവരുടെ പ്രശ്നവും പരിഗണിക്കപ്പെട്ടില്ല."

ജാദബ്പൂർ യൂണിവേഴ്സിറ്റിയിലെ ഗൗതം ഗുപ്ത എന്ന പാരിസ്ഥിതിക അർത്ഥശാസ്ത്ര അദ്ധ്യാപകന്റെ നിരീക്ഷണം മാർക് ഹാറ്റ്സ് ഫെൽഡ് തന്റെ പുസ്തകത്തിൽ ചേർത്തിട്ടുണ്ട്.

"സ്വകാര്യ മൂലധനം ആകർഷിക്കുന്നതിൽ വിജയിച്ച ആദ്യ സംരംഭമായിരുന്നു സിംഗൂരിലേത്. ടാറ്റ ദീർഘകാലമായി ജനങ്ങൾ അറിയുന്ന സ്ഥാപനമാണ്. രതൻ ടാറ്റ നേരിട്ടാണ് ഇതിനു നേതൃത്വം നല്കിയത്. ജനകീയ കാർ എന്ന സങ്കല്പം ഏറെ സ്വീകരിക്കപ്പെട്ടു. 80,000 പേർക്ക് പ്രത്യക്ഷമായും അത്രതന്നെ പേർക്ക് പരോക്ഷമായും തൊഴിൽ കിട്ടാൻ സാദ്ധ്യത തെളിഞ്ഞു. നാനോ ഫാക്ടറിയുടെ അനുബന്ധ വ്യവസായങ്ങളും വരുമെന്ന കാര്യം ഉറപ്പായി. അതുകൊണ്ടുതന്നെ സംസ്ഥാന സർക്കാർ അതൊരു അഭിമാന പദ്ധതിയായി കണ്ടു. ടാറ്റ സിംഗൂർ തെരഞ്ഞെടുത്തതിന് പ്രത്യേക കാരണമുണ്ട്. അതിൽ പ്രധാനം കൊൽക്കത്തയുമായുള്ള സാമീപ്യമാണ്. ദുർഗ്ഗാപൂർ എക്സ്പ്രസ് വേയുള്ളതിനാൽ ഒരാൾക്ക് നിത്യേന കൊൽക്കത്തയിൽ പോയിവരാം. 80% കാറുകളും ആഫ്രിക്കയിലും ഇതര ഏഷ്യൻ രാജ്യങ്ങളിലേക്കും കയറ്റി അയക്കാനായിരുന്നു ഉദ്ദേശ്യം. അതിനാൽ കൊൽക്കത്ത തുറമുഖത്തിന്റെ സാമീപ്യം സഹായകരമാകുമെന്നവർ കരുതി. കാറുകൾ വൻ ട്രെയിലറുകളിൽ കയറ്റി എക്സ്പ്രസ് വേ വഴി തുറമുഖത്തെത്തിക്കാനാവും. കൊൽക്കത്തയിൽ നിന്നും വിദഗ്ദ്ധ എഞ്ചിനീയർമാരെയും സാങ്കേതിക വൈദഗ്ധ്യമുള്ള തൊഴിലാളികളേയും കണ്ടെത്തുകയുമാവാം. ഭൂമി ഏറ്റെടുക്കുന്നതിൽ പ്രശ്നമുണ്ടാകുമെന്നും അവർ കരുതിയില്ല. മെച്ചപ്പെട്ട നഷ്ടപരിഹാരമാണ് പ്രഖ്യാപിക്കപ്പെട്ടതും. തുടക്കത്തിൽ എതിർപ്പൊന്നുമുണ്ടായില്ല. ചിലർ എതിർക്കാൻ നോക്കിയെങ്കിലും വിജയം കണ്ടില്ല. ആളുകൾ പ്രമാണങ്ങളുമായി ഓഫീസിലേക്കെത്തിത്തുടങ്ങി. പ്രമാണം നല്കി ചെക്കുകൾ കൈപ്പറ്റി. കമ്പോളവിലയെക്കാൾ കൂടുതൽ ലഭിച്ചു.

2006 ൽ തിരഞ്ഞെടുപ്പ് വന്നു. ഇടതുമുന്നണിക്ക് 294 ൽ 235 സീറ്റും ലഭിച്ചു. ഭൂമി ഏറ്റെടുക്കാനും കാർ ഫാക്ടറി തുടങ്ങാനുമുള്ള ജനകീയ മാനുമതിയായി സർക്കാർ ഇതിനെ കണ്ടു. 2006 മെയ് 15 ന് ബുദ്ധദേബ് സർക്കാർ സത്യപ്രതിജ്ഞ ചെയ്തു. 21-ാം തീയതി ഭൂമിയേറ്റെടുക്കൽ പ്രഖ്യാപനം വന്നു. 1000 ഏക്കറോളം ഭൂമിയാണേറ്റെടുക്കുന്നത്. ടാറ്റ

ഉദ്യോഗസ്ഥർ ഭൂമി ഏറ്റെടുക്കാൻ പുറപ്പെട്ടു. ടാറ്റ സംഘത്തെ കൃഷിക്കാർ വഴിയിൽ തടഞ്ഞതോടെ സിംഗൂർ പ്രക്ഷോഭം തുടങ്ങി."

മേധാപട്കർ, അരുന്ധതി റോയി, അപർണ്ണ സെൻ തുടങ്ങിയ സാംസ്കാരിക രംഗത്തെ പ്രമുഖർ സിംഗൂരിലെത്തി. പ്രാദേശികമായി ഉരുണ്ടുകൂടിയ ചെറിയ പ്രതിഷേധങ്ങൾക്കു മുന്നിൽ അവർനിന്നു. വ്യവസായ മലിനീകരണം, പരിസ്ഥിതിനാശം, നിർബ്ബന്ധിത ഒഴിപ്പിക്കൽ എന്നീ പ്രശ്നങ്ങൾ കൂട്ടിച്ചേർത്ത് അവർ പ്രതിഷേധം കനപ്പിച്ചു. അവസരം കാത്തിരുന്ന മമതാ ബാനർജി സിംഗൂരിലേക്കു പാഞ്ഞെത്തി. എസ് യു സി ഐ, വിവിധ നക്സലൈറ്റ് ഗ്രൂപ്പുകൾ, ചില ഇടതുപക്ഷഗ്രൂപ്പുകൾ, സ്വത്വവാദ പ്രസ്ഥാനങ്ങൾ എന്നിവരും എത്തിയതോടെ സമരത്തിന് ലെജിറ്റമസി കൈവന്നു. മാധ്യമങ്ങൾ 24 സമയവും ഈ കാര്യം സംപ്രേക്ഷണം ചെയ്യാൻ തുടങ്ങിയതോടെ സമരത്തിന് അഖിലേന്ത്യാ പ്രാധാന്യം കൈവന്നു. സമരം സി പി ഐ (എം), മറ്റുള്ളവർ എന്ന നിലയിലേക്കു മാറി. മുപ്പതുവർഷം പിന്നിട്ട ഇടതുപക്ഷ സർക്കാരിനെ ജനമനസ്സുകളിൽനിന്നും ഒറ്റപ്പെടുത്താൻ പറ്റിയ അവസരമായി പലരും കണ്ടു. വ്യാജമായി ഇടതുപക്ഷ മുദ്രാവാക്യങ്ങൾ ഉയർത്തപ്പെട്ടു. ഇടതുപക്ഷത്തെ തകർക്കാൻ വലതുപക്ഷശക്തികൾ ലോകത്തെവിടെയും ഈ രീതിതന്നെ അവലംബിച്ചിട്ടുള്ളതായി കാണാം. ഇടതുപക്ഷ സർക്കാർ കുത്തകകൾക്കുവേണ്ടി പാവപ്പെട്ട കർഷകരുടെ ഭൂമി പിടിച്ചുപറിച്ചു എന്ന പ്രചാരണത്തിന് മേൽകൈ വന്നു. ബംഗാളിലെ തൊഴിലില്ലായ്മ, കൂലിക്കുറവ്, താണജീവിതനിലവാരം എന്നിവയ്ക്ക് പരിഹാരം കാണാൻ വ്യവസായവല്ക്കരണം അനിവാര്യമാണെന്ന സദുദ്ദേശ്യം മറച്ചുപിടിക്കപ്പെട്ടു. Save Farm Movement ശക്തമായി. ഭൂമി തരംതിരിച്ചതിലും വില നിശ്ചയിച്ചതിലും ജനങ്ങളിൽ ഭീതിപരത്തിയതിലും മുഖ്യമന്ത്രിയെ വരെ തെറ്റിദ്ധരിപ്പിക്കാൻ അവർക്കുകഴിഞ്ഞു. സർക്കാരിനും പാർട്ടിക്കും ജാഗ്രതക്കുറവുണ്ടായി. സിംഗൂരിൽ ടാറ്റയ്ക്കായി ഏറ്റെടുത്ത ഭൂമിയുടെ അടുത്തുള്ള ഭൂമി തല്പരകക്ഷികളും ഭൂമാഫിയയും വാങ്ങിക്കൂട്ടി. കൃഷിക്കായല്ലാതെ ഭൂമി വാങ്ങിയവർ ഭൂവില കൂടും എന്ന പ്രത്യാശയാൽ സമരക്കാരെ സാമ്പത്തികമായി സഹായിച്ചു. അനുബന്ധ വ്യവസായ വളർച്ച മുന്നിൽ കണ്ട് രാഷ്ട്രീയ നേതാക്കളിൽ ചിലർ സമീപസ്ഥ ഭൂമി വാങ്ങിക്കൂട്ടി. വിലകൂട്ടിക്കിട്ടാൻ അവരും സമ്മർദ്ദം ശക്തമാക്കുന്നതായി പ്രചരിപ്പിക്കപ്പെട്ടു. സമരത്തെ എതിർത്ത് സി പി ഐ (എം) പ്രവർത്തകരും അണിനിരന്നതോടെ സംഘർഷം ഉടലെടുത്തു. ഇതിനിടയിൽ താപസി മാലിക് എന്നൊരു പെൺകുട്ടി ബലാത്സംഗം ചെയ്യപ്പെട്ടു. അതിന്റെ കുറ്റം സി പി ഐ (എം) പ്രവർത്തകർക്കുമേൽ കെട്ടിവയ്ക്കപ്പെട്ടു. സമരം മറ്റൊരുവഴിയിലേക്കു തിരിച്ചുവിടപ്പെട്ടു. സിംഗൂർ വലിയൊരു സമരഭൂമിയായി.

മമത കൗശലപൂർവ്വം 'മാ, മട്ടി, മാനുഷ്' (അമ്മ, മണ്ണ്, മനുഷ്യൻ) എന്ന മുദ്രാവാക്യം ഉയർത്തി പ്രചരണ കൊടുങ്കാറ്റ് അഴിച്ചുവിട്ടു. കടുത്ത

മാർക്സിസ്റ്റ് വിരുദ്ധരായ സമ്പന്നരും കുത്തകകളും മമതയെ സാമ്പത്തികമായി സഹായിച്ചു. ബംഗാളിൽ കടുത്ത ഇടതുപക്ഷ വിരുദ്ധ മദ്ധ്യവർഗ്ഗം പ്രബലമാണ്. അവർ തങ്ങളുടെ രക്ഷകയായി മമതയെ കണ്ടു. സംഭവം കോടതിയിലെത്തി. 2008 ജനുവരിയിൽ കൊൽക്കത്താ ഹൈക്കോടതി ഭൂമി ഏറ്റെടുക്കൽ ശരിവച്ചു. ആ വിധി സുപ്രീംകോടതിയിൽ ചോദ്യം ചെയ്യപ്പെട്ടു. ഭൂമി ഏറ്റെടുക്കൽ ഭരണഘടനാ ലംഘനമാണെന്ന് വിധിക്കപ്പെട്ടു. ടാറ്റ പദ്ധതി ഗുജറാത്തിലേക്കു മാറ്റി. 2011 ൽ മമതയുടെ സർക്കാർ ബംഗാളിൽ അധികാരത്തിലെത്തി. അവർ ഭൂമി ഏറ്റെടുക്കൽ സംബന്ധിച്ച് പുതിയ നിമയം കൊണ്ടുവന്നു. ഇതിന്റെ ഭരണഘടനാ സാധുത ടാറ്റ കോടതിയിൽ ചോദ്യം ചെയ്തു. സിങ്കിൾ ബഞ്ച് സാധുത ശരിവച്ചപ്പോൾ ഡിവിഷൻ ബഞ്ച് ഭരണഘടനാവിരുദ്ധമെന്ന് വിധിച്ചു. അതിനെതിരായ കേസിപ്പോൾ സുപ്രീംകോടതി മുമ്പാകെയാണ്.

മണ്ണും മനുഷ്യനും തമ്മിൽ എന്ത്?

മനുഷ്യപ്രവൃത്തികളുടെ പാരസ്പര്യത്തിന്റെ, വൈകാരികതകളുടെ അടരുകളാണ് ഓരോ തുണ്ടു ഭൂമിയും. വനങ്ങൾ, നദികൾ, നദീതടങ്ങൾ, നാട്ടിൻപുറങ്ങൾ, നഗരങ്ങൾ ഒക്കെയും അതുമായി ബന്ധപ്പെട്ട മനുഷ്യജീവിതത്തിന്റെ സ്മരണകൾ ഉറങ്ങുന്ന ഇടങ്ങൾകൂടിയാണ്. മണ്ണ് ഒരുവന് അന്നം നല്കുന്നു. ഊന്നിനില്ക്കാൻ ഇടം നല്കുന്നു. സ്വപ്നങ്ങൾക്ക് നിറം പകരുന്നു. അവിടെയാണവന്റെ പൂർവ്വികർ ഉറങ്ങുന്നത്. അവന്റെ ദേവതകൾ ഉരുവം കൊള്ളുന്നത്. അവന്റെ ജീവിതനാടകം അരങ്ങേറുന്ന വേദിയും അതുതന്നെ. ജീവിതവും മരണവും അതിന്റെ ഗന്ധ

ടാറ്റ ഇറക്കിയ കൂറ്റൻ പൈപ്പുകൾ

ത്താൽ അവനെ പൊതിയുന്നതും വേറൊരിടത്തല്ല.

സിംഗൂരിൽ ഏറെപ്പേരും പങ്കുപാട്ടക്കാരോ രണ്ടു ബിക (ഒരേക്കറിന്റെ മൂന്നിൽ രണ്ട് ഭാഗം) ഭൂമിക്കു താഴെമാത്രം കൈവശമുള്ളരോ ആണ്. ഓലയോ പുല്ലോ വയ്ക്കോലോ മേഞ്ഞ പുരകളിൽ ജീവിച്ച് കൃഷിപ്പണികൊണ്ട് ജീവിച്ചുപോന്നിരുന്നവർ. ഭജനപ്പാട്ടുകൾക്കായി ക്ലബുകളിൽ പോവുകയും അവിടേക്കുവരുന്ന ബാവുൽ ഗായകർക്ക് ചെവികൊടുക്കുകയും ചെയ്യുന്നവർ. അവരുടെ കുളത്തിൽ നിറയെ ശുദ്ധജലവും വലിയ മീനുകളും ഉണ്ടായിരുന്നു. ഇന്ന് മാലിന്യം മത്സ്യങ്ങളെ കൊന്നിരിക്കുന്നു. യഥാർത്ഥ കർഷകൻ ഒരു കവിയും മണ്ണ് അവന്റെ കവിതയുമാണ്. മരങ്ങൾ, പൂവുകൾ, ഫലങ്ങൾ, കൊയ്ത്ത് എല്ലാം കർഷകന്റെ ജീവിതത്തിലെ കവിതകൾ തന്നെയാണ്. എന്നാൽ യാഥാർത്ഥ്യങ്ങൾക്കപ്പുറം രബീന്ദ്ര ഭാവനയുടെ സംഭാവനയായ ഗ്രാമീണ ഗൃഹാതുരത്വം ഇതിലേക്കെല്ലാം കുടിയേറ്റം നടത്തപ്പെട്ടിട്ടുണ്ട്. മദ്ധ്യവർഗ്ഗ ബംഗാളിയുടെ ഗൃഹാതുരത്വം അവൻ കർഷകനിലാണ് ആരോപിക്കുന്നത്. ഓരോ നഗരമനുഷ്യനും മുമ്പൊരിക്കൽ ഗ്രാമങ്ങളിൽനിന്നും കുടിയേറിയവനോ സ്വന്തം മണ്ണ് വിട്ടെറിഞ്ഞ് അപരിചിത നഗരങ്ങളിലേക്ക് അഭയാർത്ഥിയായി എത്തപ്പെട്ടവനോ ആണ്. അവൻ തന്റെ ജീവിതത്തിന്റെ കൈമോശംവന്ന സത്തയെ തേടുന്നത് ഗ്രാമജീവിതത്തിലാണ്. ടാഗോറും ബങ്കിംചന്ദ്രയും വിഭൂതിഭൂഷണും എല്ലാംതന്നെ ഗ്രാമീണ ജീവിതത്തിന്റെ ഉദ്ഘോഷകരായിരുന്നു. പത്തൊമ്പതാം നൂറ്റാണ്ടിന്റെ ഗ്രാമീണ ജീവിത ഗൃഹാതുരതയിൽ നിന്നും ഇന്നും മോചിതനായിട്ടില്ല ബംഗാളിലെ നഗരമനുഷ്യർ ഏറെയും.

ഈ സങ്കീർണ്ണാവസ്ഥയിലേക്കാണ് മാധ്യമങ്ങൾ ഇരച്ചുകയറിയത്. ഗ്രാമങ്ങളിലെ ജനങ്ങൾ ആട്ടിയോടിക്കപ്പെടുന്നു. എന്ന രീതിയിലുള്ള പെരുപ്പിച്ച വാർത്തകളാണവർ നിത്യവും കേട്ടത്. ഗ്രാമീണർക്ക് സ്വന്തം ഭൂമിയോടുള്ളതിനേക്കാൾ വൈകാരിക ബന്ധമാണ് നഗരമനുഷ്യർക്ക് അതിനോടുള്ളത്. ഒരേ വീട്ടിൽ താമസിക്കുന്ന സഹോദർ തമ്മിൽ വീടിനെപ്പറ്റി ഗൃഹാതുരരാകാറില്ല. എന്നാൽ വീടുവിട്ടു പുറത്തേക്കു പോയവനോ? ഗൃഹാതുരതയായിരിക്കും അവനെ ഭരിക്കുന്നത്. ഇത്തരം വൈകാരിക ഘടകങ്ങൾ സിംഗൂരിനെ വൈകാരികമായി പൊതുബോധത്തിൽ അടയാളപ്പെടുത്താൻ ഇടയാക്കി.

ഭൂപരിഷ്കരണവും ഇടതുപക്ഷ സർക്കാരും

1931 – 32 കാലയളവിൽ ജയിലിലായിരുന്ന മാർക്സിസ്റ്റ് നേതാക്കൾ ജയിൽ വിമോചിതരാക്കപ്പെട്ടു. അവരുടെ നേതൃത്വത്തിൽ കർഷകപ്രസ്ഥാനം കെട്ടിപ്പടുക്കാൻ ശ്രമങ്ങൾ തുടങ്ങി. ബംഗാൾ പ്രദേശ് കർഷകസഭയ്ക്ക് 1936 ൽ രൂപം നല്കി. കൊളോണിയൽ നയങ്ങൾക്കെതിരെ കർഷകരെ അണിനിരത്താൻ ശ്രമിച്ച കർഷകസഭ കൃഷിക്കാരുടെ ദൈനംദിന പ്രശ്നങ്ങൾക്ക് ഊന്നൽ നല്കി. 1943 ലെ ബംഗാൾ ക്ഷാമകാലത്ത്

വിപുലമായ റിലീഫ് ക്യാമ്പുകൾ കർഷകസഭയുടെ നേതൃത്വത്തിൽ സംഘടിപ്പിക്കപ്പെട്ടു. സെമീന്ദാർമാർ ഭക്ഷ്യവസ്തുക്കൾ പൂഴ്ത്തിവയ്ക്കുന്നതായിരുന്നു ക്ഷാമത്തിന്റെ പ്രധാന കാരണം. 19 ലക്ഷം പേരാണ് ബംഗാൾ ക്ഷാമത്തിൽ കൊല്ലപ്പെട്ടത്. പ്രതിസന്ധി ഘട്ടങ്ങളിൽ ബംഗാളിലെ സെമീന്ദാർമാർ പങ്കുപാട്ടക്കാർക്ക് നെല്ല് വായ്പ നല്കിവന്നിരുന്നു. ഇതിന് 25% പലിശയും ഈടാക്കി. ക്ഷാമം പൊട്ടിപ്പുറപ്പെട്ടപ്പോൾ ധാന്യ വായ്പ നിർത്തിവച്ചു. കർഷകർ സംഘടിച്ച് സെമീന്ദാർമാരുടെ ധാന്യ ശേഖരം പിടിച്ചെടുത്തു. ഇതിന് നേതൃത്വം നല്കിയത് കർഷകസഭയായിരുന്നു.

1946 ആയപ്പോഴേക്കും ബംഗാളിൽ വിഭജനത്തിന്റെ പേരിൽ വർഗ്ഗീയ ധ്രുവീകരണവും കലാപങ്ങളുമായി. ഈ ഘട്ടത്തിൽത്തന്നെ പങ്കുപാട്ടക്കാരുടെ പ്രക്ഷോഭവും തുടങ്ങി. 1930 – 40 കളിൽ ഇന്ത്യയുടെ വിവിധ ഭാഗങ്ങളിൽ (മലബാർ ഉൾപ്പെടെ) ശക്തമായ കർഷക സമരങ്ങൾ നടന്നിരുന്നു. അതിന്റെ തുടർച്ചയെന്ന നിലയിൽ വേണം ഈ പ്രക്ഷോഭത്തെയും കാണാൻ. കർഷകസഭയുടെ തീരുമാനപ്രകാരം ബംഗാളിൽ തേഭാഗ പ്രസ്ഥാനം ആരംഭിച്ചു. കർഷകരുടെ നേതൃത്വത്തിൽ നടന്ന ഏറ്റവും വലിയ പ്രക്ഷോഭമായിരുന്നു അത്. വെടിവയ്പും മരണങ്ങളുമുണ്ടായി. അന്ന് അധികാരത്തിലിരുന്ന മുസ്ലിംലീഗ് ഗവൺമെന്റ് നിയമനിർമ്മാണം നടത്താമെന്ന് സമ്മതിച്ചെങ്കിലും അതുണ്ടായില്ല. ദിനജ്പൂർ ജില്ലയിലെ ഖാൻപൂരിൽ നടന്ന പൊലീസ് വെടിവയ്പിൽ 22 പേർ കൊല്ലപ്പെട്ടു.

തെക്കൻ ബംഗാൾ പ്രദേശത്ത് പട്ടികവർഗ്ഗത്തിൽപ്പെട്ടവരുടെ എണ്ണം വലുതാണ്. ചരിത്രപരമായിത്തന്നെ ഝാർഖണ്ട്, ബീഹാർ പ്രദേശങ്ങളിൽ നിന്നുള്ള ആദിവാസികൾ വിതയ്ക്കും കൊയ്ത്തിനുമായി (തൊഴിൽതേടി) ബംഗാളിൽ എത്തിച്ചേർന്നിരുന്നു. അവരുടെ കുടിയേറ്റം വൻതോതിൽ നടന്നുവന്നു. അവരിലേറെപേർ അതതിടങ്ങളിൽ കുടിൽകെട്ടി താമസിച്ചു. അങ്ങനെ അവർ ഗ്രാമീണ ബംഗാളിലെ സജീവ സാന്നിദ്ധ്യമായി. അവരുടെ പിന്തുണ തേഭാഗ സമരത്തിനു ലഭിച്ചു. പട്ടികജാതി വിഭാഗവും മുസ്ലീം വിഭാഗവും സമരത്തിൽ അണിചേർന്നു. പങ്കുപാട്ടക്കാർക്ക് വിളവിന്റെ മൂന്നിൽ രണ്ടു വേണമെന്നായിരുന്നു പ്രധാന ആവശ്യം. ഈ സമരം പൂർണ്ണ വിജയമോ പരാജയമോ ആയിരുന്നില്ല. കമ്യൂണിസ്റ്റ് പാർട്ടി പാവപ്പെട്ടവരുടെ പാർട്ടി എന്ന നിലയിൽ ഉയർന്നുവന്നതായിരുന്നു ഈ സമരത്തിന്റെ സവിശേഷ പ്രാധാന്യം.

1947 ൽ ഇന്ത്യ സ്വതന്ത്രയായി. 1948 ൽ കമ്യൂണിസ്റ്റ് പാർട്ടി നിരോധിക്കപ്പെട്ടു. 800 ൽപ്പരം കമ്യൂണിസ്റ്റ് പാർട്ടി പ്രവർത്തകർക്ക് ജീവൻ നഷ്ടമായി. ഇടതുപക്ഷ പ്രസ്ഥാനങ്ങൾ ക്രമേണ ശക്തിപ്പെട്ടുതുടങ്ങി. പാവപ്പെട്ടവർക്കിടയിലെ അവകാശ സമരങ്ങൾ ക്ഷമാപൂർവ്വം വളർത്തിക്കൊണ്ടുവരാൻ രണ്ടു പതിറ്റാണ്ടുകളോളം കമ്യൂണിസ്റ്റ് പാർട്ടി പ്രവർത്തിച്ചു.

1967 ൽ നടന്ന നിയമസഭാ തിരഞ്ഞെടുപ്പിൽ കമ്യൂണിസ്റ്റു പാർട്ടിയുടെ പ്രാതിനിദ്ധ്യം വർദ്ധിച്ചു. ആഭ്യന്തര കലഹം മൂത്ത കോൺഗ്രസ് പിളർന്നു. ബംഗ്ലാ കോൺഗ്രസ് രൂപീകരിക്കപ്പെട്ടു. 1968 ൽ തിരഞ്ഞെടുപ്പു നടക്കുമ്പോൾ സി പി ഐ (എം) നേതൃത്വം നല്കുന്ന എൽ ഡി എഫും (LDF) സി പി ഐ യുടെ നേതൃത്വത്തിൽ യുണൈറ്റഡ് ലെഫ്റ്റ് ഫ്രണ്ട് (PULF) ഉം രൂപപ്പെട്ടു. PULF ൽ ബംഗ്ലാ കോൺഗ്രസും ഫോർവേഡ് ബ്ലോക്കും ഉൾപ്പെട്ടിരുന്നു. കോൺഗ്രസിന തിരഞ്ഞെടുപ്പിൽ കേവല ഭൂരിപക്ഷം ലഭിച്ചില്ല. ജനങ്ങളുടെ കോൺഗ്രസ് വിരുദ്ധ മനോഭാവം കണക്കിലെടുത്ത് 44 സീറ്റുമായി ഏറ്റവും മുന്നിൽനിന്ന സി പി ഐ ഉം 30 സീറ്റു ലഭിച്ച ബംഗ്ലാ കോൺഗ്രസുമായി ചേർന്ന് മന്ത്രിസഭയുണ്ടാക്കി. മുന്നണി ശക്തമാക്കാനായി ബംഗ്ലാ കോൺഗ്രസിന്റെ നേതാവ് അജയ് മുഖർജിക്ക് മുഖ്യമന്ത്രി സ്ഥാനം വിട്ടുകൊടുത്ത് ജ്യോതിബസു ഡെപ്യൂട്ടി മുഖ്യമന്ത്രിയായും മറ്റു മന്ത്രിമാർക്കൊപ്പം കർഷകസഭാ നേതാവ് ഹരേകൃഷ്ണ കോനാർ ഭൂവകുപ്പ് മന്ത്രിയായും ചുമതലയേറ്റു. കാർഷിക മേഖലയിലെ വൻപരിഷ്കാരങ്ങൾക്ക് ആഗവൺമെന്റ് തുടക്കമിട്ടു. ഭൂപ്രഭുക്കൾക്കെതിരെ കർഷകർ നടത്തുന്ന സമരങ്ങളിൽ പൊലീസ് ഇടപെടുന്നതല്ലെന്നു പ്രഖ്യാപിക്കപ്പെട്ടു. ഭരണ നടപടികളിലൂടെ മാത്രം ഭൂപരിഷ്കരണം നടപ്പിലാക്കാനാവില്ലെന്ന് ഹരേകൃഷ്ണ കോനാർക്ക് ബോദ്ധ്യമുണ്ടായിരുന്നു. ഭൂപരിധി ഏർപ്പെടുത്താനും മിച്ചഭൂമി ഏറ്റെടുക്കാനും മുദ്രാവാക്യമുയർത്തി കർഷകസഭ പ്രക്ഷോഭം തുടങ്ങി.

ഇക്കാലത്തെ അനുഭവങ്ങളെപ്പറ്റി കർഷകസഭയുടെ നേതാക്കളിലൊരാളും ഹരേകൃഷ്ണ കോനാരുടെ സഹോദരനുമായ ബിനോയ് കോനാർ 2010 ൽ അപരാജിത ബക്ഷിക്കു നല്കി അഭിമുഖത്തിൽ പറയുന്നുണ്ട്:

"ആദ്യഘട്ടത്തിൽ പാവപ്പെട്ട കർഷകർ മിച്ചഭൂമി ഏറ്റെടുക്കാൻ എത്തുമായിരുന്നില്ല. പട്ടയവും ഭൂമിയും വിതരണം ചെയ്യുന്ന തീയതി റവന്യൂ ഉദ്യോഗസ്ഥർ മുൻകൂട്ടി പ്രഖ്യാപിക്കും. കർഷകരെ എത്തിക്കുവാൻ ഉദ്യോഗസ്ഥർ കർഷകസഭയുടെ സഹായം തേടും. ഞങ്ങൾ ആളുകളെ നിശ്ചിത ദിവസം ഉദ്യോഗസ്ഥർക്കു മുന്നിൽ എത്തിക്കും. അപ്പോൾ ജന്മിയും സ്ഥലത്തെത്തും. കർഷകരെ നോക്കി "ആർക്കെടാ എന്റെ ഭൂമി വേണ്ടത്? ഒറ്റയെണ്ണത്തിനെന്റെ ഭൂമിക്കരികിൽ കണ്ടുപോകരുത്. വരുന്നവന്റെയെല്ലാം കുടിൽ ഞാൻ കത്തിക്കും" എന്നു പ്രഖ്യാപിക്കും. കർഷകർ അപ്പോൾത്തന്നെ ഒഴിഞ്ഞുപോകും. അക്കാലത്ത് ഞങ്ങൾക്ക് കഠിനമായി പണിയെടുക്കേണ്ടിവന്നു. ഭൂമി കൈപ്പറ്റാൻ ധൈര്യം കാട്ടിയവർക്ക് ഞങ്ങൾ ആയുധ പരിശീലനം നല്കി. അമ്പും വില്ലും ലാത്തിയുമൊക്കെ പ്രയോഗിക്കാൻ അവർ പ്രാവീണ്യം നേടി. പ്രതിരോധം എന്ന നിലയ്ക്കു മാത്രമേ ആയുധം ഉപയോഗിക്കാവൂ എന്ന കർശന നിർദ്ദേശവും നല്കി. ക്രമേണ മിച്ചഭൂമി പിടിച്ചെടുക്കാൻ അവർ ധൈര്യം കാണി

ച്ചുതുടങ്ങി. സെമീന്ദാർമാർക്ക് ഭൂമിയിൽ മാത്രമല്ല അധികാരമുണ്ടായിരുന്നത്. ആ പ്രദേശത്തെ സാമൂഹ്യജീവിതമാകെ അയാളാവും നിയന്ത്രിക്കുക. ഒരു സെമീന്ദാർ കടന്നുപോകുമ്പോൾ ഗ്രാമീണർ വഴിയോരങ്ങളിലേക്കു മാറും. വണങ്ങിനിന്ന് വിനീതരാകും. ജന്മിഗൃഹങ്ങൾക്കടുത്തുക്കൂടെ സഞ്ചരിക്കുന്ന സാധാരണക്കാർക്ക് മുടി ചീകിയൊതുക്കാൻ പോലും അനുവാദമുണ്ടായിരുന്നില്ല.

ഐക്യമുന്നണി സർക്കാർ 13 മാസം മാത്രമെ നിലനിന്നുള്ളു. കാരണം ഭൂപരിഷ്കരണം മുന്നോട്ടു കൊണ്ടുപോകുന്നതിൽ എതിർപ്പുള്ളവർ ആ സർക്കാരിൽത്തന്നെ ഉണ്ടായിരുന്നു. മുൻ കോൺഗ്രസ് സർക്കാരുകളും സെമീന്ദാർമാർക്കെതിരെയും ഭൂപരിഷ്കരണത്തിനനുകൂലമായും ചില നിയമങ്ങൾ കൊണ്ടുവന്നിരുന്നു. എന്നാൽ അത് കടലാസിനപ്പുറം കടക്കാൻ അവർ അനുവദിച്ചിരുന്നില്ല. ഐക്യമുന്നണി സർക്കാർ വന്നതോടെ കർഷകസഭയുടെ നേതൃത്വത്തിൽ ഭൂപരിഷ്കരണ നടപടികൾ പ്രയോഗത്തിൽ വരാൻതുടങ്ങി. ഇത് ഭൂപ്രഭു വിഭാഗങ്ങളെ അസ്വസ്ഥരാക്കി. ഭൂപരിഷ്കരണ നടപടികളെ തടസ്സപ്പെടുത്താനായി അവർ ഗവൺമെന്റിനുള്ള പിന്തുണ പിൻവലിച്ചു. ഐക്യമുന്നണി സർക്കാർ കൈക്കൊണ്ടിരുന്ന സുപ്രധാനമായ ഒരു തീരുമാനമായിരുന്നു പങ്കുപാട്ടക്കാരെയും കുടികിടപ്പുകാരെയും ഇറക്കിവിടില്ല എന്നത്. 1969 ൽ സി പി ഐ (എം) ന് 80 സീറ്റു കിട്ടി. ഐക്യമുന്നണി സർക്കാർ അധികാരത്തിൽ വന്നു. അപ്പോൾ കർഷകസഭയുടെ പ്രധാനപരിപാടി ബിനാമി ഭൂമി കണ്ടെത്തുന്നതും പിടിച്ചെടുക്കുന്നതുമായിരുന്നു. കോൺഗ്രസ് സർക്കാർ കൊണ്ടുവന്ന ഭൂനിയമം തന്നെയായിരുന്നു അപ്പോഴും പ്രാബല്യത്തിൽ. ഭൂമിയുടെ പ്രതിശീർഷ പരിധി 25 ഏക്കറായിരുന്നു. തോട്ടങ്ങളുടെ കാര്യത്തിൽ അത് 15 ഏക്കറായി നിജപ്പെടുത്തിയിരുന്നു. മിച്ചഭൂമി പിടിച്ചെടുക്കാൻ തുടങ്ങിയതോടെ ഭൂപ്രഭുക്കൾ ഭൂമി തങ്ങളുടെ ബന്ധുക്കളുടെയും മറ്റും പേരിൽ എഴുതിമാറ്റി. പ്രതിശീർഷ ഭൂപരിധി മാറ്റി പ്രതികുടുംബഭൂമി എന്നാക്കണമെന്നായിരുന്നു കർഷകസഭയുടെ ആവശ്യം. ഈ ആവശ്യത്തിന് വൻ ജനപിന്തുണ ലഭിച്ചു.

1971 ൽ നടന്ന തിരഞ്ഞെടുപ്പിൽ സി പി ഐ (എം) ന് 113 സീറ്റു ലഭിച്ചു. സഖ്യകക്ഷികൾ കൂടിച്ചേരുമ്പോൾ അത് 125 സീറ്റായി. സി പി ഐ ഉൾപ്പെടെയുള്ള മറ്റ് ഇടതുപക്ഷ കക്ഷികൾക്ക് എല്ലാം കൂടി 26 സീറ്റും. ഇവരുടെ പിന്തുണകൂടി ഉണ്ടായിരുന്നെങ്കിൽ സിദ്ധാർത്ഥ ശങ്കർറായിയുടെ നേതൃത്വത്തിൽ 1972 ൽ നടന്ന കിരാത വാഴ്ച ഉണ്ടാകുമായിരുന്നില്ല. അന്ന് സി പി ഐക്കും ആർ എസ് പിക്കും മുഖ്യമന്ത്രി സ്ഥാനത്തേക്ക് ജ്യോതിബസു വരുന്നത് എതിർപ്പായിരുന്നു. അതിന്റെ ഫലമോ? ഇടതുപക്ഷ സർക്കാർ രൂപീകരിക്കാനായില്ല. അസംബ്ലി പിരിച്ചുവിടപ്പെട്ടു. അർദ്ധ ഫാസിസ്റ്റ് വാഴ്ചയ്ക്ക് തുടക്കമായി. 1977 ൽ മാത്രമാണ് ഈ സ്ഥിതിക്ക് മാറ്റം വന്നത്. ഇതിനിടയിൽ അടിയന്തിരാവസ്ഥ വന്നു. ജനാ

ധിപത്യ ധ്വംസനത്തിന്റെ നാളുകൾ വന്നുചേർന്നു. രാജ്യമാകെ അർദ്ധ ഫാസിസ്റ്റ് വാഴ്ചയിൽ അമർന്നു.

അടിയന്തരാവസ്ഥയ്ക്കുശേഷം നടന്ന 1977 ലെ തിരഞ്ഞെടുപ്പിൽ ജനതാ പാർട്ടിയുമായി സഖ്യമുണ്ടാക്കാൻ സി പി ഐ (എം) ശ്രമിച്ചു. 55% സീറ്റും മുഖ്യമന്ത്രിസ്ഥാനവും ജനതാപാർട്ടിക്കു നല്കാൻ സി പി ഐ (എം) തയ്യാറായിരുന്നു. എന്നാൽ അവർ അത്തരമൊരു മുന്നണി സംവിധാനത്തിന് തയ്യാറായിരുന്നില്ല. അങ്ങനെ സി പി ഐ (എം), ജനതാപാർട്ടി, കോൺഗ്രസ് എന്നീ പാർട്ടികളുടെ നേതൃത്വത്തിൽ ത്രികോണ മത്സരം നടന്നു. സി പി ഐ (എം) വിജയിയായി. എന്നാൽ കിട്ടിയ വോട്ട് 45% ൽ കുറവായിരുന്നു.

ഇടതുപക്ഷപ്രസ്ഥാനവും ജാതി – വർഗ്ഗ പ്രശ്നവും

ഇന്ത്യയുടെ ഇതര ഭാഗങ്ങളെ അപേക്ഷിച്ച് അസ്പൃശ്യത അവസാനിപ്പിക്കാൻ ബംഗാളിനു കഴിഞ്ഞു. അസ്പൃശ്യത ഇല്ലാതാക്കാനായത് ഭൂപരിഷ്കരണത്തിലൂടെയാണ്. ഭൂമിക്കുവേണ്ടിയുള്ള പോരാട്ടത്തിൽ ദളിതരും ഭൂരഹിതരും വൻതോതിൽ അണിനിരന്നു. പാവപ്പെട്ട ഗ്രാമീണർ ഭൂമിയുടെ ഉടമകൾ എന്നതിനുപരി തൊഴിൽശക്തിയുടെ ഉടമകളായി ഉയർന്നു. തൊഴിൽശക്തിവഴി ഉല്പാദനത്തെ നിയന്ത്രിക്കാൻ അവർക്കു കഴിഞ്ഞു. ഗ്രാമീണർ ക്രമേണ സംഘടിതശക്തിയായി വളർന്നു. മുമ്പ് പൂജപോലുള്ള ആഘോഷങ്ങൾ സംഘടിപ്പിക്കുന്നത് സെമീന്ദാർമാരായിരുന്നു. അതിൽ പലതരം ജോലികളിൽ ഏർപ്പെടുന്നവരായിരുന്നു ഗ്രാമീണ ദരിദ്രർ. ആ സ്ഥിതി മാറി. അങ്ങനെ ഫ്യൂഡൽ വിരുദ്ധമായ സാമ്പത്തിക സാമൂഹ്യ സമരങ്ങളിലൂടെ ഉദ്ഭൂതമായ വർഗ്ഗബോധത്തിലൂടെ ജാതി വിരുദ്ധ പ്രസ്ഥാനവും ശക്തമായി. ബംഗാളിലെ ജനസംഖ്യയുടെ 5% മാത്രം വരുന്ന പട്ടിക വർഗ്ഗവിഭാഗങ്ങൾക്ക് ഭൂമി പുനർവിതരണത്തിന്റെ 18.6% ഉം 24% വരുന്ന പട്ടികജാതി വിഭാഗത്തിന് 37.4% ഉം ലഭിച്ചു. ഭരണഘടനാ വ്യവസ്ഥകൾക്കുള്ളിൽ നിന്നുകൊണ്ടു തന്നെ മിച്ചഭൂമിയുടെ പുനർവിതരണം ഒരു തുടർ പ്രക്രിയയായി മുന്നോട്ടുകൊണ്ടു പോകേണ്ടതുണ്ട്.

ഇടതുപക്ഷ സർക്കാരിന്റെ പരിമിതികൾ

കർഷകതൊഴിലാളികളുടെ വേതനം വേണ്ടത്ര ഉയർത്താനായിട്ടില്ല. സാമൂഹ്യവും സാമ്പത്തികവുമായ വികസനത്തിന്റെ അടിത്തറയായ വിദ്യാഭ്യാസം, ആരോഗ്യം, ഭവനനിർമ്മാണം എന്നിവയെ വർഗ്ഗസമരത്തിന്റെ വിശാലമായ അർത്ഥത്തിൽ കാണുന്നതിൽ വീഴ്ച സംഭവിച്ചു. സാമൂഹ്യവികസനവും വർഗ്ഗസമരവുമായുള്ള ബന്ധം ശരിയായി വിശകലനം ചെയ്യാനും ഞങ്ങൾക്കായില്ല. ബൂർഷ്വാ സമൂഹത്തിനകത്ത് നിന്നുകൊണ്ട് ദീർഘകാലം ഭരണം നടത്തിയപ്പോൾ ബൂർഷ്വാ ദൗർബല്യങ്ങൾ ഞങ്ങളുടെ കാഡർമാരിലേക്ക് കടന്നുകൂടി. സംസ്ഥാന ഭരണം

സിംഗൂർ ഒരു ഗ്രാമദൃശ്യം

മുതൽ ഗ്രാമീണ ഭരണം വരെ എല്ലാം ഞങ്ങളുടെ നിയന്ത്രണത്തിലായപ്പോൾ എല്ലാ കുറവുകൾക്കും ഉത്തരം പറയേണ്ട ഉത്തരവാദിത്വം ഞങ്ങൾക്കായി.

മുമ്പ് സർക്കാരില്ലാത്തപ്പോൾ അവകാശങ്ങൾക്കായി സാധാരണ ജനങ്ങളും തൊഴിലാളികളും ബഹുജന സമരങ്ങൾ നടത്തുമായിരുന്നു. വൻപ്രകടനങ്ങളും ഘരാവോയും വ്യാപകമായിരുന്നു. അക്കാലത്ത് ഒരാവശ്യം നേടിയെടുത്താൽ അത് പോരാട്ടം വഴി നേടിയെടുത്തതാണെന്നും അതിന്റെ നേതാക്കൾ ഞങ്ങളാണെന്നും സാധാരണക്കാർ മനസ്സിലാക്കിയിരുന്നു. ഇപ്പോൾ അതെല്ലാം പഞ്ചായത്തു മുതൽ മുകളിലോട്ടുള്ള തെരഞ്ഞെടുക്കപ്പെട്ട സമിതികളാണ് നിർവ്വഹിക്കുന്നത്. നേതാക്കളും ജനങ്ങളും തമ്മിലുള്ള ബന്ധത്തിൽ മാറ്റംവന്നു. അനുകൂല്യങ്ങൾ നല്കുന്നവരും സ്വീകരിക്കുന്നവരും എന്ന നിലയ്ക്കതു മാറി. അവിടെ വർഗ്ഗബോധം നഷ്ടപ്പെട്ടു. ജനാധിപത്യപരമായി തിരഞ്ഞെടുക്കപ്പെട്ട സർക്കാർ ഉള്ളപ്പോഴും വർഗ്ഗസമരം അനുപേക്ഷണീയമാണെന്ന് ഞങ്ങൾ തിരിച്ചറിയുന്നു.

സാമൂഹ്യവർഗ്ഗങ്ങളുടെയും വർഗ്ഗബന്ധങ്ങളുടെയും പ്രശ്നം ശരിയായരീതിയിൽ മനസ്സിലാക്കപ്പെടണം. പഴയ രൂപത്തിലുള്ള സെമീന്ദാരി സംവിധാനം ഇന്ന് നിലവിലില്ല. എന്നാൽ പുതിയ തരത്തിലുള്ള ഒരു ഭൂപ്രഭുത്വം ഉദയം ചെയ്തിരിക്കുന്നു. ഈ പുതിയ വർഗ്ഗത്തിന്റെ പ്രവർത്തനരീതികൾ ശരിയായി വിശകലനം ചെയ്യപ്പെടണം. മാറിയ കാലത്തെ വർഗ്ഗസമരത്തിന്റെ മാർഗ്ഗങ്ങൾ നിർണ്ണയിക്കണം. ഇതിലേക്കായി അക്കാദമികതലത്തിലുള്ള പഠനങ്ങൾ അനിവാര്യമാണ്.

തരിശുനിലങ്ങൾ പിന്നിട്ട് ഞങ്ങൾ ഒരു ഫാക്ടറിയുടെ മുന്നിൽ എത്തിച്ചേർന്നു. ഇതായിരുന്നു ഞങ്ങളുടെ യഥാർത്ഥ പ്രശ്നം. ആനന്ദ്

പത്രെ പറഞ്ഞുതുടങ്ങി. ബിസ്കറ്റ് ഫാക്ടറി എന്നു തെറ്റിദ്ധരിപ്പിച്ചാണ് ഈ കെമിക്കൽ ഫാക്ടറി ഇവിടെ തുടങ്ങിയത്. അവർ പുറത്തേക്കു വിട്ട മാലിന്യം അന്തരീക്ഷത്തിൽ കലർന്ന് ആളുകൾക്ക് കടുത്ത രോഗങ്ങൾ പിടിപെടാൻ തുടങ്ങി. കാൻസറും ഹൃദ്രോഗവും ആസ്മയും വ്യാപകമായി. സമീപത്തുള്ള സ്കൂളിൽ കുട്ടികൾ വരാതായി. ജലാശയങ്ങൾ മലിനമായി. മീനുകൾ ചത്തു പൊങ്ങി. കുടിക്കാനും കുളിക്കാനും കൃഷി ആവശ്യങ്ങൾക്കും ഉപയോഗിച്ചുവന്ന ജലാശയങ്ങൾ വിഷമയമായി. ഇതിനെതിരായ സമരത്തെ ചിലർ ബോധപൂർവ്വം വഴിമാറ്റി വിട്ടു. സമരം കഴിഞ്ഞു. വെളിയിൽ നിന്നെത്തിയ സമരക്കാർ പോയി. ഞങ്ങൾക്ക് ഞങ്ങളുടെ കൃഷിഭൂമി നഷ്ടമായി. ഫാക്ടറിയും വന്നില്ല. തൊഴിൽ പ്രതീക്ഷകൾ പൊലിഞ്ഞു. നാട്ടുകാർ കടുത്ത നിരാശയിലാണ്. മാലിന്യപ്രശ്നം ഏറ്റെടുക്കാൻ ഇന്നാരുമില്ല. മമതയുടെ വാഗ്ദാനങ്ങൾക്ക് അവർ പോലും വിലകല്പിക്കുന്നില്ല. ഇനി ഭൂമി തിരികെ ലഭിച്ചാലും കൃഷി ചെയ്യാനാകില്ല. ഫാക്ടറിയുടെ അടിത്തറ പണിയാനായി കൂറ്റൻ പാറകൾ കുഴിച്ചിട്ടിരിക്കുകയാണ് എല്ലായിടത്തും. അതു മാറ്റുക മനുഷ്യസാദ്ധ്യമല്ല.

കഴിഞ്ഞ പാർലമെന്റ് തിരഞ്ഞെടുപ്പിൽ നല്ല മത്സരം നടന്നു. മമതയിലുള്ള അവിശ്വാസം ബി ജെ പിക്കു നേട്ടമായി. ബി ജെ പിയാണിവിടെ വിജയിച്ചത്. തൃണമൂൽ രണ്ടാം സ്ഥാനത്തും സി പി ഐ (എം) മൂന്നാം സ്ഥാനത്തും. കോൺഗ്രസ് നാലാം സ്ഥാനത്തും എത്തി. ബി ജെ പിയുടെ ലോക്കറ്റ് ചാറ്റർജിയാണ് ഇവിടത്തെ എം പി.

ടാറ്റാ കോമ്പൗണ്ടിനുവെളിയിലുള്ള ചെറിയ ഹോട്ടലിൽനിന്നും ഭക്ഷണം കഴിച്ച് ഞങ്ങൾ ഊരുചുറ്റാനിറങ്ങി. മനസ്സുതുറക്കാൻ മടിയാണ് സിംഗൂരിലെ മനുഷ്യർക്കിപ്പോൾ. എത്രയോ പേർ ഇന്റർവ്യൂ എന്നെല്ലാം പറഞ്ഞ് വന്നുപോയിരിക്കുന്നു. നാട്ടുകാരിൽ ഒരുതരം നിസ്സംഗത കുടികൊള്ളുന്നു. ഏതാനുംപേർ മാത്രം മനസ്സുതുറന്നു. കരിമ്പനകളും ഈന്തപ്പനകളും തെങ്ങുകളും തലയുയർത്തി നില്ക്കുന്ന വയലേലകൾ. ആളുകൾ ഞാറുനടുന്നുണ്ട്. ഇതുപോലുള്ള ഭൂമിയായിരുന്നു ആ മതിൽക്കെട്ടിനപ്പുറത്തും. ഒരു നെടുവീർപ്പോടെ ആനന്ദ് പത്രെ പറഞ്ഞു. തങ്ങൾക്ക് കൈവിട്ടുപോയ ഭൂമിയെപ്പറ്റിയുള്ള നീറ്റൽ ഓരോ മനുഷ്യനുള്ളിലും ശേഷിക്കുന്നു. ഭൂമി ഏറ്റെടുത്തതിന്റെ സദുദ്ദേശ്യത്തെ അവർ മനസ്സിലാക്കാതിരിക്കുന്നില്ല. എന്നാൽ കൃഷിഭൂമി പോവുകയും ചെയ്തു ഫാക്ടറിയൊട്ടുവന്നുമില്ല എന്ന അവസ്ഥ അവരെ വല്ലാതെ നിരാശരാക്കുന്നു. ആനന്ദ് പത്രെയുടെ ഗ്രാമമാണ് ചന്ദൻപൂർ. ചന്ദൻപൂരിലെ നാട്ടുവഴികളിലും മൺചുമരുകളിലും കഴിഞ്ഞ തിരഞ്ഞെടുപ്പ് അവശേഷിപ്പിച്ച ചിഹ്നങ്ങൾ നിറംമങ്ങാതെ നില്ക്കുന്നു. ഗ്രാമീണർ തങ്ങളുടെ ദൈനംദിന വ്യവഹാരങ്ങളിൽ വ്യാപൃതരാണ്.

ചന്ദൻപൂർ റെയിൽവേ സ്റ്റേഷനിൽ യാത്രികർ വന്നുതുടങ്ങുന്നേയുള്ളൂ. എനിക്കുവേണ്ടി ടിക്കറ്റെടുക്കാൻ പാളം മുറിച്ചുകടന്ന് ആനന്ദ്

പത്രെ ടിക്കറ്റ് കൗണ്ടറിലേക്കു പോയി. ഹൗറ ലോക്കൽ എത്തിച്ചേരാൻ അരമണിക്കൂർ കൂടിയാകണം. കൊൽക്കത്തിയിലേക്കാവശ്യമായ മധുര പലഹാരങ്ങൾ ഏറെയും ഉണ്ടാക്കുന്നത് ചന്ദൻപൂരിലാണ്. വലിയ തൂക്കു പാത്രങ്ങളിൽ മധുര പലഹാരങ്ങളുമായി ആളുകൾ എത്തുന്നു. അവരുടെ പാത്രങ്ങളിൽ ലഡുവും ജിലേബിയും രസഗുളയുമുണ്ടാവും. ഒന്നുരണ്ട് എക്സ്പ്രസ് തീവണ്ടികൾ നിർത്താതെ പോയി. ചന്ദൻപൂരിലേക്കുള്ള വികസനവണ്ടികൾ പോലെ. ടിക്കറ്റുമായി ആനന്ദ് എത്തിച്ചേർന്നു. ഇനിയും കാണാൻ ഭാഗ്യമുണ്ടാകട്ടെ എന്നാംശംസിച്ച് അയാൾ പോയി. റെയിൽ മേൽപ്പാലത്തിന്റെ പടവുകൾക്കപ്പുറം അയാൾ മറഞ്ഞു.

ഫോൺ ശബ്ദിച്ചു.

സഹയാത്രികയാണ്.

“കൊച്ചിയിലെത്തി.”

“യാത്രയെങ്ങിനെ?”

“ചിറകില്ലാത്ത വിമാനമാണ് ഞാനിപ്പോൾ.”

“എങ്ങിനെ?”

“ജോലി ഒരു ചിറകായിരുന്നു. കൂടെയുള്ളയാൾ മറ്റൊന്നും.”

രണ്ടും പോയി.

യാത്ര അവളിൽ കാല്പനികത നിറച്ചിരിക്കുന്നു.

പുരുലിയയിൽ

പഴയ വംഗദേശത്തിന്റെ ഭാഗമായ പതിനാറ് ജനപദങ്ങളിലൊന്നാണ് പുരുലിയ. ബ്രിട്ടീഷ് വാഴ്ചക്കാലത്ത് ബംഗാൾ പ്രസിഡൻസിയുടെ കീഴിൽപ്പെട്ട ഝാർഖണ്ഡിന്റെ ഭാഗമായിരുന്നു പുരുലിയ. 1805 ലെ ബ്രിട്ടീഷ് റെഗുലേഷൻ 19 പ്രകാരം ഇന്നത്തെ പുരുലിയയും 23 പർഗാനാസും ചേർന്ന് ജംഗൽമഹൽ ജില്ല രൂപീകരിച്ചു. എന്നാൽ 1833 ലെ പതിമൂന്നാം റഗുലേഷൻ വഴി ജംഗൽമഹലിനെ മുറിച്ച് മൻബം ജില്ല രൂപീകരിച്ചു. അതിന്റെ തലസ്ഥാനം മൻബസാറായിരുന്നു. 1838 ൽ തലസ്ഥാനം പുരുലിയയിലേക്കു മാറ്റി. സ്വാതന്ത്ര്യാനന്തരം മൻബം ജില്ലയെ വിഭജിച്ചു. ബീഹാറിലും പശ്ചിമബംഗാളിലുമായി ഈ പ്രദേശത്തെ ചേർത്തു. ഇന്നത്തെ പുരുലിയജില്ല ഭാഷാ സംസ്ഥാനങ്ങൾ രൂപപ്പെട്ട 1956 നവംബർ ഒന്നിനു പിറന്നു. മഹാശ്വേതാദേബിയുടെ കഥാഭൂമികയായ ജംഗൽമഹൽ ബങ്കുറ, ബിർബം, പുരുലിയ, പശ്ചിമ മിഡ്നാപൂർ എന്നീ പ്രദേശങ്ങൾ ചേർന്നവയാണ്.

ഹൗറയിൽനിന്നും പുറപ്പെടുന്ന പുരുലിയ എക്സ്പ്രസിൽ മൂന്നുമണിക്കൂർ യാത്ര ചെയ്ത് പുരുലിയ പട്ടണത്തിൽ എത്തിച്ചേർന്നു. ഹോട്ടൽ ആകാശിൽ പേരും വിലാസവും രേഖപ്പെടുത്തുമ്പോൾ കൗണ്ടറിലിരുന്നയാൾ ലോഞ്ചിലേക്കു നോക്കി പറഞ്ഞു. “അരേ അനൂപ്ദാ കോയി ആയാ ഹെ തുമാരി കേരൾ സെ.” ഹലോ പറഞ്ഞപ്പോൾ അയാൾ ലാൽസലാം പറഞ്ഞു. പരിചയപ്പെടൽ ചായ സൽക്കാരം എല്ലാം ലോഞ്ചിൽ തന്നെയായി. ഒരു പ്രാദേശിക ചാനലിലെ റിപ്പോർട്ടറും ഇടതുപക്ഷക്കാരനുമാണ് അനൂപ് മുഖർജി. ഒരു സഖാവിനെ കണ്ടപ്പോൾ അനൂപ് ദ ഇളകിപ്പോയെന്ന് ആരോ കമന്റടിച്ചു. അതേ, it is always happy to meet a comrade from a far away place, is’nt it comrade?

ശരിവയ്ക്കാതിരിക്കാനാകില്ലല്ലോ!

പുരുലിയയിൽ ഏതെല്ലാം കാണണം എവിടെയൊക്കെ സന്ദർശിക്കാണമെന്നതിനെക്കുറിച്ച് അനൂപ് മുഖർജി വിവരിച്ചു. ബംഗാൾ രാഷ്ട്രീയത്തെപ്പറ്റി അയാൾ വാചാലനായി. "യുവാക്കളുടെ വരവു കുറഞ്ഞു. പാർട്ടിക്കല്പം വാർദ്ധക്യം ബാധിച്ചോയെന്നു സംശയമുണ്ട്. പുതിയ കാലവുമായി ഇണങ്ങാനാകണം. പ്രശ്നങ്ങൾ ഏറ്റെടുക്കാൻ ശേഷി വേണം. മമതയെ ജനത്തിനും മടുത്തു. പക്ഷേ, നിങ്ങളിലേക്കു തിരിയണമെങ്കിൽ നിങ്ങളവിടെ ഉണ്ടാകണ്ടേ? ബഹുജന സംഘടനകളും ട്രേഡ് യൂണിയനുകളും കെട്ടിപ്പടുക്കുന്നതിൽവന്ന വീഴ്ചയ്ക്ക് വിലകൊടുക്കുകയാണിപ്പോൾ. ബംഗാൾ ജനത ഏറ്റവും സങ്കീർണ്ണമായ കാലത്തെ അഭിമുഖീകരിക്കുകയാണ്. ബംഗാൾ ജനത പരമ്പരാഗത മൂല്യങ്ങളുടെ തടവിലാണ്. മതബോധത്തിനു മേൽ പാർട്ടി കെട്ടിപ്പടുത്താൽ ആമപ്പുറത്ത് അടുപ്പുകൂട്ടിയതുപോലെയാവും. ചൂടുതട്ടുമ്പോൾ അവ വെള്ളത്തിലേക്കിറങ്ങിപ്പോകും. ആളുകൾക്ക് ഒരുപാട് പ്രശ്നങ്ങളുണ്ട്. അതേറ്റെടുക്കാൻ തക്കശേഷി ഇപ്പോൾ ഇടതുപക്ഷത്തിനില്ല." അയാൾ സിനിക്കാവുകയാണ്. ചിലപ്പോൾ ഇപ്പറഞ്ഞതിലൊക്കെ ശരി കണ്ടേക്കാം. ചിലപ്പോൾ അതിഭാഷണവുമാകാം. ഇക്കാലത്തെ മാധ്യമപ്രവർത്തകർക്ക് മറിച്ചാകാനുമാകില്ലല്ലോ. സരസ ഭാഷണത്തിനു നന്ദിപറഞ്ഞ് മുറിയിലേക്കു നടന്നു.

സുരുളിയ ഗ്രാമത്തിലെ നാട്ടുവഴികൾ

രൊബികുമാർ ടോട്ടോയുമായി എത്തി. ഞങ്ങൾ ഡിയർ പാർക്കിലേക്കു പോയി. ഡിയർ പാർക്ക് ഒരു മിനി സൂവാണ്. കേരളത്തിൽനിന്നും എത്തുന്ന ഒരുവന് ഇവിടെ ഒന്നും പുതുതായി കാണുവാനില്ല. ബോറടിയിൽനിന്നും പുറത്തു കടക്കാൻ വെമ്പി.

ഇനിയെങ്ങോട്ട്?

ഗ്രാമപ്രദേശത്തിലൂടെ ഒരു യാത്ര?

എന്തിന്?

ഒന്നുചുറ്റിക്കാണാൻ

അവൻ മുഖത്തേക്ക് ഒരിക്കൽക്കൂടി നോക്കി.

തെല്ല് ആലോചിച്ചശേഷം അവൻ പറഞ്ഞു.

"സുരുളിയ? സാംനെ ഹെ. ഛേ കിലോമീറ്റർ. ഠീക് ഹെ?"

"ഠീക്."

ടോട്ടോ മുഖ്യപാത വിട്ട് വലത്തോട്ടു തിരിഞ്ഞു. ഒറ്റപ്പെട്ട യൂക്കാലിപ്സ് മരങ്ങളും വലിയ ഇലകളുള്ള താന്നിമരങ്ങളും തണൽ വിരിക്കുന്ന വഴിയിലൂടെ നീങ്ങി. കയ്യാലകളിൽനിന്നും ഖഗോജ പുഷ്പങ്ങൾ തലനീട്ടി. ചവിട്ടുവഴികൾ ഗ്രാമത്തെ കീറിമുറിച്ച് നെടുകെയും കുറുകെയും പോകുന്നു. ടാറിട്ട റോഡിനെ മറികടന്നു പോകുന്ന ചവിട്ടുവഴികളാണ് ഗ്രാമീണരുടെ സഞ്ചാരപഥങ്ങൾ. ടോട്ടോയിലിരുന്ന് പുറത്തേക്കു

സുരുളിയ ഗ്രാമത്തിലെ നാട്ടുവഴികൾ

നോക്കുമ്പോൾ ദാരിദ്ര്യം കയറിയിറങ്ങുന്ന മൺകുടിലുകളെയും മരത്തണലുകളിൽ വിവിധ കളികളിൽ ഏർപ്പെട്ടിരിക്കുന്ന കുട്ടികളെയും കണ്ടു. നാലുഭാഗത്തുനിന്നും വന്ന് ഒരു കേന്ദ്രത്തിൽ സന്ധിക്കുന്ന ചവിട്ടുവഴികളിൽ വലിയ കുട്ടകൾ വച്ച് പുല്ലു ശേഖരിക്കുകയും നാട്ടുവർത്തമാനങ്ങൾ കൈമാറുകയും ചെയ്യുന്ന സ്ത്രീകൾ. അവർക്ക് ഒരു ധൃതിയുമില്ല. എല്ലാം മെല്ലെ. സമ്പത്താണ് എല്ലാ തിരക്കിന്റെയും അടിത്തറ. സമ്പത്തിന്റെ അഭാവം ഗ്രാമീണ മേഖലകളിൽ നിശ്ചലത തളംകെട്ടിക്കിടക്കാൻ വഴിയൊരുക്കുന്നു.

ഉന്തുവണ്ടിയിൽ ബേൽപൂരി വില്ക്കുന്ന വഴിവാണിഭക്കാരനു ചുറ്റും സ്ത്രീകളും കുട്ടികളും കൂടിനില്ക്കുന്നു. എവിടെപ്പോയി ഈ ഗ്രാമത്തിലെ ആണുങ്ങളെല്ലാം? അവരെല്ലാം പണിതേടി പോയിട്ടുണ്ടാവാം എന്നത്രെ രബികുമാർ പറഞ്ഞത്. കുറെപ്പേർ നിങ്ങളുടെ നാട്ടിലും എത്തിയിട്ടുണ്ടാവണം. തെല്ലൊരുതിശയോക്തിയോടെ പറഞ്ഞു നിർത്തി. ബേൽപൂരി കുട്ടികളുടെ പ്രഭാത ഭക്ഷണമാണെന്ന് രബികുമാർ പറയുന്നു. അഞ്ചോ പത്തോ രൂപ കൊടുത്താൽ സാലമരത്തിന്റെ ഇലകളിൽ ഒരു നേരത്തെ ആഹാരം കിട്ടും. അവിൽപ്പൊരി മിശ്രിതമോ പൂരിയോ മറ്റോ.

ബംഗാളിൽ ഗ്രാമീണർ നമ്മെപ്പോലെ വയറുനിറയും വരെ കഴിക്കുന്നവരല്ല. അതിനുള്ള കൂലി അവർക്കു കരഗതമാകുന്നില്ല. നൂറോ നൂറ്റമ്പതോ രൂപ കൂലി കിട്ടിയാൽ ഒരുനേരം വയറുനിറയെ ഭക്ഷിക്കാനുള്ള വകയാവില്ല. അതിനുപുറമേ വേണം ചികിത്സ, വിദ്യാഭ്യാസം, വിനോദം, സാമൂഹ്യാചാരങ്ങൾ, കുടുംബ ചടങ്ങുകൾ ഇത്യാദി നിർവ്വഹിക്കാൻ.

കഴിഞ്ഞ തിരഞ്ഞെടുപ്പിൽ വീടിന്റെ മൺചുമരുകളിൽ വരഞ്ഞിട്ട പുൽപ്പൂക്കളും താമരയും ചുറ്റിക അരിവാൾ നക്ഷത്രവുമൊക്കെ ഒളിമ

ങ്ങാതെ നിലകൊള്ളുന്നു. മൺകുടിലുകൾക്കിടയിലൂടെ ഒരു കീറ് തുറന്ന ആകാശം ദൃശ്യപ്പെട്ടു. പട്ടിണിവസിക്കുന്ന മൺകുടിലുകൾക്ക് മുകളിൽ സമൃദ്ധമായ തൂവെള്ള മേഘങ്ങൾ സദ്യയൊരുക്കി.

മഴക്കുറവു കാരണം പറിച്ചുനടാൻ കഴിയാതെ ഞെട്ടികളിൽ ഞെരുങ്ങുന്ന ഞാറുകൾ. കാലം തെറ്റിപ്പൂക്കുന്ന മാവുകൾ. സുരുളിയ ഗ്രാമം മനോഹരിയാണ്. അവൾ ബംഗാൾ ഗ്രാമങ്ങളുടെ പ്രതിനിധിയാണ്. വലിയ സ്വപ്നങ്ങൾക്കൊന്നും ഇടമില്ലാത്ത ഗ്രാമം. കുട്ടികൾക്ക് ആഹാരം അംഗനവാടികളെയും സ്കൂളുകളേയും ആശ്രയിച്ചാണ്. പുലൂരിയപ്പട്ടണത്തിൽനിന്നും ആറു കിലോമീറ്ററോളമേ ഈ ഗ്രാമത്തിനുള്ളുവെങ്കിലും സൗകര്യങ്ങളുടെ കാര്യത്തിൽ നൂറുകിലോമീറ്റർ അകലമുണ്ട്. കാലിമേയ്ക്കലും ആടുവളർത്തലുമാണ് നെൽകൃഷിക്കു പുറമേയുള്ള ജീവസന്താരണ മാർഗ്ഗം. വിശാലമായ മേച്ചിൽ സ്ഥലത്ത് ചവിട്ടുവഴികൾക്കിരുവശത്തായി ചെമ്മരിയാടുകളും കോലാടുകളും പശുക്കളും മേയുന്നു. തെളിക്കുന്നയാൾ ഗ്രാമത്തിലെ ഏറ്റവും ആരോഗ്യം കുറഞ്ഞ സ്ത്രീയോ പുരുഷനോ കുട്ടികളോ ആയിരിക്കും. വലിയൊരു പുളിമരത്തിനു കീഴിൽ കുട്ടികൾ കളം ചാടിക്കളിക്കുന്നു. ഒ എൻ വി പാടിയതുപോലെ ഇവരിൽ അപുവും ദുർഗ്ഗയുമുണ്ടാവാം.

കൂലി വളരെ കുറവാണിവിടെ. ഒരു ദിവസത്തെ വയൽ പണിക്ക് ഏറിയാൽ നൂറ്റമ്പതുരൂപ കിട്ടിയാലായി. മഴ കുറഞ്ഞതുകാരണം കൂലിപ്പണി തീരെക്കുറവാണെന്ന് ഗ്രാമീണനൊരുവൻ അടക്കിപ്പിടിച്ച ദുഃഖത്തോടെ പറയുന്നു. രബികുമാർ അതു സാക്ഷ്യപ്പെടുത്തുന്നു. ഒരു പ്ലംബിങ് കമ്പനിക്കൊപ്പം ചെന്നൈ, കോയമ്പത്തൂർ, വെല്ലൂർ എന്നിവിടങ്ങളിൽ അവൻ പണിക്കു പോയിട്ടുണ്ട്. സഹോദരന്മാരിലൊരാൾ ബംഗളൂരുവിലാണ്. സൗത്തിന്ത്യയാണവരുടെ സ്വപ്നങ്ങൾക്കു ചിറകുകൾ നല്കുന്നത്. അമ്പതുകളിൽ തൊഴിൽ തേടി മലയാളികൾ കൊൽക്കത്തയിൽ അലഞ്ഞുതിരിഞ്ഞതിന്റെ എതിർദിശയിലേക്കാണ് കാര്യങ്ങളുടെ പോക്ക്. വന്നു പോകുന്നവർക്ക് സൗന്ദര്യമായി തോന്നുന്നത് ഇവരുടെ ഇല്ലായ്മകളാണ്.

പുരുലിയയിലെ ഖജൂർ അഥവാ പഞ്ചാരപ്പനകൾ

ബംഗാളിലൂടെ യാത്ര ചെയ്യുമ്പോഴൊക്കെ വഴിയോരങ്ങളിൽ സവിശേഷമായ ഒറ്റത്തടി വൃക്ഷക്കൂട്ടത്തെ കണ്ടിട്ടുണ്ട്. ഉത്തരേന്ത്യൻ യാത്രകളിലും അവയെ വഴിയോരങ്ങളിൽ കണ്ടിരുന്നു. അന്വേഷിക്കുമ്പോഴൊക്കെ ഒരുതരം ഈന്തപ്പനയാണെന്ന് അറിഞ്ഞിരുന്നു. അവയുടെ പഴം ഉപയോഗശൂന്യമാണെന്നും മനസ്സിൽ എങ്ങനെയോ പതിഞ്ഞുകിടന്നു. പുരുലിയയുടെ നാട്ടുവഴികളിൽ ഇവയെ വീണ്ടും കണ്ടു. ഒരു പ്രയോജനവുമില്ലാത്ത ഒരു മരത്തെ ഇങ്ങിനെ കൂട്ടം കൂട്ടമായി വളരാൻ വിട്ടതെന്തിന്? കാട്ടുപ്രദേശങ്ങളിലും റോഡു പുറമ്പോക്കിലും മാത്രമല്ല വയൽ വരമ്പുകളിലും ഇവയെ കാണാം. പാരിസ്ഥിതിക പരിഗണനവച്ചോ

പഞ്ചാരപ്പനകൾ

'പാവം ഈന്തപ്പനയല്ലേ നിന്നോട്ടെ' എന്നു കരുതിയോ ആരെങ്കിലും ഒരു പാഴ്മരത്തെ വളർത്തുമോ? സംശയം തീർക്കാൻ വിപുലമായ അന്വേഷണം തന്നെ നടത്തി.

ബംഗാളി നാട്ടുജീവിതത്തിൽ ഒഴിവാക്കാനാകാത്തതാണ് ഈ മരം. അവിടങ്ങളിലെ നാടോടിക്കഥകളിലും നാട്ടുവർത്തമാനങ്ങളിലും പഴമൊഴികളിലും നിറഞ്ഞുനില്ക്കുന്ന കഥാപാത്രമാണ് ഖജൂർ. പഞ്ചാരമരം എന്നു വിവർത്തനം ചെയ്യാവുന്ന ബംഗാളി പേരാണ് ഇതിനുള്ളത്. ഈ കാട്ടീന്ത മരത്തിന് 3000 ബി സിയിലെ സുമേരിയൻ ജീവിതവുമായി ബന്ധമുണ്ട്. ഇന്ത്യയിൽ സൈന്ധവ സംസ്കൃതിയോളവും. ഇവിടങ്ങളിൽ മൂന്നുതരം കാട്ടീന്തപ്പനകൾ കാണപ്പെടുന്നു. അതിലൊരിനത്തിന് 15 അടിയോളം ഉയരം കാണും. വ്യാപകമായി ഈ മരം കൃഷി ചെയ്യപ്പെടുന്നു. മദ്യോല്പാദനമാണ് പ്രധാന ലക്ഷ്യം. നമ്മുടെ നാട്ടിൽ കാണപ്പെടുന്ന ഉയരം കുറഞ്ഞ ഈന്തച്ചെടിയുടേതു പോലുള്ള ഇലകളും പൂക്കളുമാണിതിനും. ഈന്തക്കുലകൾക്കും സമാനതകളുണ്ട്. ഉയരത്തിൽ മാത്രമാണീ വ്യത്യാസം. ഓലകൾ വീടുമേയാനും തണ്ട് പച്ചക്കറിച്ചെടികൾ പടർത്താനും പ്രാദേശിക ഉത്സവങ്ങളിൽ അലങ്കാരത്തിനും ഉപയോഗപ്പെടുത്തുന്നു. ചെറിയ വെള്ളപ്പൂക്കളാണ് കൂമ്പിൽനിന്നും വിരിഞ്ഞുവരിക.

ആൺപൂവും പെൺപൂവുമുണ്ട്. അടിമടലിനുതാഴെ തടിയിൽ 'വി' ആകൃതിയിൽ വെട്ടിക്കുതച്ച് അതിൽനിന്നും ഊറിവരുന്ന മധുരദ്രാവകം ശേഖരിക്കുന്നു. അതു തെളിച്ചെടുത്താൽ നീര. കുറുക്കി വറ്റിച്ചെടുത്താൽ ചക്കര. പുളിപ്പിച്ചാൽ കള്ള്. വാറ്റിയെടുത്താൽ ഉഗ്രൻ ചാരായം. നാടോടിക്കഥകളിൽ ഒഴിവാക്കാനാകാത്ത മോട്ടീഫു കൂടിയാണിത്.

റൊബികുമാർ എന്നെ കാട്ടീന്തക്കൂട്ടത്തിനരികിൽ നിർത്തി. അതിന്റെ

കായ് വിളയുന്നത് ജൂലൈ – ആഗസ്ത് മാസങ്ങളിലാണ്. പഴുത്ത കുലകൾ ഇപ്പോൾ കാണേണ്ടതാണെന്ന് അവൻ പറയുന്നു. പക്ഷേ, കുട്ടികൾ വിളയാൻ വിടണ്ടേ? ഈന്തക്കായകൾ എറിഞ്ഞുവീഴ്ത്തുക അവരുടെ പ്രധാന വിനോദങ്ങളിൽ ഒന്നാണത്രെ!

ഈന്തപ്പഴക്കുലകൾ കാണിച്ചു തരാനാകാതെ റൊബികുമാർ നിരാശനായി. എന്നാൽപ്പിന്നെ കാണിച്ചിട്ടുതന്നെ മറ്റുകാര്യം എന്ന നിലയിൽ അവനു വാശിയായി. ഒടുവിൽ ഒറ്റപ്പെട്ടൊരു ഈന്തമരത്തിരികിലെത്തി. പഴുത്ത് മണം പരത്തുന്ന കൂറ്റൻ ഈന്തക്കുലകൾ. കല്ലെടുത്തൊന്ന് എറിഞ്ഞു. നൂറോളം കായകൾ ഞെട്ടറ്റ് വീണു. വീണവ തറയിൽ ചിതറി. കുറെ മുൾച്ചെടികൾക്കിടയിൽ മറഞ്ഞു. കൈക്കുമ്പിളിൽ ശേഖരിച്ച് റൊബി എനിക്കു കൈമാറി.

“ഖുശ് ഹേ?”

“ബഹുത്ത്.”

മധുരമൊരല്പം കുറവുണ്ട്, പൾപ്പും. എന്നാൽ വെറൈറ്റി ടേസ്റ്റാണ്. ഈന്തപ്പഴം കൂടുകളിൽ നിറച്ച് വഴിനീളെ കഴിച്ചു. കുരു പ്രത്യേകം കരുതി. കേരളത്തിലും വളരുമോ എന്നൊന്നു നോക്കണമല്ലോ. ചന്തയിൽ ഇവ വാങ്ങാൻ കിട്ടും. എന്നാൽ വന്നാലുടൻ തീരുമെന്ന് റൊബി പറയുന്നു.

ആകാശം ചുവന്നു. ചെമ്മരിയാട്ടിൻപറ്റങ്ങൾ വീട്ടിലേക്കു മടങ്ങുന്നു. തണുത്ത കാറ്റുണ്ട്. ഈന്തപ്പഴം ഇനിയും കൈക്കുമ്പിളിൽ ബാക്കിയുണ്ട്. പുരുലിയയുടെ മണവും രുചിയും അറിഞ്ഞ്, പാടങ്ങളും ചെമ്മൺ പാതകളും മൺവീടുകളും പിന്നിട്ട് ഞങ്ങൾ നഗരത്തിലേക്കു തിരിച്ചു.

ആകാശം ആയുധം വർഷിച്ച രാത്രി

1995 ലെ ഡിസംബർ മാസം പതിനേഴാം തീയതി പാതിരാവു കഴിയാറായി. പുരുലിയയിലെ താൽദ പ്രദേശത്തെ ജൊയ്പൂർ ഗ്രാമം. ഡിസംബർക്കുളിരിന്റെ ഉച്ചഘട്ടം. കീറപ്പുതപ്പിന്റെ സുരക്ഷയിലേക്ക് തണുപ്പ് അരിച്ചു കയറി മരവിക്കാൻ തുടങ്ങിയ കാല്പാദങ്ങൾ ഒതുക്കാൻ തുടങ്ങവേ കാതുകൾ തുളച്ചെത്തിയ അജ്ഞാത ഇരമ്പൽ അവരുടെ ഉറക്കം കെടുത്തി. സ്വപ്ന ജാഗരങ്ങളെ കൂട്ടിക്കലർത്തി സുഖ സുഷുപ്തി ഉറപ്പാക്കാൻ ചുമതലപ്പെട്ട തലച്ചോറിലെ വകുപ്പു മേധാവികൾ ആ ഇരമ്പലിനെ സ്വപ്നത്തിന്റെ കണക്കിൽപെടുത്തി.

പുലരുമ്പോൾ അവർ കണ്ടത് ആകാശത്തുനിന്നും വർഷിക്കപ്പെട്ട തോക്കുകളുടെയും വെടിയുണ്ടകളുടെയും റോക്കറ്റ് ലോഞ്ചറുകളുടേയും വിതനിലങ്ങളായിരുന്നു. പിന്നീടവരുടെ, ഏവരുടെയും, പ്രജ്ഞകളിലേക്ക് ഇടിച്ചിറങ്ങിയ വിവരങ്ങൾ ഇങ്ങനെയായിരുന്നു:

റഷ്യയുടെ വിമാന മുത്തശ്ശിയായ എ എൻ 26 യാത്രാവിമാനം കറാച്ചി എയർപോർട്ടിൽനിന്നും ഡാക്കയിലേക്കെന്ന വ്യാജേന പറന്നുയർന്നു. ഇടയ്ക്ക് വരാണാസിയിൽ ഇറക്കി ഇന്ധനം നിറച്ചു. ബിഹാ

റിലെ ഗയക്കു മുകളിലൂടെ പുരുലിയ ഗ്രാമങ്ങൾക്കു മുകളിലൂടെ അപകടകരമാംവിധത്തിൽ താണുപറന്നു. ശീതം പുതച്ച ഇരുൾ മറവിൽ 4,735 കിലോഗ്രാം ഭാരം വരുന്ന മാരകമായ യുദ്ധോപകരണങ്ങൾ വർഷിച്ചു. ഇന്ത്യയുടെ സുരക്ഷാ പരിപാലന ചരിത്രത്തിലെ ഏറ്റവും നാണംകെട്ട അദ്ധ്യായമായിരുന്നു അത്.

ആ വിമാനത്തിനുള്ളിൽ ഉണ്ടായിരുന്നത് എട്ടുപേരായിരുന്നു. ഡെന്മാർക്കുകാരനായ ക്രിസ്ത്യൻ നീൽസൻ എന്നു പേരുള്ള കിം ഡേവി. ഈ ദൗത്യത്തിന്റെ സൂത്രധാരനായ പീറ്റർ ബ്ലീച്ച് (ഇയാൾ ബ്രിട്ടീഷുകാരനായ ഒരു ആയുധക്കടത്തുകാരനും ബ്രിട്ടീഷ് രഹസ്യാന്വേഷണ ഏജൻസിയുടെ ഏജന്റുമായിരുന്നു) ഇവർക്കുപുറമേ സിങ്കപ്പൂർ സ്വദേശിയായ ഇന്ത്യൻ വംശജൻ ദീപക് മാണിക്യൻ, റഷ്യൻ സംസാരിക്കുന്ന അഞ്ച് ലാത്വിയൻ പൗരന്മാർ എന്നിവരായിരുന്നു ക്രൂ അംഗങ്ങൾ.

ദൗത്യം പൂർത്തിയാക്കിയശേഷം കൊൽക്കത്തയിലെ സംഘം വിമാനത്താവളത്തിൽ നിന്നും ഇന്ധനം നിറച്ച് തായ്‌ലാന്റിലെ പുകേത് വിമാനത്താവളം ലക്ഷ്യമാക്കി പറന്നുയർന്നു. എന്നാൽ അവരുടെ കണക്കുകൂട്ടലുകൾ അല്പം പിഴച്ചു. ആയുധം നല്കാൻ അവർ ലക്ഷ്യംവച്ച ആനന്ദമാർഗ്ഗികൾക്കല്ല ഇന്ത്യൻ സുരക്ഷാ ഭടന്മാർക്കാണവ ലഭിച്ചത്.

പത്ത് ആർ പി ജി റോക്കറ്റ് ലോഞ്ചറുകൾ മുപ്പത് എ കെ 47 റൈഫിളുകൾ, ഇരുപത്തഞ്ച് 9 എം എം പിസ്റ്റലുകൾ, രണ്ട് 7.62 സ്പൈനർ റൈഫിളുകൾ, രാത്രികാഴ്ച സാദ്ധ്യമാക്കുന്ന രണ്ടു ബൈനാക്കുലറുകൾ, 9 എം എം വ്യാസമുള്ള 23,800 റൗണ്ട് വെടിയുണ്ടകൾ, 100 ഗ്രനേഡുകൾ, 100 ടാങ്ക് വേധ ഗ്രനേഡുകൾ, 10 ടെലിസ്കോപിക് സൈറ്റ് റോക്കറ്റ് ലോഞ്ചറുകൾ എന്നിവ ഭടന്മാർ കണ്ടെടുത്തു. അതിനടുത്താണ് ആനന്ദമാർഗ്ഗികളുടെ ഹെഡ്ക്വാർട്ടേഴ്സ്.

2005 നവംബറിൽത്തന്നെ ബ്രിട്ടീഷ് ഇന്റലിജൻസ് ഈ വിവരം കൃത്യതയോടെ ഇന്ത്യയെ അറിയിച്ചതിനു രേഖകളുണ്ട്. മൂന്നാഴ്ചകൾ കഴിഞ്ഞു. വിമാനം വന്നു. വാരണാസിയിൽനിന്നും ഇന്ധനം നിറച്ചു. പുരുലിയയിൽ ആയുധം വർഷിച്ചു. കൊൽക്കത്തയിൽനിന്നും വീണ്ടും ഇന്ധനം നിറച്ചു. കൂടുതൽ ഇന്ധനം നിറയ്ക്കാൻ ചെന്നൈയിലേക്കു പറന്നുപോയി.

അല്പസമയത്തിനുള്ളിൽ ഇന്ത്യൻ അധികൃതർ വിവരമറിഞ്ഞു. ചെന്നൈയിൽനിന്നും പറന്നുയർന്നുടൻ മുംബൈയിൽ ഇറക്കാൻ നിർദ്ദേശം നല്കി. പക്ഷേ, അവിടെ ഒറ്റ സുരക്ഷാ ഉദ്യോഗസ്ഥർ പോലുമില്ല. എത്തിയവരാകട്ടെ എന്തുകൊണ്ട് അവിടെയിറക്കി എന്ന കൗതുകത്തിലും. ഈ അവസരം ഉപയോഗപ്പെടുത്തി കിം ഡേവി വിമാനത്താവള മതിലുചാടി നേപ്പാളിലേക്കു കടന്നു. ഒരു എം പിയുടെ സഹായമുണ്ടായിരുന്നതായി പിന്നീട് കിം വെളിപ്പെടുത്തി. കിം സി ഐ എയുടെ ആളാണെന്നും പിന്നീട് തെളിഞ്ഞു. ഡെന്മാർക്കിൽ 2000 മാണ്ട് ആദ്യമാസത്തിൽ എത്തിച്ചേർന്ന ഇയാൾ ഇന്റർപോൾ കേസും അമേരിക്കൻ

ഫെഡറൽ പൊലീസ് രജിസ്റ്റർ ചെയ്ത രണ്ടു കേസുകളും നിലനില്ക്കുന്ന അവസരത്തിൽ നാലുവട്ടം അമേരിക്കയിൽവന്നു. ഡെന്മാർക്കിൽ ഇയാൾ ഫേസ്ബുക്ക് അക്കൗണ്ടും തുടങ്ങി. അയാളെ ഇന്ത്യക്കു കൈമാറുന്നത് തടയപ്പെട്ടു. ഇക്കാര്യത്തിൽ അമേരിക്കൻ ഡെന്മാർക്ക് സർക്കാരുകളുടെ പിന്തുണ ഉണ്ടായിരുന്നതായി ഈ വിഷയത്തെക്കുറിച്ച് The Night it rained guns: Unravelling the Puralia Arms drop Conspiracy എന്ന പുസ്തകത്തിൽ ചന്ദൻ നന്ദി എഴുതുന്നു.

2011 ജൂൺ മൂന്നിന് പ്രശസ്ത എഴുത്തുകാരനായ പ്രബീർ പുരസ്കായ ചില ചോദ്യങ്ങൾ ഉന്നയിച്ചു. കോപ്പൻ ഹേഗൻ കോടതിയിൽ കിം ഡേവിയെ വിട്ടുകിട്ടണമെന്നാവശ്യപ്പെട്ട് സി ബി ഐ കാലാവധി കഴിഞ്ഞ വാറണ്ട് നല്കിയത് എന്തുകൊണ്ട്? കേന്ദ്ര സർക്കാരിന് ഇതിനെക്കുറിച്ചെല്ലാം മുൻകൂട്ടി അറിവുണ്ടായിരുന്നു എന്നു വ്യക്തം. ബ്രിട്ടീഷ് ഏജൻസി നല്കിയ ഇൻപുട്ടിൽ എന്തുകൊണ്ടു നടപടിയുണ്ടായില്ല? ആ സമയം നോക്കി റഡാറുകൾ ഷട്ട് ഡൗൺ ചെയ്തതെന്തിന്?

സി പി ഐ (എം) നേയും ഇടതുപക്ഷ സർക്കാരിനെയും താഴെയിറക്കാൻ നരസിംഹറാവു സർക്കാരിലെ പ്രമുഖർ ആലോചിച്ചിരുന്നതായി പിന്നീട് കിം വെളിപ്പെടുത്തി. കേന്ദ്ര ഇന്റലിജൻസ് ഏജൻസികൾക്ക് ഇക്കാര്യം മുൻകൂട്ടി അറിയാമായിരുന്നു. സി ഐ എയുമായി നേരിട്ട് ബന്ധമുള്ള ആനന്ദമാർഗ്ഗികൾ വഴി ഭീകരർക്ക് ആയുധം നല്കി കലാപമുണ്ടാക്കി ബംഗാൾ സർക്കാരിനെ പിരിച്ചുവിടാനായിരുന്നു പരിപാടി. പില്ക്കാലത്ത് നന്ദിഗ്രാമിൽ കലാപമുണ്ടാക്കിയവർ ഉപയോഗിച്ച ആയുധം ഇപ്രകാരം ലഭിച്ചതുമാകാം.

വിദേശ രഹസ്യാന്വേഷണ ഏജൻസികളെ ഉപയോഗപ്പെടുത്തി രാജ്യസുരക്ഷപോലും അവഗണിച്ച് ഇടതുപക്ഷ സർക്കാരിനെ പിരിച്ചുവിടാൻ നടത്തിയ നീക്കം ഇന്ത്യ കണ്ട ഏറ്റവും വലിയ ഗൂഢാലോചനയാണ്. സി പി ഐ (എം) നേതാവ് അജിത് സർക്കാരിനെ കൊലപ്പെടുത്തിയതിന് ജയിലിൽ കിടന്ന പപ്പു യാദവിന് ഈ സംഭവത്തിലുള്ള പങ്കും അന്വേഷിക്കപ്പെട്ടില്ല. യു പി എയുടെ കാലത്തെ ഈ ദേശദ്രോഹ നടപടികൾ ദേശസുരക്ഷയെപ്പറ്റി ഗീർവാണമടിക്കുന്ന മോദി സർക്കാരും അന്വേഷിച്ചില്ല. കാരണം അപ്പുറത്ത് സി ഐ എ ആണെന്നതുതന്നെ. കിം ഒഴികെയുള്ള പ്രതികൾ ശിക്ഷാ ഇളവും വാങ്ങി സ്ഥലംവിട്ടതോടെ പുരുലിയ ബോംബു വർഷക്കേസ് വിസ്മൃതിയിലായി. ഇടതുപക്ഷത്തെ അസ്ഥിരപ്പെടുത്താൻ നടത്തിയ ഈ സംഭവത്തിന്റെ തുടർച്ചയായി വേണം സിംഗൂർ – നന്ദിഗ്രാം സംഭവങ്ങളെയും കാണാൻ.

പുരുലിയയിലെ രാഷ്ട്രീയ വഴികൾ

റൊബി കുമാറിന്റെ ടോട്ടോ തിരക്കേറിയ നിരത്തുവക്കിൽ നിന്നു. "ഇതാണു ബാബു താങ്കൾ അന്വേഷിച്ച പാർട്ടി ഓഫീസ്." സ്നേഹം പകുത്ത്, ഇനി വരുമ്പോൾ വീട്ടിൽ വരണമെന്നു ക്ഷണിച്ച് അയാൾ പോയി. റോഡിനിപ്പുറം നിന്ന് സി പി ഐ (എം) പുരുലിയ ജില്ലാ കമ്മിറ്റി ഓഫീസിലേക്കു നോക്കി. അടുത്ത കാലത്തൊന്നും ചായം തേച്ച ലക്ഷണമില്ല. അധികാരം കൈവന്നയുടൻ മമതയും കൂട്ടാളിയായ മുകിൾ റോയിയും ചേർന്ന് കൊടിയ അക്രമമാണ് ബംഗാളിലുടനീളം അഴിച്ചുവിട്ടത്. പിന്നീട് മുകിൾ റോയി ബി ജെ പി യിലേക്കു ചേക്കേറി. പരസ്പരം എതിർത്തും സഹായിച്ചുമാണ് തൃണമൂലും ബി ജെ പിയും വളരുന്നത്. പുരുലിയ ബാങ്കുറ ജില്ലകൾ ഇടതുപക്ഷത്തിന്റെ ശക്തി കേന്ദ്രങ്ങളായിരുന്നു. 2011 മേയ് മാസത്തിൽ അധികാരത്തിലെത്തിയ തൃണമൂൽ കോൺഗ്രസ് ആദ്യം ചെയ്തത് ഇടതുപക്ഷ പ്രവർത്തകരുടെ വീടുകൾക്ക് തീയിടുകയായിരുന്നു. പാർട്ടി ഓഫീസുകളും വർഗ്ഗ ബഹുജന സംഘടനകളുടെ ഓഫീസുകളും കയ്യേറി പ്രവർത്തകരെ ആട്ടിയോടിച്ചു. ചെറുത്തവരെ ക്രൂരമായി വകവരുത്തി. എഴുപതുകളിലെ സിദ്ധാർത്ഥ ശങ്കർ റോയിയുടെ അർദ്ധ ഫാസിറ്റ് വാഴ്ചയെ കടത്തിവെട്ടുന്നതായി മമതയുടെ നടപടി. 34 വർഷത്തെ ഭരണകാല അനുഭവം മാത്രം കൈമുതലായ പാർട്ടി പ്രവർത്തകർക്ക് പുതിയ സാഹചര്യത്തെ നേരിടാൻ കഴിയാതെയായി.

ഇടതുപക്ഷ ഭരണകാലത്ത് സ്വന്തം നേട്ടങ്ങൾക്കായി ഇടതുപക്ഷം ചമഞ്ഞവർ മറുകണ്ടം ചാടി. അരും കൊലകളും തട്ടിക്കൊണ്ടുപോകലും സ്ത്രീകൾക്കെതിരായ ആക്രമണങ്ങളും നിത്യസംഭവങ്ങളായി. ഇത്തരമൊരു ഘട്ടത്തിൽ പാർട്ടിയെ നിലനിർത്തുന്നതുപോലും ത്യാഗപ്ര

പുരുലിയ പട്ടണം

വർത്തനമാവും. വേനൽക്കാലത്ത് മരങ്ങൾ ഇല പൊഴിക്കും പോലെ. തടിയും, തണ്ടും, വേരും ജീവനും ശേഷിക്കും. വേനലായിരിക്കില്ലല്ലോ എല്ലാക്കാലത്തും. കുളിർമഴ വരുകതന്നെ ചെയ്യും. ഗ്രാമീണരുമായി സംസാരിക്കുമ്പോൾ അവരുടെ ഓർമ്മകളിൽ നിന്നും ആത്മാർത്ഥതയുള്ള, ലളിതജീവിതം നയിച്ച കമ്യൂണിസ്റ്റുകാരെ പറ്റിയുള്ള ഓർമ്മകൾ കടന്നുവരുന്നു. ലളിത ജീവിതമോ അഴിമതിരാഹിത്യമോ കൊണ്ടുമാത്രം ഒരു രാഷ്ട്രീയ പാർട്ടിക്ക് തിരഞ്ഞെടുപ്പ് ജയിക്കാനാവില്ല. ജ്യോതി ബസുവിന്റെ ആത്മകഥയിൽ ബൂർഷ ആധിപത്യത്തിനു കീഴിലെ ജനാധിപത്യ തിരഞ്ഞെടുപ്പിലെ ചതിക്കുഴികളെപ്പറ്റി ഓർമ്മപ്പെടുത്തുന്നു: കേരളത്തിൽ ഉള്ളതുപോലെ എല്ലാ വിഭാഗങ്ങൾക്കും സ്വന്തം സംഘടന എന്ന ശക്തി ബംഗാളിൽ വ്യാപകമായിരുന്നോയെന്ന് സംശയമാണ്. സമര സംഘടനകളുടെ സാന്നിദ്ധ്യം ഗ്രാമീണ മേഖലകളിലൂടെയുള്ള സഞ്ചാരത്തിനിടയിൽ ദൃശ്യപ്പെട്ടില്ല. അവിടെ കാണാൻ കഴിഞ്ഞത് ഒരു തരം സ്വയംപര്യാപ്ത ഗ്രാമങ്ങളെയാണ്. വീടിനോട് ചേർന്ന് ചെറിയ പറമ്പ്, വയൽ, മീൻ വളർത്തുന്ന കുളം, അല്പം മാറി പൊതുവായ ചില മേച്ചിലിടങ്ങൾ, ആട്, കോഴി, പശു എന്നിവയിൽ നിന്നുള്ള ആദായമാകാം മിക്ക കുടുംബങ്ങളെയും മുന്നോട്ടു നയിക്കുന്നത്. അത്തരമൊരു പരിമിതമായ സാഹചര്യം പ്രദാനം ചെയ്യുന്ന ചുരുങ്ങിയ ജീവിതം മാത്രമാണവർക്ക് പ്രാപ്യം. പ്രാകൃതമായ ഉല്പാദന രീതികൾ ഇന്നും നിലനില്ക്കുന്നു. ഉല്പാദനോപകരണങ്ങളായി കാളയും, കലപ്പയും, അരിവാളുമൊക്കെത്തന്നെ. ഭൂപരിഷ്കരണം വഴി ഉല്പാദന ബന്ധങ്ങളിൽ വന്ന മാറ്റം ഉല്പാദനരീതികളിലെ മാറ്റത്തിലേക്കു നയിക്കാതെ പോയതെന്തുകൊണ്ട്?. കൂലിക്കുറവ് കാർഷിക ജീവിതത്തിന്റെ സവിശേഷതയായി തുടരുന്നതിനാലാകാം ബംഗാളിൽ നിന്നും യുവാക്കൾ

തൊഴിൽ തേടി പുറത്തേക്ക് പോകാനിടയാകുന്നത്. വിദ്യാസമ്പന്നരായ മദ്ധ്യവർഗ്ഗത്തിന്റെ അഭാവം ഗ്രാമങ്ങളിലുണ്ട്. മെച്ചപ്പെട്ട വിദ്യാഭ്യാസവും തൊഴിലും കരഗതമാകുന്നതോടെ മിക്കവരും നഗരങ്ങളിലേക്ക് ചേക്കേറുന്നു. നഗരങ്ങളിൽ ജീവിച്ച് ഗ്രാമത്തെ ഗൃഹാതുരതയായി കൊണ്ടുനടക്കുന്ന നഗരങ്ങളിലെ മദ്ധ്യവർഗ്ഗം പ്രസിദ്ധമാണ്. ഗ്രാമങ്ങളിൽ മദ്ധ്യവർഗ്ഗസാന്നിദ്ധ്യം കുറയുമ്പോൾ അപരനോളമെങ്കിലും ഉയരണമെന്ന വാഞ്ഛനയോ ഉയർച്ചയ്ക്ക് അവശ്യം വേണ്ട അസൂയയോ പോലുമില്ലാതെ ജീവിതം തളം കെട്ടിക്കിടക്കുന്നു.

കേരളത്തിൽ നിന്നും വിഭിന്നമായിരുന്നു ബംഗാളിൽ നടത്തിയ ഭൂപരിഷ്കരണം. പങ്കുപാട്ടക്കാർക്ക് വിളവിൽ നിന്നും ഉയർന്ന പങ്ക് ഉറപ്പാക്കി. 1946 – 47 കാലത്ത് കർഷക സംഘം നടത്തിയ തേഭാഗ (മൂന്നിലൊന്ന്) സമരം വഴി ജന്മിമാർക്ക് (പട്ടേദാർമാർ) വിളവിന്റെ മൂന്നിലൊന്ന് മാത്രം നല്കിയാൽ മതിയാവും. പാട്ടകൃഷിക്കാരൻ (ബർഗേദാർ) പാതിവാരത്തിനു (വിളവിൽ പാതി ജന്മിക്ക്) പകരം തേഭാഗം നല്കിയാൽ മതിയെന്ന് ഉറപ്പ് നല്കി. പങ്കുപാട്ടക്കാരെ കണ്ടെത്തി അവരെ വിളിച്ചുകൂട്ടി ജനകീയ പ്രസ്ഥാനത്തിലൂടെ രജിസ്റ്റർ ചെയ്യിക്കുന്ന ഓപ്പറേഷൻ ബർഗ ഗ്രാമീണരെ കമ്യൂണിസ്റ്റുപ്രസ്ഥാനവുമായി ചേർത്തു നിർത്തി തുടർന്നു ഭൂബന്ധങ്ങളിൽ കാലോചിതമായ മാറ്റങ്ങൾ വരുത്തേണ്ടിയിരുന്നു. എന്നാൽ അതിനുവേണ്ടി ശക്തമായ തുടർനീക്കങ്ങൾ ഉണ്ടായില്ല. രാഷ്ട്രിയപ്രവർത്തനത്തിൽ വന്നുകൂടിയ അലസതയും ഗ്രാമീണ മേഖലയിലെ പറ്റവല്ക്കരണവും ആർക്കും ആട്ടിത്തെളിയിക്കാവുന്ന പതനത്തിലേക്ക് ഗ്രാമീണരെ കൊണ്ടെത്തിച്ചു. പാർട്ടിയല്ല ഭരണമാണ് എല്ലാം എന്നതിലേക്ക് കാര്യങ്ങൾ ചെന്നെത്തിയിട്ടുണ്ടാവണം. ഇക്കാരൃത്തിൽ വന്ന വീഴ്ചകൾ പാർട്ടി മനസ്സിലാക്കിയിട്ടുണ്ടെന്നാണ് പലരിൽ നിന്നും അറിഞ്ഞത്. സിംഗൂർ നന്ദിഗ്രാം സംഭവങ്ങളും സച്ചാർ കമ്മീഷൻ റിപ്പോർട്ടിനെ തുടർന്ന് ഇന്ത്യയിൽ ഉരുവം കൊണ്ടസ്വത്വവാദ പ്രസ്ഥാനങ്ങളും ജാതിരാഷ്ട്രീയത്തിന്റെ വരവും പരമ്പരാഗത ഇടതുപക്ഷരീതികളെ ഭേദിച്ച് മുന്നേറി. ഇതിനെല്ലാം പുറമേ മമതയുടെ നേതൃത്വത്തിൽ നടന്ന സമരങ്ങൾക്ക് ചാർത്തിക്കിട്ടിയ ഇടതുപക്ഷ പരിവേഷവും. ചെറിയ ഇടതുപക്ഷ ഗ്രൂപ്പുകൾ അവർക്കൊപ്പം ചേർന്നപ്പോൾ വന്നു ചേർന്ന പ്രതീതി ഇടതുപക്ഷവും പരമ്പരാഗത ഇടതുപക്ഷത്തെ പിന്നോട്ടടിക്കാൻ ഇടയാക്കിയിട്ടുണ്ടെന്നു വേണം കരുതാൻ.

പല ഇടതുപക്ഷ നിരീക്ഷകരും ബംഗാളിന്റെ കമ്യൂണിസ്റ്റ് പ്രത്യേകതയായി ചൂണ്ടിക്കാട്ടിയ ഭദ്രലോക് എന്ന മദ്ധ്യവർഗ്ഗത്തിന് പാർട്ടി സംഘടനയിലുള്ള ആധിപത്യം ഗ്രാമീണരെയും നഗരങ്ങളിലെ പാവപ്പെട്ടവരേയും ഇടതുപക്ഷത്തുനിന്നും അകറ്റാൻ ഇടയുണ്ടാക്കിയിട്ടുണ്ടാവണം. ഈ വിഭാഗങ്ങളെ തിരികെക്കൊണ്ടുവരാനുള്ള ശ്രമത്തിലാണ് ബംഗാളിലെ സി പി ഐ (എം). തിരിച്ചടികളെ അതിജീവിക്കാനും പാർട്ടിസംഘടന ശക്തമാക്കാനും തീവ്രശ്രമങ്ങളാണ് നടക്കുന്നത്. നഷ്ട

പുരുലിയയിലെ സി പി ഐ (എം) ഓഫീസ്

പ്പെട്ട പാർട്ടി ആഫീസുകൾ തിരിച്ചുപിടിച്ച വാർത്തകൾ നിത്യേനയെന്നോണം ബംഗാളിപത്രങ്ങളിൽ നിറയുന്നു.

മമത ബാനർജി തൃണമൂൽ കോൺഗ്രസ് തുടങ്ങിയത് 1998 ജനുവരി ഒന്നു മുതല്ക്കാണെങ്കിലും അവർ കോൺഗ്രസിലുണ്ടായിരുന്ന കാലം തൊട്ടേ ജനപിന്തുണയുള്ള നേതാവാണ്. കോൺഗ്രസ് തന്നെയായിരുന്നു അവരുടെ അടിത്തറയും. സമ്പന്നരുടെ കാശും പാവപ്പെട്ടവരുടെ വോട്ടുമാണവരുടെ ശക്തി. ഒടുങ്ങാത്ത കമ്യൂണിസ്റ്റ് വിരുദ്ധതയാണവരുടെ മുഖമുദ്ര. അതിനാൽ അവർ എൻ ഡി എ ക്കൊപ്പം ഒരിക്കൽ കൂട്ടുകുടിയതിൽ അത്ഭുതമില്ല. അഴിമതിക്കാരായ ആളുകൾ മമതയെ പൊതിഞ്ഞു നില്ക്കുന്നു. നേതാക്കൾ കൈപ്പറ്റുന്ന 'കട്ട് മണി 'യെന്ന അഴിമതിക്കാശും ശാരദ ചിട്ടി ഫണ്ട് കുംഭകോണവും തുണമൂൽ കോൺഗ്രസിനെ തുറന്നുകാട്ടി. മമതയ്ക്ക് ഗ്രാമീണരുമായുള്ള രാഷ്ട്രീയ രസതന്ത്രം അപാരമാണ്. ദീദി സാധാരണക്കാർക്ക് ഒരു വികാരം തന്നെയാണ്.

ബംഗാളിൽ ബി ജെ പിയുടെ വളർച്ചയിൽ അതിശയിക്കാനൊന്നുമില്ല. സ്വാതന്ത്ര്യ സമരകാലം മുതല്ക്കേ ഹൈന്ദവതയും മതാത്മകതയും തീവ്രവലതുപക്ഷവും അവിടെ സജീവമാണ്. ശ്യാമപ്രസാദ് മുഖർജിയെപ്പോലുള്ള ഒരു ആർ എസ് എസ് കാരൻ വളർന്നു വന്നത് ബംഗാളിലാണ്. വിഭജനകാലത്തെ കൂട്ടപ്പലായനങ്ങളും മനുഷ്യക്കുരുതികളും നടന്നതും ഈ മണ്ണിൽ തന്നെയാണ്. ഭിന്നതയുടെ രാഷ്ട്രീയത്തിന് വളരാൻ പറ്റിയ മണ്ണാണ് ബംഗാൾ. സംഘപരിവാർ പ്രകടിപ്പിക്കുന്ന പണക്കരുത്തും മെയ്ക്കരുത്തും ആരെയും അമ്പരപ്പിക്കും. ആധിപത്യം സ്ഥാപിക്കാൻ വംശീയ കൊലപാതകങ്ങൾ നടത്താൻ അവർ മടിക്കുന്നില്ല. കൊലപാതകങ്ങളും കൊടിയ അക്രമണങ്ങളും സംഘടിപ്പിക്കു

ന്നതിൽ തൃണമൂൽ കോൺഗ്രസും പിറകിലല്ല. പുരുലിയ അത്തരത്തിലൊരു സംഘർഷ ഭൂമിയാണ്. മുമ്പ് ആൾ ഇന്ത്യാ ഫോർവേഡ് ബ്ലോക്കിന് നല്ല ശക്തിയുണ്ടായിരുന്ന പ്രദേശമാണ് പുരുലിയ.

പുരുലിയയിലെ സി പി ഐ (എം) ജില്ലാ കമ്മിറ്റി ഓഫീസിലേക്ക് ചെല്ലുമ്പോൾ അവിടെ ഒട്ടും തിരക്കുണ്ടായിരുന്നില്ല. രണ്ടുപേർ ഇരിക്കുന്നുണ്ടായിരുന്നു. ജില്ലാ സെക്രട്ടറിയെ കാണണമെന്നാവശ്യപ്പെട്ടപ്പോൾ ബാബുലോകെല്ലാം വിവിധയിടങ്ങളിൽ കമ്മിറ്റികളിലാണെന്നറിയിച്ചു. അവർ സ്നേഹത്തോടെ അകത്തേക്ക് ക്ഷണിച്ചു. എവിടന്നാണെന്നു തിരക്കി. കേരളത്തിൽനിന്നാണെന്നറിയിച്ചപ്പോൾ അത് അവരിൽ യാതൊരു ഭാവഭേദവുമുണ്ടാക്കിയില്ല. ജില്ലാ സെക്രട്ടറിയെ ഫോൺ ചെയ്യാമോ എന്ന് ചോദിച്ചപ്പോൾ അവർ അദ്ദേഹത്തിന്റെ നമ്പർ തന്നു. ഫോൺ റിങ് ചെയ്യുന്നുണ്ടായിരുന്നു. എടുത്തില്ല. വരാൻ വൈകിയേക്കുമെന്ന സൂചന കിട്ടി. എന്തായാലും ഡിസിയെസിനെ കണ്ടിട്ടു പോകാമെന്നു കരുതി അവിടത്തന്നെ ഇരുന്നു. ചുമരുകളിൽ കാൾമാർക്സ് എംഗൽസ് ഫോട്ടോകൾ തൂങ്ങുന്നുണ്ട്: മൺമറഞ്ഞ പ്രാദേശിക നേതാക്കളുടെ ചിത്രങ്ങളും. അവിടെയുണ്ടായിരുന്ന സഖാക്കൾ സി ഐ റ്റി യു പ്രവർത്തകരാണ്. പുരുലിയയിലെ രാഷ്ട്രീയ സാഹചര്യത്തിൽ കാര്യമായ മാറ്റമുണ്ട്. കമ്മിറ്റികൾ പുനസംഘടിപ്പിക്കുന്നതിന്റെ തിരക്കിലാണ് പാർട്ടി. ഏറെ നേരമിരുന്നു. സന്ധ്യയായി. ഇനി മടങ്ങാമെന്നു കരുതി പുറത്തേക്കിറങ്ങുമ്പോൾ ജില്ലാ സെക്രട്ടറി എത്തി, ഒരു ബൈക്കിനു പിന്നിലിരുന്ന്. അയഞ്ഞ പാന്റും കുപ്പായവുമാണ് ആ മെലിഞ്ഞുയർന്ന മനുഷ്യന്റെ വേഷം. മുഖം ഒട്ടും പ്രസന്നമായിരുന്നില്ല. അനുഭവതീക്ഷ്ണത പകർന്ന ഭാവമായിരിക്കാം അത്. സഖാവ് പ്രദീപ് റോയി. വരവിന്റെ ഉദ്ദേശ്യം എന്താണെന്നു ചോദിച്ചു. മറുപടി അത്ര വിശ്വസനീയമായി അദ്ദേഹത്തിന് തോന്നിയിട്ടുണ്ടാവില്ല. ഐ ഡി കാർഡ് ഉണ്ടോയെന്ന് ചോദിച്ചു. മുറിയിലായിപ്പോയി എന്നു പറഞ്ഞപ്പോഴും നിർവ്വികാരതയായിരുന്നു ആ മുഖത്ത്. പല രൂപത്തിലും ഭാവത്തിലും കടന്നുവരുന്ന ശത്രുക്കളെയും ചാരന്മാരെയും പത്രക്കാരെയും ഭയക്കുന്നുണ്ടാവും. ചോദ്യങ്ങൾക്ക് ആറ്റിക്കുറുക്കിയ മറുപടിയും അതിനെത്തുടർന്ന് അതുപോലെ തന്നെയുള്ള ഒരു കപ്പ് ചായയും ലഭിച്ചു.

പുരുലിയയിലും ബാങ്കുറയിലും മിക്ക പാർട്ടി ഓഫീസുകളും തുറന്നു. അടിത്തട്ടുമുതൽ പാർട്ടിയെ ശക്തിപ്പെടുത്താനാണ് ശ്രമം. പാർട്ടിസംഘടനയിലാണു ശ്രദ്ധയത്രയും. പ്രക്ഷോഭങ്ങൾ സംഘടിപ്പിക്കണമെങ്കിൽ പാർട്ടിയുണ്ടാവണമല്ലോ. ബംഗാളിനെ പറ്റി കേരളത്തിൽ നിരന്തരം ഉയർന്നു കേൾക്കുന്ന മാധ്യമചോദ്യങ്ങൾ ആവർത്തിച്ചപ്പോൾ അതെല്ലാം വ്യാജവാർത്തകളാണെന്നായിരുന്നു മറുപടി. നന്നേ മുതിർന്ന സഖാവ് പ്രദീപ് വളരെ കുറച്ചേ സംസാരിക്കൂ. കമ്യൂണിസ്റ്റ് പാർട്ടികൾ ഒരു കാലത്തു വച്ചു പുലർത്തിയിരുന്ന രഹസ്യാത്മകത സ. പ്രദീപിന്റെ സംസാരത്തിൽ നിറഞ്ഞുനിന്നു. കേരളത്തിലെ പാർട്ടിക്കാര്യങ്ങൾ അദ്ദേ

ഹത്തിന് ഹൃദിസ്ഥമാണ്. പ്രസിദ്ധീകരണങ്ങളുടെ പേരെടുത്തു ചോദിച്ചു. ഒരു ഫോട്ടോ എടുത്തോട്ടേ എന്ന് ചോദിച്ചപ്പോൾ മറുപടി ഇങ്ങാനെയായിരുന്നു. I do not want to advertise myself. Thank you.

വീണ്ടും ഒരിക്കൽക്കൂടി സ. പ്രദീപ് ചോദിച്ചു.

"വരവിന്റെ ഉദ്ദേശ്യമെന്ത്? എന്തെങ്കിലും സഹായം ആവശ്യമുണ്ടോ?"

പറഞ്ഞതൊന്നും വിശ്വാസത്തിലെടുത്തിട്ടില്ല എന്ന് ഞാൻ മുഖലക്ഷണം വായിച്ചു.

പടിയിറങ്ങുമ്പോൾ അദ്ദേഹം പറഞ്ഞു. പാർട്ടി ഇവിടെ തിരിച്ചു വരവിന്റെ പാതയിലാണ്. പിടിപ്പത് പണിയുണ്ട്.

തിരിച്ചു വരവിന്റെ പാതയിലാണെന്നു സഖാവ് ഉറപ്പിച്ചു പറഞ്ഞാൽ അത് നമുക്ക് വിശ്വസിക്കാം. ആ പറച്ചിലിന് അനുഭവത്തിന്റെ കരുത്തുണ്ട്.

12 ജൂലൈ കമ്മിറ്റി

പാർട്ടി ഓഫീസിൽ നിന്നുമിറങ്ങുമ്പോൾ തെരുവുവിളക്കുകൾ പ്രകാശിച്ചു തുടങ്ങി. പുജാസാധനങ്ങൾ വില്ക്കുന്ന തെരുവിലൂടെയാണ് നടത്തം. പൂജാദ്രവ്യങ്ങളുടെയും പൂക്കളുടെയും മണമുണ്ട്. ദേവിക്ക് ഇഷ്ടപ്പെട്ട പൂക്കളും, പൂജാദ്രവ്യങ്ങളുമാണ് ഏറെയും. ചുവന്ന പട്ട് തുണികൾ അടുക്കിവച്ചിട്ടുണ്ട്. ചെമ്പരത്തിപ്പൂക്കൾ കോർത്തെടുത്ത ഹാരവും ഇടയ്ക്കു കണ്ടു. ചെമ്പരത്തി പൂമാലകൾ വട്ടത്തിൽ ചുറ്റി പാത്രങ്ങളിൽ വച്ചിരിക്കുന്നു. പാർട്ടി ഓഫീസിൽനിന്നും കിട്ടിയ വിവരമനുസരിച്ച് ടാക്സി സ്റ്റാൻഡിനടുത്താണ് സർക്കാർ ജീവനക്കാരുടെ പ്രധാന സംഘടനയായ കോ-ഓർഡിനേഷൻ കമ്മിറ്റിയുടെ ഓഫീസ്. ടാക്സിക്കാരോട് ചോദിച്ചുറപ്പിച്ച് ഓഫീസ് കണ്ടെത്തി. മെയിൻ റോഡിൽ നിന്നുമാറി ചെറിയൊരു ഇടവഴി തീരുന്നിടത്താണ്. സമയം ഏഴോടടുക്കുന്നു. ഓഫീസ് വിട്ട് സഖാക്കൾ എത്തേണ്ട സമയം കഴിഞ്ഞിരിക്കുന്നു. താഴത്തെ നിലയിൽ ആളനക്കമില്ല. മുകളിൽ ആരൊക്കെയോ സംസാരിക്കുന്ന ശബ്ദം കേൾക്കാം. പടവുകൾ കയറി മുകളിലെത്തി. പ്രായം ചെന്ന ഒരു മനുഷ്യൻ കണക്കുപുസ്തകവുമായി മല്ലിടുന്നു. അടുത്ത് മറ്റൊരു മനുഷ്യനുണ്ട്.

നേതാക്കൾ ഉടനെത്തും. കാത്തിരിക്കാൻ പറഞ്ഞ് ബാബുമാർ കണക്കിലേക്കു തിരിഞ്ഞു. തെറ്റിപ്പോയ കണക്കുകളും കണക്കുകൂട്ടലുകളും ശരിയാക്കാനുള്ള ശ്രമത്തിലായിരിക്കും അവർ. അനുവാദമില്ലാതെ നിരന്തരം സംസാരിച്ചുകൊണ്ട് ഉള്ളിലിരിക്കുന്നൊരുവൻ പറയാൻ തുടങ്ങി. അവനെ മെരുക്കുക അടുത്ത കാലത്തായി പ്രയാസമായിരിക്കുന്നു. എന്നോടായാൽ വേണ്ടില്ല. മറ്റാരോടെങ്കിലുമായാലോ!

ഉൽക്കണ്ഠ നിറഞ്ഞ നിമിഷങ്ങൾക്കറുതി വരുത്തിക്കൊണ്ട്, ചിരിക്കുന്ന ഒരാൾ ബാഗും തൂക്കി വന്ന് മേശയ്ക്കപ്പുറം ഇരുന്നു. പി കെ

ദാസ്, ജില്ലാ ജോയിന്റ് കൺവീനർ 12 ജൂലൈ കമ്മിറ്റി, പുരുലിയ. സ്വയം പരിചയപ്പെടുത്തി. അതിനുപുറമേ ബംഗാൾ സർക്കാർ ജീവനക്കാരുടെ സംഘടനകളുടെ കോ-ഓർഡിനേഷൻ കമ്മിറ്റിയുടെ ജില്ലാ സെക്രട്ടറിയും. സംസ്ഥാന ജീവനക്കാർ, അദ്ധ്യാപകർ കേന്ദ്ര ജീവനക്കാർ, പോസ്റ്റൽ ജീവനക്കാർ, ബാങ്ക് ജീവനക്കാർ, റെയിൽവേ ജീവനക്കാർ മെർക്കന്റയിൽ ജീവനക്കാർ എന്നിവർ ചേർന്ന് 1966 ജൂലൈ 12 ന് രൂപം നല്കിയ ഐക്യ സംഘടനയാണ് ജൂലൈ 12 പ്രസ്ഥാനം അടിച്ചമർത്തലിന്റെ നാളുകളിൽ പ്രതിരോധത്തിന്റെ കവചമായി ഇന്നും ഈ പ്രസ്ഥാനം ശക്തമായി നിലകൊള്ളുന്നു.

തുറന്ന മനസ്സോടെയാണ് സഖാവ് ദാസ് സംസാരം തുടങ്ങിയത്. ബംഗാൾ രാഷ്ട്രീയത്തിലെ വിലപ്പെട്ട വിവരങ്ങളാണ് ആ സഖാവിൽ നിന്നും ലഭിച്ചത്. "സംസ്ഥാന ജീവനക്കാർ കടുത്ത അസംതൃപ്തിയിലാണ്. കോ-ഓർഡിനേഷൻ കമ്മിറ്റിയിൽ അഫിലിയേറ്റ് ചെയ്യപ്പെട്ട ഘടക സംഘടനകളിലെ പ്രവർത്തകരെയാകെ വിദൂര നാടുകളിലേക്ക് സ്ഥലം മാറ്റി. പലരെയും തരം താഴ്ത്തി. പിരിച്ചുവിട്ടു. റിക്രൂട്ട്മെന്റ് പൂർണ്ണമായി അവസാനിപ്പിച്ചു. കോ-ഓർഡിനേഷൻ കമ്മിറ്റി എന്ന പ്രധാനപ്പെട്ട ഒരു ഐക്യപ്രസ്ഥാനത്തെ തകർക്കുക മമതയുടെ ആദ്യലക്ഷ്യങ്ങളിലൊന്നായിരുന്നു. ഇപ്പോൾ താല്ക്കാലിക നിയമനങ്ങൾ മാത്രമാണ് നടക്കുന്നത്. ഇന്ന് ആകെ ജീവനക്കാരിൽ മൂന്നിലൊന്നു മാത്രമേ സ്ഥിരം ജീവനക്കാരായുള്ളു. മൂന്നിൽ രണ്ട് ഭാഗവും താല്ക്കാലിക ജീവനക്കാരോ പുനർനിയമനം ലഭിച്ച പെൻഷൻകാരോ ആണ്. താല്ക്കാലിക നിയമനങ്ങളെല്ലാം തൃണമൂൽ പറയുന്നവർക്കാണ്. അവരാണിപ്പോൾ ഓഫീസുകളിലെ യഥാർത്ഥ ഭരണക്കാർ. ഗസ്റ്റപ്പോകളും. സ്ഥിരം ജീവനക്കാർ ന്യൂനപക്ഷം മാത്രവും. ഉയർന്ന തസ്തികകളിലേയ്ക്കുള്ള നിയമനം നടത്തേണ്ട പബ്ലിക് സർവ്വീസ് കമ്മീഷൻ അടച്ചുപൂട്ടിയതിനു തുല്യമാണ്. താഴ്ന്ന് തസ്തികളിലേക്കുള്ള നിയമനം നടത്തുന്ന സ്റ്റേറ്റ് സ്റ്റാഫ് സെലക്ഷൻ കമ്മീഷനും പണിയില്ല. ഒഴിവുകളിലേക്ക് പുറമേ നിന്നും തിരുകിക്കയറ്റുന്നതുമൂലം പ്രമോഷനുകളും നിലച്ചു. തൊഴിലില്ലായ്മയ്ക്കു പരിഹാരം കാണാൻ എംപ്ലോയ്മെന്റ് എക്സ്ചേഞ്ചുകളെ ലേബർ ബാങ്കുകളാക്കുമെന്നും അതുവഴി എല്ലാവർക്കും തൊഴിൽ ഉറപ്പാക്കാമെന്നും കഴിയാതെ വന്നാൽ ജീവിക്കാനാവശ്യമായ തൊഴിലില്ലായ്മ വേതനം നല്കുമെന്നുമുള്ള തൃണമൂലിന്റെ തിരഞ്ഞെടുപ്പു വാഗ്ദാനം അധികാരം കിട്ടിയപ്പോൾ മറന്നു. ബംഗാൾ സർക്കാർ ജീവനക്കാർക്ക് ലഭ്യമാകേണ്ട ക്ഷാമബത്ത 41% കുടിശ്ശികയാണത്രെ! കേന്ദ്ര സർക്കാർ ജീവനക്കാർക്ക് ലഭിച്ച ശമ്പള പരിഷ്കരണം ഇതുവരെ ബംഗാളിൽ നടപ്പാക്കിയിട്ടില്ല. പെൻഷൻകാരുടെ സംഘടനയാണ് കൂടുതൽ ശക്തം. ജീവനക്കാരെക്കാൾ ഏറെ കുടുതലാണ് പെൻഷൻകാർ. സംഘടനാപ്രവർത്തനത്തിന് ജീവനക്കാർക്കിടയിൽ മമതാസർക്കാരിന്റെ തുടക്കത്തിലുണ്ടായിരുന്ന ഭയപ്പാട് മാറിവരുന്നു. ജീവനക്കാരെ പ്രവർത്തകരായി

ലഭിക്കുന്നുണ്ട്." ദാസ് പറഞ്ഞുനിർത്തി. മധുരമുള്ള കട്ടൻചായ നുകർന്ന് ഞങ്ങൾ കേരളത്തിലെ അനുഭവങ്ങൾ പങ്കിട്ടു. പുതിയ തലമുറയുടെ രാഷ്ട്രീയാഭിമുഖ്യക്കുറവ് ബംഗാളിലും പ്രശ്നം തന്നെയാണ്. അതിന്റെ കുറ്റം അവർക്കല്ല. അവരുടെ സങ്കലപങ്ങൾക്കുകൂടി ഇടം ലഭിക്കാത്ത മുഖ്യധാരാ രാഷ്ട്രീയമാണ്.

അജോദ്ധ്യയിലേക്കുള്ള ബസ്

അജോദ്ധ്യ പുരുലിയയിലെ പർവ്വത പ്രദേശമാണ്. ഛോട്ടാനാഗ്പൂർ പീഠഭൂമിയുടെ കിഴക്കേയറ്റം. *രാമായണ*ത്തിലെ കഥാസന്ദർഭങ്ങൾ ആരോപിക്കപ്പെടുന്ന എത്രയോ ഇടങ്ങൾ ഇന്ത്യയിലുണ്ട്. പല പല രാമായണങ്ങൾ ലോകത്തിന്റെ പല ഭാഗങ്ങളിലായി നിലവിലുള്ളതുപോലെ ഓരോ രാമായണവും സീതയെയും രാമനെയും രാവണനെയും വ്യത്യസ്ത വർണ്ണരാജികളിലാണ് അവതരിപ്പിക്കുന്നത്. ഈ അജോദ്ധ്യ അഥവാ അയോദ്ധ്യയും അതിന്റേതായ രാമകഥയുണ്ട്. അജോദ്ധ്യക്കുന്നുകളിലെ അജ്ഞാതവാസക്കാലത്ത് സീതയ്ക്കു ദാഹിച്ചുവെന്നും രാമൻ അസ്ത്രപ്രയോഗത്താൽ ജലാശയം സൃഷ്ടിച്ചുവെന്നുമാണ് കഥ. സീത വെള്ളം കുടിച്ച സീതാകുണ്ഡ് ഇവിടെയുണ്ട്. മുമ്പ് വൈശാഖ മാസത്തിലെ പൗർണ്ണമി നാളിൽ മൃഗവേട്ടയ്ക്കായി പല സ്ഥലങ്ങളിൽനിന്നുമായി ആദിവാസി സമൂഹങ്ങൾ ഇവിടെ എത്തിച്ചേരാറുണ്ടായിരുന്നു. പുരുലിയ പട്ടണത്തിൽനിന്നും ബംഗാളിന്റെ ഇതര പട്ടണങ്ങളിൽനിന്നും വിനോദ സഞ്ചാരികളും പ്രകൃതി സ്നേഹികളും അജോദ്ധ്യയിലേക്ക് വണ്ടികയറുന്നു.

നേരം പുലരുന്നേയുള്ളൂ. പുരുലിയയിലെ സർക്കാർ ബസ്സ്റ്റാന്റ് സജീവമായിക്കഴിഞ്ഞു. ബസുകളെപ്പറ്റിയുള്ള അറിയിപ്പുകൾ പുലർകാലത്തെ ഈർപ്പമുള്ള വായുവിലൂടെ പ്രസരിക്കുന്നുണ്ട്. കൈയിൽ തൂക്കിയ സഞ്ചികളും മുഷിഞ്ഞ ബാഗുകളും ഉറക്കംവിട്ടുമാറാത്ത കൈക്കുഞ്ഞുങ്ങളുമായി യാത്രക്കാർ ബസ് സ്റ്റാന്റിലേക്ക് എത്തിക്കഴിഞ്ഞു. മുല്ലപ്പൂ ചൂടിയ സ്ത്രീകളുടെ മുടിക്കെട്ടുകളിൽനിന്നും മണം പരക്കുന്നു. അജോദ്ധ്യയിലേക്കുള്ള ആദ്യ ബസ് സ്റ്റാന്റിൽ തയ്യാറായിക്കിടക്കുന്നതായി അറിയിപ്പുണ്ടായി.

അജോദ്ധ്യയിലേക്കുള്ള ബസ്

യാത്രയ്ക്കു തയ്യാറായിക്കിടക്കുന്ന പല ബസുകൾക്കിടയിൽനിന്നും അജോദ്ധ്യയിലേക്കുള്ള ബസ് കണ്ടുപിടിക്കാൻ അങ്ങോട്ടുമിങ്ങോട്ടും ഓടി. രാവിലെ ചവറുമാറ്റുകയും തറ തൂത്തു വെടിപ്പാക്കുകയും ചെയ്യുന്ന പ്രക്രിയ ഈ പട്ടണത്തിൽ എത്തിച്ചേർന്നിട്ടില്ല. പ്ലാസ്റ്റിക് കവറുകളും കടലാസും തുണ്ടുകളും ഒഴിഞ്ഞ സിഗരറ്റുകൂടുകളും നിറഞ്ഞ തറയിൽ മുറുക്കിത്തുപ്പിച്ചുവപ്പിക്കാൻ മറന്നിട്ടില്ല. പഴയ മാലിന്യക്കൂമ്പാരങ്ങളിലേക്ക് പുതിയവ കൂട്ടിച്ചേർക്കപ്പെടുന്നു. ഒടുവിൽ ബസ് കണ്ടെത്തി. കൗണ്ടറിൽ പോയി സീറ്റ് റിസർവ്വ് ചെയ്യണമത്രെ. കൗണ്ടറിൽ തിരക്കുണ്ടായിരുന്നില്ല. പത്തൊമ്പതാം സീറ്റിലിരുന്നു. വശത്തുള്ള സീറ്റ് യാത്രകളിൽ പ്രധാനമാണ്. പുറം കാഴ്ചയും പുലർകാറ്റും യാത്രയുടെ ചന്തം കൂട്ടും. ഡ്രൈവർ എത്തി. ബസ് സ്റ്റാർട്ടാക്കി. കണ്ടക്ടർ കയറി വിസിലൂതി. വിരലുകൾക്കിടയിൽ മടക്കിത്തിരുകിയ നോട്ടുകളും സ്റ്റാപ്പിൾ ചെയ്തുറപ്പിച്ച ടിക്കറ്റുമായി കണ്ടക്ടർ എത്തി. വണ്ടി നീങ്ങിത്തുടങ്ങി. അഞ്ചുമിനിട്ടേ വേണ്ടിവന്നുള്ളൂ. നഗരം താണ്ടാൻ. വിട്ടുവിട്ടു വന്ന മഴച്ചാറ്റൽ റോഡു നനച്ചിരിക്കുന്നു. റോഡിലെ ഈർപ്പത്തിൽ ബസ് തലകീഴായി ഓടിക്കൊണ്ടിരിക്കുന്നു. വയലേലകളിലെ നെല്ലിൻ തലപ്പ് തുഷാര ബിന്ദുക്കളാൽ തലകുനിച്ചു നില്ക്കുന്നു.

അജോദ്ധ്യയിലേക്ക് പുരുലിയയിൽനിന്നും നാല്പത്തിരണ്ടു കിലോമീറ്റർ ദൂരമുണ്ട്. കണ്ടക്ടർ ടിക്കറ്റ് നല്കുന്നതിനോടൊപ്പം യാത്രക്കാരോട് വിശേഷങ്ങൾ തിരക്കുന്നുണ്ട്. അയാൾ തന്നെയാണ് പലവർഷങ്ങളായി ഈ ബസിലെ കണ്ടക്ടറെന്ന് സഹയാത്രികർ പറഞ്ഞു. ദിനംപ്രതി രണ്ടു സർവ്വീസുകൾ. ചന്തയിലേക്ക് പച്ചക്കറികളുമായി പോകുന്ന പെണ്ണുങ്ങൾ ഫലിതം പറഞ്ഞ് ആർത്തുചിരിച്ചു. വണ്ടി മുന്നോട്ടു നീങ്ങി. പത്രക്കെട്ടുമായി ഒരാൾ ഇറങ്ങിപ്പോയി. മാർ ബസാറിലേക്കുള്ള പാത

വലതുവശത്തേക്കു വേർപെട്ടു. മുമ്പ് പുരുലിയ ജില്ലയുടെ തലസ്ഥാന മായിരുന്നു മൻബസാർ.

താമരപ്പൂക്കൾ വിരിയുന്ന ജലാശയങ്ങളും കാലികൾ മേയുന്ന മേച്ചിൽപുറങ്ങളും പിന്നിട്ട് ബസ് ഒരു നാല്ക്കവലയിൽ നിന്നു. ആളു കൾ തിരക്കിട്ടിറങ്ങി. ചിലർ സിഗരറ്റിന് തീ കൊളുത്തി. മറ്റുചിലർ ഉള്ളംകൈയിലിട്ടു മർദ്ദിച്ചു പരുവപ്പെടുത്തിയ തമ്പാക്ക് മോണകൾക്കിട യിലേക്ക് തിരുകിക്കയറ്റി. കണ്ടക്ടർക്കു പിന്നാലെ ചായക്കടയിൽ കയറി. ചെറിയൊരു കിണ്ണത്തിൽ ചോറും മീൻകറിയും കൂട്ടിക്കുഴച്ചു വലിയ ഉരു കളാക്കി കഴിക്കുകയാണ്. കടുകെണ്ണയുടെ രൂക്ഷഗന്ധം ചുറ്റും പരക്കു ന്നു. കുറേപ്പേർകൂടി ബസിനുള്ളിൽ കയറിപ്പറ്റി. ആദിവാസികളാണേറെ യും. ആദിവാസികളുടെ കേന്ദ്രമാണ് അജോദ്ധ്യ. അവരുടെ കുട്ടികൾ പോഷകക്കുറവുമൂലം മെലിഞ്ഞും അമ്മമാർ അകാലത്തിൽ വൃദ്ധ കളായും പിതാക്കളുടെ ക്ഷീണിച്ച മുഖങ്ങൾ പ്രത്യാശ കെട്ടും കാണപ്പെട്ടു. ശീഘ്ര പ്രാതലിനുശേഷം കണ്ടക്ടർ ബസിനുള്ളിലെത്തി. ഓരോരുത്തരോടും ടിക്കറ്റിനൊപ്പം വിശേഷങ്ങളും ചോദിച്ചു. അവരുടെ മുഖങ്ങളിൽ കണ്ടക്ടറിനായി പുലർവെട്ടം വിരിഞ്ഞു. മുറുക്കിച്ചുവപ്പിച്ച ചുണ്ടുകളും പുകയിലയിൽ ദ്രവിച്ചുപോയ പല്ലുകളുംകാട്ടി ചിരിച്ചു. ഹോൺ മുഴങ്ങിയപ്പോൾ ആളുകൾ ഓടിയെത്തി. പുറത്തിറങ്ങിയ പിതാ ക്കന്മാർ കടകളിൽനിന്നും വാങ്ങിയ വിലകുറഞ്ഞ ബിസ്കറ്റ് പാക്കറ്റു കളും മിഠായികളും അമ്മമാർക്കു കൈമാറി. അമ്മമാർ അതു പൊട്ടിച്ചു കുട്ടികൾക്കു നല്കി. മുതിർന്ന കുട്ടികൾ മിഠായികൾക്കുവേണ്ടി വഴക്കു ണ്ടാക്കി.

റോഡു പണി നടക്കുന്നു. കാനനപാത വികസിപ്പിക്കുകയാണ്. ജെ സി ബിയുടെ കൂറ്റൻകൈകൾ മണ്ണുമാന്തിയെടുത്ത് ടിപ്പർ ലോറികളിൽ നിറയ്ക്കുന്നു. വഴിയോരങ്ങളിൽ കിങ്ങിണിപ്പൂവുകൾ ചിരിച്ചുനിന്നു. വിവിധ വർണ്ണങ്ങളിലെ പുൽപൂവുകൾ മഞ്ഞുമായാത്ത മുഖങ്ങൾ കാട്ടി ചിരിച്ചു. റോസ് ഓഫ് റോഡാവുകയാണ്. അപാരമായ കുഴികളിൽ വീണുകയറി കുലുങ്ങി കുലുങ്ങി ബസ് മുന്നോട്ടുപോയി. ഹോൺമു ഴക്കം കേട്ട് പണിക്കാർ ഓരങ്ങളിലേക്ക് മാറി വഴിയൊരുക്കി. അവരുടെ പലതരത്തിലുള്ള പണിയായുധങ്ങൾ പാതവക്കിൽ ചിതറിക്കിടുന്നു.

ദൂരെ വലിയൊരു മലയുടെ രൂപം ദൃശ്യപ്പെട്ടു. പർവ്വതപ്രദേശങ്ങളി ലേക്ക് കടക്കുകയാണ്. വഴിവക്കുകളിൽ പുല്ലുമേഞ്ഞ ആദിവാസി വീടു കൾ, വീടുകളുടെ പൂശിയൊതുക്കിയ മനോഹരമായ മൺചുവരുകളിൽ മുദ്രാവാക്യങ്ങൾ എഴുതിയിരിക്കുന്നു. കഴിഞ്ഞുപോയ ഏതോ മഹാസ മരത്തിന്റെ തിരുശേഷിപ്പുകളാണവ. കയറ്റത്തിൽ ബസ് കിതച്ചു. ഇര ച്ചുനിന്നു. ആളുകൾ ഇറങ്ങി. അവരുടെ ഉന്തലിൽ ബസിനുവീണ്ടും ജീവൻവച്ചു. ആദരവോടെ തികഞ്ഞ ആഹ്ലാദത്തോടെ അവർ ഓടിക്ക യറി.

വനസ്ഥലികളിൽ പ്രകൃതിയോടു ചേർന്നുനില്ക്കുന്ന ആദിവാസി

ഗേഹങ്ങൾ നിരനിരയായി കാണപ്പെട്ടു. യൂണിഫോമണിഞ്ഞ കുട്ടികൾ കൂട്ടംകൂട്ടമായി ഓടിയെത്തി. കുട്ടികളുടെ എണ്ണം കൂടുന്നതിനനുസരിച്ച് മുതിർന്നവരുടെ എണ്ണം കുറഞ്ഞു. അജോദ്ധ്യ ഹിൽടോപ്പിൽ വണ്ടിനിന്നു. ഏതാനും കടകളും എസ് യു വി വാഹനങ്ങളുമുള്ള കവലയാണ് അജോദ്ധ്യയിലെ ഹിൽടോപ്പ്. അകലങ്ങളിലുള്ള റിസോർട്ടുകളുടെ ഹോഡിങ്ങുകളും ദിശാസൂചികകളും കണ്ടു. കുട്ടികളും ആദ്യം മുതലേ ബസിലുണ്ടായിരുന്ന ടീച്ചറും മാത്രമായി. ടീച്ചറുടെ വേഷവിധാനങ്ങളും ഋത്വിക്ഘട്ടക്കിന്റെ മേഘതാക്ക താരയിലെ നായികയെ ഓർമ്മിപ്പിച്ചു. വിഷാദം അവരുടെ മിഴികളിൽ തങ്ങിനിന്നു. ദിവസവും പുരുലിയയിൽ നിന്നും വന്നുപോകുന്ന ടീച്ചറാണവർ. ഡ്രൈവറും കണ്ടക്ടറും ചായക്കടയിലേക്കു പോയി. ചദയക്കടകൾക്കു പുറമേ ഏതാനും പച്ചക്കറിക്കടകളും പലചരക്കു കടകളും ഒരു പ്രാഥമിക ആരോഗ്യകേന്ദ്രവും കണ്ടു. ബസ് നിറയെ കുട്ടികൾ. പെൺകുട്ടികൾ പച്ചപ്പാവാട/ചുരിദാറും വെള്ളക്കുപ്പായങ്ങളും ധരിച്ചിരിക്കുന്നു. അവർ പാവാടയ്ക്കുള്ളിൽ മുട്ടോളമുള്ള ഇറുകിയ പാന്റ് ധരിച്ചിട്ടുണ്ട്. പാവാടയും ധരിച്ച് സ്വാതന്ത്ര്യത്തോടെ നടന്ന പെൺകുട്ടികൾ ഇപ്പോൾ കൂടുതൽ പൊതിഞ്ഞുകെട്ടുന്നു. ആൺനോട്ടങ്ങൾ അവരെ ശരീരം മാത്രമായി ചുരുക്കുന്നു.

ബസ് പിന്നെയും നാലു കിലോമീറ്റർ ദൂരത്തോളം പോയി. അതിനിടയിൽ അസംഖ്യം സ്ഥലങ്ങളിൽ നിർത്തി. മൺവീടുകൾക്കുമുന്നിൽ ഒരുങ്ങിനിന്ന കുട്ടികൾ ബസിലേക്കോടി. സ്കൂൾസമയം കൂടി കണക്കിലെടുത്താണ് സ്റ്റേറ്റ്ബസ് രണ്ടുപ്രാവശ്യം അജോദ്ധ്യക്കുന്നുകൾ കയറിയിറങ്ങുന്നത്. ഒരു സ്കൂൾ വളപ്പിൽ ബസ് നിന്നു. അതിവിശാലമായ മൈതാനത്ത് കൂറ്റൻ കൊന്നമരങ്ങൾ വളർന്നുനില്ക്കുന്നു. കുട്ടികൾക്കൊപ്പം ടീച്ചറും ഇറങ്ങിപ്പോയി. ഞാനൊഴികെ മറ്റാരും ബസിൽ ശേഷിച്ചില്ല. അജോദ്ധ്യ എത്തിയോ എന്ന ചോദ്യത്തിന് നാലു കിലോമീറ്റർ പിന്നിലാണെന്നു മറുപടി കിട്ടി. ഹിൽ ടോപ്പിലാണ് ഇറങ്ങേണ്ടിയിരുന്നത്. അതിനുശേഷമുള്ള യാത്ര സ്കൂൾ കുട്ടികൾക്കായി മാത്രമാണ്. വണ്ടിയുടെ മടക്കയാത്രയിൽ കണ്ടക്ടർ ഹിൽടോപ്പിലിറക്കി. അയാൾ ഏർപ്പാടാക്കിത്തന്ന ജീപ്പിലേക്കു നടന്നു.

അജോദ്ധ്യയിലെ നൂതന പ്രതിഷേധങ്ങൾ

ചട്ടുലിയ സന്താൾ ആദിവാസി യുവാവാണ്. അജോദ്ധ്യയിൽ വിനോദസഞ്ചാരം ശക്തിപ്പെട്ടുവന്ന നാളുകളിൽ ബാങ്കുവായ്പയെടുത്തു തരപ്പെടുത്തിയതാണ് അവന്റെ വാഹനം. അജോദ്ധ്യയിൽ കാഴ്ചകൾ കാണണമെങ്കിൽ റിസോർട്ടുകളിൽ തങ്ങി രണ്ടുദിവസം ചുറ്റിയടിക്കണം. മലകൾ, അരുവികൾ, ഡാമുകൾ, പുരാതന ക്ഷേത്രങ്ങൾ, പീഠഭൂമികൾ ഒക്കെയും യാത്രികരെ കാത്തുകിടപ്പുണ്ടാവും. അജോദ്ധ്യ ഹൈഡ്രോ ഇലക്ട്രിക് പദ്ധതികൾക്കായി രണ്ടു ഡാമുകൾ പണിതു പ്രവർത്തനം തുടങ്ങി. ഇടതുപക്ഷ സർക്കാരിനെതിരെ പാരിസ്ഥിതിക പ്രശ്നമുന്ന

മുദ്രാവാക്യം പേറുന്ന കുടിലുകൾ

യിച്ച് തദ്ദേശീയരായ ആദിവാസികളെയും സാംസ്കാരിക പ്രവർത്തകരെയും അണിനിരത്തി തൃണമൂൽ കോൺഗ്രസും നക്സലൈറ്റ് ഗ്രൂപ്പുകളും ചേർന്ന് അജോദ്ധ്യയിൽ വൻ പ്രക്ഷോഭം നടത്തി. സിംഗൂരിനും നന്ദിഗ്രാമിനും ഒപ്പം ജംഗൽമഹൽ പ്രക്ഷോഭങ്ങളും അക്കാലത്ത് വലിയ ചർച്ചകൾക്ക് വഴിയൊരുക്കിയിരുന്നു.

ആദിവാസികളുടെ ഉൽക്കണ്ഠകൾ സ്വാഭാവികമായിരുന്നു. ഛോട്ടാനാഗ്പൂർ പീഠഭൂമിയുടെ കിഴക്കേയറ്റത്താണ് അജോദ്ധ്യ. നിരവധി അരുവികളും പുഴകളും സുബർണ്ണരേഖയിലേക്ക് ഒഴുകിയെത്തുന്നയിടം. അവിടെ ബാദ്മി നദിയിൽ അണകെട്ടി വൈദ്യുതി ഉല്പാദിപ്പിക്കാൻ ജപ്പാന്റെ സഹായത്തോടെ തുടങ്ങിയതായിരുന്നു പദ്ധതി. ത്വരിത വ്യവസായ വളർച്ചയ്ക്കാവശ്യമായ വൈദ്യുതിയായിരുന്നു ലക്ഷ്യം. 2002 ൽ ഡാമിനായുള്ള പണിതുടങ്ങി. രണ്ടു ഡാമുകൾ. അപ്പറും ലോവറും. അപ്പർ ഡാമിൽ ശേഖരിക്കുന്ന വെള്ളം തുറന്നുവിട്ട് വൈദ്യുതി ഉല്പാദിപ്പിക്കും. ആ വെള്ളം താഴെ ലോവർ ഡാമിൽ ശേഖരിക്കും. അത് പമ്പു ചെയ്ത് വീണ്ടും അപ്പർഡാമിലേക്കു കൊണ്ടുപോകും. ഈ പദ്ധതി 2008 ൽ കമ്മീഷൻ ചെയ്തു. ഉല്പാദിപ്പിക്കുന്ന വൈദ്യുതിയിൽ സിംഹഭാഗവും താഴെനിന്നും വെള്ളം മുകളിലേക്കു പമ്പുചെയ്തു കയറ്റാനാണ് ഉപയോഗപ്പെടുത്തുന്നതെന്ന് വിമർശനമുണ്ട്. പദ്ധതിക്കായി മൂന്നു ലക്ഷത്തിലേറെ മരങ്ങൾ മുറിച്ചുമാറ്റപ്പെട്ടു. കൃഷിഭൂമിയും വനഭൂമിയും വെള്ളത്തിനടിയിലായി. ജീവിതമാർഗ്ഗം നഷ്ടമായ ഗോത്രമനുഷ്യർ പുറത്തുനിന്നെത്തിയ പരിസ്ഥിതി പ്രവർത്തകർക്കൊപ്പം പോരാടി. വാഗ്ദാനം നിറവേറ്റുംമുമ്പേ ഇടതുപക്ഷ സർക്കാർ വീണു. തൊഴിലും സൗജന്യ വൈദ്യുതിയുമായിരുന്നു വാഗ്ദാനങ്ങൾ. മമത സർക്കാർ വന്നു. പഴയ സമരകഥകൾ അവർ പാടേ മറന്നു. ഇപ്പോൾ മമത സർക്കാർ രണ്ടു

ഡാമുകൾകൂടി പണിയുകയാണ്.

സന്താൾ സമരത്തിന്റെ ബാക്കിപത്രങ്ങളാണ് അവരുടെ ചുവരുകളിൽ കാണുന്ന മുദ്രാവാക്യങ്ങൾ. ഇപ്പോൾ അജോദ്ധ്യ ദാരിദ്ര്യത്തിന്റെ പര്യായമാണ്. പരമ്പരാഗത തൊഴിലുകൾ അവർക്കു നഷ്ടമായി. വനം ഏറെയും അപ്രത്യക്ഷമായി. കാട്ടുമൃഗങ്ങൾ നാട്ടിലേക്കിറങ്ങുന്നു. നെൽക്കൃഷി വൻ നഷ്ടമാണ്. കർഷകത്തൊഴിലാളികളുടെ കൂലി നൂറു രൂപയ്ക്കു താഴെയാണ്. ഹിൽടോപ്പിൽനിന്നും പീഠഭൂമിയിലേക്കിറങ്ങി ച്ചെല്ലുമ്പോൾ സീതാകുണ്ഡ് കാണാം. വനവാസകാലത്ത് വെള്ളം കിട്ടാതായപ്പോൾ രാമൻ അമ്പെയ്ത് കുളം സൃഷ്ടിച്ചുവെന്നാണ് ഐതീഹ്യം. സീതാർകുണ്ഡിലേക്ക് പോകുന്ന വഴിയിൽ ഉല്ലാസപ്രിയരായ ഏതാനും യുവതീ യുവാക്കൾ ബൈക്കുകളിൽ ചുറ്റിക്കറങ്ങുന്നുണ്ടായിരുന്നു. പാറമുകളിൽനിന്നു നോക്കിയാൽ സീതക്കുളത്തിലെ ജലശേഖരം കാണാം. ഏതാനും മനുഷ്യർ ചൂണ്ടയിടുന്നുണ്ടായിരുന്നു. പാറക്കൂട്ടങ്ങളിൽനിന്നും ഇറങ്ങി പാറപ്പൊടികളും ചരൽക്കല്ലുകളും നിറഞ്ഞ വഴിയിലൂടെ നടന്നു. സാമാന്യം വലിയ ജലാശയമാണ്. മഴക്കാലത്ത് അതു നിറയുമത്രെ. ഇവിടെനിന്നും വെള്ളം പമ്പുചെയ്ത് കുടിക്കാനും കൃഷിക്കും എത്തിക്കുന്നു. മീൻപിടിക്കുന്നവരുടെ അടുത്തേക്കു നടന്നുചെന്നു. ഒരച്ഛനും രണ്ടു മക്കളുമാണവർ. അവർ പിടിച്ച മത്സ്യങ്ങൾ വെള്ളം നിറച്ച തൊട്ടിയിൽ പിടയ്ക്കുന്നു. അവർ മൊബൈൽ ഫോണിൽ എന്തോ കണ്ടു രസിച്ചിരിക്കുകയാണ്. പരിസരം മറന്നുള്ള ഇരിപ്പിൽ സന്ദർശകനെ കാണുന്നില്ല. സമീപത്തേക്കു ചെന്നു. രാമായണം സീരിയലിന്റെ ബംഗ്ളാ പതിപ്പാണ്. എത്ര വേഗത്തിൽ രാമൻ അവരുടെ സ്വന്തമായിക്കഴിഞ്ഞു! ഇന്ത്യയിലെമ്പാടും മതാത്മകത പ്രേരിപ്പിക്കുന്നതിൽ രാമായണം സീരിയൽ വഹിക്കുന്ന പങ്ക് ഒരിക്കൽക്കൂടി ബോദ്ധ്യമായി. സീതയ്ക്കു ദാഹം തീർക്കാനായി രാമൻ തീർത്ത കുളത്തിനുള്ളിലിരുന്ന് ആധുനിക മനുഷ്യൻ രാമാവതാര സീരിയൽ കാണുന്നു!

അജോദ്ധ്യയിലെ ആദിവാസി സമൂഹവും പുണ്യവനങ്ങളും

അജോദ്ധ്യകുന്നുകളിൽ നൂറിലേറെ ആദിവാസി ഊരുകളുണ്ട്. ഒരു പക്ഷേ, ബംഗാളിലെ ഏറ്റവും ദരിദ്രരായ മനുഷ്യർ ഇവരായിരിക്കും. വനസമൃദ്ധമായിരുന്ന അജോദ്ധ്യകുന്നുകൾ ഇപ്പോൾ ബംഗാളിലെ പ്രധാന വിനോദ സഞ്ചാര കേന്ദ്രങ്ങളിലൊന്നാണ്. അജോദ്ധ്യയിലെ സംരക്ഷിത വനപ്രദേശങ്ങളിലേക്ക് സന്ദർശകർ അവധി ദിനങ്ങളിൽ ഒഴുകിയെത്താറുണ്ട്. പ്രധാന ആകർഷകകേന്ദ്രങ്ങളിലൊന്നായ പത്ഥർഖഡാൻ തടാകം നിർമ്മിച്ചിരിക്കുന്നത് മൈനുകൾ ഉപയോഗിച്ചു തകർത്ത കരിങ്കൽ മലകൾക്ക് ചുവടെയാണ്. പ്രകൃതിയോടുചെയ്ത കടുംകൈകളുടെ കാഴ്ചകൾ ഇവിടെനിന്നും തുടങ്ങുകയാണ്. ഏകദേശം 600 മീറ്റർ മുകളിൽനിന്നും പതിക്കുന്ന ബാമ്നി വെള്ളച്ചാട്ടവും കുറെക്കൂടി ചെറിയ തുർഗ്ഗ വെള്ളച്ചാട്ടവും മലമുകളിലും ചുവട്ടിലുമായി നിർമ്മിച്ച അജോദ്ധ്യ

അപ്പർഡാമും ലോവർഡാമും ചോരിദഗ്രാമവും അവിടത്തെ തടികൊണ്ട് നിർമ്മിച്ച മുഖംമൂടികളും ചൗ നൃത്തവും നമ്മെ ആകർഷിക്കാതിരിക്കില്ല. പക്ഷിപഹാറിൽ നിന്നാൽ മലഞ്ചെരുവിലൂടെ പറന്നകലുന്ന പക്ഷിക്കൂട്ട ങ്ങളെക്കാണാം. മയൂർമലകളിൽനിന്നു നോക്കിയാൽ ചുവട്ടിൽ വിശാല മായ ഛോട്ടാനാഗ്പൂർ പീഠഭൂമിയും സുബർണ്ണരേഖ നദിയും കാണാ നാവും. കാർഷികാവശ്യത്തിനായി വെള്ളം ശേഖരിക്കുന്ന മുർഗ്ഗുമ തടാ കവും ശ്രീരാമക്ഷേത്രവും സ്വഛന്ദവാസം കൊതിക്കുന്നവരുടെ പറുദീ സയാണ്.

അജോദ്ധ്യയിലെ മനുഷ്യർ വിനോദസഞ്ചാരികളുമായി അടുത്തിട പഴകുമ്പോഴും അകലം പാലിക്കുന്നവരാണ്. ആദിവാസി ഗ്രാമങ്ങൾ അടു ത്തുകാണാൻ പാക്കേജ് ടൂറിന്റെ ഭാഗമായെത്തുന്നവർ അവരുടെ സ്വകാ ര്യതയെ മാനിക്കാറില്ല. അതിന്റെ പ്രതിഷേധം അവരുടെ മുഖങ്ങളിൽ കാണാം. വിനോദസഞ്ചാരികളെ ലക്ഷ്യമിട്ട് ഏതാനും ഹോട്ടലുകളും മോട്ടലുകളും അവിടെ പ്രവർത്തിക്കുന്നുണ്ട്. മുമ്പ് ആദിവാസികളുടെ മാത്രം ആവാസകേന്ദ്രമായിരുന്ന അജോദ്ധ്യകുന്നുകളിൽ ഇന്ന് പുറത്തു ള്ളവർ ആധിപത്യം സ്ഥാപിച്ചിരിക്കുന്നു. റോഡുനിർമ്മാണം, വനവല്ക്ക രണം, ഹോട്ടലുകൾ, പ്രാഥമിക ആരോഗ്യകേന്ദ്രങ്ങൾ, പ്രൈമറി–സെ ക്കന്ററി വിദ്യാലയങ്ങൾ, വിവിധ സർക്കാർ വകുപ്പുകളുടെ ഓഫീസു കൾ എല്ലാം വന്നതോടെ അവിടേക്കെത്തിപ്പെട്ട പുറത്തുനിന്നുള്ളവർ ഇന്ന് ഈ കുന്നിലെ താമസക്കാരായി. പ്രധാനപ്പെട്ട തൊഴിലുകളെല്ലാം പുറത്തുനിന്നുള്ളവരാണ് നിർവ്വഹിക്കുന്നത്. അടിയാളത്തൊഴിലുകൾ മാത്രമെ ആദിവാസികൾക്ക് ലഭിക്കുന്നുള്ളൂ. ഒരുതരം കോളനിവല്ക്കര ണത്തിന് തദ്ദേശീയർ വിധേയരായിക്കഴിഞ്ഞു. വിദ്യാഭ്യാസത്തിലും സാങ്കേതികവിദ്യയിലുമുള്ള പിന്നോക്കാവസ്ഥ അവരുടെ അടിമസമാന മായ ജീവിതത്തിന് ആക്കംകൂട്ടുന്നു.

അജോദ്ധ്യയിൽ വിവിധ പദ്ധതികൾക്കായി മരങ്ങൾ മുറിച്ചുമാറ്റപ്പെ ട്ടപ്പോൾ ഉയർന്നുവന്ന പ്രതിഷേധക്കൊടുങ്കാറ്റിന്റെ ഉള്ളറകളിലേക്കിറ ങ്ങിച്ചെന്നാൽ ആദിവാസികളുടെ ആചാരങ്ങളും മരങ്ങളും പ്രകൃതിയും തമ്മിലുള്ള മുറിക്കാനാവാത്ത ബന്ധം കാണാം. കേരളത്തിലെ മനുഷ്യർ കാവുകളിലൂടെ മരങ്ങൾ സംരക്ഷിച്ചുപോന്നതുപോലെ അജോദ്ധ്യയിലെ ആദിവാസി സമൂഹങ്ങൾ വനത്തെ പുണ്യവനങ്ങളായാണ് (Sacred Groves) കാണുന്നത്. ഇത്തരത്തിലുള്ള പ്രകൃതിയാരാധന ഇന്ത്യയിലെ മ്പാടും നമുക്ക് കാണാവുന്നതാണ്. മറ്റു സംസ്ഥാനങ്ങളിൽ വനഭൂമിയുടെ ഉടമസ്ഥത വനംവകുപ്പിനോ റവന്യൂവകുപ്പുനോ സ്വകാര്യവ്യക്തി കൾക്കോ ആണെങ്കിൽ അജോദ്ധ്യയിലെ വനഭൂമിയുടെ ഉടമസ്ഥത ഗോത്രസമൂഹങ്ങൾക്കാണ്.

പ്രകൃതിയാരാധനയുടെ ഭാഗമാണ് അവർക്ക് വനസംരക്ഷണം. അവ രുടെ ദേവതകളും പരേതരുടെ ആത്മാക്കളും ഈ മരങ്ങൾക്കിടയിലാണ് വസിക്കുന്നതെന്നവർ കരുതുന്നു. ഈ പുണ്യവനങ്ങളെ സൂക്ഷ്മ പാരി

സ്ഥിതിക സോണുകളായി കാണാം. ജീവശാസ്ത്രപരവും സാംസ്കാരികവുമായ വൈവിദ്ധ്യങ്ങളുടെ ഇടംകൂടിയാണിത്. വിവിധ വിശ്വാസധാരകൾ, അവരുടെ ആചാരങ്ങൾ, വിലക്കുകൾ, മറ്റു ജന്തുജാലങ്ങളോടുള്ള സഹജ സൗഹൃദങ്ങൾ.. ഒക്കെയും പരിസ്ഥിതി സംരക്ഷണത്തിന്റെ ഉപാധികളായി ഇവിടെ മാറുന്നു.

ആദിവാസി ജീവിതങ്ങൾ

പുരുലിയ ജില്ല ആദിവാസി നിബിഡമായ ഒരു ജില്ലയാണ്. ഏതാണ്ട് പതിനഞ്ചോളം ഗിരിവർഗ്ഗക്കാർ ഇവിടെ വസിക്കുന്നു. സബർ, ബിറോർ, ചിക്ബരൈക്, പഹാരിയ, ബെദിയ, ബഡോമാജി, ഭൂമിജി, ദുനിയ, കർമാലി, കൊറമുടി, ലൊഹാര, മാഹാളി, മുണ്ട ഓറാവോൻ, സന്താൾ എന്നിവരാണവർ. ഇതിൽ ഒരു വിഭാഗവും ഇന്ന് തനതായി വസിക്കുന്നില്ല. അവർ സ്വാംശീകരണത്തിന്റെയും സാംസ്കാരിക സമന്വയത്തിന്റെയും ഉദ്ഗ്രഥനത്തിന്റെയും സാഹോദര്യത്തിന്റെയും ഏറെ പടവുകൾ താണ്ടിക്കഴിഞ്ഞിരിക്കുന്നു. സാമൂഹ്യപരിണാമത്തിന്റെ പ്രക്രിയയിൽനിന്നും ഇവർ എങ്ങനെയാണ് പുറം തള്ളപ്പെട്ടുപോയതെന്ന് നാം അത്ഭുതപ്പെടുന്നുണ്ടാവും. എന്നാൽ മെല്ലെ മെല്ലെയാണെങ്കിലും അവരും സാമൂഹ്യപുരോഗതിയുടെ വിവിധ ഘട്ടങ്ങൾ താണ്ടുകതന്നെയാണെന്നു കാണാം.

ഗോത്രജനത ഇവിടെ കൊടിയ ദാരിദ്ര്യത്തിലാണ്. അതിനുപുറമെ അത്ര ഭീഷണികൾക്കും പീഡനങ്ങൾക്കും അടിച്ചമർത്തലുകൾക്കും ചൂഷണങ്ങൾക്കും അവർ വിധേയരാകുന്നു. ഏറെയും പുറംലോകത്തുനിന്നും എത്തിയവരിൽനിന്നുമത്രെ നേരിടുന്നത്. ഭൂപ്രഭുക്കൾ, വട്ടിപ്പലിശക്കാർ, കോൺട്രാക്ടർമാർ, സർക്കാർ ഉദ്യോഗസ്ഥർ എന്നിവരെല്ലാം തന്നെ ഇക്കാര്യത്തിൽ പ്രതിസ്ഥാനത്താണ്. ആദിവാസികൾക്കെതിരായ അതിക്രമങ്ങൾ തടയാൻ മുൻ ഇടതുപക്ഷ സർക്കാർ കൊണ്ടുവന്ന നടപടികളൊക്കെയും പാതിവഴിയിൽ ഉപേക്ഷിക്കപ്പെട്ടു.

ഈ സാമൂഹ്യ സാഹചര്യത്തിലാണ് മാവോയിസ്റ്റുകൾ കടന്നുവന്നത്. 2003 മുതൽ പുരുലിയയിൽ മാവോയിസ്റ്റ് തീവ്രവാദം ശക്തിപ്രാപിച്ചു. അജോദ്ധ്യയെ ഭീകരമലയായി മാധ്യമങ്ങൾ ചിത്രീകരിച്ചുതുടങ്ങി. അജോദ്ധ്യയിൽ മാവോയിസ്റ്റ് പരിശീലനകേന്ദ്രങ്ങൾ പ്രവർത്തനം തുടങ്ങി. ഇക്കാര്യങ്ങളെപ്പറ്റിയോ അതിന്മേൽ നടക്കുന്ന രക്തച്ചൊരിച്ചിലിനെ പറ്റിയോ ഗോത്രജനതയ്ക്കു വേണ്ടത്ര അറിവുണ്ടായിരുന്നില്ല, കാരണം അവർ മാവോയിസ്റ്റുകളുടെ ലക്ഷ്യമായിരുന്നില്ല.

പുരുലിയയുടെ വികസനം മുൻനിർത്തി പല സർക്കാരിതര സംഘടനകളും രംഗത്തെത്തി. അവരിൽ ഇടതുപക്ഷ വിരുദ്ധ പ്രചരണം ലക്ഷ്യമാക്കി എത്തിയവരും ഉണ്ടായിരുന്നു. ഇക്കൂട്ടത്തിൽ ശ്രദ്ധേയമായ പ്രവർത്തനം കാഴ്ചവച്ച 'ഖേരിയ ശബർ കല്യാൺ സമിതി'യെ എടുത്തു പറയേണ്ടതുണ്ട്. വിഖ്യാത എഴുത്തുകാരി മഹാശ്വേതാ ദേബിയായിരുന്നു

ഇതിന്റെ സ്ഥാപക. ഖേരിയ ഷബർ ഗോത്രവർഗ്ഗക്കാരുടെ ക്ഷേമത്തിനായി മഹാശ്വേതാ ദേബി തന്റെ ജീവിതം ഉഴിഞ്ഞുവച്ചു. തനിക്കു ലഭിച്ച ജ്ഞാനപീഠ പുരസ്കാരത്തിന്റെയും മഗസെസെ പുരസ്കാരത്തിന്റെയും സമ്മാനത്തുക പൂർണ്ണമായും സംഘടനയ്ക്കു നല്കി.

ഇന്നു ഗോത്രവർഗ്ഗക്കാരും ഗോത്രേതരരും സാമ്പത്തിക വ്യവഹാരങ്ങളിൽ ഇടപെട്ടാണ് ജീവിക്കുന്നത്. വിറകു ശേഖരിച്ച് വില്ക്കുക, അതുകൊണ്ട് നിത്യോപയോഗ സാധനങ്ങൾ വാങ്ങുക, കൂലിപ്പണികളിൽ ഏർപ്പെടുക തുടങ്ങിയ ഉപജീവന വഴികളിൽ ഗോത്ര–ഗോത്രേതര സഹകരണം അനിവാര്യമായി തീർന്നിരിക്കുന്നു. വിവിധ പദ്ധതികൾക്കായി മരങ്ങൾ മുറിച്ചുമാറ്റിയതോടെ തങ്ങളുടെ പുണ്യവനങ്ങൾ അപ്രത്യക്ഷമായതിലും ആചാരാനുഷ്ഠാനങ്ങളും ആവാസവ്യവസ്ഥയും നാശോന്മുഖമായതിലും ആദിവാസി ഗോത്രസമൂഹങ്ങൾ നൈരാശ്യത്താലാണ്. കാടുകൊണ്ടു ജീവിച്ചവർക്ക് നാട്ടിലെ ജീവിതസരമങ്ങളിൽ മുന്നേറാനായില്ല.

സിവിൽ സമൂഹത്തിൽ നാം കാണുന്നപോലുള്ള സമ്പന്ന ദരിദ്രവിടവ് ആദിവാസി സമൂഹങ്ങൾക്കിടയിലും വർദ്ധിച്ചുവരുന്നു. അവർക്കിടയിൽ നിന്നും ഉയർന്നുവന്ന ഭൂവുടമകളും വിദ്യാസമ്പന്നരുമായ വിഭാഗങ്ങൾ മറ്റുള്ളവരെ ചൂഷണം ചെയ്യുന്നതിൻ ഒട്ടും പിന്നിലല്ല. ചൂഷണം ഒരു വർഗ്ഗപ്രശ്നം തന്നെയാണ്. വിവിധ ആദിവാസിക്ഷേമ പദ്ധതികളിലൂടെ കേന്ദ്ര–സംസ്ഥാന സർക്കാരുകൾ അനുവദിക്കുന്ന തുക ഈ ചെറുന്യൂനപക്ഷം കൈക്കലാക്കുന്നതായി പഠനങ്ങൾ തെളിയിക്കുന്നു.

ഗ്രോത്രസമൂഹങ്ങൾക്കിടയിലും മതാത്മാകത കടന്നുവരുന്നതായി കാണാം. ഗോത്ര ദൈവങ്ങളും ആചാരങ്ങളും സംസ്കൃതവല്ക്കരണം വഴി സവർണ്ണ ദൈവങ്ങൾക്ക് വഴിമാറുന്നു. സംഘപരിവാറിന്റെ പ്രവർത്തനം അവർക്കിടയിൽ സജീവമാണ്. ക്ഷേത്രങ്ങളും ടൂറിസ്റ്റുകേന്ദ്രങ്ങളും ചുറ്റിപ്പറ്റി ആത്മീയവ്യവസായം പൊടിപൊടിക്കുന്നുണ്ട്. വ്യാജസിദ്ധന്മാരും സന്ന്യാസികളും ആദിവാസി സമൂഹങ്ങളെ കൂടുതൽ കൂടുതൽ ആകർഷിക്കുന്നു. 'പുണ്യവനങ്ങ'ളുടെ തിരോധാനം അവരുടെ ആചാരങ്ങളെയും വിശ്വാസങ്ങളെയും തകിടംമറിച്ചിരിക്കുന്നു.

ആദിവാസി മേഖലകൾക്കായി സർക്കാർ പ്രഖ്യാപിച്ചിട്ടുള്ള ക്ഷേമപ്രവർത്തനങ്ങൾ പലതും കടലാസിൽമാത്രം ഒതുങ്ങുന്നവയാണ്. ഗോത്രസമൂഹത്തോട് തന്മയീഭവിക്കാൻ കഴിയാത്ത ഉദ്യോഗസ്ഥവൃന്ദം യഥാർത്ഥത്തിൽ ശാപമായി മാറിക്കഴിഞ്ഞിരിക്കുന്നു. ബംഗാളിൽ പ്രചാരത്തിലുള്ള മൊല്ലാ നസറുദ്ദീന്റെ ഒരു കഥ അനൂപ് കാന്തി കോനാർ *പുണ്യവനങ്ങളെയും ആദിവാസി ജീവിതങ്ങളെയും* പറ്റി നടത്തിയ പഠനത്തിൽ ഉദ്ധരിക്കുന്നു. അതിപ്രകാരമാണ്:

"മുല്ല ഒരു കിലോ ഇറച്ചി വാങ്ങി ഭാര്യയെ ഏല്പിച്ചു. പാചകം ചെയ്ത ശേഷം അവൾ രുചിച്ചു നോക്കി. നല്ല സ്വാദ്. സിംഹഭാഗം ഇറച്ചിയും അവൾ അകത്താക്കി. അവൾ മുല്ലയോടു പറഞ്ഞു. കള്ളിപ്പൂച്ച

എല്ലാം അകത്താക്കി. മുല്ല പൂച്ചയെ തൂക്കിനോക്കി. അതിന് ഒരു കിലോ തൂക്കം മാത്രം. അത്ഭുതപ്പെട്ടുപോയ മുല്ല ഭാര്യയോടു ചോദിച്ചത്രെ. “ഇതാണാ പൂച്ചയെങ്കിൽ ഇറച്ചി എവിടെപ്പോയി. അല്ല ഇതാണിറച്ചിയെങ്കിൽ പൂച്ച എവിയെപ്പോയി?” ഇതാണു നമ്മുടെ നാട്ടിലെ ആദിവാസി ക്ഷേമത്തിന്റെ കൃത്യമായ ഉദാഹരണം.”

ഗ്രോത്ര സമൂഹങ്ങളുടെ സാമൂഹ്യാസ്തിത്വം പല ഘടകങ്ങളെയും ആശ്രയിച്ചാണ് നിലകൊള്ളുന്നത്. വിശ്വാസങ്ങൾ, ആചാരങ്ങൾ. അനുഷ്ഠാനങ്ങൾ എന്നീ ഘടകങ്ങൾ അതിൽ പ്രധാനപ്പെട്ടതാണ്. പരമ്പരാഗത മൂല്യങ്ങളിന്മേലുള്ള അമിതമായ ആശ്രയത്വം ഒരുതരം ആദിവാസി മൗലിവാദകത്തിലേക്കു നയിക്കുന്നു. പാരമ്പര്യഘടകങ്ങൾ വെല്ലുവിളിക്കപ്പെടുമ്പോൾ അതിന്റെ പ്രതിരോധമെന്നനിലയിൽ മൗലികതാവാദത്തിലേക്ക് മടങ്ങാനുള്ള സാദ്ധ്യത ഏറെയാണ്. അവിടെ ആദിവാസി സമൂഹങ്ങളുടെ ആധുനികവല്ക്കരണത്തിന്റെയും ജനാധിപത്യവല്ക്കരണത്തിന്റെയും പ്രാധാന്യം ഏറുന്നു. ആദിവാസികളുടെ വേഷം, ഭാഷ ഭക്ഷണം, സംസ്കാരം, ആചാരങ്ങൾ എന്നിവയ്ക്കുകൂടി ഇടമുള്ള ജനാധിപത്യവല്ക്കരണത്തിൽ മാത്രമേ അവരുടെ മനസ്സ് ഉണ്ടാകൂ.

അജോദ്ധ്യയിലെ ഗോത്രസമൂഹത്തിലേക്ക് ‘പരിവർത്തൻ’ കൊണ്ടുവരാൻ മമതാ ബാനർജിക്ക് കഴിയുമെന്ന് മഹാശ്വേതദേബി ഉൾപ്പെടെയുള്ളവർ കരുതി. പ്രകൃതി സംരക്ഷണത്തിന്റെ പേരിൽ അജോദ്ധ്യകുന്നുകളിൽ ഉയർന്ന കലാപത്തിൽ മാവോയിസ്റ്റുകൾ മുതൽ തൃണമൂൽ കോൺഗ്രസ് വരെയുണ്ടായിരുന്നു. അവരെയെല്ലാം കൂട്ടിയോജിപ്പിച്ച ഒരേയൊരു ഘടകം ഇടതുപക്ഷ സർക്കാരിനോടുള്ള വിരോധം മാത്രമായിരുന്നു. ഇടതുപക്ഷ ഭരണം പോയി പ്രക്ഷോഭകാരികളും മലയിറങ്ങി. മഹാശ്വതാദേബി ഒടുവിൽ മമതയുടെ കടുത്ത വിമർശകയായി.

അജോദ്ധ്യയിൽനിന്നുള്ള അവസാന ബസ് മലയിറങ്ങുമ്പോൾ പടിഞ്ഞാറ് ചുവന്നിരുന്നു. ഇരുളിന്റെ കനം കൂടിവന്നു. ഗോത്രസമൂഹങ്ങളുടെ നൈരാശ്യം തളംകെട്ടിക്കിടക്കുന്നു. അവരുടെ പേരിൽ കലാപമുയർത്തിയവർ അവരുടെ ജീവിതത്തിൽ മാറ്റം കൊണ്ടുവന്നില്ല. അജോദ്ധ്യകുന്നുകൾ ഇന്ന് ശാന്തമാണ്.

ബിഷ്ണുപ്പൂർ ചരിത്രവും മിത്തും ഇടകലരുന്ന മണ്ണ്

പുരുലിയ റെയിൽവേ സ്റ്റേഷനിൽ പുലർച്ചയ്ക്ക് 5 മണിയോടെ എത്തി. ചായാവാലയുടെ ചുറ്റും ആളുകൾ തിക്കിത്തിരക്കുന്നു. ഹൗറ യിലേക്കുള്ള ജനശതാബ്ദി എക്സ്പ്രസ് പ്ലാറ്റ്ഫോമിൽ പിടിച്ചിട്ടിട്ടുണ്ട്. വാതിലുകൾ തുറക്കുകയോ ലൈറ്റ് തെളിയുകയോ ചെയ്തിട്ടില്ല. റെയിൽവേ സ്റ്റേഷന്റെ മേല്ക്കൂര താങ്ങിനിർത്തുന്ന ഇരുമ്പ് തൂണിൻ ചുവട്ടിലെ സിമെന്റ് കെട്ടിൽ ഇരുന്ന് പ്രഭാത പത്രത്തിലൂടെ കണ്ണോ ടിച്ചു. "tukde tukde' hurled back at govt" ഫെറോസ് എൽ വിൻസെന്റ് ന്യൂഡൽഹിയിൽ നിന്നും *ടെലഗ്രാഫ്* പത്രത്തിലെഴുതിയ റിപ്പോർട്ടാണ്. പാർലമെന്റിനു മുന്നിൽ ഇടതുപക്ഷ പാർട്ടികൾ നടത്തിയ പ്രകടന ത്തെക്കുറിച്ചുള്ളൊരു റിപ്പോർട്ടാണത്. ജമ്മു–കാശ്മീരിനുള്ള പ്രത്യേക പദവി എടുത്തു കളഞ്ഞതിൽ പ്രതിഷേധിച്ചായിരുന്നു മാർച്ച്. " പാർല മെന്റ് എപ്പോഴെല്ലാം ദുർബ്ബലമാകുന്നുവോ അപ്പോഴെല്ലാം തെരുവുക ളുടെ ശക്തി ഇന്ത്യയെ രക്ഷിക്കാനെത്തും." ബൃന്ദയുടെ വാക്കുകളാ ണ്. രാജ്യത്തെയാകമാനവും കാശ്മീരിനെയും ടുക്ടേ ടുക്ടേ ആക്കി യത് ഇപ്പോൾ ആരാണെന്നവർ ചോദിക്കുന്നു.

വാർത്ത മുഴുവനാക്കും മുമ്പേ തീവണ്ടിയിൽ ലൈറ്റുകൾ തെളി ഞ്ഞു. ആളുകൾ തിക്കിത്തിരക്കി. എത്ര സീറ്റുകൾ ഒഴിഞ്ഞുകിടന്നാലും റിസർവേഷൻ ഉണ്ടായാലും ഇന്ത്യാക്കാർ വാഹനങ്ങളിൽ തിക്കിത്തിര ക്കിയേ കയറൂ. അവരവരുടെ സീറ്റുകൾ കണ്ടെത്തിയ നിർവൃതിയിൽ അവരുടെ കണ്ണുകൾ അടഞ്ഞു. ട്രെയിൻ മെല്ലെ നീങ്ങി വേഗത യാർജ്ജിച്ചു. പുരുലിയയിലെ നശിപ്പിക്കപ്പെട്ട വനസ്ഥലികളും മേച്ചിൽപ്പു റങ്ങളും നെൽപ്പാടങ്ങളും ജലാശയങ്ങളും പിന്നിടുന്നത് തെളിഞ്ഞുവ രുന്ന നാട്ടുവെളിച്ചത്തിലൂടെ കണ്ടു. പ്രഭാതക്കുളിര് ജനാലയിലൂടെ അടി

ബിഷ്ണുപ്പൂരിലെ ടെറാക്കോട്ട ക്ഷേത്രം

ച്ചുകയറി. പലരും ഷട്ടറുകൾ താഴ്ത്തി. എത്ര കൊടിയ തണുപ്പാകട്ടെ ജാലകക്കാഴ്ചകൾ കൊട്ടിയടക്കാനാവില്ല. കണ്ണുകൾ തുറന്നുപിടിച്ചാലും ഉറക്കം പതുങ്ങിയെത്തുകതന്നെ ചെയ്യും. തുറന്നിട്ട ജാലകത്തിലൂടെ കാണപ്പെടുന്ന കാഴ്ച മെല്ലെ ഔട്ട് ഓഫ് ഫോക്കസാവും. ഏതെങ്കിലുമൊരു സ്റ്റേഷനിൽ വണ്ടി നില്ക്കുമ്പോൾ ഉറക്കം ഇറങ്ങിപ്പോവുകയും ചെയ്യും. ഒന്നുരണ്ടു ഗോമാതാക്കൾ കൂസലന്യേ പാളത്തിനരികിലൂടെ നടന്നുപോയി. അവയ്ക്കല്പം അഹങ്കാരം കൂടിയിട്ടുണ്ട്, ഈ അടുത്തകാലത്ത്.

ബാങ്കുറജില്ലയിൽപ്പെട്ട ഒരു ചെറുപട്ടണമാണ് ബിഷ്ണുപ്പൂർ. പശ്ചിമബംഗാളിനെ അഞ്ച് അഡ്മിനിസ്ട്രേറ്റീവ് ബ്ലോക്കുകളായി തിരിച്ചിട്ടുണ്ട്. അതിലൊന്നായ മേദിനിപ്പൂർ അഥവാ മിഡ്നാപ്പൂരിന്റെ ഭാഗമാണ് ബാങ്കുറ ജില്ല. പുരുലിയയുമായി തൊട്ടുകൊടുക്കുന്ന പ്രദേശം. കോൾ–മുണ്ട വിഭാഗത്തിൽപ്പെട്ട ആദിവാസികളുടെ ഭാഷയിൽ 'ഒറ' അല്ലെങ്കിൽ 'റാ' എന്നുപറഞ്ഞാൽ ആവാസസ്ഥലം എന്നാണർത്ഥം. 'ബാങ്കു' എന്നാൽ മനോഹരം എന്നും. അതായത് ബാങ്കുറ എന്നാൽ മനോഹരമായ പ്രദേശം എന്നു വിവക്ഷ. ബംഗാൾ സമതലത്തിൽ നിന്നും ഛോട്ടാ നാഗ്പൂർ പീഠഭൂമിയിലേക്കുള്ള പ്രവേശന കവാടം കൂടിയാണ് ബാങ്കുറ. ഈ പട്ടണത്തിന്റെ സ്ഥാപകൻ എന്നു കരുതുന്ന ഗ്രാമത്തലവൻ ബങ്കുറായിയുടെ പേരിൽ നിന്നും ബാങ്കുറ സിദ്ധിച്ചു എന്നു കരുതുന്നവരുമുണ്ട്.

ബാങ്കുറ റെയിൽവേ സ്റ്റേഷന്റെ സൂചികകൾ കണ്ടുതുടങ്ങിയപ്പോൾ തൊട്ടടുത്തിരുന്ന ചെറുപ്പക്കാരൻ പറഞ്ഞു:

"ദാദ അടുത്തസ്റ്റേഷനാണ് ബിഷ്ണുപ്പൂർ. ഇറങ്ങാൻ തയ്യാറായിക്കോളൂ."

ഏതാനും സമതലങ്ങളും നെൽപ്പാടങ്ങളും ഈന്തപ്പനക്കൂട്ടങ്ങളും

കടന്നുപോയി. മെല്ലെ വാതിലിനരികിലേക്ക് നീങ്ങി. ബാങ്കുറയിൽ നിന്നും കയറിയ വിദ്യാർത്ഥികൾ കലപില കൂട്ടി. അവരും ബിഷ്ണുപ്പൂരിലേക്കാണെന്നു തോന്നുന്നു. വാതിലിനരികിൽത്തന്നെയുണ്ട്. വണ്ടി വേഗത കുറച്ചു. ഒരു സ്റ്റേഷൻ അടുത്തുവന്നു. ഇംഗ്ലീഷിലും ഹിന്ദിയിലും ബംഗാളിയിലും എഴുതിയിരിക്കുന്നു– ബിഷ്ണുപ്പൂർ.

ബിഷ്ണുപ്പൂർ സാമാന്യം വലിപ്പമുള്ള സ്റ്റേഷനാണ്. മേല്പാലം കയറിയിറങ്ങി റിസർവേഷൻ കൗണ്ടറിലേക്ക് നടന്നു. അപ്പോൾ സമയം രാവിലെ ഏഴ് മുപ്പത്. കൊൽക്കത്തയിലേക്ക് മടങ്ങാനുള്ള ടിക്കറ്റ് ബുക്ക് ചെയ്യണം. കൗണ്ടറിനുമുന്നിൽ എഴുതിയിരിക്കുന്നത് വായിച്ചു. റിസർവേഷൻ രാവിലെ എട്ടുമണിമുതൽ. അരമണിക്കൂറുണ്ട്. ബാഗ് കൗണ്ടറിന് മുന്നിൽവച്ച് പുറത്തേക്ക് നടന്നു. ആരെങ്കിലും കൊണ്ടുപോകുന്നെങ്കിൽ കൊണ്ടുപോകട്ടെ. നഷ്ടപ്പെടാൻ ഏതാനും മുഷിഞ്ഞ തുണികൾ മാത്രം. മഞ്ഞത്തലപ്പാവണിഞ്ഞ ടാക്സികളും സൈക്കിൾ റിക്ഷകളും യാത്രക്കാരെ കാത്തുകിടക്കുന്ന പാർക്കിങ് ഏര്യക്കപ്പുറത്തേക്കു നടന്നു. അവിടെ ചായാവാലയുണ്ട്. മറ്റൊന്നും ചെയ്യാനില്ലാത്തപ്പോൾ ചായകുടിക്കുക ഒരു ശീലമായിക്കഴിഞ്ഞു. പുകവലി ക്രിമിനൽ കുറ്റമാക്കിയപോലെ ചായയും നിരോധിക്കപ്പെട്ടേക്കാം. ചായയിൽ നിന്നും ഊറിവരുന്ന നിക്കോട്ടിൻ നമ്മുടെ ആമാശയത്തിൽ നിറയുന്നതും അതു പിഴിഞ്ഞെടുത്താൽ ഒരു ബക്കറ്റോളം വരും എന്നതുമായ പരസ്യം ഏതു നിമിഷവും നമ്മുടെ തിയേറ്ററുകളിൽ എത്തിയേക്കും.

മടങ്ങിയെത്തിയപ്പോൾ ടിക്കറ്റ് കൗണ്ടർ സജീവമായിക്കഴിഞ്ഞു. ലഗേജുകൾ അവിടെത്തന്നെയുണ്ട്. വരുന്നവർ വരുന്നവർ ഇടപാടുകഴിഞ്ഞ് വേഗത്തിൽ നടന്നുപോകുന്നു. റിസർവേഷൻ കൗണ്ടറിൽ ആരും എത്തിയിട്ടില്ല. സമയം പോകാൻ ടിക്കറ്റ് കൗണ്ടറിലേക്ക് നടന്നു. കൗണ്ടറിലിരിക്കുന്ന യുവാവിനോട് റിസർവേഷൻ ഫോറം ചോദിച്ചു. അയാൾ ഫാറം എടുത്തുതന്നശേഷം ബംഗാളിയിൽ സംസാരം തുടങ്ങി. ബംഗാളിയല്ല മലയാളിയാണെന്ന് പറഞ്ഞപ്പോൾ അയാൾ ചിരിച്ചു. ഫോറം തിരികെ വാങ്ങി പൂരിപ്പിക്കാനും തുടങ്ങി. തീവണ്ടി നമ്പർ, പുറപ്പെടുന്ന സ്റ്റേഷൻ, സമയം എല്ലാം എഴുതി. പേരും വയസ്സും വിലാസവുമെഴുതി.

"കേരളം വെള്ളപ്പൊക്കക്കെടുതിയിൽ നിന്നും കരകയറിയോ ദാദ?" അയാൾ സ്നേഹം പകുത്തു.

"നിങ്ങളുടെ മുഖ്യമന്ത്രി പിണറായി വിജയൻ വളരെ മിടുക്കനാണു ദാദ. അസുഖം അവഗണിച്ച് ഓപ്പറേഷൻ മാറ്റിവച്ച് എല്ലാ നിയന്ത്രണങ്ങളും ഏറ്റെടുത്തു. അല്ലെ? പ്രസിഡൻസിയിൽ ഒരു മലയാളി പെൺകുട്ടി സഹപാഠിയായിരുന്നു. മരിയ, മരിയ അന്ന ജോൺ. അവൾ ഇപ്പോൾ കേരളത്തിലാണ്. കാര്യങ്ങളെല്ലാം വിളിച്ചു പറയും. മുഖ്യമന്ത്രിയുടെ ദുരിതാശ്വാസനിധിയിലേക്ക് ഞാനും കുറച്ചു പണം അയച്ചു ദാദാ. ഇവിടെ കാര്യങ്ങൾ വേറെ വഴിക്കാണ്. We lost our present dada. Now living in past glory".

പറഞ്ഞുനിർത്തിയശേഷം അയാൾ പൂരിപ്പിച്ച റിസർവേഷൻ ഫോറം കൈയിൽ തന്നു. എതിർ വശത്തുള്ള റിസർവേഷൻ കൗണ്ടറിലേക്ക് ചൂണ്ടിക്കാട്ടി. നന്ദി പറഞ്ഞ് റിസർവേഷൻ കൗണ്ടറിലേക്കു നടന്നു. മടക്കടിക്കറ്റ് ഉറപ്പാക്കി പുറത്തേക്കിറങ്ങി. നിരനിരയായിക്കിടന്ന ഓട്ടോകളും ടാക്സിക്കാറുകളും അപ്രത്യക്ഷമായിരിക്കുന്നു. അടുത്ത തീവണ്ടി വരുമ്പോൾ അവർ ഓടിയെത്തിയേക്കും. സൈക്കിൾ റിക്ഷകളുടെ വ്യൂഹത്തിൽ ഞാൻ അമ്പരന്നു നിന്നു.

"ആപാനി കോത്തായാ യെതേ കാനാ, ബാബു?"

"മേഘമല്ലാർ ഹോട്ടൽ?"

"എതി അനേക ദൂരാ, ബാബു."

"കത?"

"എത്ര?"

"തീൻ കിലോമീറ്റർ.."

നൂറു രൂപ പറഞ്ഞുറപ്പിച്ച് സൈക്കിൾ റിക്ഷയിലേക്ക് കാലെടുത്തു വച്ചു.

മനുഷ്യനെയിരുത്തി ചവിട്ടിക്കറക്കുന്ന ഈ പ്രാകൃതാവസ്ഥയോട് സമരസപ്പെടണോ? ആരോ ഉള്ളിലിരുന്നു പറഞ്ഞു മനുഷ്യത്വരഹിതം. അതൊരു ഉപജീവന മാർഗ്ഗവുമാണല്ലോ. ഉടൻ ബദൽ യുക്തി പ്രവർത്തനക്ഷമമായി. താത്ത്വികമല്ല പ്രായോഗികമാണു പ്രശ്നം. ഒടുവിൽ സന്ദേഹമെല്ലാം മാറ്റിവച്ച് ലിജു ഖാരേയുടെ സൈക്കിൾ റിക്ഷയിൽ നിവർന്നിരുന്നു. മേഘമല്ലാർ ഹോട്ടൽ ലക്ഷ്യമാക്കി സൈക്കിൾറിക്ഷ നീങ്ങി. ഒരു ദരിദ്ര നഗരത്തിന്റെ അടയാളങ്ങൾ എമ്പാടും പ്രത്യക്ഷമായി. ഓടകൾ പൊട്ടിയൊലിക്കുന്നതിന്റെ ദുർഗ്ഗന്ധം പ്രഭാതവായുവിൽ തങ്ങിനില്ക്കുന്നു. അലഞ്ഞുനടക്കുന്ന പശുക്കളും കറുത്ത പന്നിക്കൂട്ടങ്ങളും തെരുവുനായ്ക്കളും മനുഷ്യരും ഒരുപോലെ പങ്കിടുന്ന വഴികൾ. ബോർവെല്ലിനുമുന്നിൽ ക്യൂ നില്ക്കുന്ന സ്ത്രീകൾ, ഉന്തുവണ്ടിയിൽ പച്ചക്കറിയുമായി പോകുന്നയാൾ. പ്രധാന റോഡും ഏതാനും വളവുകളും പിന്നിട്ട് ലിജു ഖാരേ മുനിസിപ്പൽ ബസ്സ്റ്റേഷന്റെ പുതിയ മന്ദിരത്തിനു മുന്നിൽ നിർത്തി.

"ഇതാണ് ഹോട്ടൽ മേഘമല്ലാർ"

"ഇതോ?"

"അതെ."

ഒരു ചെറിയ സ്വീകരണമുറിക്ക് മുകളിൽ മാഞ്ഞ് തുടങ്ങിയ അക്ഷരങ്ങൾ ഇംഗ്ലീഷിലും, ബംഗ്ലയിലുമായി കാണപ്പെട്ടു. മേഘമല്ലാറെന്നു വായിച്ചുറപ്പിച്ചു. മുമ്പൊരു കാലത്ത് ബിഷ്ണുപ്പൂരിലെ ഏറ്റവും പ്രധാന ലോഡ്ജായിരിക്കണം ഇത്. ഇന്ന് നിരവധി ഹോട്ടലുകൾ നഗരത്തിൽ വന്നിരിക്കുന്നു. കാലത്തിനുസാക്ഷിയായി മേഘമല്ലാറങ്ങനെ നിന്നുപോയിരിക്കണം. നെറ്റിൽ നിന്നും തപ്പിയെടുത്തതാണ് ഏറ്റവും വിലകുറച്ച് രേഖപ്പെടുത്തിയ മേഘമല്ലാറിനെ.

ചിത്രഗുപ്തനെന്നപോലെ ഒരാൾ തടിച്ച ലഡ്ജറിന് മുന്നിലിരിക്കുന്നു.തലപൊക്കിനോക്കിയത് മെല്ലെയാണ്.

“അഞ്ഞൂറ് രൂപയാകും. ഠീക് ഹെ?”

മുറി തുറന്നു നോക്കി. കക്കൂസ് പോക്കാണ്.

“ഠീക്ക് നഹി ഹേ!”

അതേ ഭാഷയിൽ മറുപടി നല്കി.

മറ്റുഹോട്ടലുകൾ തേടിപ്പോകും എന്ന അവസ്ഥ വന്നപ്പോൾ വൃദ്ധൻ തുറുപ്പുചീട്ടിറക്കി.

മൂന്നുപേർക്ക് കിടക്കാവുന്ന വലിയമുറി. കക്കൂസ് കുഴപ്പമില്ല “ഫോർ ഹൺഡ്രഡ് ഓക്കെ”

“ഡബിൾ ഓക്കെ”

“എസി ചൽനെ കേലിയെ ഓർ ത്രീ ഹൺഡ്രഡ്”

“ഒ കെ”

വീണു കിട്ടുന്ന സൗഭാഗ്യങ്ങളെ തട്ടിമാറ്റാമോ?

പാടില്ല.

ബിഷ്ണുപ്പൂരിന്റെ ചരിത്രശേഷിപ്പുകളായ ടെറാക്കോട്ട ക്ഷേത്രങ്ങൾ കാണാനിറങ്ങും മുമ്പ് എസിയുടെ ശീതളിമയിൽ അല്പനേരത്തേക്കു കണ്ണുകളടച്ചു.

1000 ബിസി മുതൽ മനുഷ്യവാസം നിലനിന്നിരുന്നുവെന്ന് കണ്ടെത്തിയ പ്രദേശമാണ് ബാങ്കുറജില്ല. പ്രോട്ടോ- ആസ്ട്രലോയിഡ്-പ്രോട്ടോ ദ്രവീഡിയൻ ട്രൈബുകൾ എന്നിവരാണിവിടെ ആദിമനുഷ്യർ. ചരിത്രാതീതകാലങ്ങൾക്കുമുന്നേ അവർ ആര്യവല്ക്കരിക്കപ്പെടുകയോ പ്രോട്ടോ- ഇന്തോ-യൂറോപ്യൻ വംശങ്ങളുമായി സമരസപ്പെടുകയോ ചെയ്തിട്ടുണ്ടാവണം. ഈ പ്രദേശങ്ങൾ മുന്നേതന്നേ വടക്കേ ഇന്ത്യയിൽ നിലനിന്നിരുന്ന പ്രോട്ടോ-ഇന്തോ- യൂറോപ്യൻ വിഭാഗങ്ങളുമായി ബന്ധപ്പെട്ടുകിടക്കുന്നു. ബംഗാളിലെ മറ്റു ഭാഗങ്ങളിലേക്ക് പിന്നീടാണത് വ്യാപകമായത്.ബുദ്ധ-ജൈന സംസ്കൃതി ഇവിടെ വ്യാപിച്ചിരുന്നതായും തെളിഞ്ഞിട്ടുണ്ട്. എ ഡി ആറാം നൂറ്റാണ്ടുമുതലാണ് ആര്യമതം ഇവിടേക്ക് കടന്നുവന്നിട്ടുള്ളത്.

ഏഴാം നൂറ്റാണ്ടു മുതൽ ബ്രിട്ടീഷ് ആധിപത്യകാലംവരെ ഏകദേശം ഒരു സഹസ്രാബ്ദത്തോളം ബാങ്കുറയുടെ ചരിത്രം ബിഷ്ണുപ്പൂരിലെ ഹിന്ദുരാജാക്കന്മാരുടെ ഉയർച്ച താഴ്ചകളുമായി ബന്ധപ്പെട്ടു കിടക്കുന്നു. ബിഷ്ണുപ്പൂർ മുമ്പ് മല്ലാബം എന്നാണ് അറിയപ്പെട്ടിരുന്നത്. അക്കാലത്ത് ബിഷ്ണുപ്പൂർ രാജ്യം സന്താൾ പ്രവിശ്യമുതൽ മേദിനിപ്പൂർ വരെ വ്യാപിച്ചിരുന്നു. ബർദ്ധമാൻ ഛോട്ടാനാഗ്പൂർ പ്രദേശങ്ങൾ ഇതിൽ ഉൾപ്പെട്ടിരുന്നു. ആദിവാസി ഗോത്രസമൂഹങ്ങളുടേതായ ദാൽബം, തുങ്ബം, സാമന്തബം, വരാഹഭൂമി എന്നിവയെല്ലാം ക്രമേണ മല്ല രാജാക്കന്മാരുടെ ആധിപത്യത്തിൻ കീഴിലമർന്നു.

മല്ലരാജവംശം

ക്രിസ്തുവർഷം 695 ൽ ജീവിച്ചിരുന്ന ആദിമല്ലനാണ് മല്ലരാജവംശത്തിന്റെ സ്ഥാപകൻ. മല്ലൻ 33 വർഷം നാടുവാണു. തന്റെ പതിനഞ്ചാം വയസ്സിൽ മല്ലയുദ്ധത്തിൽ ആ നാട്ടിൽതന്നെ വെല്ലാൻ ആരുമില്ലെന്ന് തെളിയിച്ചതിനാലാണ് ആദി മല്ലന് മല്ലൻ എന്ന പേര് സിദ്ധിച്ചത്. ബാഗ്ടി രാജാ എന്നും ഈ രാജാവ് അറിയപ്പെട്ടിരുന്നു. ആദി മല്ലനെ തുടർന്ന് മകൻ ജയമല്ലൻ രാജാവായി. ജയമല്ലന്റെ കാലത്താണ് തലസ്ഥാനം ബിഷ്ണുപ്പൂരിലേക്ക് കൊണ്ടുവന്നത്. മല്ലവംശത്തിൽനിന്നും നിരവധി രാജാക്കന്മാരുണ്ടായെങ്കിലും 49-ാം രാജാവായ ബീർ ഗംഭീറിന്റെ കാലത്താണ് മല്ലരാജവംശം അതിന്റെ ഉത്തുംഗതയിലെത്തിയത്. 1586 ആകുമ്പോഴേക്കും മുഗൾ രാജാവായ അക്ബറുമായി ബീർഗംഭീർ ബന്ധം സ്ഥാപിച്ചു. അഫ്ഗാനിസ്ഥാനുമായുള്ള യുദ്ധങ്ങളിൽ അദ്ദേഹം അക്ബറിനെ സഹായിച്ചു. ബീർഗാംഭീർ പില്ക്കാലത്ത് വൈഷ്ണവമതം സ്വീകരിച്ചു. ബീർഗംഭീറിനെ തുടർന്ന് വന്ന രഘുനാഥ്സിങ്ങാണ് ക്ഷത്രിയപ്പട്ടം സ്വീകരിച്ച് സിങ് എന്ന് കൂട്ടിച്ചേർത്തത്. ലോകത്തിലെ ഏറ്റവും മനോഹര നഗരങ്ങളിലൊന്നായി ബിഷ്ണുപ്പൂരിനെ വളർത്തിയത് ഇദ്ദേഹത്തിന്റെ കാലത്താണ്. മനോഹരങ്ങളായ കൊട്ടാരങ്ങളും മന്ദിരങ്ങളും അദ്ദേഹം നിർമ്മിച്ചു. എന്നാൽ മന്ദിരങ്ങൾ നിർമ്മിച്ച് ധനം ധൂർത്തടിച്ചതിനെത്തുടർന്ന് അവർ സാമന്ത പദവിലേക്കു പതിച്ചു. തന്റെ പതിനെട്ടു പുത്രന്മാരെയും ജീവനോടെ കല്ലറയ്ക്കകത്തടച്ചു. ഒരാൾ മാത്രം രക്ഷപ്പെട്ടു. 17-ാം നൂറ്റാണ്ടോടുകൂടി ഈ രാജവംശം നാശോന്മുഖമായി. 1742 ൽ മറാത്തകൾ ബിഷ്ണുപ്പൂർ കീഴടക്കി. 1760 ൽ ബിഷ്ണുപൂർ ബ്രിട്ടീഷ് അധീനതയിലായി. മറാത്താ വാഴ്ചക്കാലം ദുരിതപൂർണ്ണമായിരുന്നു. അവർ സമ്പത്തെല്ലാം കടത്തി. കൃഷി നശിപ്പിച്ചു. 1770 ൽ ഉണ്ടായ കടുത്ത ക്ഷാമം മൂലം ആയിരങ്ങൾ ചത്തൊടുങ്ങി. നിരവധി പേർ പലായനംചെയ്തു. അങ്ങനെ തരിശ്ശായ ജീവിതങ്ങൾക്കിടയിലേക്കാണ് ബ്രിട്ടീഷ് വാഴ്ച കടന്നു വന്നത്. ബ്രിട്ടീഷ് വാഴ്ചയ്ക്കെതിരേയും അതിന്റെ ക്രൂരമായ നികുതി വ്യവസ്ഥയ്ക്ക് എതിരെയും ബാങ്കുറയുൾപ്പെടുന്ന ജംഗൽമംഹൽ പ്രദേശത്ത് ഗോത്രസംഘങ്ങൾ നടത്തിയ വിമോചന പോരാട്ടം വേണ്ട രീതിയിൽ അടയാളപ്പെടുത്തപ്പെട്ടിട്ടില്ല.. അപരിഷ്കൃതരായ മനുഷ്യർ അഥവാ 'ചൗർ' നടത്തിയ കലാപത്തെ സവർണ്ണ ചരിത്രകാരന്മാർ ചൗർ കലാപം എന്നു വിളിച്ചധിക്ഷേപിച്ചു. ചരിത്രത്തിന്റെ പാർശ്വവല്ക്കരണങ്ങളിൽ നിന്നും മോചനം നേടിയ 'ചൗർ' പോരാട്ടചരിത്രം ഇന്ന് കീഴാളചരിത്രത്തിലൂടെ ശരിയാർജ്ജിക്കുന്നു.

'ചൗർ' കലാപത്തിന്റെ വീരേതിഹാസം

പതിനെട്ടാം നൂറ്റാണ്ടിന്റെ ഉത്തരാർദ്ധം. (1760-1799). ഇന്നത്തെ ബംഗാളിലും ഝാർഖണ്ഡിലുമായി വ്യാപിച്ചു കിടക്കുന്ന പ്രദേശം. നിബി

ഡവനങ്ങളുടെ നാട്. മേദിനിപ്പൂർ പട്ടണത്തിൽ നിന്നും 8 കിലോമീറ്റർ അകലെയുള്ള കർണ്ണഘർ ക്ഷേത്രം. മഹാമായയാണ് അവിടുത്തെ പ്രധാനമൂർത്തി. ചൗര വിഭാഗത്തിൽപെട്ട ഗോത്രസമൂഹത്തിന്റെ ശക്തികേന്ദ്രമാണത്. ഇവിടെയായിരുന്നു ചൗരകലാപത്തിന്റെ എപിക് സെന്റർ. അവഗണിക്കപ്പെട്ടവരും അദ്ധ്വാനിക്കുന്നവരുമായ നാട്ടിൻപുറങ്ങളിലും വനപ്രദേശങ്ങളിലുമുള്ള സാധാരണ മനുഷ്യരെ ചൂഷണം ചെയ്യുകയും അടിച്ചമർത്തുകയും അധിക നികുതിഭാരം അടിച്ചേല്പിക്കുകയും ചെയ്ത കൊളോണിയൽ ഭരണത്തിനെതിരെ നടത്തിയ മഹാ ചെറുത്തുനില്പായിരുന്നു അത്. ഇവിടെനിന്നും തുടങ്ങിയ കലാപം മേദിനിപ്പൂർ വഴി ബാങ്കുറ പുരുലിയ മേഖലകളിലേക്ക് പടർന്നു. അക്കാലത്തെപ്പറ്റി ബ്രിട്ടീഷ് അഡ്മിനിസ്റ്റേറ്ററായ എൽ എസ് എസ് ഓ മല്ലേ *ബംഗാൾ ഗസറ്റിയറിൽ*(1911) ഇങ്ങനെ രേഖപ്പെടുത്തുന്നു.

1766 മെയ്മാസം മിഡ്നാപൂരിനു വടക്കുപടിഞ്ഞാറുള്ള പ്രദേശങ്ങളിൽ ബ്രിട്ടീഷ് ഗവൺമെന്റ് ഒരു ദൗത്യം ഏറ്റെടുത്തു. നികുതി പിരിവു നല്കാൻ തദ്ദേശിയരെ നിർബ്ബന്ധിക്കാനും കഴിയുന്നിടത്തോളം കുടിലുകൾ നശിപ്പിക്കാനുമായിരുന്നു ദൗത്യം.

1769 ഡിസംബർ മാസത്തിലും 1770 നവംബർ മാസത്തിലും ഘട്ട്സില, ബരാബം വനപ്രദേശങ്ങളിൽ ചൗരകളുടെ കലാപമുണ്ടായി. അത് മിഡ്നാപൂരിൽ എത്തിയില്ല. 1799 ജൂൺ മദ്ധ്യത്തോടെ ബ്രിട്ടീഷുകാർ കലാപത്തെ ഏറെക്കുറെ അടിച്ചമർത്തി. ഈ സംഭവത്തെ 1967 ൽ പ്രസിദ്ധീകരിച്ച *സർവ്വവിജ്ഞാനകോശത്തിൽ* ഇങ്ങനെയാണ് രേഖപ്പെടുത്തിയിരിക്കുന്നത്. (പ്രമുഖ നരവംശ ശാസ്ത്രജ്ഞനായ നിർമ്മൽ കുമാർ ബോസ് നിരഞ്ജൻ റേ തുടങ്ങിയ പണ്ഡിതന്മാർ ചേർന്നാണ് തയ്യാറാക്കിയത്)

“ജംഗൽമഹൽ മേദിനിപ്പൂർ മേഖലകളിലെ കാട്ടുജാതിക്കാരെയാണ് ചൗർ എന്ന് വിളിക്കുന്നത്. അവർ കൃഷിക്കാരല്ല വേട്ടക്കാരാണ്. ജീവസന്ധാരണത്തിനായി വനവിഭവങ്ങൾ ശേഖരിച്ച് വില്ക്കുകയും അവസരം കിട്ടിയാൽ മോഷ്ടിക്കുകയും ചെയ്യും. അവർ കിരാതരും ക്രൂരരുമാണ്. ചൗർ എന്ന പേരുതന്നെ അവരുടെ രാക്ഷസീയതയ്ക്കും ക്രൂരതയ്ക്കും ഇണങ്ങുന്നതാണ്. ഇവർ ഏറെയും സെമീന്ദർമാരുടെ കാവല്ക്കാരാണ്. പകരം അവരുടെ വസ്തുക്കളിൽ കുടികിടപ്പവകാശം നല്കും. സെമീന്ദർമാർ കൊള്ള നടത്തുന്നതിന് ഇവർ സഹായിക്കും. 1760 ൽ മേദിനിപ്പൂർ ബ്രിട്ടീഷ് ഭരണത്തിൻ കീഴിലായി. ബ്രിട്ടീഷുകാർ ഇവരെ കീഴ്പ്പെടുത്താനും അവരെക്കൊണ്ട് നികുതി പിരിപ്പിക്കാനും നോക്കി. അവിടെ നിയമവാഴ്ച സ്ഥാപിക്കാൻ അവർ ശ്രമിച്ചു. ചൗരകളുടെ പ്രദേശം നികുതിരഹിത ഭൂമിയായി അവർ കണക്കാക്കി പോന്നിരുന്നു. ഈ സ്ഥലം ബ്രിട്ടീഷുകാർ പിടിച്ചെടുത്തു. തങ്ങളുടെ ജീവനോപാധികൾ നഷ്ടമായ ചൗരകൾ തുടർച്ചയായ കലാപങ്ങളിൽ ഏർപ്പെട്ടു. 1798, 1799–1800 എന്നീ ഘട്ടങ്ങളിലാണ് സമരം രൂക്ഷമായത്. 1800 ൽ മാധവ സിങ്ങ എന്നൊ

രാളിന്റെ നേതൃത്വത്തിൽ തുടങ്ങിയ കലാപം അടിച്ചമർത്താൻ ബ്രിട്ടീഷുകാർക്ക് ബലപ്രയോഗം നടത്തേണ്ടിവന്നു."

ഇത്തരം ചരിത്രാഖ്യാനങ്ങൾ ആര്യവല്ക്കരണത്തെ തുടർന്ന് ബഹിഷ്കൃതരായ മനുഷ്യരുടെ അസ്തിത്വത്തെ മാനിക്കാത്തതും അവരുടെ ജീവിതത്തെയും പോരാട്ടങ്ങളെയും വിമോചനത്തിനുള്ള പോരാട്ടമായി കാണാത്തതുമാണ്. മാന്യന്മാരുടെ സമരം മാത്രമെ അവരെ സംബന്ധിച്ച് സ്വാതന്ത്ര്യ സമരമാകൂ. ബ്രിട്ടീഷുകാർക്കെതിരെ ഇന്ത്യയിലെമ്പാടും ആദിവാസി ഗോത്രസമൂഹങ്ങൾ നടത്തിയ ധീരോദാത്തമായ ചെറുത്തുനില്പുകളുടെ ചരിത്രം ഇനിയും രചിക്കപ്പെടേണ്ടിയിരിക്കുന്നു. ബിഷ്ണുപ്പൂർ തുടങ്ങിയ ചരിത്രഭൂമിയുടെ പിന്നാമ്പുറങ്ങളിൽ നിന്നും ചരിത്രത്തിന്റെ തേങ്ങലുകൾ നമുക്കിന്നും കേൾക്കാം.

ബിഷ്ണുപ്പൂരിലെ ടെറാക്കോട്ടക്ഷേത്രങ്ങൾ

മേഘമല്ലാർ ലോഡ്ജിൽനിന്നും മുറിപൂട്ടി പുറത്തിറങ്ങുമ്പോൾ ലിജുഘാരയുടെ സൈക്കിൾറിക്ഷ കാത്തുനില്ക്കുന്നുണ്ടായിരുന്നു. വെയിൽ കനത്തുതുടങ്ങിയിരുന്നു. സൈക്കിൾ റിക്ഷയിൽ കയറിയിരുന്നു. ലിജുവിന്റെ കാൽ പെഡലിൽ ബലപ്രയോഗം നടത്തി. അയാളുടെ നെറ്റിയിൽ ക്രമേണ വിയർപ്പുമുത്തുകൾ മുളയ്ക്കുകയും ഷർട്ട് കുതിരുകയും ചെയ്തു. ബിഷ്ണുപ്പൂരിലെ താഴ്നിലങ്ങളിലൊന്നിൽ താനെ പൊന്തിയ ചേരികളിലൊന്നിലാണ് അയാളുടെ വീട്. വീടിന് ഇനിയും നമ്പർ കിട്ടാത്തതിന്റെ വിഷമത്തിലാണയാൾ. "നമ്പർ കിട്ടിയിട്ടു

ടെറാക്കോട്ട ശില്പഭംഗി

വേണം വൈദ്യുതി കണക്ഷൻ ലഭിക്കാൻ. ഇപ്പോൾ അടുത്ത വീട്ടുകാരന്റെ ഔദാര്യത്തിലാണ് വൈദ്യുതി. കുട്ടികൾ പഠിക്കുന്നു. അവർക്ക് വെട്ടം വേണം സാബ്. അവർ പഠിച്ച് മുന്നേറട്ടെ. അവരുടെ പിതാജി സൈക്കിൾ റിക്ഷ ഓടിക്കുന്നത് അവർ കാണുന്നുണ്ട്. എന്നോടൊപ്പം തീരണം സാബ് ഈ പണി. പണം സ്വരുക്കൂട്ടുന്നുണ്ട്. കഴിയുമെങ്കിൽ ഒരു ടോട്ടോ വാങ്ങണം."

ഭോജനാലയത്തിനു മുന്നിൽ റിക്ഷ നിന്നു. ലിജു അകത്തേക്കു പോയി. എന്തൊക്കെയുണ്ടെന്നു തിരക്കണമല്ലോ? കയറ്റിറക്കങ്ങളില്ലാതെ നീണ്ടുനിവർന്നുപോകുന്ന റോഡ് ഇവിടെ, നാലും കൂടുന്ന കവലയിൽ സംഗമിക്കുന്നു. ഏതാനും പെട്ടിക്കടകൾ, പലചരക്കുകടകൾ ഒരു പൂക്കട, മൂന്നോ നാലോ ഭോജനാലയങ്ങൾ. കടുകെണ്ണ ചൂടുപിടിക്കുമ്പോൾ പരക്കുന്ന മണം, എന്നാൽ നമുക്ക് അങ്ങനെയല്ല അനുഭവപ്പെടുക. എണ്ണപ്പലഹാരങ്ങൾ കഴിക്കുന്നതിൽ മലയാളികൾക്കൊപ്പമെത്തുകയില്ലെങ്കിലും ബംഗാളിയും ഒട്ടും മോശമല്ല. സമോസ, ലഡു പലതരം ജിലേബികൾ എന്നിവ കണ്ണാടിക്കൂടുകൾ നിറയ്ക്കുന്നു.

ലിജു ഒരു ഭോജനാലയത്തിൽനിന്നും തല പുറത്തേക്കുനീട്ടി. കൈകൾ കാട്ടി വിളിക്കുകയാണയാൾ. അകത്തേക്കുചെന്നു. ചോറും മീൻകറിയും രാവിലെതന്നെ തയ്യാറായിക്കഴിഞ്ഞു. ചപ്പാത്തിയുണ്ട്, പൂരിയുണ്ട്. പൂരിക്കൊപ്പം ഉരുളക്കിഴങ്ങ് മസാലയും ചേർത്ത് കഴിച്ചു. സസ്യ എണ്ണയിൽ പാചകം ചെയ്തതുകാരണം കടുകെണ്ണയുടെ അരുചിച്ചു. തോന്നിയില്ല. മൂന്നു പൂരി അകത്താക്കുമ്പോൾ ലിജു ചായമാത്രം കുടി രാവിലെ ചോറു കഴിച്ചത്രേ. ഇനി ഭക്ഷണം വീട്ടിൽ മടങ്ങിയെത്തിയ ശേഷം മാത്രം.

ബിഷ്ണുപ്പൂരിൽ കാണേണ്ട ഇടങ്ങൾ നെറ്റിൽ സേർച്ച് ചെയ്ത് കണ്ടെത്തിയിരുന്നു. അതിൽ കണ്ട സ്ഥലങ്ങളെല്ലാം അറിയാമെന്ന് ലിജു പറഞ്ഞു. ആദ്യം പോകേണ്ടത് ടെറാക്കോട്ടയിൽ തീർത്ത അത്ഭുതം എന്ന് പേർ വിളിക്കുന്ന 'രാസ്മൊഞ്ചോ' ആർക്കിയോളജിക്കൽ സ്മാരകത്തിലേയ്ക്കാണ്.

പിരമിഡ് മാതൃകയിലുള്ള ചെങ്കൽ നിർമ്മിതി അകലെനിന്നേ ദൃശ്യപ്പെട്ടു. വിശാലമായ ഒരു വളപ്പിനുള്ളിൽ സ്ഥിതിചെയ്യുന്ന രാസ്മൊഞ്ചോയ്ക്കുള്ളിലേക്ക് പ്രവേശിക്കണമെങ്കിൽ ടിക്കറ്റെടുക്കണം. ടിക്കറ്റ് കൗണ്ടറിലേക്ക് നടക്കുമ്പോൾ കൈനിറയെ ബ്രോഷറുകളുമായി നീണ്ടുനിവർന്ന ഒരു മദ്ധ്യവയസ്കൻ എത്തി. പഴയ ബജാജ് ചേതക്കിലാണയാൾ എത്തിയത്.

"ഞാൻ ദേബാശിഗ് ചാറ്റർജി. അംഗീകൃത ഗൈഡാണ്. ഗൈഡുകളുടെ സഹായമില്ലെങ്കിൽ ഇവിടെ എല്ലാ സ്മാരകങ്ങളിലും എത്തിപ്പെടാനാകില്ല ബാബു. വെറുതെ ചെങ്കൽ എടുപ്പുകൾ കണ്ടുമടങ്ങരുത്. ഞാൻ എല്ലാം വിശദമായി പറഞ്ഞുതരാം. "

ഒന്നു മടിച്ചു. പാതിവെന്ത ചരിത്രവും ഐതിഹ്യവും കുട്ടിക്കുഴച്ചുള്ള

വിവരണങ്ങൾ പലപ്പോഴും വഴിതെറ്റിക്കും. ടൂറിസ്റ്റുമാപ്പിൽ ഇടംപിടിച്ച ഇടങ്ങൾ പരമാവധി ഒഴിവാക്കിയായിരുന്നു ഇതുവരെ യാത്ര ചെയ്തത്. ടെറാക്കോട്ട വനത്തിനുള്ളിൽ ഒരു വഴികാട്ടി ഇരിക്കട്ടെ. ദേബാശിശ് ചാറ്റർജിയുടെ ഒരുദിവസത്തെ സേവനം അഞ്ഞൂറുരൂപയ്ക്ക് വിലപേശിവാങ്ങി. ഇപ്പോൾ ഞാൻ ഇന്ത്യയിലെ ജാതിഗണനയിൽ രണ്ടറ്റത്തു നില്ക്കുന്ന ലിജുഖാരയുടെയും ദേബാശിശ് ചാറ്റർജിയുടെയും സംരക്ഷണയിലാണ്.

ടിക്കറ്റെടുത്ത്, പടർന്നു പന്തലിച്ചുനില്ക്കുന്ന ആൽമരച്ചുവട്ടിലിരുന്ന് ഞങ്ങൾ മൂവരും ചായ മൊത്തിക്കുടിച്ചു. ഏതാനും തത്തകൾ ആൽമരത്തിൽനിന്നും പറന്നുയർന്നു. വീശിയടിച്ച കാറ്റിൽ തെങ്ങിൻ തലപ്പുകൾ ആടി രാസ്മൊഞ്ചോ പിരമിഡിന്റെ അഗ്രത്തിൽ നിന്നും ഒരുപറ്റം വെള്ളരിപ്രാവുകൾ ആകാശത്തിലേക്ക് പറന്നുയർന്നു. “സാബ് ക്ഷമവേണം. ഒരു സഞ്ചാരിക്ക് അതുണ്ടെങ്കിൽ യാത്ര ഗംഭീരമാകും. നാം കാണാൻ പോകുന്നത് ചെങ്കൽ കൊണ്ടു നിർമ്മിച്ച ക്ഷേത്രങ്ങളോ കൊട്ടാരങ്ങളോ ആണ്.”

വെള്ളം ചേർത്തു കുഴച്ച കളിമണ്ണ് ഇഷ്ടിക അച്ചുകൾക്കുള്ളിൽ വാർത്തെടുത്ത് വെയിലത്തുണക്കി, ചൂളകളിൽ ചുട്ടെടുക്കുന്നതാണ് ടെറക്കോട്ട എന്നറിയപ്പെടുന്നത്. നമ്മുടെ ചുടുകല്ല് തന്നെ. ടെറക്കോട്ട എന്നത് ‘ചുട്ടെടുത്ത മണ്ണ്’ എന്ന് അർത്ഥമുള്ള ലാറ്റിൻ വാക്കിൽ നിന്നാണ് വന്നത്. പുരാതനഗ്രീസിലും ബാബിലോണിയയിലും ഈജിപ്തിലും ടെറാക്കോട്ട നിർമ്മിതികൾ കാണാം. റോമിലും ചൈനയിലും സിന്ധുതടങ്ങളിലും ഇത്തരം നിർമ്മിതികൾ വ്യാപകമായിരുന്നു. ഇഷ്ടികകൾക്കു പുറമെ പ്രാചീന ടെറാക്കോട്ടാ ശില്പങ്ങളും ലോകത്തിന്റെ പലഭാഗങ്ങളിൽ നിന്നും കണ്ടെടുക്കപ്പെട്ടിട്ടുണ്ട്. ചരിത്രാതീതകാലം മുതല്ക്കെ മനുഷ്യർ ടെറാക്കോട്ടയിൽ ശില്പങ്ങൾ നിർമ്മിച്ചിരുന്നതായി തെളിവുകളുണ്ട്. ക്രിസ്തുവിനും 25,000 വർഷങ്ങൾക്ക് മുമ്പ് മൊറാവിയയിൽ നിന്നും നവീനശിലായുഗ കാലത്തെ കല എന്നുവിശേഷിപ്പിക്കുന്ന (5000,6000 ബി സി ഇ) അനന്തോളിയ, റൊമാനിയ പ്രദേശങ്ങളിൽ നിന്നും ടെറാക്കോട്ടാ ശില്പങ്ങൾ കണ്ടെത്തിയിട്ടുണ്ട്. ക്രിസ്തുവിന് മുമ്പ് 3000–1500 കാലഘട്ടത്തിലേതെന്നു കരുതുന്ന മോഹൻജൊദാരോ, മെസപ്പൊട്ടേമിയ ചൈന തുടങ്ങിയ പ്രദേശങ്ങളിൽ നിന്നും കളിമൺ ശില്പങ്ങളുടെ അവശിഷ്ടങ്ങൾ കണ്ടെത്തിയിട്ടുണ്ട്.

പ്രാങ് ചരിത്ര സ്മൃതികളും ഐതിഹ്യങ്ങളും കെട്ടുപിണഞ്ഞുകിടക്കുന്ന മല്ലാബം എന്നറിയപ്പെട്ടിരുന്ന ഇന്നത്തെ ബിഷ്ണുപ്പൂർ.

രാജ്പുത്താനയിൽ നിന്നുള്ള രജപുത്ര ദമ്പതിമാർ ജഗന്നാഥ ക്ഷേത്രത്തിലേക്ക് പോകുന്ന വഴിയിൽ ഒരു വനപ്രദേശത്തെത്തി. ഇന്നത്തെ ബിഷ്ണുപ്പൂരിനടുത്തായിരുന്ന ലാവുഗ്രാം ആയിരുന്നു ആ പ്രദേശം. ഗർഭിണിയായ യുവതി അവിടെവച്ച് ഒരാൺകുഞ്ഞിന് ജന്മം നല്കി. അവൾ ഉടനെ തന്നെ മരണമടഞ്ഞു. ഭാര്യ നഷ്ടപ്പെട്ട ദുഃഖ

ത്തിൽ ആ രജപുത്ര യുവാവ് കുഞ്ഞിനെ ഒരു മരത്തിന്റെ പോടിൽ ഉപേക്ഷിച്ച് കടന്നുപോയി. ദൈവം ആ കുഞ്ഞിന്റെ കാര്യം നോക്കിക്കോട്ടെ എന്നായിരുന്നു അപ്പോഴയാളുടെ ചിന്ത. ആ കുഞ്ഞിനോടൊപ്പം അതിന്റെ പൈതൃകത്തെക്കുറിക്കുന്ന ഒരു കുറിപ്പും വച്ചിട്ടുണ്ടായിരുന്നു.

വിറകുശേഖരിക്കാനെത്തിയ ഒരു ആദിവാസി സ്ത്രീ ആ കുഞ്ഞിനെ കണ്ടെത്തി. അവന് രഘുനാഥ് എന്ന പേരു നല്കി. ആ സ്ത്രീ മരണമടയും മുമ്പ് പഞ്ചാനൻ ഗോസ്വാൾ എന്ന ബ്രാഹ്മണന് ഈ കുഞ്ഞിനെ കൈമാറി. അവൻ പശുക്കളെ മേച്ചും പഞ്ചാനന്റെ ഗാർഹികപ്രവൃത്തികൾ ചെയ്തും കാലം കഴിച്ചു. ഒരുദിവസം പഞ്ചാനൻ അത്ഭുതകരമായ ആ കാഴ്ച കണ്ടു. രഘുനാഥൻ കാലിമേക്കലിനിടയിൽ ഒരു വൃക്ഷത്തണലിൽ ഉറങ്ങുന്നു. ഒരു സർപ്പം അവന്റെ മുഖത്തിനു മുകളിൽ ഫണം വിടർത്തി നില്ക്കുന്നു. ആ കുട്ടിയിൽ സവിശേഷത ദർശിച്ച പഞ്ചാനൻ അവനെ കൂടുതൽ ശ്രദ്ധിക്കാൻ തുടങ്ങി. ബാങ്കുറയിലെ രാജാ നിർസിംഗദേവ് പഞ്ചാനന്റെ വീടു സന്ദർശിച്ചു. അക്കാലത്ത് ചാണക്യനെപ്പോലെ ബുദ്ധിമാനായ ബ്രാഹ്മണനായി പഞ്ചാനൻ കരുതിപ്പോന്നിരുന്നു. രഘുനാഥനെ കണ്ടയുടൻ രാജാവ് അവനിൽ ആകൃഷ്ടനായി. രാജാവ് ഇരുവരെയും കൊട്ടാരത്തിലേക്ക് ക്ഷണിച്ചു. ഉച്ചഭക്ഷണസമയത്ത് പഞ്ചാനനെ മുറിക്കുള്ളിലിരുത്തി രാജാവ് രഘുനാഥനുമായി കൊട്ടാരവളപ്പിലിരുന്നു. പെട്ടെന്നായിരുന്നു പെരുമഴ വന്നത്. രാജാവ് കുട നിവർത്തി ഭക്ഷണപദാർത്ഥങ്ങൾ മഴയേറ്റു ചീത്തയാവാതിരിക്കാൻ നോക്കി. കീഴ്വഴക്കമനുസരിച്ച് ഒരു രാജാവ് ആർക്കു കുടപിടിക്കുന്നുവോ അയാളും രാജാവാകും. എന്നാൽ ആ കീഴ്വഴക്കമൊന്നും രാജാവ് കണക്കാക്കിയില്ല. ഒരിക്കൽ വലയുമായി ഒരു കുളത്തിൽ മീൻ പിടിക്കാനെത്തിയ രഘുനാഥ് വലിയ സമ്പത്തിനുടമയായി. ക്രമേണ അയാൾ രാജാവായി. പഞ്ചാനൻ മുഖ്യപുരോഹിതനും. ആ രഘുനാഥനാണ് പില്ക്കാലത്ത് മല്ലാബം രാജവംശ സ്ഥാപകനായ ആദിമല്ലൻ.

വൃന്ദാവൻ മാതൃകയിലാണ് ബിഷ്ണുപ്പൂരിലെ ടെറാക്കോട്ട മന്ദിരങ്ങൾ നിർമ്മിച്ചിരിക്കുന്നത്. വൃന്ദാവനിലെ മൂർത്തികളാണ് ബിഷ്ണുപ്പൂരിലും മുഖ്യമായി കാണപ്പെടുക. മദൻമോഹൻ,ശ്യാംരായ,രാധാരമൺ, കോശ്ടോരായ, മദൻഗോപാൽ, മുരളീമോഹൻ, ഗോപിനാഥ് ഇങ്ങനെ പോകുന്ന പൂജാമൂർത്തികൾ വൃന്ദാവൻ മാതൃക സ്വീകരിച്ചുവെങ്കിലും പ്രാദേശികനിർമ്മാണ രീതികളാണ് ഇവിടെ ഉപയോഗിച്ച് കാണുന്നത്. തെക്ക് ദർശനമുള്ള രത്ന ശൈലിയാണ് സ്വീകരിച്ചിരിക്കുന്നത്. വടക്കേ ഇന്ത്യയിലെ 'നഗര' രേഖ ശൈലികളിലേതുപോലെ ഉദയസൂര്യന് അഭിമുഖമായല്ല അവ സ്ഥിതി ചെയ്യുന്നത്. ബിഷ്ണുപ്പൂരിലെ മിക്കക്ഷേത്രങ്ങൾക്കും ഇരുനിലകളാണുള്ളത്. ആദ്യനിലയിലാണ് ഗർഭഗ്രഹം. ഉത്സവംപോലെയുള്ള പ്രത്യേക ആഘോഷപരിപാടികൾക്കായി മുകൾനില മാറ്റിവെക്കപ്പെട്ടിരിക്കുന്നു.

പരമ്പരാഗതമായ ബംഗാൾ വാസ്തുശില്പരീതികളും ഇസ്ലാമിക

നിർമ്മാണശൈലികളും ജൈനക്ഷേത്ര മാതൃകകളും ചൈനീസ് ശില്പ രീതികളും ഈ ക്ഷേത്രങ്ങളുടെ നിർമ്മിതിയിൽ ഇഴചേർക്കപ്പെട്ടിരിക്കുന്നു. ഹൈന്ദവക്ഷേത്രങ്ങൾ ഇസ്ലാമിക വാസ്തു ശില്പ മാതൃക പ്രയോജനപ്പെടുത്തി എന്ന് കണ്ടയുടനെ അത് ഹിന്ദുക്ഷേത്രങ്ങൾ തകർത്ത് ഇസ്ലാമികരീതി അവശേഷിപ്പിച്ചതാണെന്ന് ചിലരിപ്പോൾ പറഞ്ഞെന്നു വരും.

ബിഷ്ണുപ്പൂരിലെ ക്ഷേത്രങ്ങളുടെ പ്രത്യേകത അവയുടെ രൂപത്തിലും നിർമ്മിതിയിലും മാത്രം ഒതുങ്ങുന്നില്ല. ദേവീദേവന്മാരുടേയും ചരിത്രപുരുഷന്മാരുടേയും ഇതിഹാസ കഥാപാത്രങ്ങളുടേയും സഞ്ചാരികളുടെയും ടെറാക്കോട്ട ശില്പങ്ങൾ, കൊത്തുപണിപോലെ ചുമരുകളിലാകമാനം കാണാവുന്നതാണ്. പതിനാറുമുതൽ പത്തൊമ്പതാം നൂറ്റാണ്ടുവരെയുള്ള കാലത്താണ് ബംഗാളിൽ ടെറാക്കോട്ടശില്പ മാതൃകകൾ വ്യാപകമായി ഉപയോഗിക്കപ്പെട്ടിരുന്നതെന്ന് നിരീക്ഷിക്കപ്പെട്ടിട്ടുണ്ട്. ബംഗാളിലെ സുൽത്താൻ ഭരണത്തിന്റെ സ്വാധീനം ഇത്തരം നിർമ്മിതികളിലും ദർശിക്കാവുന്നതാണ്. ബുദ്ധവിഹാരങ്ങളിൽ ഉപയോഗിച്ചുകാണുന്ന ടെറാക്കോട്ട ശില്പങ്ങളിൽനിന്നും വ്യതിരിക്തമായവയാണ് ബിഷ്ണുപ്പൂരിലെ ശില്പങ്ങൾ.

കൃഷ്ണന്റെ ജീവിതകഥകളാണ് ബിഷ്ണുപ്പൂരിലെ ക്ഷേത്രങ്ങളിലെ ചുമരുകളിൽ ടെറാക്കോട്ട ശില്പങ്ങളായി പുനർജ്ജനിച്ചിരിക്കുന്നത്. വിഷ്ണുപുരാണത്തിൽ നിന്നുള്ള ആഖ്യാനങ്ങളും ഇതിനോടൊപ്പം കാണപ്പെടുന്നു.

ഈജിപ്തിലെ പിരമിഡിന്റെ മാതൃകയിലുള്ള രാസ്മഞ്ചോയിലേക്കുള്ള വഴിയിലൂടെ നടക്കുമ്പോൾ അവിടെ പുനരുദ്ധാരണ പ്രവർത്തികളിൽ ഏർപ്പെട്ടിരിക്കുന്ന സ്ത്രീപുരുഷന്മാരെ കണ്ടു. എ ഡി 1600 ൽ വീർ ഹംബിർ രാജാവാണ് ഈ മന്ദിരം നിർമ്മിച്ചത്. പിരമിഡ് സമാനമായ മേല്ക്കൂരയെ താങ്ങിനിർത്തുന്ന ചെങ്കൽത്തൂണുകളുടെ ജ്യാമിതീയ കൃത്യത നമ്മെ അതിശയിപ്പിക്കും ഏതുഭാഗത്തേക്കു തിരിഞ്ഞാലും ഒരുപോലുള്ള ചെങ്കൽത്തൂണുകൾ. സമീപസ്ഥ ക്ഷേത്രങ്ങളിലെ കൃഷ്ണ വിഗ്രഹങ്ങൾ രാസോത്സവ നാളുകളിൽ ഇവിടെയാണ് സൂക്ഷിച്ചുവന്നത്. 1932 വരെ രാസോത്സവങ്ങൾ ഇവിടെ നടന്നുവന്നിരുന്നു. ബിഷ്ണുപ്പൂരിലെ ഏറ്റവും പഴക്കംചെന്ന ക്ഷേത്രമാണ് രാസ്മഞ്ചോ. ബംഗാളിലെ സാധാരണ കുടിലുകളുടെ മാതൃകയായും ഇതിനെ വിശേഷിപ്പിക്കാം. കുടിലുകളുടെ രൂപം പിരമിഡുകളുടേതാണല്ലോ. ഇഷ്ടികകളാൽ നിർമ്മിതമാണ് ക്ഷേത്രത്തിലെ ഫ്ളോറുകൾ. വലിയ കരിങ്കൽ ബ്ലോക്കുകളാൽ പണിത അടിത്തറയ്ക്കുമുകളിലാണ് ടെറാക്കോട്ട നിർമ്മിതി. ടെറാക്കോട്ടാ ശില്പങ്ങൾക്കും ഇഷ്ടികകൾക്കും അനുയോജ്യമായ മണ്ണാണ് ബിഷ്ണുപ്പൂരിലുള്ളത്. രാസ്മഞ്ചോയുടെ ഇഷ്ടികത്തൂണുകളും ആർച്ചുകളും അതിനിടയിലൂടെ കടന്നവരുന്ന പ്രകാശവും ചേരുമ്പോഴാണ് നിർമ്മാണ സൗന്ദര്യം പാരമ്യതയിലെത്തുക. ഈ

ക്ഷേത്രത്തിന്റെ വാസ്തുശില്പ സവിശേഷതകൾ ബിഷ്ണുപ്പൂരിയിലെ മറ്റു ക്ഷേത്രങ്ങളിൽ നിന്നും വ്യത്യസ്തമാണ്. 24.5 ഃ 24.5 മീറ്റർ എന്ന ചതുരത്തിലാണ് ഈ ക്ഷേത്ത്രിന്റെ അടിത്തറ. കരിങ്കല്ലിൽ തീർത്ത അടിത്തറയുടെ ഉയരം ഒന്നര മീറ്ററാണ്. രാസ്മഞ്ചോയുടെ ആകെ ഉയരം 12.5 മീറ്ററാണ്. ആകെ നാല്പത് തൂണുകളാണ് ഇതിനുള്ളത്. ഈ തൂണുകളിൽ പൂക്കളുടെയും മനുഷ്യരുടെയും ചിത്രങ്ങൾ ആലേഖനം ചെയ്യപ്പെട്ടിട്ടുണ്ട്. ഇന്ത്യയുടെ പൈതൃക മന്ദിരങ്ങളുടെ പട്ടികയിൽ താജ്മഹലിനും കുത്തബ്മിനാറിനും മധുര മീനാക്ഷി ക്ഷേത്രത്തിനുമൊപ്പം പരിഗണിക്കപ്പെടേണ്ട നിർമ്മിതിയാണിതും.

രാസ്മഞ്ചോക്ഷേത്രം കണ്ടിറങ്ങുമ്പോൾ ലിജുവിന്റെ സൈക്കിൾ റിക്ഷ കാത്തുകിടപ്പുണ്ടായിരുന്നു. അടുത്തത് ശ്യാംരായി ക്ഷേത്രത്തിലേക്കാണെന്ന് ലിജുവിന് നിർദ്ദേശം നല്കി ഭേബാശിശ് തന്റെ ബജാജ് ചേതക്ക് സ്റ്റാർട്ടാക്കി. നാട്ടുവഴികൾപോലെ പരിത്യജിക്കപ്പെട്ട ഏതാനും പാതകൾ പിന്നിട്ട് ശ്യാംരായി ക്ഷേത്രത്തിനു മുന്നിലെത്തി.

രഘുനാഥ് സിങ് രാജാവ് AD 1643 ൽ പണികഴിപ്പിച്ച ശ്യാം-രായി ക്ഷേത്രം ടെറാക്കോട്ട സൗന്ദര്യത്തിന്റെ ഉത്തമ മാതൃകയാണ്. വലിപ്പത്തിലും അലങ്കാരങ്ങളിലും അത് അതുല്യമാണ്. വിഷ്ണുവിന്റെ കൃഷ്ണാവതാരമാണ് ഈ ക്ഷേത്രത്തിലെ സെൻട്രൽ തീം. പഞ്ചതന്ത്ര വാസ്തുശില്പ മാതൃകയിലാണിതിന്റെ നിർമ്മിതി. ഈ ശൈലിയിലുള്ള ഏറ്റവും പുരാതന ക്ഷേത്രമാണിത്. അഞ്ചുഗോപുരങ്ങളുടെ ശരിമയുണ്ടിതിന്. നടുവിലായി ഏറ്റവും ഉയർന്ന ഗോപുരവും നാലു കാലങ്ങളിലായി ചെറിയ ഗോപുരങ്ങളും ചുറ്റുമുള്ള പുല്പ്പരപ്പും ഈ നിർമ്മിതിയുടെ ചാരുത വർദ്ധിപ്പിക്കുന്നു. പൂർണ്ണമായും ചെങ്കല്ലുകളാൽ നിർമ്മിക്കപ്പെട്ട ഈ ക്ഷേത്രത്തിന്റെ അടിത്തട്ട് ചതുരത്തിലും മേൽ ആട്ട് സ്തൂഭം പോലെയുമാണ്. ക്ഷേത്രത്തിനു ചുറ്റിലും. ആർച്ചു മാതൃകയിലുള്ള പ്രവേശന കവാടങ്ങളുമുണ്ട്.

ശ്യാംറായി ക്ഷേത്രത്തിന്റെ ശില്പത്തികവും ഫ്ളോറൽ മോട്ടീഫുകളും ബംഗാളിലൊരിടത്തും പൂർവ്വ മാതൃകകളുള്ളതല്ല. ക്ഷേത്രച്ചുമരുകളിലും അടിത്തട്ടിലും നിറയെ ടെറാക്കോട്ട ശില്പങ്ങളാൽ അലങ്കൃതമാണ്. രാമായണത്തിലെയും മഹാഭാരതത്തിലെയും കഥാസന്ദർഭങ്ങൾ, അക്കാലത്തെ മനുഷ്യരുടെ സാമൂഹികവും സാമ്പത്തികവും രാഷ്ട്രീയവുമായ ജീവിതം എന്നിവയെല്ലാം കാലത്തെ വെല്ലുവിളിച്ച് തുടിക്കുന്ന ജീവനോടെ നിലനില്ക്കുന്നു. കലാപരവും വാസ്തു ശില്പപരവുമായ സവിശേഷതകളും ഗാന്ധാര ശൈലിയിലുള്ള ശില്പനിർമ്മിതിയും ക്ഷേത്രച്ചുമരുകളെ വേറിട്ടുനിർത്തുന്നു. ബിഷ്ണുപ്പൂരിന്റെ സമീപസ്ഥ ഗ്രാമങ്ങളായ പഞ്ചമുറാ, ഉളിവാര എന്നിവിടങ്ങളിലെ കരകൗശല കലകാരന്മാരാണ്, ഈ ക്ഷേത്രചുമരുകളെ ശില്പങ്ങളാൽ അലങ്കൃതമാക്കിയത്.

അമ്പത്തി മൂന്നാമത്തെ മല്ലാബം രാജാവായിരുന്ന ദുർജ്ജൻ സിംഹദേവ് 1694 ൽ പണികഴിപ്പിച്ച മന്ദിരമാണ് മദനമോഹൻ ക്ഷേത്രം. ശ്രീനി

വാസ ആചാര്യരുടെ ഭാഗവത പാരായണത്തിൽ ആകൃഷ്ടനായി ശൈവയിസത്തിൽ നിന്നും വൈഷ്ണയിസത്തിലേക്കു മാറിയ ബിർഹംബീറിന്റെ കുലദൈവമായി മദനമോഹൻ മാറിയതിന്റെ പിന്നിൽ ഒരു ഐതീഹ്യമുണ്ട്. ഒരു തീർത്ഥാടനം കഴിഞ്ഞു മടങ്ങുന്ന ബിർഹംബീർ ഒരു ആശ്രമത്തിനടുത്തെത്തി. സമീപത്ത് ഒരു ക്ഷേത്രമുണ്ടായിരുന്നു. അവിടത്തെ ആരാധനാമൂർത്തി മദനമോഹനനായിരുന്നു. അതു വഴി കടന്നുപോയ ഒരു സന്ന്യാസി നല്കിയ മദനമോഹന വിഗ്രഹം രാജാവ് കാണാനിടയായി. വിഗ്രഹത്തിന്റെ ചൈതന്യം രാജാവിനെ ആകർഷിച്ചു. അസാധാരണ സിദ്ധികളുള്ള ഈ വിഗ്രഹം വഴിയാത്രക്കാരനായ സന്ന്യാസിക്ക് ഢക്കാനിൽ നിന്നും ലഭിച്ചതായിരുന്നു. രാജാവിന്റെ ഭക്തിയിൽ സംപ്രീതനായ മദനമോഹനൻ വിഗ്രഹത്തെ മല്ലാബത്തേക്ക് കൂടെ കൊണ്ടുപോകാൻ അരുളി ചെയ്തു. പക്ഷേ, ഈ കാര്യം പുരോഹിത ശ്രേഷ്ഠൻ അറിയുകയുമരുത്. രാവേറെ കഴിയുന്ന ഒരു വേളയിൽ വിഗ്രഹം മോഷ്ടിക്കാൻ വരെ ബിർഗംബിർ ആലോചിച്ചു. ലക്ഷ്മീവിഗ്രഹത്തിനടുത്തു സൂക്ഷിച്ചിരുന്ന മദനമോഹനവിഗ്രഹം അദ്ദേഹം കൈകലാക്കി. എന്നാൽ പുരോഹിത ശ്രേഷ്ഠൻ അതിന്റെ പേരിൽ അഗാത ദുഃഖത്തിലാണ്ടു. രാജാവായിരിക്കും ഈ മോഷണത്തിന് ഉത്തരവാദിയെന്നു അദ്ദേഹം കണ്ടു. മല്ലാബത്തിലേക്കുചെന്ന് പുരോഹിതൻ വിഗ്രഹം ആവശ്യപ്പെട്ടു. മോഷ്ടിച്ചു എന്ന ആരോപണം ബിർഗംബീർ നിഷേധിച്ചു. പുരോഹിതൻ ആത്മഹത്യാ ഭീഷണി മുഴക്കി. ബ്രാഹ്മണശാപം ഭയന്ന് രാജാവ് സത്യം പറഞ്ഞു. എന്നിട്ടും വിഗ്രഹം വിട്ടുകൊടുക്കാൻ തയ്യാറായില്ല. ഒടുവിൽ ഒഴിഞ്ഞ കൈകളുമായി, ദുഃഖാർത്തനായ പുരോഹിതൻ മടങ്ങിപ്പോകുന്ന പോക്കിൽ ബ്രാഹ്മണൻ മദനമോഹനനെ ശപിച്ചു. “അല്ലയോ പ്രഭു അങ്ങ് മല്ലാബത്തിന്റെ സ്വരത്തിൽ അലിഞ്ഞുപോയി. ഒരു നാളിൽ അങ്ങേക്ക് ഈ മണ്ണുപേക്ഷിച്ചു പോകേണ്ടിവരും.” ആ ശാപം ഒഴിഞ്ഞുപോയില്ല. മദനമോഹനൻ അങ്ങനെ മല്ലാബതിന്റെ രക്ഷാദേവതയായി. മല്ലാബത്തിന്റെ 55–ാം രാജാവായ ഗോപാൽ സിംഹയും കടുത്ത കൃഷ്ണഭക്തനായിരുന്നു. ഭക്തി മൂത്ത അദ്ദേഹം പ്രജകളെല്ലാം ദിവസം മൂന്നുനേരം മദനമോഹനനെ പ്രാർത്ഥിക്കണമെന്ന് ഉത്തരവിട്ടു. അമിത ഭക്തി ഒടുവിൽ ആപത്തായി. രാജ്യത്തിന്റെ ക്ഷേമത്തിലും പ്രതിരോധത്തിലും ശ്രദ്ധിക്കാതെ അദ്ദേഹം ഭക്തിയിൽ മുഴുകി. അങ്ങനെയിരിക്കെ മറാത്ത സൈന്യം മല്ലാബം വളഞ്ഞു. രാജാവാകെ ഭയപ്പെട്ടു. ഒടുവിൽ അദ്ദേഹം മദനമോഹനനു മുന്നിൽ ആയുധം വച്ചു കീഴടങ്ങി. പ്രജകളോടും അപ്രകാരം ചെയ്യാൻ ആജ്ഞാപിച്ചു. എന്നാൽ അദ്ദേഹത്തെ ഞെട്ടിപ്പിച്ചുകൊണ്ട് ശത്രുക്കൾക്കു നേരെ പീരങ്കികൾ ശബ്ദിച്ചു. ദൈവം തന്നെ വെടിയുതിർത്തു രാജ്യത്തെ രക്ഷിച്ചു എന്നാണ് രാജാവ് കരുതിയത്.

എന്നാൽ പീരങ്കിക്കാരൻ പറഞ്ഞത് വിചിത്രമായ മറ്റൊരു കഥയായിരുന്നു. പാതിരാ കഴിഞ്ഞ നേരത്ത് ഒരു നീലവസ്ത്രം ധരിച്ച കുതിര

പ്പടയാളി മുണ്ഡമലർ ഘട്ടിലേക്ക് പാഞ്ഞു പോകുന്നതായും അവന്റെ കൈയിൽ ദിവ്യപ്രകാശമുള്ള തീപ്പന്തം ഉണ്ടായിരുന്നതായും അയാൾ കണ്ടുവത്രെ! ദിവ്യ പ്രകാശം മദനമോഹനന്റെ ഇടപെടലായാണ് ഭക്ത നായ രാജാവ് കരുതിയത്. രാജാവ് ഒളിയിടത്തിൽനിന്നും പുറത്തിറങ്ങി ക്ഷേത്രത്തിലേക്കു നടന്നു. വഴിയിൽ കണ്ട ഒരു പാല്ക്കാരൻ രാജാവി നോട് മറ്റൊരു കഥ പറഞ്ഞു. പാല്ക്കാരന്റെ പക്കലുണ്ടായിരുന്ന തൈരെല്ലാം നീലക്കുപ്പായം ധരിച്ച ഒരു യുവാവ് കൈയിൽ കിടന്ന വള ഊരി കൊടുത്തു വാങ്ങിപ്പോയത്രെ! അയാൾ വള രാജാവിനെ കാണിച്ചു. ആ വള മദനമോഹനന്റെ പ്രതിമയിലുണ്ടായിരുന്ന വളയാണെന്നദ്ദേഹം തിരിച്ചറിഞ്ഞു. ക്ഷേത്രത്തിനുള്ളിലെത്തിയ രാജാവ് വെടിമരുന്നിന്റെ ഗന്ധം ശ്വസിച്ചു. വിഗ്രഹത്തിലും പൊടിപടലങ്ങൾ പറ്റിപ്പിടിച്ചിരുന്നു. പീര ങ്കികൾ സ്വയം വെടിയുതിർത്തതായും അതിനു പിന്നിൽ കുലദൈവ മാണുള്ളതെന്നും രാജാവ് ഉറപ്പിച്ചു.

എന്നാൽ ചരിത്രവസ്തുതകൾ ഈ ഐതീഹ്യവുമായി പൊരുത്ത പ്പെടുന്നില്ല. രാജാവ് പേടിച്ചൊളിച്ചെങ്കിലും പടയാളികളാരോ ഉണർന്ന് പ്രവർത്തിച്ചിരിക്കണം. അപ്രതീക്ഷിതമായ പ്രത്യാക്രമണത്തിൽ മറാ ത്തകൾ പിന്തിരിഞ്ഞ് ഓടിയതാവാം. കീഴടങ്ങാൻ രാജാവ് നല്കിയ ആജ്ഞ നിറവേറ്റാത്തതിനാൽ ശിക്ഷയുണ്ടാകുമെന്ന് ഭയന്നാകും രഹ സ്യമായിപ്പോയി. പീരങ്കികൾക്ക് തീകൊടുത്തത്. ദൽമണ്ഡൽ കമാൻ എന്ന രാജകീയ പീരങ്കി ഇപ്പോഴും പുരാവസ്തു വകുപ്പ് സംരക്ഷിച്ചു വരുന്നുണ്ട്. ഒഴിഞ്ഞുപോകാതെ പിന്തുടർന്ന ശാപമാണ് അറ 1801 ൽ ഒടുവിലത്തെ രാജാവ് പാപ്പരായി കൽക്കത്തയിലെ ഒരു വാടക വീട്ടിൽ കഴിയാൻ ഇടയാക്കിയതെന്നും ഒരു ഉപ്പ് വ്യാപാരി മദനമോഹ വിഗ്രഹ വുമായി മല്ലാബം വിട്ടുപോയതെന്നും ഐതീഹ്യം പറയുന്നു.

ചരിത്രവസ്തുതകൾ ശാസ്ത്രീയമായി രേഖപ്പെടുത്തിയിരുന്ന ആർക്കിയോളജിക്കൽ സർവ്വെ ഓഫ് ഇന്ത്യയുടെ ഗ്രന്ഥങ്ങൾ ഇപ്പോൾ പിൻവലിക്കപ്പെട്ടിരിക്കുന്നു. ഒരിടത്തും ആ ലഘുഗ്രന്ഥങ്ങളിപ്പോൾ ലഭ്യ മല്ല. ഐതീഹ്യം തന്നെ ചരിത്ര രൂപം പ്രാപിക്കുന്ന ഇക്കാലത്ത് എന്തിന് വേറിട്ടൊരു ചരിത്രം അല്ലേ? ബ്രാഹ്മണ ശാപത്തിന്റെ കെട്ടുകഥയ്ക്ക് ഇപ്പോൾ ബിഷ്ണുപ്പൂരിൽ നല്ല മാർക്കറ്റുണ്ട്. യുക്തി ബോധം മങ്ങുന്നി ടത്താണ് ഐതീഹ്യങ്ങൾ ചരിത്രസ്ഥലികളിലേക്ക് കടന്നുവരുന്നത്.

പത്തോളം പ്രധാനപ്പെട്ടതും അതിലേറെ പ്രധാനപ്പെടാത്തതുമായ ടെറാക്കോട്ട ക്ഷേത്രങ്ങൾ ബിഷ്ണുപ്പൂരിലുണ്ട്. പുരാവസ്തു വകുപ്പ് ഏറ്റെടുക്കാത്ത അസംഖ്യം ക്ഷേത്രങ്ങൾ നാശോന്മുഖമായി കിടപ്പുണ്ട്. ഒരു പകൽ മുഴുവൻ ചുറ്റിക്കണ്ടു. ഒന്നിൽനിന്നും മറ്റൊന്നിനെ വേർതിരി ക്കുന്ന വാസ്തുശില്പ സവിശേഷതകൾ ക്രമേണ മനസ്സിൽനിന്നും മാഞ്ഞുപോവുകയും ടെറാക്കോട്ട ശില്പങ്ങൾ ആകെച്ചേർന്ന് സാകല്യ പ്രതിഫലനമായി പ്രജ്ഞയിൽ ഉറയ്ക്കുകയും ചെയ്തു. സന്ദലാൽ ക്ഷേത്രം, രാധാ ശ്യാം ക്ഷേത്രം രാധാമാധവ ക്ഷേത്രം ജോർബാംഗ്ലാ ക്ഷേത്രം എന്നിവയും സവിശേഷ കാഴ്ചയർഹിക്കുന്നവയാണ്.

ജോർബംഗു ക്ഷേത്രം അതിന്റെ സവിശേഷതമായ ടെറാക്കോട്ട ശില്പങ്ങളാൽ സവിശേഷമാണ്. 1655 എ ഡി യിലാണിതിന്റെ നിർമ്മിതി. രണ്ടു ബംഗാളി കുടിലുകൾ ചേർത്തുവച്ചതുപോലെയുള്ള ആകൃതിയിൽ നിന്നാണ് ഈ പേരു സിദ്ധിച്ചത്. ഇതിഹാസങ്ങളിൽനിന്നുള്ള കഥാ സന്ദർഭങ്ങളിലേക്ക് പുറകെ സഞ്ചാരികളായി എത്തിയ വിദേശികളും അവരുടെ സംഭാവനകളും ആയോധനകലകളും ജോർബംഗ്ല ക്ഷേത്ര ചുമതലകളിൽ ആലേഖനം ചെയ്യപ്പെട്ടിട്ടുണ്ട്. രാസമഞ്ചോക്ഷേത്രത്തി നൊപ്പം കേന്ദ്രപുരാവസ്തു വകുപ്പ് സംരക്ഷിച്ചു പോരുന്ന ഈ ചെറിയ ക്ഷേത്രം ഒരു ശില്പകലാ എക്സിബിഷൻ കേന്ദ്രമായായിരിക്കും നാം മനസ്സിൽ അടയാളപ്പെടുത്തുന്നത്.

മൊറാർഗ്രാമത്തിലെ കോവൽ പാടങ്ങൾ

ടെറാക്കോട്ടാ നിർമ്മിതികളുടെ കാഴ്ചയിൽനിന്നും മേഘമല്ലാറിന്റെ തണലിലേക്ക് ചേക്കേറി. ലിജു തന്റെ സൈക്കിൾ റിക്ഷ ചവിട്ടിക്കറക്കി അകന്നുപോയി. പറഞ്ഞ രൂപയത്രയും ഉണ്ടെന്ന് ഒരിക്കൽകൂടി ഉറപ്പിച്ച് ദേബാശിഷ് ചാറ്റർജി വഴിയിൽ പിരിഞ്ഞിരുന്നു. മേഘമല്ലാറിൽ രാത്രി കടന്നുവന്നു. പറന്നുപോയിരുന്ന പക്ഷികളെല്ലാം കൂടണഞ്ഞിരിക്കുന്നു. വരാന്തയിൽ നിരത്തിയിട്ടിരുന്ന കൂട്ടുകട്ടിലുകളിൽ ചമ്രം പടിഞ്ഞിരുന്ന് അവർ റം സേവിക്കുകയാണ്. ചെറുചെറു കച്ചവടങ്ങളിൽ ഏർപ്പെടുന്ന വരും ബിസിനസ് ഏജന്റുമാരുമാണ് അവിടുത്തെ അന്തേവാസികളിൽ ഏറെയും. ലോഡ്ജുടമയും കുടുംബവും പാർക്കുന്നതും ഇതിനകത്ത് തന്നെ. കുട്ടികൾ കരയുന്നതിന്റെയും പാത്രങ്ങൾ കൂട്ടിമുട്ടുന്നതിന്റെയും കറികൾ വേവുന്നതിന്റെയും ശബ്ദം മുറിയിലിരുന്നാൽ കേൾക്കാം.

ഏറെനേരം കഴിഞ്ഞില്ല നന്നായി പൂസ്സായ രണ്ടുമൂന്നുപേർ വാതില്ക്കൽ മുട്ടി. ചാരിട്ടേ ഉണ്ടായിരുന്നുള്ളു. അകത്തേക്ക് വരാനവരെ ക്ഷണിച്ചു.

"ബുദ്ധിമുട്ടിച്ചതിൽ ക്ഷമിക്കണം ബാബു." കേരളത്തിൽ നിന്നാണ് വന്നതെന്നു മാനേജർ ബാബു പറഞ്ഞു.

"അതെ കേരളത്തിൽ നിന്നാണ്."

ഞാനപ്പോഴെ പറഞ്ഞില്ലേയെന്ന മട്ടിൽ അവർ തമ്മിൽ കലഹിച്ചു. റമ്മിന്റെ മണം മുറിയിലെമ്പാടും പരന്നു.

"കേരളം ഇന്ത്യയിലെ നമ്പർ വൺ സ്റ്റേറ്റാണെന്ന് അവിടെ പണിയെടുത്തു മടങ്ങുന്ന പിള്ളേർ പറയാറുണ്ട് ശരിയല്ലെ ബാബു?."

"പലതിലും കേരളം മുന്നിലാണ്. കൂലിയും കൂടുതലാണ്."

"അതാണുവേണ്ടത് ബാബു. കൂലി കൂടുകതന്നെ വേണം. ഇവിടെ

കണ്ടില്ലേ ബാബു. തീരെ ചെറിയ കൂലിയാണ്. വികസനമുണ്ടാകുമ്പോൾ കൂലിയും കൂടും."

"ബംഗാളിലോ? തമാശ പറയല്ലെ ബാബു. ഇവിടെ ഒന്നും കൂടാൻ പോകുന്നില്ല. എങ്ങോട്ടെങ്കിലും പോയി രക്ഷപ്പെടുന്നവർ മിടുക്കന്മാർ."

"ആളുകൾ മറ്റിടങ്ങളിലേക്കു പോകട്ടെ സുഹൃത്തേ, ഞങ്ങളുടെ ജനങ്ങൾ പുറത്ത് പോയല്ലെ കാശുണ്ടാക്കിയത്."

"അതും ശരിയാണ് ബാബു." അടുത്ത റൗണ്ട് റമ്മിന് ക്ഷണിച്ച് അവർ ആടിയാടി പോയി. അവരുടെ കാലടികളിൽ ദൈന്യത തളം കെട്ടിക്കിടന്നു. രാത്രി ശക്തിപ്രാപിച്ചതോടെ മേഘമല്ലാർ സജീവമായി. ചീട്ടുകളിയും മദ്യപാനവും വെടിപറച്ചിലും ഭക്ഷണമുണ്ടാക്കലും സജീവമായി. റേഡിയോയിൽ ഫൂലേ ബിസ്രെ ഗീത് കേട്ടുതുടങ്ങി.

ന കോയി ഉമംഗ് ഹെ
ന കോയി തരംഗ് ഹെ
മേരി സിന്ദഗി ഹെ ക്യാ
ഏക് കട്ടി പദംഗ് ഹെ

വിഷാദത്തിലലിയാൻ പ്രത്യേക ചാതുര്യവുമുണ്ട്.

ലൈറ്റുകൾ ഓരോന്നായി അണയുന്നു. ലതാജിയുടെ പാട്ട് അന്ത്യഘട്ടത്തിലേക്ക് കടക്കുന്നു.

യഹി ദുഖ് തൊ ആജ് ഭി
മേരേ അംഗ് സംഗ് ഹെ
മേരി സിന്ദഗി ഹൈ ക്യാ
ഏക് കട്ടി പദംഗ് ഹെ...

എന്റെ മുറിയിലും ലൈറ്റണച്ചു. വാതിലുകൾ അടയുമ്പോൾ വിടവിലൂടെ മുറ്റത്തെ വെളിച്ചം ഉള്ളിലേക്ക് കടന്നു. ക്രമേണ അതും അണഞ്ഞു.

കണ്ണുകൾ അടച്ചു കിടന്നു. ഉറക്കം കടന്നുവന്ന് ആധിപത്യം സ്ഥാപിക്കുന്നത് അല്ലെങ്കിലും നാം അറിയാറില്ലല്ലോ.

ബിഷ്ണുപ്പൂരിലെ ഗ്രാമങ്ങൾ കാണണം. മേഘമല്ലാറിലെ അന്തേവാസികളിലൊരുവനോട് പറഞ്ഞു. അയാൾ മറ്റുള്ളവരോടും ഒടുവിൽ എന്നെ ഗ്രാമം കാണിക്കുക അവരുടെ പ്രശ്നമായി മാറി. ഏറെ ചർച്ചകൾക്കൊടുവിൽ അവർ ഒരു ധാരണയിലെത്തി. മൊറാർ ഗ്രാമം. ബിഷ്ണുപ്പൂരിലെമ്പാടും ഗ്രാമങ്ങൾ ഉണ്ടത്രെ. ബങ്കടഹ, ബൽസുലിയ, ബാറ, ഉലികാര എന്നിങ്ങനെ. മൊറാർ ഗ്രാമത്തിലേക്ക് പോകാൻ അവർതന്നെ രാജുവിന്റെ ഓട്ടോറിക്ഷ തരപ്പെടുത്തി.

അധികം മിണ്ടുന്ന സ്വഭാവക്കാരനല്ല രാജു. ചോദിക്കുന്നതിനുമാത്രം ഉത്തരം. ബിഷ്ണുപ്പൂർ ടൗണിൽ നിന്നും ഏകദേശം ആറുകിലോമീറ്റർ അകലെയാണ് മൊറാർ. സോനാമുഖി, ബാങ്കുറ, ആരംഭാഗ് ബർദ്ധമാൻ

തുടങ്ങിയ നഗരങ്ങൾ സമീപപ്രദേശങ്ങളും. ആട്ടോറിക്ഷ നീങ്ങിത്തുടങ്ങി.

ദേശീയപാത 14 ൽ പ്രവേശിക്കുമ്പോൾ മാനത്ത് മേഘങ്ങൾ കറുത്ത് തുടങ്ങിയിരുന്നു. മഴയുടെ കേളികൊട്ടാണെന്ന് തോന്നുന്നു. ദേശീയപാത്യ്ക്കിരുവശവും വിശാലമായ വയലുകൾ കാണപ്പെട്ടു. ശരത്കാലമണ്. ശ്രാവണമാസം കഴിഞ്ഞ് ബാദ്ര മാസത്തിലേക്കു കടന്നിരിക്കുന്നു. മഴക്കാലം കഴിഞ്ഞുവെങ്കിലും മഴ ഇടവിട്ടുവരുന്ന സമയം. വഴിയോരങ്ങളിൽ കടമ്പുമരങ്ങൾ സമൃദ്ധമായി വളർന്നുനില്ക്കുന്നു. വയലേലകളിൽ ചെമ്മരിയാടുകൾ മേയുന്നു.. കൊയ്ത്തുകഴിഞ്ഞിട്ടേറെനാളുകൾ പിന്നിട്ടിട്ടുണ്ടാവില്ല. നെൽക്കുറ്റികൾ പാടങ്ങളിൽ ബാക്കിയുണ്ട്. തോട്ടുവക്കിൽ ഒതോഷിപ്പൂവുകൾ വിരിഞ്ഞുനില്ക്കുന്നുണ്ട്. വിടർന്ന പൂവുകളും വിടരാനുള്ള പൂവുകളും ക്രമംക്രമമായി ചെറുതായി ചെറുതായി കാണപ്പെട്ടു. ഒതോഷിച്ചെടികളിൽ അപരാജിതാലതകൾ പടർന്നു കയറിയിട്ടുണ്ട്. നീലശംഖുപുഷ്പങ്ങളാണവ. വയലേലകളിൽ അങ്ങിങ്ങ് വെള്ളരിപ്പാടങ്ങൾ കാണപ്പെട്ടു. ബംഗാളി പാചകത്തിൽ ഒഴിവാക്കാനാവാത്ത പച്ചക്കറിയാണ് വെള്ളരിക്ക. മത്സ്യത്തിനൊപ്പവും ഇറച്ചിക്കൊപ്പവും കുറുയയെക്കൊപ്പം എന്തിനും ഒരിനം വെള്ളരിക്കവേണം.

മഴ പെയ്തുതുടങ്ങി. വിന്റ് സ്ക്രീനിൽ മഴത്തുള്ളികൾ ചിതറി. നിരത്തിൽ നിന്നും നീരാവി ഉയർന്നു പൊങ്ങി. ടയറുകൾ വെള്ളം ചീറ്റി അടയാളങ്ങൾ തീർത്തു. കുടചൂടിയും മഴനനഞ്ഞും ആളുകൾ കൂസലന്യെ നടന്നു പോകുന്നു.

രാജു ആട്ടോറിക്ഷ ഒരു ചായക്കടയുടെ മുന്നിൽ നിർത്തി. കേരളത്തിൽ കാണപ്പെടുന്ന ചായക്കടകൾക്ക് സമാനമാണ് ആ കട. റോഡിനെ അഭിമുഖീകരിച്ച് കണ്ണാടിപ്പെട്ടി. അതിൽ കൊതിപ്പിക്കുന്ന പലഹാരങ്ങൾ. അകത്ത് മൂന്നുനിര ബഞ്ചും മേശയും. മഴകണ്ടും സൊറ പറഞ്ഞും ഏതാനും പേർ അലസരായിരിക്കുന്നു. രാജു മണ്ട ചായയ്ക്ക് ഓർഡർ നല്കി. മഴ പെയ്തു നിറയുന്ന നിരത്തിലേക്ക് നോക്കിയിരിക്കുമ്പോൾ റേഡിയോയിൽ രബീന്ദ്ര സംഗീതം കേൾക്കായി.

ഹേ ഖോനികേർ ഒതിഥീ

ഏലേ പ്രഭാതേ കാരേ ചാഹിയാ..........

ഒരു നിമിഷാർദ്ധത്തേക്ക് മാത്രം വന്ന വഴിയാത്രക്കാരാ ഈ പ്രഭാതത്തിൽ ആരെക്കാണാനാണു നീ വന്നത് ?

ആളുകൾ രബീന്ദ്രസംഗീതത്തിനു കാതു കൊടുക്കുന്നില്ല. അവരുടെ കലപിലശബ്ദങ്ങൾക്കിടയിൽ കേരള എന്ന വാക്ക് പലവട്ടം ഉയർന്നപ്പോൾ ഞാൻ കാതു കൂർപ്പിച്ചു. കേരളത്തിലെ വിശേഷങ്ങൾ ഒരുവൻ പറയുകയാണ്. മറ്റുള്ളവർ കേൾക്കുകയും; പണ്ട് ഗൾഫ് വിശേഷങ്ങൾക്ക് മലയാളി കാതുകൊടുത്തതുപോലെ. ബംഗാളികൾക്കിടയിൽ കേരളം ഒരു താരകമായി ജ്വലിച്ചുനില്ക്കുകയാണോ? വേറാക്കുറില്ലാതെ ഒരു ബംഗാളിക്ക് കേരളത്തിൽ ജീവിക്കാനാകുമോ? ഒരു പറ്റമായല്ലാതെ വ്യക്തിയെന്ന നിലയ്ക്ക് നാം അവരെ കാണുന്നുണ്ടോ? അവരുടെ കണ്ണു

കളിലേക്ക് നോക്കി നാം സംസാരിക്കാറുണ്ടോ? മനുഷ്യരെ. അപരവല്ക്കരിക്കുന്ന പ്രക്രിയ മലയാളി മനസ്സുകളിലേക്ക് എത്രയളവിൽ അധീശത്വം നേടിയിട്ടുണ്ടെന്ന് നാം ആത്മപരിശോധന നടത്തണം. കേരളത്തിലെ നിരത്തുകളിലും, വയലേലകളിലും, നിർമ്മാണമേഖലകളിലും പണിയെടുക്കുന്ന ഇതര സംസ്ഥാന തൊഴിലാളികൾ അതതു സംസ്ഥാനങ്ങളുടെ അംബാസിഡർമാർ കൂടിയാണെന്ന് നാം കണക്കാക്കുന്നുണ്ടോ?.

ചായയും മഴയും രബീന്ദ്ര സംഗീതവും അജ്ഞാതരായ ഏതാനും മനുഷ്യരും ചേരുമ്പോൾ ഈ പ്രഭാതം വേറിട്ടതാകുന്നു.

ദിൻ ഗുലി മോർ സോനാർ കാചായ്
രോയ്ലോ നാ സെയ്ജെ അമർ നാനാ
രംഗേർ ദിൻഗുലി.......
സുവർണ്ണ കൂട്ടിലൊതുങ്ങുന്നില്ലെൻ ദിനങ്ങൾ
ദിനമോരോന്നുമതിൻ നിറഭേദങ്ങളും
നിറ പുഞ്ചിരിയു മിറ്റു കണ്ണുനീരും
വഞ്ചിക്കുന്നില്ലെന്നെയതിൻ ബന്ധനത്താൽ..........

മുർഷിദാബാദിലെ മോർഗ്രാമിൽനിന്നും ഖരക്പൂരിലേക്ക് ദേശീയപാത ബിഷ്ണുപ്പൂർ വഴിയാണു കടന്നുപോകുന്നത്. ദേശീയപാതയിൽ നിന്നും വലത്തോട്ട് തിരിയുമ്പോൾ അത് മോറാർ ഗ്രാമത്തിലേക്കുള്ള വഴിതന്നെയാണോയെന്ന് രാജു ഉറപ്പാക്കി. ഏതോ ഒരു പരിചയക്കാരൻ വഴിയിൽ നിന്നും കൈ വീശി. മഴ തോർന്നിരിക്കുന്നു. എങ്കിലും നാട്ടുവഴികളിൽ നിന്നുള്ള വെള്ളം ഹൈവേക്കരികിലെ ഓടയിലേക്ക് ഒഴുകിയെത്തിക്കൊണ്ടിയിരുന്നു. മഴയെ ഭയന്ന് നിവർത്തിയിട്ടാ ടാർപ്പാളിൻ ഷീറ്റ് രാജു ചുരുട്ടിക്കെട്ടി. ഇപ്പോൾ ചുറ്റുമുള്ള കാഴ്ച വ്യക്തമാകുന്നു. ചന്തയിൽ നിന്നും മടങ്ങുന്ന സ്ത്രീകൾ ഓട്ടോയ്ക്കു കൈ കാണിച്ചു. ഷെയർ ഓട്ടോകൾ സാർവ്വത്രികമായതിനാലാവാം അത്. ഊന്നുവടിയുടെ സഹായത്താൽ നടന്നു നീങ്ങുന്ന മദ്ധ്യവയസ്കനായ ഒരു പുരുഷനും ഒപ്പമുള്ള സ്ത്രീയും പ്രത്യാശയോടെ നോക്കി. അവരെ കൂടി കയറ്റാൻ പറഞ്ഞത് രാജുവിന് അത്ര പിടിച്ചില്ലെന്ന് തോന്നുന്നു.

ടാറിട്ട പാത ചെമ്മൺ പാതയ്ക്ക് വഴിമാറി. ഒരു മലബാർഗ്രാമത്തിലൂടെ കടന്നുപോകുന്ന പോലെ. മൺസൂൺ പ്രദേശമായതിനാൽ കേരളത്തിൽ കാണുന്ന എല്ലാത്തരം സസ്യലതാദികളും വഴിവക്കിലുണ്ട്. മഞ്ഞക്കടമ്പുകളിൽ തൂവെള്ളപൂവുകൾ വിരിഞ്ഞുനില്ക്കുന്നു. കൃഷ്ണകിരീടത്തിലെ പൊന്നനുകൾ കാറ്റിലാടുന്നു. തൊട്ടാവാടികളെന്ന ലജ്ഞാവതികളും നയന താരപുഷ്പങ്ങളും പൂവിട്ടിരിക്കുന്നു. തണൽമരമായ ജാരുൽ പൂവിട്ടിരിക്കുന്നു. മാലതീലതകൾ കയ്യാലകളിലേക്ക് പടർന്നു കയറി ചുവപ്പിന്റെയും വെള്ളയുടെയും വർണ്ണരാജികൾ ഒരു പൂവിൽ തന്നെ തീർത്തു വിരാജിക്കുന്നു. വാഴത്തോപ്പുകളും തെങ്ങിൻതോപ്പുകളും ഒറ്റപ്പെട്ട കവുങ്ങുകളും പണിയിടങ്ങളിൽ നട്ടു വളർത്തിയ വെറ്റില കൊടികളും കണ്ടു.

വഴിക്കാഴ്ചകളിൽ മുഴുകിപ്പോയതിനാൽ സഹയാത്രികരോട് സംസാരിക്കാൻ വൈകി. ബിഷ്ണുപ്പൂരിലെ ഒരു ഷോപ്പിലെ സെയിൽസ്ഗേൾ ആണ് മാലിനി ദാസ് ഗുപ്ത. കൂടെയുള്ളത് ഭർത്താവ് ദേവേന്ദ്ര ദാസ് ഗുപ്ത. മാലിനിയും ദേവേന്ദ്രനും ആശുപത്രിയിൽ നിന്നും മടങ്ങുകയാണ്. അപകടത്തിൽപ്പെട്ട് ഒരു കാൽ ദുർബ്ബലമായി. ജീവിക്കാൻ മതിയായ പണം തൊഴിലിൽ നിന്നും ലഭിക്കുന്നില്ല. കൃഷിപ്പണിയെടുത്തിരുന്ന ദേവേന്ദ്രൻ ഇപ്പോൾ വെറുതെയിരുപ്പാണ്. മക്കൾ രണ്ടു പേർ. ഒരാൺകുട്ടിയും, പെൺകുട്ടിയും. ഇരുവരും പഠിക്കുകയാണ്. അവരുടെ പങ്കപ്പാട് പകുത്തെടുക്കാൻ ചെവികൾ കൊടുത്തു. സ്നേഹം പകർന്നു. കേരളത്തിൽ നിന്നും എത്തിയ സഞ്ചാരിയാണെന്ന് അറിഞ്ഞപ്പോൾ അവർ മുറിഹിന്ദിയിൽ പറഞ്ഞു: “ബഹുത്ത് സുനാ ഹെ, കേരൾ സെ......” അവർ വഴിയിൽ ഇറങ്ങി. ഏതാനും നോട്ടുകളും ചില്ലറകളും രാജുവിനു നേരെ നീട്ടി. അയാൾ എന്നെ നോക്കി. ഞാൻ നിഷേധാർത്ഥത്തിൽ തല കുലുക്കി. നഹീ അവർ പതുക്കെ നീങ്ങി. അവരുടെ മുഖത്ത് ദുഃഖവും സന്തോഷവും ഒരേസമയം പ്രകാശിച്ചു. പുറത്തെ ജാലകത്തിലൂടെ നോക്കുമ്പോൾ അവർ ചെമ്മൺ പാത വിട്ട് കയ്യാലയ്ക്കരികിലൂടെ നടന്നു അപ്രത്യക്ഷമാകുന്നത് കണ്ടു.

ആ പ്രദേശം ഒരു മുസ്ലിം അധിവസിക്കുന്ന പ്രദേശമാണെന്ന് പ്രത്യക്ഷ കാഴ്ചകൾ വെളിപ്പെടുത്തി. അത് ശരി വെയ്ക്കുന്ന തരത്തിലാണ് രാജുവിന്റെ പ്രതീകരണവും മുസ്ലീം ജഗാ ഹെ. അവൻ പറയുകയാണ് ഇസ്ലാമിനെയും മുസ്ലീമിനെയും അപരവല്ക്കരിക്കുന്ന ഹിന്ദു സമൂഹങ്ങളാണ് ഇന്ത്യയിൽ എവിടെയും കാണാൻ കഴിയുക. ഒരുമിച്ച് ഇടപഴകുമ്പോഴും ഒരു പാത്രത്തിൽ നിന്നും ഉണ്ണുമ്പോഴും ഒരു പായയിൽ ഉറങ്ങുമ്പോഴും ഒരു വാഹനത്തിൽ സഞ്ചരിക്കുമ്പോഴും ആ ബോധങ്ങളിൽ നിന്നും ഒരു അപരത കടന്നുവരുന്നു. ആഴത്തിലുള്ള മതേതര ബോധവും ജനാധിപത്യ ബോധവും കൊണ്ട് മാത്രമേ ഭരണാധികാരികൾ നിർമ്മിച്ചെടുത്ത ഈ മധ്യകാല ബാക്കിയെ പിഴുതെറിയാനാവൂ.

മൺചുമരുകൾ ചന്തത്തിൽ പൂശിയെടുത്തിട്ടുണ്ട്. ചില ചുമരികളിൽ തിരഞ്ഞെടുപ്പ് ചിഹ്നങ്ങൾ മായാതെ നിലകൊള്ളുന്നു. വീട്ടിലേക്കുള്ള വഴികൾക്കിരുവശവും പൂച്ചെടികളോ കുറ്റിച്ചെടികളോ വളർത്തിയിരിക്കുന്നു. കാലി വളർത്തൽ സമൃദ്ധമായി കണ്ടു. വീടുകളോട് ചേർന്ന് എരിഞ്ഞിലുകളിൽ പശുകളും എരുമകളും അയവെട്ടുന്നു. ആടുകൾ ഉയർത്തി കെട്ടിയ പച്ചിലകൾക്കായി ഇരുകാലുകളിൽ നില്ക്കുന്നു. കോഴികളുടെയും ആടുകളുടെയും സഹജകൂജനങ്ങൾ എമ്പാടും കേൾക്കാം. വഴി നീണ്ടുപോകുന്നു. “മതിയോ ബാബു. നമുക്ക് മടങ്ങരുതോ?” രാജു ഇടയ്ക്കിടയ്ക്ക് തിരിഞ്ഞു ചോദിക്കുന്നു. “ഇല്ല രാജു ആഗെ ചലോ.” ഞാൻ പറഞ്ഞുകൊണ്ടേയിരുന്നു. മരങ്ങൾക്കിടയിൽ ദൃശ്യമാകുന്ന വാസ ഗൃഹങ്ങൾ പിന്നിട്ട് ഓട്ടോറിക്ഷാ ഒരു തുറസ്സിലേക്കെത്തി. നിറയെ കൃഷിയിടങ്ങളാണ്. കോവലാണ് മുഖ്യകൃഷി.

കോവൽപ്പാടങ്ങൾ

മലയാളികൾക്ക് അത്ര പരിചയമില്ലാത്ത വള്ളിപടർപ്പുകളിൽ സമാന്യം വലിയ കായ്കൾ ഉള്ള ഒരു പച്ചക്കറി കണ്ടു.

റോഡരികിൽ ഏതാനും ചാക്കുകളിൽ പച്ചക്കറികൾ കുത്തിനിറച്ച് ചെറുപ്പക്കാർ വാഹനം കാത്തുനില്ക്കുന്നു. വണ്ടിനിർത്തി അവർക്കരികിലേക്ക് ചെന്നു. എന്ത് വേണമെന്നായിരുന്നു ആദ്യ ചോദ്യം. പച്ചക്കറി, പാടങ്ങളിൽ നിന്നും സംഭരിക്കാനെത്തിയ വ്യാപാരികളാണ് ഞങ്ങൾ എന്നവർ തെറ്റിദ്ധരിച്ചതുപോലെ തോന്നി. കേരളത്തിൽനിന്നാണെന്ന് പറഞ്ഞപ്പോൾ അവർ നിറഞ്ഞ സൗഹൃദം നീട്ടി. അവരുടെ കോവൽപ്പാടങ്ങളിലേക്ക് ക്ഷണിച്ചു. സൂര്യന് തീക്ഷ്ണത വന്നു തുടങ്ങുന്നു. കോവൽപ്പാടങ്ങൾക്ക് മുകളിൽ പതിച്ച രശ്മികൾ നിഴലുകളായി വയലിൽ വീണുകിടക്കുന്നു. നിഴൽ ചിത്രങ്ങൾ ചേർന്ന് ഒരു ഭാഗം ക്യാൻവാസ് പോലെ ദൃശ്യപ്പെട്ടു. കോവൽപ്പാടങ്ങൾക്ക് സമീപം നെൽവയലുകൾ കണ്ടു. തണ്ടുറയ്ക്കാറായ നെൽച്ചെടികൾ ചോദിച്ചു. "യാത്രികാ ഇവിടെ വെള്ളം കുറവാണ് അല്പം വെള്ളം തന്നുപോരുമോ." ഞാനവളുടെ തല തലോടി പറഞ്ഞു. "മകളെ എന്റെ നാട്ടിൽ വെള്ളം കൊണ്ടു മുറിവേറ്റവരാണ് ഞങ്ങൾ. മനസ്സിൽ പകർന്ന ജലം നിനക്കായി ഇതാ ഒഴുക്കുന്നു." അവൾ സ്നേഹത്തോടെ തലയാട്ടി.

കോവൽപോലെ പടർന്നുകയറിയ പച്ചക്കറിയേതെന്നു ചോദിച്ചു. അവർ പറയുകയാണ്, പടവൽ ബാബു. അമ്പോ, നമ്മുടെ പടവലത്തിന്റെ കുഞ്ഞനുജൻ. ശരിയാണ്. കുറുകിപ്പോയ പടവലങ്ങ തന്നെയല്ലേ ഈ കാണുന്നത്. വെണ്ടപ്പാടങ്ങളിൽ മഞ്ഞപ്പൂവുകളും പച്ചക്കായ്കളും കാറ്റിലാടുന്നു. വെള്ളം ഈ മഴ കാലത്തും ആവശ്യത്തിന് ലഭിക്കാത്തതിൽ കൃഷിക്കാർ ദുഃഖിതരാണ്. ഒരു എം. 80 ബൈക്കിൽ അതുവഴി പോയ ദമ്പതികൾ ഞങ്ങളെ കണ്ടു വണ്ടി നിർത്തി. കേരളത്തിൽ നിന്നാണെന്നറിഞ്ഞപ്പോൾ അവരുടെ കോവൽപ്പാടങ്ങളും കൂടി കാണണമെന്നവർ നിർബ്ബന്ധിച്ചു. വയൽവരമ്പിലൂടെ ഏതാനും വാരയകലേക്ക്

നടക്കുമ്പോൾ അവർ പറഞ്ഞുകൊണ്ടേയിരുന്നു. കെട്ടകാലമാണ് ബാബു "കെട്ടകാലം. കാലാവസ്ഥ മാറി മറഞ്ഞിരിക്കുന്നു. പാടുപെട്ടു വിളയിച്ചെടുക്കുന്ന ഉല്പന്നങ്ങൾക്ക് വിലയില്ല. ഞങ്ങൾക്ക് ഒരു കിലോ കോവയ്ക്കയ്ക്ക് കിട്ടുന്നത് പതിനഞ്ചു രൂപ. എന്നാൽ കൊൽക്കത്തയിലെ കമ്പോളത്തിൽ അതിന് 80 രൂപ വരെ ലഭിക്കുമത്രെ. കൃഷിക്കാരുടെ സഹകരണ സംഘം രൂപീകരിക്കാൻ കഴിഞ്ഞ ഇടതുപക്ഷ സർക്കാർ ചില നീക്കങ്ങൾ നടത്തി. മമത വന്നതോടെ എല്ലാം അവസാനിച്ചു. ഈ പാർട്ടികാരൊക്കെ എവിടെപ്പോയി മറഞ്ഞെന്നറിയില്ല. ഇപ്പോൾ എല്ലാവരും ബി ജെ പിയും തൃണമൂലുമൊക്കെയായിരുന്നു. അവർക്കുണ്ടോ ഇതിലോക്കെ താല്പര്യം. രാമന്റെ പേരിൽ ഒരുകൂട്ടർ കാവിയുമുടത്ത് നടക്കുമ്പോൾ തട്ട് മണികിട്ടുന്ന ഏർപ്പാടിലാണ് മറ്റൊരു കൂട്ടർ."

ഇന്ത്യയിലെ കർഷകരുടെ നടുവീർപ്പുകൾക്ക് ഒരേ താളം. അവരുടെ കണ്ണുനീരിന് ഒരേയുപ്പ്. വിയർപ്പിന് ഒരേ മണം. അവർക്കിടയിൽ അസംസതൃപ്തി പുകയുകയാണ്. കർഷക ദമ്പതികളുടെ കൃഷിയിടങ്ങൾ കണ്ടു തിരികെ മടങ്ങുമ്പോൾ കൈക്കുമ്പിൾ നിറയെ കോവയ്ക്ക തന്നു. അതവരുടെ ഹൃദയമാണ് എടുത്തു കൊൾകയെന്നാരോ ഉള്ളിലിരുന്നു പറഞ്ഞു. സ്നേഹത്തോടെ അത് കൈപ്പറ്റി സഞ്ചിയിൽ സൂക്ഷിച്ചു. അവരെ കൈകൾ കൊണ്ടണച്ചുനിർത്തി സ്നേഹം പകുത്തു. അവർ കൈകൾ മുറുകെ പിടിച്ചപ്പോൾ അദ്ധ്വാനത്തിന്റെ കരുത്തും സ്നേഹവും വിദ്യുത് തരംഗം പോലെ ശരീരത്തിലൂടെ കടന്നുപോയി.

കൂടുതൽ സമയം എടുക്കുന്നതിൽ അസ്വസ്ഥനായ രാജുവിനോട് കൃഷിക്കാർ തട്ടിക്കയറി. "നമ്മുടെ അതിഥിയാണ് കൂടുതൽ കൃഷിയിടങ്ങൾ കാട്ടികൊടുക്കൂ." അതിലേക്കായി വണ്ടികടന്നുപോകേണ്ട വഴികളുടെ രൂപരേഖ അവർ രാജുവിന് നല്കി. അവൻ അല്പം അസ്വസ്ഥനായെങ്കിലും ചെമ്മൺപാത മറ്റൊരു ദിശയിലേക്ക് തിരിഞ്ഞു. കൃഷിപ്പാടങ്ങളുടെ കായൽപരപ്പിനിടയിൽ തെളിഞ്ഞുകണ്ട വഴിയിലൂടെ രാജുവിന്റെ വാഹനം പാഞ്ഞു. ഒരു ഓലപ്പുരയും ഏതാനും മനുഷ്യരും ദൃഷ്ടിയിൽപ്പെട്ടപ്പോൾ രാജു പറഞ്ഞു. "ഓരോ ചായ കുടിക്കാം ബാബു. അത് ശരിവച്ചും ഞാനും ഇറങ്ങി. ചായക്കടയിൽ സാമാന്യം വലിയൊരു ഹാൾ കണ്ടു. അവിടെ നിറയെ മനുഷ്യരാണ്. അവർ ടെലിവിഷൻ കാണുകയാണ്. ഉത്തം കുമാറിന്റെ ഏതോ പഴയ ബംഗാളി സിനിമ. സിനിമയിൽ മിഴികൾ പൂഴ്ത്തി മനസ്സു തറപ്പിച്ചിരിക്കുകയാണ് അവർ സന്ദർശകരെ ശ്രദ്ധിച്ചില്ല. ടീ മേക്കർ തൊഴിലിൽ വ്യാപൃതനാണ്. രണ്ടു ചായയ്ക്ക് ഓർഡർ നല്കി ഹാളിന്റെ ഏറ്റവും പുറകിൽ ഒഴിഞ്ഞുകിടക്കുന്ന ബഞ്ചിലിരുന്നു. ഏതാനും ചെറുപ്പക്കാർ ഞങ്ങളെ ശ്രദ്ധിച്ചു. അപരിചിതനായ ഒരുവനോട് കുശലം ചോദിക്കാനുള്ള ഗ്രാമ്യശീലം അവരിലിപ്പോഴും ബാക്കിയുണ്ട്. അവരെയും കൂട്ടി പുറത്തിറങ്ങി. നെൽവയലുകൾ സാക്ഷിയാക്കി ഞങ്ങൾ സംസാരത്തിൽ ഏർപ്പെട്ടു. വളരെ

ഉല്ലാസവാന്മാരായ ചെറുപ്പക്കാരാണവർ. ഹിന്ദിസിനിമയുടെ ആരാധകർ. കേരളത്തെ അറിയാം. എന്നാൽ കൂടുതലറിയില്ല. രാഷ്ട്രീയം ചർച്ചാവിഷയമാക്കി. അവർ അതിൽ വലിയ താല്പര്യം കാണിച്ചില്ല. ചെറുപ്പക്കാരിൽ തൃണമൂൽ അനുഭാവികളുണ്ട്, ബി ജെ പി ക്കാരുണ്ട്. സി പിഎം കാരുണ്ടോയെന്നു ചോദിച്ചപ്പോൾ ഇപ്പോഴില്ല എന്നായിരുന്നു മറുപടി. എന്നിട്ട് എന്തോ ഓർത്തെടുത്തിട്ടെന്നപോലെ അവൻ പറഞ്ഞു. മാലിക് അവൻ കൂടുതൽ വ്യക്തമാക്കി. ആ ചായയടിക്കുന്ന മനുഷ്യനാണ് ചായക്കടയുടെ "മാലിക്. അയാൾ ഒരു കമ്യൂണിസ്റ്റുകാരനാണ്. അയാൾക്ക് മാത്രം ഒരു ചാഞ്ചല്യവുമില്ല." അവൻ അല്പം സ്നേഹത്തോടെ പറഞ്ഞു.

സിനിമ കാണുന്നവരെ തടസ്സപ്പെടുത്താതെ ടീ മേക്കറുടെ അടുത്തെത്തി. കേരളത്തിൽനിന്നും വന്നതാണ്. ഒരു പാർട്ടിക്കാരനാണ്. തെല്ലു

ഉത്തം കുമാറിന്റെ സിനിമ കാണുന്ന ഗ്രാമീണർ

സ. മെഹർ ബെയിനൊപ്പം

സ്നേഹത്തോടെ അയാൾ നോക്കി. മുഖത്ത് ഒരു ചിരി പടർന്നു. മെഹർ ബെയ്ൻ. മുറാർഗ്രാമത്തിലെ സി പി ഐ എം ബ്രാഞ്ച് സെക്രട്ടറിയാണ്. "പാർട്ടി സജീവമാണ്. കമ്മിറ്റികൾ മുറയ്ക്ക് കൂടുന്നുണ്ട്. ബഹുജന പിന്തുണ തിരിച്ചുപിടിക്കണം. പുതിയ കാലത്തെ ചെറുപ്പക്കാരെ ഒപ്പം നിർത്തുക വലിയ പ്രായസമാണ്. എന്തെല്ലാം അനുഭവിച്ചു, കോമ്രേഡ് ഞങ്ങൾ മാഞ്ഞുപോയില്ല. പാർട്ടി തിരിച്ചുവരും. ഈ കാണുന്ന ഓളങ്ങളെല്ലാം പോകും. തൃണമൂലുകാരെ പേടിച്ചകാലം പോയി. പേടികൊണ്ടാണ് പിള്ളേരെല്ലാം അവർക്കുപുറകെ പോയത്. എനിക്കു നേരെ എത്രയോ വട്ടം ആക്രമണമുണ്ടായി. ഈ ചായക്കട എത്രയോവട്ടം അടിച്ചുതകർക്കപ്പെട്ടു. നമ്മളങ്ങനെ പിന്തിരിയുന്നവരല്ലല്ലോ ബാബു." അദ്ദേഹം കൈകൾ തുടച്ച് പുറത്തേക്കിറങ്ങി. ആ കൈകൾ ബലിഷ്ഠമാണ്. അകത്ത് ജീവൻ ത്രസിക്കുന്നു. ഞങ്ങളെ യാത്രയാക്കി വീണ്ടും മെഹർബെയൻ ഉള്ളിലേക്ക് പോയി. ടെലിവിഷനിൽ ഉഗ്രസംഘട്ടനം നടക്കുകയാണ്. പ്രേക്ഷകർ കടുത്ത സംത്രാസത്തിലും.

രുദ്രപ്രകാശമരങ്ങൾ പൂവിട്ടു നില്ക്കുന്ന പാതയോരത്തുനിന്നും വിശാലമായ ഒരു കനാൽക്കരയിലൂടെ കണ്ണെത്താത്തിടംവരെ നീണ്ടു കിടക്കുന്ന പാതയിലൂടെ ഓട്ടോറിക്ഷ നീങ്ങി. ഇപ്പോൾ രാജു ആകെ ത്രില്ലിലാണ്. ആദ്യമായിട്ടാണ് അയാളും അവിടെ വരുന്നത്. സാലമരങ്ങൾ നിറഞ്ഞ ഒരു വൃക്ഷത്തോട്ടം പിന്നിട്ട് തെങ്ങിൻ തോപ്പുകൾ പിന്നിട്ട്, നെൽപ്പരപ്പുകൾക്കിടയിലൂടെ പോകുമ്പോൾ സൂര്യൻ അതിന്റെ ഉച്ചസ്ഥായിൽ എത്തിക്കഴിഞ്ഞിരുന്നു. ഇനിയൊരിക്കലും വരാൻ ഇടയില്ലാത്ത വഴികളിലേക്ക് ഒരിക്കൽക്കൂടി തിരിഞ്ഞുനോക്കി. ഇടങ്ങളേകിയ സുഖങ്ങളും ദുഃഖങ്ങളും മനസ്സിൽ നിറഞ്ഞു. എവിടെയുള്ളവരും ഉള്ളിൽ ഒന്നാണെന്ന് ഓരോ യാത്രയും നമ്മെ പഠിപ്പിക്കുന്നു.

രണ്ട്

ഒരേവഞ്ചിയിലെ യാത്രക്കാർ

യാത്ര

പ്രതീക്ഷകളും സ്വപ്നങ്ങളും പ്രവാസികളുടെ നെടുവീർപ്പുകളും പേറി ഹൗറയിലേക്കുള്ള വണ്ടി കാത്തുകിടന്നു. പൂജാ അവധിയുടെ ആഹ്ലാദങ്ങളുമായി തീവണ്ടിയുടെ പ്രതീക്ഷാകവാടങ്ങളിൽ ആളുകൾ തിക്കിത്തിരക്കി. ഭിത്തിയിൽ പതിപ്പിച്ച റിസർവേഷൻ ചാർട്ടിൽ സ്വന്തം പേര് ഉറപ്പുവരുത്തിയ ശേഷം ഓർമ്മപ്പെട്ടികളുമായി അവർ കിടന്നിരുന്നു. ദീർഘയാത്രയ്ക്ക് തയ്യാറാക്കപ്പെട്ടതിനാലാവും പൊട്ടിപ്പൊളിഞ്ഞ ബോഗികൾ കഴുകി വൃത്തിയാക്കപ്പെട്ടിരുന്നു. വണ്ടിക്കുള്ളിൽ ജലാശയങ്ങൾ വറ്റാതെതന്നെ കിടന്നു. ബംഗാളികൾ ഒരു പ്രത്യേക ജനതയാണ്. പൂജാ അവധിക്കാലത്ത് സ്വന്തം ഇടങ്ങളിലേക്ക് പ്രതീക്ഷയോടെ അവർ പോവുകയാണ്.

വണ്ടി അനങ്ങുകയും ഞരങ്ങുകയും പിന്നെ കിതപ്പോടെ ഓടുകയും ചെയ്തു. സ്വന്തം മനസ്സുകളിൽ പായുന്ന തീവണ്ടിക്ക് വേഗത കൂടുതൽ ഉണ്ടായിരുന്നതിനാലാകാം പലരും യാത്രയ്ക്കിടയിൽ സാധാരണ കടന്നുവരാറുള്ള വിഷാദഭാവത്തിലേക്കു വഴുതിവീണു. പരിചയപ്പെടലുകൾ, ഔപചാരിക സംഭാഷണങ്ങൾ. തീവണ്ടിയുടെ മേല്ക്കൂരയിൽ തലതട്ടാൻ പോകുന്ന ഉയരവും, കൊഴുത്ത കൈകാലുകളും, ചിരിക്കുന്ന മുഖവുമായി ഒരു വിദേശി യുവാവ് ഇരിപ്പിടമുറയ്ക്കാതെ എല്ലാവർക്കും പുഞ്ചിരി നല്കി നീങ്ങുന്നുണ്ടായിരുന്നു. ടൂർ ഇന്ത്യയുടെ ഗൈഡിൽ ഒരു വിരൽ കൊണ്ട് അടയാളം വച്ച് ഉയർത്തിപ്പിടിച്ചിട്ടുണ്ട്. തൊലിയുടെ നിറം ഒരു പ്രശ്നം തന്നെയാണ്. ഈ വെള്ളക്കാരനോട് അടുക്കാൻ ആളുകൾ വിമുഖത കാട്ടി. ഞാൻ, എന്റെ ഭാര്യ, കുട്ടികൾ ഞങ്ങളുടെ സ്വകാര്യലോകത്തേക്ക് അയാൾ കടന്നിരുന്നു. ചിരിച്ച് അഭിവാദ്യം ചെയ്ത് കൈകൾ കുലുക്കി.

"സമീർ"

അയാൾ പരിചയപ്പെടുത്തി. ജർമ്മൻ സ്വദേശി.

സമീർ ആകെ സന്തോഷത്തിലാണ്.

ഈ കേരളം പോലെ ഒരു നാട് ഭൂമുഖത്ത് എവിടേയുമില്ല. ഉല്ലാസവന്മാരായ ജനങ്ങളാണ് നിങ്ങൾ. ഔപചാരികത തീരെയില്ലാത്തവർ. ഇവിടെ എല്ലാം വിലക്കുറവാണ്. ഞാനെന്റെ ജർമ്മൻ മാർക്ക് ചെലവിടാൻ ഏറെ പാടുപെട്ടു. കാശ് തീരണ്ടെ? ഇരുന്നൂറ് രൂപയ്ക്ക് ഒരു മുറി. ഭക്ഷണത്തിന് ഏറിയാൽ നൂറു രൂപ . ഞാൻ ഞെട്ടിപ്പോയി. എന്റെ കൈയിലുള്ള പണം കൊണ്ട് എനിക്ക് ആയുസ്സുമുഴുവൻ ഇവിടെ കഴിയാം. ജർമ്മനിയിലാണെങ്കിൽ കൂടിപ്പോയാൽ മൂന്നുമാസം ജീവിക്കാനുള്ള കാശ്. ഞാൻ ഒരു ഓട്ടോറിക്ഷ വാങ്ങി. ഓടിച്ചു പഠിച്ചു. അത്ഭുതകരം സ്വന്തം ഓട്ടോയിലായിരുന്നു യാത്ര. റോഡുകൾ, ഇടവഴികൾ, കുണ്ടുകൾ, വെള്ളക്കെട്ടുകൾ. ഓട്ടോയാത്ര അനിർവ്വചനീയം. ഒരു പഴയ ബുള്ളറ്റ് ബൈക്കും വാങ്ങിയിരുന്നു. എല്ലാം താല്ക്കാലിക ഏർപ്പാടുകൾ. ഉപയോഗിച്ചു. കൈയൊഴിഞ്ഞു. പക്ഷേ, വിസ കാലയളവ് കഴിഞ്ഞു. ഒരു മനുഷ്യനെ ഇഷ്ടമുള്ള സ്ഥലത്ത് നില്ക്കാൻ സമ്മതിക്കാത്ത നിയമങ്ങൾ. ദില്ലിയിലേക്ക് പോകണം, കൊൽക്കൊത്ത വഴി.

സമീർ തന്റെ തുകൽ ബാഗ് തുറന്നു. ഒരു സെറ്റ് ഫോട്ടോകൾ പുറത്തെടുത്തു. അലങ്കരിച്ച ഒരു ലോറി നിറയെ ചിത്രപ്പണികൾ. വലിയൊരു വീടുപോലെ. അരികിൽ രണ്ടു സ്ത്രീകൾ. "എന്റെ സഹോദരിയും അമ്മയുമാണ്" സമീർ പറഞ്ഞു. വണ്ണമുള്ളവൾ സോദരി. മെലിഞ്ഞത് അമ്മ. അമ്മയുടെ കുടുംബക്കാർ പാകിസ്ഥാൻ വംശജരാണ്. അച്ഛൻ പാലസ്തീൻ വംശജനും. ഇപ്പോൾ ജീവിച്ചിരിപ്പില്ല. പാകിസ്ഥാനിൽ നിന്നുള്ള കൈത്തറിയും കരകൗശലവസ്തുക്കളും ജർമ്മനിയിൽ ഇറക്കുമതി ചെയ്ത്, പാകിസ്ഥാൻ മാതൃകയിലുള്ള ലോറിയിൽ കൊണ്ടുനടന്ന് വില്ക്കലാണ് കുടുംബതൊഴിൽ. നല്ല വരുമാനമുണ്ടെന്ന് സമീർ. സമീർ ഒരു അദ്ധ്യാപകനാണ്. ഒഴിവുകാലയാത്രയാണ്. പിന്നെ സ്വകാര്യമായി പഠനവും. വീട്ടിൽ നിന്നും സൈക്കിളിലാണ് യാത്ര. 14 കിലോമീറ്റർ ഇന്ധനച്ചെലവ് ലാഭിക്കുന്നത് കൂട്ടിവച്ചാണ് യാത്രയ്ക്കുള്ള കാശ് സ്വരുക്കൂട്ടുന്നത്. മഞ്ഞുവീണ വഴികളിലൂടെ ഇലകൊഴിഞ്ഞ പ്ലോപ്പർ മരങ്ങൾക്കിടയിലൂടെ ഒരു യുവാവ് സൈക്കിൾ ചവിട്ടിപ്പോകുന്നത് ഞാൻ സങ്കല്പിക്കാൻ തുടങ്ങി. അടക്കാനാകാത്ത ആകാംക്ഷയോടെ ഞാൻ ചോദിച്ചു.

"ഏതു ജർമ്മനി?"

"ഇപ്പോൾ ജർമ്മനിയേയുള്ളു".

"കിഴക്കോ പടിഞ്ഞാറോ?"

"പടിഞ്ഞാറ്."

"ബർലിൻ മതിൽ പൊളിച്ചതിനുശേഷം എങ്ങനെയുണ്ട് കാര്യങ്ങൾ?"

"പടിഞ്ഞാറുനിന്നും ഉല്പന്നങ്ങൾ കിഴക്കോട്ടൊഴുകി. കിഴക്കു

നിന്നും പടിഞ്ഞാറോട്ടു ജനങ്ങളും. പടിഞ്ഞാറെത്തിയ ആളുകൾ കുറേ ക്കഴിഞ്ഞ് നിരാശരായി തിരിച്ചുപോയി. ഫലത്തിൽ രണ്ടു ജർമ്മനികൾ ഉണ്ടെന്നു തന്നെ പറയാം."

"ബർലിനിലാണോ വീട്?"

"ഞാൻ സ്കൂളിലേക്ക് സൈക്കിൾ ചവിട്ടിപ്പോയിരുന്നത് മതിലിന രികിലൂടെയായിരുന്നു. പൊളിക്കുമ്പോൾ വലിയ പ്രതീക്ഷയായിരുന്നു ആളുകൾക്ക്. ഒരു കഷണം ഞാൻ വീട്ടിൽ കരുതിയിട്ടുണ്ട്. ഇപ്പോൾ എനിക്കറിയാം യോജിക്കലായിരുന്നില്ല.... it was an invasion"

"കമ്യൂണിസ്റ്റാണോ?"

"അല്ല ഗ്രീൻസ് പാർട്ടിയാണ്. പക്ഷേ, മുതലാളിത്തം വെറുക്കപ്പെ ടേണ്ടതാണ്."

"നാസികളേപ്പറ്റി"

"എല്ലാവരും നാസികളല്ല."

നാസികളെപ്പറ്റി പറഞ്ഞത് സമീറിനെ അസ്വസ്ഥനാക്കി. ഏറെനേരം അയാളൊന്നും പറഞ്ഞില്ല.

"ഇന്ത്യയിലെ പെൺകുട്ടികൾ പ്രത്യേകതരക്കാരാണ്," സമീർ പറഞ്ഞു. "അവർ വേഗത്തിൽ അടുക്കില്ല." രണ്ടാംക്ലാസ് സ്ലീപ്പർ കമ്പാർ ട്ട്മെന്റിന്റെ മദ്ധ്യഭാഗത്ത് രണ്ട് പെൺകുട്ടികൾ സംസാരത്തിൽ മുഴുകി യിരിക്കുന്നത് കണ്ടിട്ടാവണം അയാൾ അത് പറഞ്ഞത്.

"പരീക്ഷണം വേണ്ട. അവർ ചിലപ്പോൾ പ്രകോപിതരാവും. മാത്ര മല്ല വിദേശികളോട് അവർ ഇടപെടാൻ മടിക്കും. ഞങ്ങൾക്ക് നിങ്ങളെ പ്പറ്റി ചില മുൻവിധികൾ ഉണ്ട്." ഞാൻ പറഞ്ഞു.

"നിങ്ങൾ ഇന്ത്യക്കാർ ഞങ്ങളെപ്പറ്റി തെറ്റായ മുൻവിധി സൂക്ഷി ക്കുന്നവരാണ്. ഞങ്ങൾ കുത്തഴിഞ്ഞ ലൈംഗികജീവിതം നയിക്കുന്നവ രാണെന്നാണ് നിങ്ങൾ കരുതുന്നത്. ജർമ്മനിയിൽ വിവാഹമോചനത്തിന് സ്വാതന്ത്ര്യവുമുണ്ട്. പക്ഷേ, എഴുപത് ശതമാനത്തോളം പേർ ജീവിത ത്തിൽ ഒരു പങ്കാളി മാത്രമുള്ളവരാണ്. കുടുംബബന്ധങ്ങൾ അത്ര ശിഥി ലമല്ല. തുറന്ന സമീപനമാണുള്ളത്. എന്നാൽ കാണുന്നവരോടെല്ലാം ലൈംഗികബന്ധം പുലർത്തുന്നവരാണ് ഞങ്ങൾ എന്ന് നിങ്ങൾ കരുത രുത്."

ഞാൻ മറുപടി പറഞ്ഞില്ല.

"നിങ്ങൾ എങ്ങോട്ടാണ്?"

അയാൾ ചോദിച്ചു

"ബംഗാളിലേക്ക്. വെറുതെ കാണാൻ"

"വെറുതെ യാത്രചെയ്യുന്ന ഒരു ടീമിനെ ഞാൻ ഇന്ത്യയിൽ ആദ്യം കാണുകയാണ്."

"നിങ്ങൾ ഈശ്വരവിശ്വാസികൾ ആണോ? തീർത്ഥാടനമോ മറ്റോ?"

"അല്ല"

"അതും ആദ്യമായിട്ടാണ്. വിശ്വാസിയല്ലാത്ത ഒരാളെ ഇന്ത്യയിൽ

കാണുന്നത്.”

“നിങ്ങൾക്ക് ഇന്ത്യക്കാരെപ്പറ്റി മുൻവിധികൾ ഉണ്ട്. നമ്മളെല്ലാം ഒരർത്ഥത്തിൽ മുൻവിധികളുടെ തടവുകാരാണ്.”

സമീർ ചിരിച്ചു.

അയാൾ പെൺകുട്ടികളുടെ അടുത്തേക്ക് നടന്നുപോയി. പുറത്തെ കാഴ്ചകൾ ജനലഴിയിലൂടെ മാറിമറഞ്ഞുപോയി. ചിലപ്പോൾ കാഴ്ചകൾ ഔട്ട് ഓഫ് ഫോക്കസിലായി. അകലെയുള്ള കാഴ്ചകൾ ജനലയ്ക്കരികിലേക്ക്. തീവണ്ടിയുടെ താളമേളങ്ങൾക്ക് മനുഷ്യനെ ഉറക്കുന്ന ശക്തിയുണ്ട്. കണ്ണുകൾ മെല്ലെ അടഞ്ഞു. വണ്ടി ഏതോ സ്റ്റേഷനിൽ നിന്നു. ഉണർന്നു കഴിഞ്ഞപ്പോൾ സമീർ പെൺകുട്ടികളുമായി നർമ്മ സംഭാഷണത്തിലാണ്. മറ്റുള്ളവർ ശ്രദ്ധിക്കുന്നതിൽ അവർ അസ്വസ്ഥരാണെങ്കിലും സായിപ്പിനെ വിടാൻ ഭാവമില്ല. എല്ലാ മുൻവിധികളും വേഗത്തിൽ ഉടഞ്ഞു പാകുന്നു.

കേരളത്തിലെ ഹരിതഭൂമികളും പുഴസമൃദ്ധികളും തെങ്ങിൻ തലപ്പുകളും ഒരു നെടുവീർപ്പുപോലെ കടന്നുപോയി. തമിഴകത്തിന്റെ ഊഷരഭൂമിയിലൂടെയുള്ള യാത്രയ്ക്കും ചുടുകാറ്റിനും ആശ്വാസത്തിന്റെ തലങ്ങളുണ്ട്. പരന്നകാഴ്ചകൾ നമുക്ക് അന്യമായിക്കൊണ്ടിരിക്കുകയാണല്ലോ. മരങ്ങൾ, വീടുകൾ, മതിലുകൾ, കൂറ്റൻ ഫ്ളാറ്റുകൾ. നമുക്ക് അധികമൊന്നും ദൂരക്കാഴ്ച കിട്ടാത്തതുപോലെ. അത് മനസ്സിനെ സങ്കുചിതത്വത്തിലേക്ക് നയിക്കുന്നുണ്ടോ? പലപ്പോഴും സംശയം വന്നിട്ടുണ്ട്. ഒരു രാത്രി പിന്നിട്ടപ്പോൾ ആന്ധ്രയിലൂടെയാണ് വണ്ടി പായുന്നത്. ആന്ധ്രയുടെ പരന്ന നെൽപ്പാടങ്ങൾ. തെലുങ്കന്റെ ജീവിതത്തിലേക്ക് ആധുനിക ജീവിതം എത്തിനോക്കാൻ എന്തേ വൈകി? രാജമുന്ദ്രി എത്തിയപ്പോൾ സേതുവിന്റെ കൈമുദ്രയിലെ നായികയെ ഓർത്തു. നമ്മുടെ പ്രിയനടി ശാരദയും ഇവിടെയെവിടെയോ നിന്നാണ്. പത്രങ്ങളിൽ കണ്ടു മറന്ന പേരുകൾ മുന്നിലെത്തി. ഇടതുപക്ഷ തീവ്രവാദികളുമായും തെലങ്കാന സമരവുമായും പാർട്ടികോൺഗ്രസുമായും ഗദ്ദർ, വരവരാറാവു എന്നിവരുമായും ബന്ധപ്പെട്ട പേരുകൾ സാകൂതം നോക്കിയിരുന്നു. സ്റ്റേഷനുകൾ എത്തുമ്പോൾ കുടിവെള്ളത്തിനായി വാട്ടർബോട്ടിലുകളുമായി ആളുകൾ തിക്കിത്തിരക്കുന്ന കാഴ്ച ഇപ്പോഴില്ല. കുടിവെള്ളം കുപ്പികളിലായിരിക്കുന്നു. വിലാപം പോലെ ചായ് എന്ന നീട്ടിവിളി ഓരോ സ്റ്റേഷനിൽ നിന്നും ഉയരുന്നു. ഇന്ത്യക്കാരന്റെ അന്താരാത്മാവിൽ നിന്നും ഉയരുന്ന ദീനരോദനം. രാത്രി വീണ്ടും വന്നുപോവുകയും, ഒറീസയുടെ വൈവിദ്ധ്യഭൂമി പ്രത്യക്ഷമാവുകയും ചെയ്തു. തീവണ്ടിയാത്രയിലെ ഉദയാസ്തമയങ്ങൾ നമ്മെ വിസ്മയിപ്പിക്കും. കടന്നുപോകുന്ന ഏതോ ഭൂപ്രദേശത്തെ ചുവപ്പിച്ചുകൊണ്ടുള്ള സൂര്യന്റെ നില മാഞ്ഞുപോവില്ല. ഒറീസയിലെ പച്ചപ്പുകൾക്ക്, തട്ടുകൃഷിചെയ്ത ഭൂവിഭാഗങ്ങൾക്ക്, വയനാടിന്റെ നിറവും മണവുമാണ്. ആദിവാസികൾ ഏറെയുള്ള പ്രദേശങ്ങളിലൂടെ കടന്നുപോകുമ്പോൾ ഇന്ത്യയുടെ വൈവിദ്ധ്യത്തെപ്പറ്റി നാം

അമ്പരക്കും. മാസം ഒരു ലക്ഷത്തോളം രൂപ വരുമാനമുള്ള ഐ ടി മേഖലയിലെ തൊഴിലാളിക്കും പ്രതിദിനം 23 രൂപയ്ക്ക് താഴെ മാത്രം ലഭിക്കുന്ന അസംഘടിതമേഖലയിലെ തൊഴിലാളികൾക്കും ഒരിന്ത്യതന്നെയാണ്. യഥാർത്ഥത്തിൽ പല ഇന്ത്യകളില്ലേ? കോർപ്പറേറ്റ് മുതലാളിമാരുടെ, ഫ്യൂഡൽ പ്രഭുക്കളുടെ, രാഷ്ട്രീയമേലാളന്മാരുടെ , വരേണ്യത്തൊഴിലാളികളുടെ, അസംഘടിതരുടെ, തെരുവിലെ മനുഷ്യരുടെ വ്യത്യസ്ത ഇന്ത്യകൾ.

ബംഗാളിലേക്ക് പ്രവേശിക്കുമ്പോൾ

വണ്ടി ബംഗാളിലേക്ക് പ്രവേശിക്കുമ്പോൾ യാത്രക്കാരാകെ ഉല്ലാസഭരിതരാകുന്നതുപോലെ . പ്രവാസികളുടെ മടങ്ങിവരവ്- അമ്മയുടെ അടുത്തേക്ക് ഓടിയെത്തുന്ന കുഞ്ഞിനേപ്പോലെ. ഗീതാഹിരണ്യൻ എഴുതിയത് ഓർക്കുന്നു ഗൾഫിൽ നിന്നും കേരളത്തിലേക്കെത്തുന്നവർക്ക് വിമാനം താഴ്ന്നു പറന്നു തുടങ്ങുമ്പോൾ, ആദ്യത്തെ തെങ്ങോലത്തുമ്പ് ദൃഷ്ടിപഥത്തിലെത്തുമ്പോൾ മനസ്സിൽ ആഹ്ലാദത്തിന്റെ കടലിരമ്പം കേൾക്കുമത്രേ. ബംഗാളിലേക്ക് പ്രവേശിക്കുന്ന അന്യനാട്ടുകാർക്ക് തങ്ങളുടെ വിശേഷങ്ങൾ കാട്ടിക്കൊടുക്കാൻ തുടങ്ങി. മിഡ്നാപൂരിന്റെ ഹരിത സമൃദ്ധി കുട്ടനാടൻ വയലേലകളെ ഓർമ്മിപ്പിക്കുന്നു. എങ്ങോ കേട്ട ഒരു ബാവുൽ ഗീതത്തിന്റെ നേർത്ത വീചികൾ കാറ്റിനൊപ്പം എത്തുന്നുണ്ടോ? വയലിൽ നില്ക്കുന്ന മനുഷ്യർ. പണിയെടുക്കുന്നവർ എല്ലായിടത്തും ഒരുപോലെ. ഇനി ഘരക്പൂർ റെയിൽവേസ്റ്റേഷൻ എത്തും. അടുത്തിരുന്ന ബംഗാളി സുഹൃത്ത് പറഞ്ഞു. ഏഷ്യയിലെ ഏറ്റവും നീളം കൂടിയ റെയിൽവേസ്റ്റേഷനാണ്. വണ്ടി മെല്ലെ നില്ക്കുമ്പോൾ പ്ലാറ്റ്ഫോമിലേക്കിറങ്ങിയവർ അതിവേഗം ഓടി മറയുകയാണ്. ഈ നെൽപ്പരപ്പിനകത്തെവിടെയോയുള്ള കൂരയിലേക്കോടിയടുക്കാൻ. പൂത്തുനിറഞ്ഞ ഒരു കണിക്കൊന്ന കാറ്റിലാടുന്നുണ്ട്, വളർച്ച മുരടിച്ച ഏതാനും വൻമരങ്ങളും. ചായയുമായി എത്തിയ പയ്യൻ ചെറിയ മൺപാത്രങ്ങളിൽ പകർന്നു. കുഞ്ഞുപാത്രങ്ങളിൽ ഇത്തിരിമാത്രം ചായ. ബംഗാൾ സൗഹൃദത്തിന്റെ നീട്ടിയ കൈകൾ. ചായകുടിച്ച് മൺകപ്പ് എറിഞ്ഞുടച്ചു. കുട്ടികൾ കൗതുകപാത്രങ്ങളെ ബാഗിൽ ഒളിപ്പിച്ചു.

ഹൗറ

ഇരമ്പത്തോടെ പാഞ്ഞുവന്ന ഹൗറ എക്സ്പ്രസിന് ക്രമേണ വേഗത കുറഞ്ഞു. നഗരത്തിരക്കിന്റെ ലക്ഷണങ്ങൾ കണ്ണിൽ പെട്ടു. ഹൗറാ റെയിൽവേ സ്റ്റേഷൻ അമ്പരപ്പിക്കുന്ന ഒന്നാണ്. മുൻകൂട്ടി നിശ്ചയിക്കപ്പെട്ട സ്ഥാനങ്ങളിൽ സായുധപോലീസ്. കലാപഭൂമിയിലേക്കാണോ, കാലുവയ്ക്കുന്നതെന്ന് സംശയിച്ചു. ഇരുപതോളം പ്ലാറ്റ്ഫോമുകളുള്ള കൂറ്റൻ റെയിൽവേ സ്റ്റേഷനാണ് ഹൗറ. ദിവസവും പതിനായിരത്തോളം പേർ ടിക്കറ്റില്ലാതെ ഹൗറയിലിറങ്ങി, പാലം കടന്നു കൊൽക്കത്തയി

ലേക്ക് പോകുന്നു എന്നാണ് കണക്ക്. 60 ൽ ഏറെ പ്രതിദിന ട്രെയിനുക ളാണ് ഇവിടെ നിന്നു പുറപ്പെടുന്നത്. അത്രയും ട്രെയിനുകൾ എത്തി ച്ചേരുകയും. ഇത്രയേറെ വണ്ടികൾ, ജനങ്ങൾ. കേരളത്തിൽ നിന്നും എത്തുന്നവർക്ക് അമ്പരന്നുപോകാവാൻ വേറൊന്നും വേണ്ട. തീവണ്ടി ക്കുള്ളിൽ നിറഞ്ഞ സൗഹൃദം പുലർത്തിയവരെ കാണാൻ ഇല്ല. അവർ തിരക്കിൽ അപ്രത്യക്ഷരായി. സ്വീകരിക്കാമെന്നേറ്റ സഖാവ് ഹിമാംശു ദാസ് ഗുപ്തയെ എങ്ങും കാണാനില്ല. ഓരോ രണ്ടുമിനിട്ടിനുള്ളിലും ബംഗാളിയിലും, ഹിന്ദിയിലും, ഇംഗ്ലീഷിലും അനൗൺസ്മെന്റുണ്ട്. പക്ഷെ എല്ലാം കൂടി കൂടിക്കുഴഞ്ഞ് ഒന്നും മനസ്സിലാകാത്ത ശബ്ദകോലാഹലം മാത്രം.

കുട്ടികളെയും കൈപിടിച്ച് ഞങ്ങൾ പുറത്തേക്കിറങ്ങി. ഓരോ സ്ഥല ത്തേക്കും ഓരോ ഗേറ്റാണത്രേ! ഞങ്ങൾ തിക്കിത്തിരക്കി ഇറങ്ങിച്ചെന്നത് ഗംഗാ നദിയിലേക്കാണ്. അവിടെയും തിരക്കുതന്നെ. വിവിധ സ്ഥലങ്ങ ളിലേക്ക് ബോട്ടുകാത്തിരിക്കുന്നവർ.

അടിയന്തരഘട്ടത്തിൽ പഠിച്ച ഭാഷകളെല്ലാം മറന്നുപോകുന്നതു പോലെ. ഞങ്ങൾ പോകേണ്ടത് സിയാൽദ റയിൽവേസ്റ്റേഷനടുത്തുള്ള ശങ്കർത്തല റോഡിൽ അഖിലേന്ത്യാ സ്റ്റേറ്റ് ഗവഃഎംപ്ലോയീസ് ഫെഡ റേഷൻ ഓഫീസിൽ. ടാക്സി സ്റ്റാന്റിലേക്ക് ഏറെ നടക്കാനുണ്ട്. പെട്ടിയും പ്രമാണവുമായുള്ള ഈ അലച്ചിലിലാണ് യാത്രയുടെ യഥാർത്ഥ സുഖം. ടാക്സി സ്റ്റേഷനിലേക്ക് നടക്കുമ്പോൾ ഹൗറാ സ്റ്റേഷന്റെ പ്രവേശനക വാടം വ്യക്തമായി കണ്ടു. എന്തൊരു തലയെടുപ്പ്. ഹൗറ പ്രദേശം റെയി ലുമായി ബന്ധിക്കപ്പെട്ടത് 1855-56 കാലഘട്ടത്തിലാണ്. ഭഗീരഥി(ഗംഗ) യിലൂടെ വ്യാപാരത്തിനായി പോയ ബ്രിട്ടീഷ് കച്ചവടക്കാർ നങ്കൂരമിടാൻ കണ്ട സ്ഥലമാണ് ഹൗറ. അവിടെ ഈസ്റ്റിന്ത്യാ കമ്പനി ഒരു ഫാക്ടറി തുടങ്ങി. നവാബിന്റെ സൈന്യം 1686 ൽ അതിനു തീയിട്ടു. ജോബ് ചാർണോക്കിന്റെ നേതൃത്വത്തിലുള്ള സൈന്യം തിരിച്ചടിച്ചു. 1717-ൽ ബ്രിട്ടീഷ് കമ്പനി കാളിഘട്ട്, സുനമുടി, ഗോവിന്ദ്പൂർ എന്നീ സ്ഥലങ്ങ ളിലെ സെമീന്ദാരി കൈക്കലാക്കി തങ്ങളുടെ ആധിപത്യത്തിന് തുടക്ക മിട്ടു. ഈ സ്ഥലങ്ങൾ ഇപ്പോൾ കൊൽക്കത്ത നഗരത്തിലെ ഹൃദയഭാഗ ത്താണ്.

ടാക്സി സ്റ്റാന്റിൽ കടുത്ത ആശയക്കുഴപ്പം. ശങ്കർത്തല ആർക്കും അറിയില്ല. ഞങ്ങളുടെ ഉച്ചാരണം അവർക്ക് തീരെ പിടികിട്ടുന്നില്ല. സി പി ഐ (എം) ഉം സി ഐ ടി വുമായി ബന്ധമുള്ള സർക്കാർ ജീവന ക്കാരുടെ സംഘടനയായ കോ-ഓർഡിനേഷൻ കമിറ്റിയുടെ ഓഫീസാ ണെന്നു പറഞ്ഞു ഫലിപ്പിക്കാൻ പാടേറെപെട്ടു. ഒരാൾ സി ഐ ടിയു വിന്റെ മെമ്പർഷിപ്പ് കാർഡ് എടുത്തുകാട്ടി സുരക്ഷിതമായി അവിടെ എത്തിക്കാമെന്നേറ്റു.

ഹുഗ്ലീനദിക്കു കുറുകെ ഹൗറയെയും കൊൽക്കത്തയെയും ബന്ധി പ്പിക്കുന്നതാണ് ഹൗറാപാലം. കൽക്കത്ത പോർട്ട് കമ്മീഷൻ 1875 ൽ

പൂർത്തിയാക്കിയ പഴയ പാലത്തിന് ഗംഗയിലൂടെ വലിയ കപ്പലുകൾ കടന്നുപോകുമ്പോൾ മാറിക്കൊടുക്കുന്ന രീതിയിൽ കവാടങ്ങളുണ്ടായിരുന്നു. കൽക്കത്തയും ഹൗറയും തമ്മിലുള്ള ഗതാഗതം വൻതോതിൽ വർദ്ധിച്ചപ്പോൾ പഴയപാലം അപര്യാപ്തമായി വന്നു. 1930 കളിൽ പുതിയപാലത്തിന്റെ പണിതുടങ്ങി. തൂക്കുപാലമാതൃകയിലായിരുന്നു നിർമ്മാണം. 1943 ൽ 3.33 കോടി രൂപ ചെലവിൽ നിർമ്മിച്ച പാലം അന്ന് ലോകത്ത് മൂന്നാമത്തെ വലിയ പാലമായിരുന്നു. റോഡിൽ നിന്നും 271 അടി ഉയരം ഈ കാൻഡി ലിവർ പാലത്തിനുണ്ട്. പാലത്തിന് 2115 അടി നീളവും 71 അടി വീതിയുമുണ്ട്. 8 വരിപ്പാതയിലൂടെയാണ് വാഹനങ്ങൾ പായുന്നത്. ട്രാമും, ബസും, കാറും സൈക്കിൾ റിക്ഷയും കാൽനടക്കാരും സൈക്കിൾ യാത്രക്കാരും, മോട്ടോർസൈക്കിളും എല്ലാം കൂടിക്കുഴഞ്ഞ കൊളാഷ് ദൃശ്യമാണ് ഹൗറ പാലം. ഇതിനു പുറമെ ഇരുവശങ്ങളിൽ ഇരുപ്പുറപ്പിച്ചിട്ടുള്ള വഴിവാണിഭക്കാർ.

ഹൗറപാലത്തിന്റെ തലയെടുപ്പിലൂടെ പഴയ അമ്പാസിഡർ ടാക്സിയിൽ നാം കൊൽക്കത്തയിലേക്ക് പ്രവേശിക്കുകയാണ്. കൊൽക്കത്ത ഉറങ്ങാത്ത ഒരു നഗരമാണ്. ആദ്യമായെത്തുന്ന ആരും അമ്പരന്നുപേകും, ഈ ജനസഞ്ചയം കണ്ട്. റോഡിന്റെ ഒത്ത നടുവിലൂടെയുള്ള തേഞ്ഞുതീരാറായ പാളത്തിലൂടെ പഴയ ഓർമ്മകളിലൂടെയെന്നപോലെ തെന്നിത്തെറിച്ചു പോകുന്ന ട്രാം. ലോകത്തിലെ പഴക്കമേറിയ ട്രാംവേ. കൊൽക്കത്തക്കാർ ഈ വാഹനത്തെ വല്ലാതെ ഇഷ്ടപ്പെടുന്നു. വേഗത്തിലോടുന്ന മനുഷ്യരും സാവധാനം പോകുന്ന വാഹനങ്ങളുമാണ് കൊൽക്കത്തയുടെ മുഖമുദ്ര. ഇന്ത്യയിലെ പഴയ അംബസിഡറുകൾ മുഴുവൻ ഈ നഗരത്തിലേക്ക് കൊണ്ടുവരുന്നുവോ? ടാക്സിക്കായി. മഞ്ഞമേലാപ്പണിഞ്ഞ ആമകളേപ്പോലെ അവയിങ്ങനെ തൊട്ടുതൊട്ടില്ല എന്ന കണക്കെ നീങ്ങുകയാണ്. ഹൗറാ പാലം കഴിഞ്ഞ് നഗരത്തിലേക്കെത്തുമ്പോൾ തിക്കിത്തിരക്കുന്ന മാർക്കറ്റ് കണ്ടു. സൈക്കിളുകളിലും സൈക്കിൾ റിക്ഷകളിലും പിക്കപ്പ് വാനുകളിലും ലോറികളിലുമായി പച്ചക്കറികൾ ഉള്ളിചാക്കുകൾ എന്നിവ കുത്തിനിറച്ച് പ്രധാനനിരത്തിലേക്കിറങ്ങുന്നു. സൈക്കിൾ റിക്ഷകളിൽ കുലീനകളായ സ്ത്രീകൾ നിറഞ്ഞിരിക്കുന്നു. കേശവദേവിന്റെ *ഓടയിൽനിന്ന്* എന്ന നോവലിൽ നിന്നും ഇറങ്ങിപ്പോയ പപ്പു ഇവിടെ പാർപ്പുറപ്പിച്ചോ?

ടാക്സിക്കാരൻ വാക്കുപാലിച്ചു. സിയാൽദ പിന്നിട്ട് ശങ്കർത്തല റോഡിൽ കർമ്മചാരി ഭവന്റെ മുന്നിൽ ഞങ്ങളെ ഇറക്കി. അഖിലേന്ത്യാ സ്റ്റേറ്റ് ഗവൺമെന്റ് എംപ്ലോയീസ് ഫെഡറേഷന്റെ ഓഫീസും പശ്ചിമ ബംഗാൾ ജീവനക്കാരുടെ സംഘടനയായ കോ- ഓർഡിനേഷൻ കമിറ്റി ഓഫീസും ഈ മൂന്നുനില മന്ദിരത്തിലാണ് പ്രവർത്തിക്കുന്നത്.

എങ്ങനെ സ്വീകരിക്കപ്പെടും എന്ന ഉൽക്കണ്ഠ ഉള്ളിലുണ്ട്. ഭാര്യയുടേയും കുട്ടികളുടേയും മുന്നിൽ നാം ശുഭാപ്തി വിശ്വാസവും ആത്മധൈര്യവും കാണിക്കാൻ വിധിക്കപ്പെട്ടിരുന്നു. ഭാണ്ഡവും പേറി

അകത്തു ചെന്നു. തിരക്കുള്ള ഓഫീസ് മുറിയിൽ കയറി സഖാവ് സുകോമൾ സെന്നിനു കത്തയച്ചിരുന്ന കാര്യം അറിയിച്ചു. ഓർമ്മയിൽ നിന്നും എന്തോ ചികഞ്ഞെടുക്കും പോലെ ഒരു താടിക്കാരൻ ചില സഖാക്കളെ വിളിച്ചു നിർദ്ദേശങ്ങൾ നല്കി. സ്വയം പരിചയപ്പെടുത്തി. ബിമൽ സിക്ധർ. ഞാൻ ബാഗ് തുറന്ന് ശർക്കര ഉപ്പേരിയുടെ ഒരു കവറും മട്ടന്നൂർ ശങ്കരൻ കുട്ടിയുടെ ഒരു തായമ്പക കാസറ്റും നല്കി. ഉപ്പേരി പൊട്ടിച്ച് അപ്പോൾ അവിടെ കൂടിയവർക്കായി വിതരണം ചെയ്തു.

ഞങ്ങളെ റെയിൽവേ സ്റ്റേഷനിൽ കാത്തുനിന്ന് മടങ്ങിയ ഹിമാംശുദാസ് ഗുപ്ത വിയർത്തുകുളിച്ചെത്തി. അവിടെ ആ സഖാവ് ഏറെ നേരം തെരഞ്ഞു. ഹൗറ സ്റ്റേഷനിൽ ഒരാളെ കണ്ടെത്താതെ പോകുന്നത് അതിശയകരമല്ല.

കർമ്മചാരി ഭവന്റെ മൂന്നാം നിലയിൽ നിന്നും നോക്കുമ്പോൾ ഹൗറ പാലം എന്ന രബീന്ദ്രസേതു കാണാം. ടാറ്റായുടെ ഹെഡ് ക്വാർട്ടേഴ്സ് തലയുയർത്തിനില്ക്കുന്നു. കെട്ടിടങ്ങളുടെ മുകൾത്തലപ്പുകൾ നിരനിരയായി കാണാം. കറുത്തപുക കൊൽക്കത്തയ്ക്കുമേൽ ആവരണം തീർത്തിരിക്കുന്നു. പക്ഷേ, കൊൽക്കത്തക്കാരന്റെ മനസ്സിലേക്ക് ഇനിയും കറുത്ത പുക വ്യാപിച്ചിട്ടില്ല.

തെരുവോരങ്ങളിലൂടെ നടക്കുമ്പോൾ പൂജയുടെ പന്തലുകൾ ഉയരുന്നു. ഇനിയും ഒരാഴ്ച ബാക്കിയുണ്ട്. പെരുമ്പറകൾ മുഴക്കി നാട്ടിൻപുറങ്ങളിൽ നിന്നും താളമേളക്കാർ ബസുകളിലും ട്രാമുകളിലും തീവണ്ടികളിലുമായി നഗരത്തിലേക്കൊഴുകുകയാണ്. ആഴ്ചപ്പതിപ്പുകൾ പൂജാപ്പതിപ്പുകൾ ഇറക്കി കഴിഞ്ഞു. കവിതയ്ക്ക് കൊൽക്കത്തയിൽ എന്നും പൂക്കാലമാണ്.

ഡാർജിലിങ്ങിലെ രാപ്പകലുകൾ

കൽക്കത്ത നഗരക്കാഴ്ചകൾ വേറൊരു ദിവസത്തേക്കുമാറ്റി ഞങ്ങൾ ഡാർജിലിങ്ങിലേക്കുള്ള വെസ്റ്റ് ബംഗാൾ ടൂറിസത്തിന്റെ വണ്ടിയിൽ കയറി. കൽക്കത്തയിൽനിന്നും ബർഹാംപൂർ, മാൽഡ, റായ്ഗഞ്ച്, ലാൽക്കൊല, കിഷൻഗഞ്ച്, സിലിഗുരി വഴി ഡാർജിലിങ്ങിലേക്ക് 731 കിലോമീറ്ററാണ്. പശ്ചിമബംഗാളിന്റെ ഒരറ്റം മുതൽ മറ്റേ അറ്റം വരെ കാണാനുള്ള അവസരമായി എടുത്തു. യാത്ര മുന്നോട്ട് നീങ്ങവെ നാം അറിയുന്നു, ബംഗാളിന് കേരളവുമായി സാമ്യം മാത്രമല്ല, വൈജാത്യങ്ങളുമുണ്ട്. നീണ്ടുനീണ്ടുപോകുന്ന വയലേലകൾ ഇപ്പോഴത്തെ കേരളക്കാഴ്ചയല്ല. വയലരികിൽ സമൃദ്ധമായി കേരവൃക്ഷങ്ങൾ കാണാം. ആമ്പൽപ്പൂക്കൾ നിറഞ്ഞ കുളങ്ങൾ. തമിഴ്നാട്ടിലേതുപോലെ കൃഷിയിടങ്ങളിൽ നിന്നും മാറിയുള്ള ആവാസകേന്ദ്രങ്ങൾ. ചെറുനഗരങ്ങൾക്കും ജങ്ഷനുകൾക്കും കേരളത്തോടല്ല തമിഴ്നാടിനോടാണ് സാമ്യം. കേരളം പോലെ വികസനത്തിൽ മുന്നേറിയിട്ടുള്ളതല്ല ബംഗാളിന്റെ ഉൾപ്രദേശങ്ങൾ.

സിലിഗുരിയിൽ

സിലിഗുരിയിൽ എത്തുമ്പോൾ പ്രതീക്ഷകൾ തകിടം മറിഞ്ഞു. നിറയെ മരങ്ങളുള്ള ഒരു വനപ്രദേശമായിരിക്കും സിലിഗുരി എന്നാണ് കരുതിയിരുന്നത്. ഇവിടെനിന്നും ഏറെയല്ല നക്സൽബാരി. ഇന്ത്യൻ ചക്രവാളത്തിൽ 'വസന്തത്തിന്റെ ഇടിമുഴക്കം' എന്ന് ചൈന വിശേഷിപ്പിച്ച വിപ്ലവ പ്രസ്ഥാനത്തിന്റെ ഈറ്റില്ലം. ഒരു കാലത്ത് ഇടതുപക്ഷാഭിമുഖ്യമുള്ള ചെറുപ്പക്കാരുടെ ആരാധനാപാത്രങ്ങളായിരുന്നു, കനുസന്യാലും ജങ്കൾസന്താളുമൊക്കെ. നമ്മുടെ വയനാടൻ വയൽപ്പരപ്പുകളോട് ഏറെ

സാമ്യമുള്ള നാട്ടിൻപുറങ്ങൾ. നിറയെ പൊടിപിടിച്ച് പാഴായും ശൂന്യമായും കിടക്കുന്ന ആ പ്രദേശത്തുയർന്ന ഏതാനും കെട്ടിടങ്ങൾ. ഇങ്ങനെ വേണമെങ്കിലും വിശേഷിപ്പിക്കാം സിലിഗുരിപട്ടണത്തെ. മലമുകളിലേക്കുള്ള യാത്രയ്ക്കുമുമ്പുള്ള സമതലമാണ്, സിലിഗുരി. ആസാമിലേക്ക് പോകുന്ന തീവണ്ടികൾ അടുത്തുള്ള ന്യൂജയ്പാൽഗുഡി സ്റ്റേഷനിലൂടെ കടന്നുപോകുന്നു. ഡാർജിലിങ്ങിലേക്കുള്ള ഡാർജിലിങ് ഹിമാലയൻ തീവണ്ടിയിലോ ബസിലോ നമുക്ക് മലമുകളിലെത്താം. ഞങ്ങൾ നേരെ പോയത് കുർസിയോങ്ങിലേക്കാണ്.

കുർസിയോങ്

കുർസിയോങ്ങിൽ നിന്നും ഡാർജിലിംങ്ങിലേക്ക് 33 കിലോമീറ്റർ ദൂരമുണ്ട്. കോണിഫറസ് മരങ്ങൾ നിറഞ്ഞ പ്രദേശം, അവിടെ തണുപ്പ് സദാ കൂടുകെട്ടിപ്പാർക്കുന്നു. ഒക്ടോബർ മാസത്തെ സന്ധ്യയിൽ തണുപ്പിന് അല്പം തീവ്രത കൈവന്നിരിക്കുന്നു. ഭൂനിരപ്പിൽ നിന്നും 4860 അടി മുകളിലാണ് ഈ പ്രദേശം. വെസ്റ്റ് ബംഗാൾ ടൂറിസത്തിന്റെ ഹോട്ടലിൽ ഭാണ്ഡങ്ങൾ ഇറക്കിവച്ച് ശുദ്ധി വരുത്തി പുറത്തെ കുളിരിലേക്കിറങ്ങി. കുർസിയോങ് ബസ്സ്റ്റാന്റിനടുത്ത കടയിൽ നിന്നു ചായകുടിക്കുമ്പോഴാണ് ഒരു കൂട്ടം ചെറുപ്പക്കാരെ കാണുന്നത്. എഞ്ചിനീയറിങ് വിദ്യാർത്ഥികളാണ്. കുർസിയോങ്ങുകാർ. എൺപതുകളിലെ ഗൂർഖാകലാപത്തിന്റെ

കുർസിയോങ്

ബാക്കിപത്രമായി എരിയുന്ന കനലായി ചില ചുവരെഴുത്തുകൾ കാണാം. അടുത്തുനിന്ന ചെറുപ്പക്കാരനോട് പേര് ചോദിച്ചു.

"രഞ്ജൻ താപ്പ"

എന്താണീ ബംഗാളീ വിരോധം?

"ഞങ്ങൾക്ക് ഞങ്ങളുടേതായ ഭാഷയുണ്ട്. നേപ്പാളി. ലിപിയുണ്ട്. ഞങ്ങൾക്ക് മഹത്തായ ഒരു സംസ്കാരമുണ്ട്. ഈ ബംഗാളികളുടെ കടന്നുകയറ്റം ഞങ്ങളുടെ സംസ്കാരത്തെ നശിപ്പിക്കുകയാണ്. ഈ മലമടക്കുകൾ ഞങ്ങളുടേതാണ്. ബംഗാളി മുതലാളിമാരുടെയും ബാബുമാരുടെയും അഴിഞ്ഞാട്ടമാണിവിടെ. ഇന്ത്യയിൽനിന്നും വിട്ടുപോകാനൊന്നും ഞങ്ങൾ ആവശ്യപ്പെടുന്നില്ല. അതെല്ലാം മാദ്ധ്യമ സൃഷ്ടിയാണ്. ഞങ്ങളെ ഇടിച്ചുകാണിക്കുന്നു. ഇപ്പോൾ ഞങ്ങളുടെ കൗൺസിലാണ് ഭരിക്കുന്നത്. പ്രശ്നങ്ങൾ കുറഞ്ഞിട്ടുണ്ട്.

ഒറ്റ ശ്വാസത്തിലാണ് രഞ്ജൻതാപ്പ പറഞ്ഞുനിർത്തിയത്. സി പി എമ്മിന്റെ ഡാർജിലിങ് ഘടകത്തിൽ നിന്നും കുറെപ്പേർ വിട്ടുപോയി പുതിയൊരു പാർട്ടിയുണ്ടാക്കി. രഞ്ജൻ അവരുടെ ഓഫീസ് കാട്ടിത്തന്നു.

"കമ്യൂണിസ്റ്റുകാർ മതിയാക്കിപ്പോയോ?"

ചോദിക്കാതിരിക്കാൻ കഴിഞ്ഞില്ല.

"അവരങ്ങനെ പോകുന്ന കൂട്ടരല്ല."

രഹസ്യപ്രവർത്തനമുണ്ട്. ബംഗാളികളാണ് കൂടുതലും.

ഞങ്ങളുടെ ആൾക്കാരുണ്ട്.

ട്രേഡ്യൂണികളിലാണ് അവർ അധികവും.

ഡാർജിലിങ്ങിലേക്കു പ്രവഹിക്കുന്ന വൻകിടമൂലധനം ഗൂർഖകളുടെ വംശീയവികാരത്തെ ഉപയോഗപ്പെടുത്തി തൊഴിലാളിവർഗ്ഗ പ്രസ്ഥാനത്തെ തകർക്കാൻ എടുത്ത തന്ത്രങ്ങൾ ഒരളവുവരെ വിജയം കണ്ടു. പക്ഷേ, പ്രത്യേക സംസ്ഥാനം എന്ന ആവശ്യം, പ്രായോഗികമല്ല എന്ന് അവർക്കുതന്നെ ബോദ്ധ്യപ്പെട്ടുവരുന്നു. മഞ്ഞുപെയ്യുന്ന മലമടക്കുകളിൽ യഥാർത്ഥ്യബോധത്തിന്റെ സൂര്യൻ ഉദിക്കുകതന്നെ ചെയ്യും.

കൂർസിയോങ്ങിൽനിന്നും കളിത്തീവണ്ടിയിൽ ഡാർജിലിങ്ങിലേക്കു നീങ്ങി. ഹിമാലയത്തിന്റെ താഴ്ന്ന നിരകളിൽ നിന്നും കാഞ്ചൻജംഗ കാണുന്നത് ഹൃദയഹാരിയായ കാഴ്ച തന്നെയാണ്. കുർസിയോങ് റെയിൽവേസ്റ്റേഷനടുത്തുള്ള വീടുകളിൽ നിന്ന് എത്തിനോക്കിയ കുഞ്ഞുങ്ങളും മുറ്റത്തെ പൂക്കളും അവിടെയൊക്കെ പ്രകൃതി ഒരുക്കിയ കടുത്ത വർണ്ണങ്ങളും മാഞ്ഞു പോവില്ല, ഒരിക്കലും.

ഡാർജിലിങ്

ഡാർജിലിങ് എന്ന ടിബറ്റൻ വാക്കിന്റെ അർത്ഥം ഇടിമുഴക്കത്തിന്റെ പ്രദേശം എന്നത്രെ. ശിവാലിക് മലനിരകളും താഴ്വരകളും പെടുന്ന വിപുലമായ ഹിമാലയൻ പ്രദേശത്താണ് ഡാർജിലിങ് ജില്ല. ശൈത്യ

കാഞ്ചൻജംഗ

കാലത്ത് ഡാർജിലിങ്ങിൽ മഞ്ഞുവീഴും. കെട്ടിടങ്ങളിലും മരങ്ങളിലും മലനിരകളിലും അപ്പൂപ്പൻതാടിപോലെ പറന്നുവീഴുന്ന മഞ്ഞിൻകണികകൾ തങ്ങിനില്ക്കും. വെള്ളം മഞ്ഞുകട്ടിയായി പോകുന്ന അളവിലേക്ക് അന്തരീക്ഷ ഊഷ്മാവ് താഴുന്നയവസരമുണ്ടാകും. ഒക്ടോബർ തണുപ്പിന്റെ മുടിയാട്ടം തുടങ്ങുന്നതേയുള്ളു.

കോണിഫറസ് മരങ്ങൾക്കു കീഴെ പണിത ഇരുനില മന്ദിരത്തിന്റെ മട്ടുപ്പാവിൽ നിന്നു നോക്കിയാൽ കുതിരസവാരി നടത്തുന്നവരെ കാണാം. കാഴ്ചകാണാനിറങ്ങിയവർക്കിടയിലൂടെ തലവഴി താഴോട്ടിട്ട ശക്തിയുള്ള ഞാടകളിൽ ഭാരവുംപേറി നീങ്ങുന്ന തദ്ദേശിയർ. തേയിലത്തോട്ടങ്ങളിൽ തണുപ്പ് വകവയ്ക്കാതെ കൊളുന്തുനുള്ളുന്ന പെണ്ണുങ്ങൾ. മനോഹരമായ കമ്പിളിവസ്ത്രങ്ങളിൽ പൊതിഞ്ഞ കോൺവെന്റ് കുട്ടികൾ സ്കൂൾ വിട്ടു മടങ്ങുന്നുണ്ടായിരുന്നു.

സിക്കീം രാജാവിൽ നിന്നും 1835 ൽ ബ്രിട്ടീഷുകാർ വിലയ്ക്കുവാങ്ങിയതാണീ പ്രദേശം. സമുദ്രനിരപ്പിൽ നിന്നും 6982 അടി മുകളിലാണ് ഡാർജിലിങ്. ഡാർജിലിങ്-ഹിമാലയൻ റെയിൽവേ ലോകഹെറിറ്റേജ് മാപ്പിൽ സ്ഥലം പിടിച്ചിട്ടുണ്ട്. 19-ാം നൂറ്റാണ്ടുമുതല്ക്കാണ് തേയിലകൃഷി ആരംഭിച്ചത്. പ്രത്യേക സംസ്ഥാനത്തിനുവേണ്ടി തദ്ദേശവാസികളായ ലപ്ചകൾ, ഗൂർഖാവംശജർ 1980 ൽ പ്രക്ഷോഭം ആരംഭിച്ചു. കാലിങ്പോങ്ങായിരുന്നു സമരകേന്ദ്രം. ഗൂർഖാ നാഷ്ണൽ ലിബറേഷൻ ഫ്രണ്ട് (GNLF) സമരത്തിന് നേതൃത്വം നല്കി.

ടൈഗർ ഹിൽ

ടൈഗർ ഹില്ലിൽ നിന്നുള്ള സൂര്യോദയം ഡാർജിലിംങ്ങിലെത്തുന്നവരുടെ ഒഴിവാക്കാനാവാത്ത കാഴ്ചയാണ്. ഡാർജിലിങ്ങിൽ നിന്നും 11 കിലോമീറ്റർ അകലെ 2555 മീറ്റർ ഉയരത്തിലുള്ള കുന്നിൻ പ്രദേശമാണ് ടൈഗർഹിൽ. പ്രഭാതസൂര്യൻ മെല്ലെ ഉയരുമ്പോൾ എവറസ്റ്റ് കൊടുമുടിയും കാഞ്ചൻജംഗയും സൂര്യകിരണങ്ങളേറ്റ് സ്വർണ്ണനിറമാകും. ഈ കാഴ്ചയ്ക്കായി പുലർച്ചെ നാലുമണിക്കെത്തണം. വെളുപ്പിന് മൂന്നുമണിക്ക് തന്നെ ഹോട്ടലിൽ തയ്യാറായിരുന്നു. മാരുതി ഒമിനിവാനുമായി ഡ്രൈവർ എത്തി. കുളിരിൽ കുളിച്ചുനില്ക്കുന്ന ഡാർജലിങ് കുന്നുകൾ ഉറക്കത്തിന്റെ അവസാനഘട്ടത്തിലാണ്. വഴിവിളക്കുകൾ മഞ്ഞവർണ്ണത്തിനുള്ളിൽ മുനിഞ്ഞു കത്തുന്നു. റോഡരികിൽ ഒതുക്കിയിട്ട ട്രക്കുകളും ജീപ്പുകളും. വളഞ്ഞുപുളഞ്ഞുപോകുന്ന വഴികൾ ഡാർജിലിങ്ങിന്റെ പ്രത്യേകകാഴ്ചയാണ്. രബീന്ദ്രസംഗീതത്തിന്റെ ഒരു സിഡിയാണ് പ്ലേ ചെയ്യുന്നത്. സംഗീതത്തിന്റെ ആരോഹണവരോഹണങ്ങൾ ഈ കുന്നുമടക്കുകൾക്കനുസരിച്ച് തയ്യാറാക്കപ്പെട്ടതുപോലെ. വളവ് കഴിഞ്ഞ് താഴെക്കിറങ്ങിപ്പോകുമ്പോൾ സംഗീതവും ഒരിറക്കത്തിലേക്കാണ്. പിന്നെ അവാച്യമായ ഒരു സൗന്ദര്യക്കയറ്റവും. ടൈഗർഹില്ലിന്റെ താഴ്വാരത്തെത്തുമ്പോൾ നാലോ അഞ്ചോ കമ്പിളികൊണ്ട് പുതച്ചാലും സൂചികൊണ്ടു കുത്തുന്നതുപോലുള്ള തണുപ്പിൽ നിന്നും രക്ഷനേടാനാവില്ല. കാലിൽ സോക്സും ഷൂസും. കൈകളിൽ ഗ്ലാസ് തലയിൽ മങ്കി ക്യാപ്. ശരീരമാസകലം കമ്പിളിക്കുപ്പായങ്ങൾ. കണ്ണും മൂക്കും മാത്രമേ പുറത്തുള്ളു. സൗകര്യം കിട്ടുന്നിടത്തേക്കെല്ലാം തണുപ്പ് നുഴഞ്ഞുകയറുന്നു. വാൻ കുന്നുകയറുമ്പോൾ രണ്ടുമൂന്നു സുന്ദരികൾ വണ്ടിക്കു കൈകാണിച്ചു. ഡ്രൈവറുടെ സുഹൃത്തുക്കളാണ്. ഉദയം കാണാനെത്തുന്നവർക്ക് ചൂടുകാപ്പിയുമായി പോകുന്നവർ. ഡ്രൈവർ സീറ്റിനരികിൽ അവരെ തിരുകിക്കയറ്റി. ഈ കുന്നിൻ മടക്കുകളിലെ സ്ത്രീകൾ എത്ര സുന്ദരികളാണ്. അല്പം പരന്നമൂക്കും പെൻസിൽ കൊണ്ടുവരച്ചതുപോലെ കണ്ണുകളും. അവരുടെ വർണ്ണക്കുപ്പായങ്ങൾക്ക് ഡാർജിലിങ് മലനിരകളുടെ ചാരുതയാണ്.

കുന്നുകയറി എത്തുമ്പോൾ അവിടെ ജനങ്ങൾ നിറഞ്ഞിരിക്കുന്നു. ഇപ്പോൾ സമയം രാവിലെ 3.40. നാലുമണിക്ക് ഇവിടെ സൂര്യോദയമുണ്ടാകും. കന്യാകുമാരിയിലെ സൂര്യോദയംപോലെയാണിവിടെയും. ഭാഗ്യമുണ്ടെങ്കിൽ മാത്രമെ ഉദയം കാണാനാകു. ഏതുനിമിഷവും കുറെ കാർമേഘങ്ങൾ വന്ന് മൂടിക്കെട്ടും. മഴയോ മഞ്ഞോ ആവരണം തീർക്കുകയാണെങ്കിലും കാഴ്ച മുടങ്ങും. ലോകത്തിലെ എല്ലാ ഭാഗങ്ങളിലുമുള്ളവർ എത്തിയിട്ടുണ്ട്. ക്യാമറകളും വീഡിയോ ക്യാമറകളും തയ്യാറാക്കി ചെറുപ്പക്കാരുടെ ഒരു സംഘം. ഇസ്രായേലിൽ നിന്നുള്ള വിദ്യാർത്ഥികളാണ്. ഇന്ത്യൻ സന്ദർശനത്തെ അവർ 'ഫാബുലസ്' എന്നാണ് വിശേഷിപ്പിച്ചത്. എത്ര സൗഹൃദപൂർവ്വമാണ് അവർ ഇടപഴകുന്നത്. തണു

പ്പിൽ കൈകോർത്തും പുണർന്നും ചുംബിച്ചും നീങ്ങുന്ന ഈ ചെറുപ്പക്കാർ മനുഷ്യബന്ധങ്ങളുടെ അനന്തസാദ്ധ്യതകളെ ഫലപ്രദമായി ഉപയോഗിക്കുന്നു. പരസ്പരം മാറിനിന്നുനോക്കുന്ന ഇന്ത്യൻ യുവതീയുവാക്കളെയും അവിടെ കണ്ടു.

സൂര്യോദയം വീക്ഷിക്കാൻ പ്രത്യേകം തയ്യാറാക്കപ്പെട്ടിട്ടുള്ള ടവറിനുമുകളിൽ ആളുകൾ നിറഞ്ഞു. ചൂടു കാപ്പിയുമായി പെൺകുട്ടികൾ ഓടി നടന്നു. ഇടയ്ക്കിടയ്ക്ക് തണുത്ത കാറ്റ് വന്നുപോയി. ഇന്നലത്തെ ചന്ദ്രനും കുറേ നക്ഷത്രങ്ങളും ആകാശത്ത് ബാക്കിയുണ്ട്. കിഴക്ക് വെട്ടത്തിന്റെ ചെറിയൊരു മിന്നൽപ്പിണർ ഞാൻ കണ്ടു. ആകാശത്തിന്റെ വെൺമയെ കീറിമുറിച്ചുകൊണ്ട് ഒരു തുണ്ടു ചുവപ്പു പുറത്തുവന്നു. ചോരച്ചായം വാരിവിതറി മഞ്ഞുമല തുടുത്തു. സൂര്യൻ എഴുന്നള്ളുകയാണ്. ക്യാമറകൾ കൺമിഴിച്ചു. സൂര്യനെതിരെ കാഞ്ചൻഗംഗയിൽ, മഞ്ഞുമലകളിൽ നിറങ്ങളുടെ നൃത്തോത്സവം. ഒരു നിമിഷം കാഞ്ചൻഗംഗ മുഴുവൻ സ്വർണ്ണ വർണ്ണം. 1852 ൽ എവറസ്റ്റ് കണ്ടെത്തും വരെ ലോകത്തിലെ ഏറ്റവും വലിയ കൊടുമുടി എന്ന പേര് കാഞ്ചൻഗംഗയ്ക്കായിരുന്നു. കാർമേഘങ്ങൾ ചതിച്ചില്ല, മഞ്ഞുചതിച്ചില്ല. സൂര്യോദയം ആവോളം കണ്ടു. സന്ദർശകർ പരസ്പരം കാണുന്നത് ഉദയത്തിന് ശേഷമാണ്. ആഹ്ലാദവും സൗഹൃദവും പങ്കുവച്ച് ജീവിതത്തിലൊരിക്കലും മറക്കാത്ത കാഴ്ചകളും കണ്ട് മലമടക്കുകളിറങ്ങി.

1959 ൽ ഇന്ത്യയിലേക്ക് പലായനം ചെയ്ത ദലൈലാമയുടെ അനുയായികൾ താമസിക്കുകയും കമ്പിളി ഉല്പന്നങ്ങൾ നിർമ്മിക്കുകയും ചെയ്യുന്ന ടിബറ്റൻ അഭയാർത്ഥി മേഖല ഡാർജിലിങ്ങിൽ നിന്നും പത്തു കിലോമീറ്റർ അകലെയാണ്. ബൗദ്ധ മാതൃകയിലുള്ള നിർമ്മിതികളാൽ സമൃദ്ധമാണ് ഡാർജിലിങ്. ഗൂം (Ghoom) മൊണാസ്ട്രിയിൽ നിർമ്മാണചാതുരി മാത്രമല്ല കൊത്തുപണികളുടെ ഉദാത്തമാതൃകകളും ദർശിക്കാം. പത്മജാനായിഡുഹിമാലയൻ സുവോളജിക്കൽ പാർക്കും സന്ദർശകർക്ക് ഒഴിവാക്കാനാവില്ല. സൈബീരിയൻ കടുവകളും മഞ്ഞുപ്രദേശത്തെ പുള്ളിപ്പുലികളും ഇവിടെ കാണാം. ഹിമാലയൻ മൗണ്ടനീറിങ് ഇൻസ്റ്റിറ്റ്യൂട്ടും, റേസ് കോഴ്സും, തേയിലത്തോട്ടങ്ങളും ബൊട്ടാണിക്കൽ ഗാർഡനും എല്ലാം കണ്ട് മലയിറങ്ങുമ്പോഴും കാഞ്ചൻഗംഗയിലെ സൂര്യവെളിച്ചം നമ്മെ നൊമ്പരപ്പെടുത്തിക്കൊണ്ടേയിരിക്കും. ഇനിയൊരിക്കൽ ഈ കാഴ്ച കാണാൻ കഴിയില്ലല്ലോ?

ബാരക്പൂരിലെ പൂജാദിനങ്ങൾ

വടക്കൻ ബംഗാളിലേക്കുള്ള യാത്ര തുടങ്ങുന്നത് സിയാൽദാ സ്റ്റേഷനിൽ നിന്നാണ്. പൂജാദിനങ്ങൾ ആഗതമാകുന്നതോടെ ബംഗാൾ ഉത്സവത്തിലേക്ക് കടക്കുകയാണ്. തിരക്കേറിയ കൊൽക്കത്ത നഗരത്തിൽ പൂജാപന്തലുകൾ ഉയരുകയായി. മുകളിൽ കെട്ടിപ്പൊക്കുന്ന പന്തലുകൾക്ക് പല നിലകളുണ്ടാവും. പന്തലുകൾ തയ്യാറാക്കുന്നതിനൊപ്പം ദുർഗ്ഗാരൂപങ്ങളും പിറവിയെടുക്കും. ആകാശപ്പരപ്പിന്റെ നീലിമയാർന്ന മനോഹരനയനങ്ങളുള്ള ദുർഗ്ഗ ബംഗാളികൾക്ക് മാതാവാണ്. അവൾ അവിടെ ഭീകരരൂപിണിയല്ല. മഹിഷാസുരനെ വധിക്കാനായി സിംഹപ്പുറത്തിരിക്കുമ്പോഴും വിടർന്നുനീണ്ട കണ്ണുകളിൽ പുഞ്ചിരിയുടെയും കാരുണ്യത്തിന്റെയും ലാഞ്ഛനയാണുള്ളത്. ബാരക്പൂർ സിയാൽദയിൽ നിന്നും ഇരുപത്തിയഞ്ചു കിലോമീറ്റർ അകലെയാണ്.

റെയിൽവേ സ്റ്റേഷനിലേക്ക് ടിക്കറ്റിനായി ശങ്കർത്തലയിൽ നിന്നും നടന്നുപോകുമ്പോൾ അത്ഭുതകരമായ ഒരു കാഴ്ച കണ്ടു. സിയാൽദാ റെയിൽവേ സ്റ്റേഷനുമുന്നിലുള്ള വിശാലമായ പാർക്കിങ് ഗ്രൗണ്ടിൽ പെരുമ്പറകളുടെ പൂരക്കാഴ്ച. വൃത്താകൃതിയിലുള്ള ഭീമാകാരങ്ങളായ പെരുമ്പറകളിൽ കോൽ മുട്ടിച്ച് ജനങ്ങളെ ആകർഷിക്കുകയാണ് ഗ്രാമങ്ങളിൽ നിന്നും എത്തിയ സംഘങ്ങൾ. നൂറുകണക്കിനുള്ള പെരുമ്പറകളുടെ മുഴക്കത്തിൽ കാതുകളടഞ്ഞുപോകുന്നു. സമാനമായൊരു മുഴക്കം മറ്റെങ്ങും ശ്രവ്യമല്ല. പൂജാപന്തലുകളിലേക്ക് ഇവരെ കൂട്ടിക്കൊണ്ടു പോകാൻ സംഘാടകരെത്തും ഗ്രാമീണ കലാകാരന്മാരും ബാന്റുവാദ്യക്കാരും തങ്ങളെ കൂട്ടിക്കൊണ്ടു പോകാനെത്തുന്നവരെയും കാത്തിരിക്കുകയാണ്. അശ്വിനി മാസത്തിൽ പൂജയുടെ പെരുമ്പറകൾ മുഴങ്ങുമ്പോൾ ഉൾനാടൻ പ്രദേശങ്ങളിൽനിന്നും ലോറികളിലും ബസിലും തീവണ്ടി

യിലുമായി വാദ്യമേളക്കാർ കൊൽക്കത്തയിലേക്ക് ഒഴുകിയെത്തും. ഉയർന്നു താഴുന്ന താളകക്കോലുകൾ ഏന്തിയകൈകളിൽ അദ്ധ്വാനത്തിന്റെ കരുത്തും മുഷിഞ്ഞ വസ്ത്രങ്ങളിൽ ദൈന്യതയും കണ്ണുകളിൽ പ്രതീക്ഷയും ദൃശ്യമാകുന്നു.

സബർബൻ തീവണ്ടിയിൽ കയറിപ്പറ്റുമ്പോൾ സഖാവ് ഹിമാംശുദാസ്ഗുപ്ത ഓർമ്മിപ്പിച്ചു, ഇതു കൊൽക്കത്തയാണ് നാലുപാടും കണ്ണു വേണം. നിങ്ങളുടെ തിരുവനന്തപുരം പോലെ കാര്യങ്ങൾ മെല്ലെയല്ല ഇവിടെ. ശരിയാണ്. ഇവിടെ, വീഥികളിൽ, ആരും നടന്നു പോകുന്നതു കാണാനില്ല. എല്ലാവരും ഓട്ടമാണ്.

ഓഫീസ് വിട്ട് വീട്ടിലേക്ക് മടങ്ങുന്ന ബാബുമാരുടെ മുഖം പതിവു പോലെ നിർവ്വികാരവും നിർജ്ജീവവുമായിരുന്നു.ലോകത്തെവിടെയും ക്ലർക്കുമാരുടെ മുഖം ഒരുപോലെ ആയിരിക്കുമോ? സബർബൻ തീവണ്ടികൾ ഓരോ പത്തുമിനിട്ടിലും സിയാൽദയിൽ നിന്നും നീങ്ങുന്നു. അതിലെ യാത്ര അതീവ രസകരമാണ്. തിരക്ക് ബംഗാളികൾക്ക് ഒരു ആഘോഷമാണ്. ഈ തിരക്കിനിടയിൽ രാഷ്ട്രീയം ചൂടോടെ ചർച്ച ചെയ്യപ്പെടുന്നു. കേരളത്തിൽ നിന്നുമുള്ള ഒരു കുടുംബത്തെ കണ്ടതോടെ ചിലർ ഉഷാറായി. കേരളത്തെപ്പറ്റി മുൻപേ ധരിച്ചിട്ടുള്ള വസ്തുതകളിൽ ചിലത് ചോദിച്ചുറപ്പു വരുത്തി. ചർച്ചകളിൽ അന്താരാഷ്ട്ര പ്രശ്നങ്ങൾ ചൂടുപിടിക്കുന്നതായി ഹിമാംശുദാസ്ഗുപ്ത പറഞ്ഞുതന്നു. എനിക്ക് ഇഷ്ടപ്പെട്ട കേന്ദ്ര അവഗണന എന്ന പ്രശനം എടുത്തിട്ടു. ബംഗാളിനെയും കേരളത്തെപ്പോലെ കേന്ദ്രം അവഗണിക്കുന്നുണ്ടോ? മറുപടി വന്നു. കേന്ദ്രാവഗണനയുടെ ഉച്ച സൂര്യനിൽ നിന്നും ബംഗാളിനെ രക്ഷിക്കുന്നതിന് ജ്യോതിബാബുവും ഇപ്പോൾ ബുദ്ധദേബ്ദായും കുടയായി വർത്തിക്കുന്നു. മറുപടി കാവ്യാത്മകം. ഒരു സർക്കാർ ജീവനക്കാരന് ഒരിക്കലും അടക്കിവയ്ക്കാനാവാത്ത ജിജ്ഞാസ ക്ഷാമബത്തയെക്കുറിച്ചുള്ളതാണ്. ഇവിടെ എങ്ങിനെ? ക്ഷാമബത്തയൊക്കെ ലഭിക്കുന്നുണ്ടോ? സാമ്പത്തിക ഞെരുക്കമുണ്ട്, സർക്കാരിന്. അഞ്ചു ഗഡുക്കൾ ബാക്കിയാണ്. പക്ഷേ, ഞങ്ങൾക്ക് കിട്ടും. ഉറപ്പാണ്. ഈ ഒറ്റപ്രശ്നം വച്ച് കലഹിക്കാൻ ഞങ്ങളില്ല. രാഷ്ട്രീയക്കൂറോടെയുള്ള മറുപടി.

സംസാരത്തിൽ നിന്നും കാഴ്ചകളിലേക്ക് മനസ്സ് മാറി. സായാഹ്ന പത്രക്കാരൻ, കവിതാപുസ്തക വില്പനക്കാരൻ, സിഗരറ്റ്, ബീഡി,പാൻമസാല, പൊരികടല, അവിൽ മിക്സ്-സർവ്വത്ര വില്പനക്കാരും തങ്ങളുടെ വില്പനവസ്തുക്കളുമായി ഞെങ്ങിഞെരുങ്ങി നീങ്ങുന്നു. ആർക്കും പരിഭവമില്ല. കവിതാപുസ്തകക്കാരൻ രോഷപൂർണ്ണമായ സ്വന്തം കവിത ഉച്ചത്തിൽ ആലപിക്കുന്നു. ഒരാൾ ഉച്ചഭാഷിണി ഘടിപ്പിക്കുകയാണ് തീവണ്ടിബോഗിക്കുള്ളിൽ. കൈപ്പിടികളിൽ ഞാത്തിയിട്ടിരിക്കുന്ന ചങ്ങലയിൽ തൂങ്ങിനില്ക്കുന്ന യാത്രക്കാർ കലപിലവർത്തമാനത്തിലാണ്. ഉച്ചഭാഷിണിക്കാരന്റെ കൈകളിൽ ഞാൻ ആകൃഷ്ടനായി. ഇയാൾ എന്തിനുള്ള പുറപ്പാടാണ്? ബോക്സുകൾ ഇരുഭാഗത്തായി കാര്യറുകളിൽ ഉറപ്പിച്ചു.

കോഡ്‌ലെൻസ് മൈക്ക് കൈയിലെ,ടുത്തു. കരാക്കേ സംഗീതം മുഴങ്ങി. കഭീ കഭീ മേരെ ദിൽമെം ...... മുകേഷിന്റെ മധുരഗീതങ്ങൾ അടർന്നു വീഴുകയാണ്. തീവണ്ടിമുറി നിശ്ശബ്ദമായി. പാളങ്ങളിൽ വണ്ടി ഉയരുന്ന ശബ്ദത്തെ ഭേദിച്ച് ഗായകന്റെ വിഷാദസ്വരം. ഇടയ്ക്കാരോ ഒച്ച ഉയർത്തി. ശബ്ദം ഉയർന്നിടത്തേക്ക് കൈകൾ നീണ്ടു ചെന്നു. മൂന്നാലു പാട്ടുകൾ. നോട്ടുകളും ചില്ലറകളും ഒരു പയ്യൻ ശേഖരിക്കുന്നുണ്ടായിരുന്നു. പാട്ടു കഴിഞ്ഞ് ബോക്സുകൾ അഴിച്ചു മാറ്റി തലവണങ്ങി അയാൾ കാത്തുനിന്നു. വണ്ടിനില്ക്കുമ്പോൾ അടുത്ത ബോഗിയിലേക്ക് മാറി കയറാൻ. ഇത് ബംഗാളാണ്; കലാസ്വാദനത്തിന് അവർക്ക് പ്രത്യേക സമയം ആവശ്യമില്ല.

ബാരക്പൂർ

1962 ൽ ബ്രിട്ടീഷുക്കാർ പണിതീർത്ത ബാരക്പൂർ സ്റ്റേഷന് പഴമയുടെ സൗന്ദര്യം. സ്റ്റേഷനുപുറത്ത് സൈക്കിൾ റിക്ഷകളും ഓട്ടോറിക്ഷകളും ടാക്സി കാറുകളും കാത്തുകിടക്കുന്നു. കേരളത്തിന്റെ ഭൂപ്രകൃതിയിൽ ഉത്തരേന്ത്യൻ പട്ടണം സ്ഥാപിച്ചതുപോലെ. ബാരക്പൂർ ഒരു പഴയ പട്ടണമാണ്. ചിനക് എന്നായിരുന്നു ഈ പട്ടണത്തിന്റെ പഴയ പേര്. മുഗൾ രാജവംശത്തിന്റെ ഭരണത്തിൻ കീഴിൽ ഇവിടം നികുതി പിരിവിന്റെ കേന്ദ്രമായിരുന്നു ബാരക്പൂർ. ഗ്രീക്ക് സഞ്ചാരികളുടെ കുറിപ്പുകളിൽ ഈ നഗരത്തെക്കുറിച്ച് പരാമർശമുണ്ട്. ബി സി ഒന്നാം നൂറ്റാണ്ടിനും എ ഡി മൂന്നാംനൂറ്റാണ്ടിനുമിടയിൽ ഗംഗാരാദായ് എന്നപേരിൽ ഈ പ്രദേശം അറിയപ്പെടുന്നതായി രേഖപ്പെടുത്തി കാണുന്നു. എ ഡി 1600 നോന ചന്ദൻപൂകൂർ സെമീന്ദാർമാരാണ് ബാരക്പബർ ഭരിച്ചിരുന്നത്. ബ്രിട്ടീഷുകാർ സെമിന്ദാരി സമ്പ്രദായം നിർത്തലാക്കുകയായിരുന്നു. ചുവന്ന ഇഷ്ടികയിൽ പണിത, സെമിന്ദാർമാരുടെ, പഴയ 'സർക്കാർ ബാരി' കെട്ടിടം ഇപ്പോഴുമുണ്ട് ബാരക്പൂരിൽ. 1772 ൽ ബ്രിട്ടീഷുകാർ നിർമ്മിച്ച സൈനിക ബാരക്കുകളിൽ നിന്നാണ് ആധുനിക ബാരക്പൂർ എന്ന പേര് സിദ്ധിച്ചതെന്നും അഭിപ്രായമുണ്ട്. 19-ാം നൂറ്റാണ്ടുമുതൽ തന്നെ ബ്രിട്ടീഷുകാർക്ക് എതിരായ കലാപങ്ങൾ ഉയർന്നുവന്നിരുന്നു. 1824 ൽ ബിന്ദതീവാരി എന്ന സൈനികന്റെ നേതൃത്വത്തിൽ തുടങ്ങിയ ആദ്യകലാപത്തിന്റെ വിത്തുകൾ 1857 ലെ ഒന്നാംസ്വാതന്ത്ര്യസമരത്തിന്റെ രൂപത്തിൽ വികസിക്കുകയായിരുന്നു. ബ്രിട്ടീഷ് കമാണ്ടാറെ ആക്രമിച്ച കുറ്റത്തിന് വധശിക്ഷയ്ക്ക് വിധിക്കപ്പെട്ട മംഗൽപാണ്ഡായെ തൂക്കിലേറ്റിയ ആൽമരം ബാരക്പൂരിലാണ്.

നോനചന്ദൻപൂകൂരിലുള്ള 10-ാം നമ്പർ കാളിയനിവാസ് മെയിൻ റോഡിലെ ഹിമാംശുദാസ്ഗുപ്തയുടെ വസതിക്കു മുന്നിൽ ടാക്സി നില്ക്കുമ്പോൾ, പുറത്ത് ദുർഗ്ഗാപൂജയുടെ കൂറ്റൻ പന്തൽ ഒരുങ്ങുകയായിരുന്നു. അഖിലേന്ത്യാ സ്റ്റേറ്റ് ഗവൺമെന്റ് എംപ്ളോയീസ് ഫെഡറേഷന്റെ തിരുനന്തപുരം സമ്മേളനത്തിൽവെച്ച് രൂപംകൊണ്ട സൗഹൃദ

ത്തിന്റെ ബലത്തിലായിരുന്നു എന്റെയും കുടുംബത്തിന്റെയും ബംഗാൾ യാത്ര. ബംഗാളിലെ പുനരധിവാസ വകുപ്പിലെ ലീഗൽ ഓഫീറാണ് സ.ഗുപ്ത. സി വി ശ്രീരാമന്റെ *വാസ്തുഹാര* എന്ന (പില്ക്കാലത്ത് അരവിന്ദൻ സിനിമയാക്കി) കഥയിലെ നായകൻ പണിയെടുത്തിരുന്നതും ഇതേ ഓഫീസിലാണ്!

ഒരിടത്തരം ഓടിട്ട വീടായിരുന്നു സഖാവിന്റേത്. ഞങ്ങൾ മുറ്റത്തേക്കു കടക്കുമ്പോൾ ഹിമാംശുവിന്റെ അമ്മ ദുർഗ്ഗ ഇറങ്ങിവന്നു. ബംഗാളി നോവലുകൾ വായിച്ചും ബംഗാളി സിനിമകൾ കണ്ടും സ്വരുപിച്ചിരുന്ന ധാരണ മനസ്സിലുണ്ടായിരുന്നു. അമ്മയുടെ പാദം വന്ദിച്ച് നിവർന്നപ്പോൾ സസ്നേഹം തലയിൽ കൈവെച്ചു. ഹിമാംശുദായുടെ ഭാര്യ കൃഷ്ണാദി ചിരിച്ചുകൊണ്ട് എന്റെ ഭാര്യയുടെ കൈപുണർന്ന് അകത്തേക്കു കൂട്ടിക്കൊണ്ടുപോയി. കുറച്ചേ ഹിന്ദി പറയും കൃഷ്ണാദി. മലയാളികളെപ്പോലെ ആഢംബരപ്രിയരല്ല ബംഗാളികൾ. ലേശം പിശുക്ക് ഏറും. ഒരു മലയാളി വീടിന്റെ എല്ലാ പശ്ചാത്തലവുമുണ്ട്. വീട്ടുമുറ്റത്ത് രണ്ടു തെങ്ങുകൾ, പൂത്തലഞ്ഞ ഒരു കമുക്, മഞ്ചിണാത്തിയുടെ കുറെ കുറ്റിത്തൈകൾ, റോസ് മുതൽ കേരളത്തിൽ കാണുന്ന കാശിത്തുമ്പകൾ വരെ മുറ്റത്തുണ്ട്. തുളസിത്തറയിൽ ആരോഗ്യവതിയായ ഒരു തുളസിത്തരുണി, അപരാജിത, രജനീഗന്ധ, സൂര്യമുഖി, ബകുൽ, ജുയിൻ, ലജ്ജാവതി എന്നിങ്ങനെ പോകുന്നു പൂവുകളുടെ പേരുകൾ.

ഹിമാംശുവിന്റെ വീട്ടിലേക്ക് തിരിയുന്ന വഴിയിൽ ഒരു റെയിൽവെ ഗേറ്റുണ്ട്. സബർബൻ തീവണ്ടികളും ദീർഘദൂരവണ്ടികളും ചീറിപ്പാഞ്ഞു പോകുന്നു. തീവണ്ടി കാണാനായി ഓടിപ്പോയ കുട്ടികളെ നോക്കി ഹിമാംശു പറഞ്ഞു. അപ്പുവും ദുർഗ്ഗയും തീവണ്ടി കാണാൻ ഓടിപ്പോയതുപോലെ. *പഥേർ പാഞ്ചാലിയുടെ* ബ്ലാക്ക് & വൈറ്റ് ദൃശ്യങ്ങൾ ഉള്ളിൽ നടുക്കത്തോടെ തീവണ്ടിയാത്ര നടത്തി.

നാട്ടിൻപുറങ്ങളിലെ ബംഗാളി ഗൃഹങ്ങൾക്ക് സമീപം ചെറിയൊരു കുളമെങ്കിലും ഉണ്ടാകും. മത്സ്യം വളർത്താൻ. നോനചന്ദൻപുകരിലുള്ള ഒരന്തിച്ചന്തയിൽ ചുറ്റിക്കറങ്ങുപ്പോൾ ഞാൻ ബംഗാളി ഗ്രാമജീവിതം കാണുകയായിരുന്നു. *കൽക്കത്തയ്ക്കടുത്തുതന്നെ* എന്ന നോവലിൽ പരാമർശിക്കുന്ന ഗ്രാമം ഇതുതന്നെയാകുമോ?

ഗംഗാനദിയിൽ നിന്നും സുലഭമായി ലഭിക്കുന്ന കൂറ്റൻ മത്സ്യങ്ങൾ വലിയ പ്ലാസ്റ്റിക് പാത്രങ്ങളിൽ പിടയുന്നു. കുത്തനെ ഘടിപ്പിച്ചിട്ടുള്ള കത്തിയിലേക്ക് ബലത്തിൽ ആഴ്ത്തിയാണ് മത്സ്യം അറുത്ത് മാറ്റുന്നത്. *സുവർണ്ണരേഖ* എന്ന ഋതിക് ഘട്ടക് ചിത്രത്തിൽ ഇത്തരമൊരു രംഗം കണ്ടതായി ഓർക്കുന്നു. മത്സ്യങ്ങൾ ബംഗാളികളുടെ ഇഷ്ടഭക്ഷണമാണ്.

നാളെ പൂജതുടങ്ങുകയാണ്. ഗുപ്തകുടുംബത്തിലെ കാരണവന്മാരും കുടുംബാംഗങ്ങളും ഒത്തുചേർന്നിട്ടുണ്ട്. ഒരു മലയാളി കുടുംബത്തെ വിരുന്നുകാരായി കിട്ടിയതിൽ അവർക്കുള്ള സന്തോഷം മറച്ചു

വെച്ചില്ല. കല്യാണം കഴിച്ചയച്ച മകൾ മക്കളുമായി മടങ്ങിവന്നിരിക്കുന്നു. പൂജയുടെ ഉള്ളടക്കം തന്നെ ഇതാണെന്ന്. ഹിമാംശുദായ്ക്ക് രണ്ടു മക്കളാണ്. ഇളയമകൻ ശിലാദിത്യ ഗുപ്ത പതിമൂന്നാംവയസ്സിൽ ഒരു കവിതാപുസതകം രചിച്ചിരുന്നു. കനക്മുഖർജിയാണ് പ്രകാശനം നടത്തിയത്. അക്ഷരാർത്ഥത്തിൽ വീട്ടിൽ മടങ്ങിയെത്തിയ സഹോദരിയെ സ്വീകരിക്കുംപോലെതന്നെയാണ് ഞങ്ങളെ സ്വീകരിച്ചത്. കുട്ടികൾ ഹിമാംശു മാമൻ എന്നുപറയുമ്പോൾ അദ്ദേഹം സന്തോഷവാനാകുന്നു. ഭാഷ ഒരു പ്രശ്നമല്ലെന്ന് കുട്ടികളുടെ ഇഴകിച്ചേരൽ നമ്മെ പഠിപ്പിക്കുന്നു.

ദുർഗ്ഗാപൂജ

സെപ്തംബർ/ ഒക്ടോബർ മാസങ്ങളിൽ വരുന്ന അശ്വനിമാസത്തിലെ 6 മുതൽ 10 വരെ ദിവസങ്ങളിലാണ് ദുർഗ്ഗാപൂജ അരങ്ങേറുന്നത്. പൂജയുമായി ബന്ധപ്പെട്ട് രണ്ടുകഥകൾ പ്രചാരണത്തിലുണ്ട്. രാവണമായുള്ള യുദ്ധത്തിൽ വിജയിക്കുന്നതിനായി രാമൻ ദുർഗ്ഗയെ ധ്യാനിച്ചു. സാധാരണയായി വസന്തകാലത്താണ് ദുർഗ്ഗാപൂജ നടത്തേണ്ടത്. എന്നാൽ രാവണനുമായി യുദ്ധം ചെയ്യേണ്ടിവന്ന പ്രത്യേക സാഹചര്യത്തിൽ രാമൻ ശരത്കാലത്ത് ദുർഗ്ഗയെ പൂജിച്ചു. അതിനാൽ ദുർഗ്ഗാപുജയെ അകാൽബോധൻ എന്നും വിളിച്ചിരുന്നു. രാമൻ നടത്തിയ പൂജയുടെ തുടർച്ചയായി ഇന്നത്തെ പൂജയെ കരുതുന്നവരുണ്ട്.

പൂജാ പന്തൽ

ദക്ഷന്റെ ഇഷ്ടത്തിനെതിരെയായി ശിവൻ സതിയെ വേൾക്കുന്നു. അതുകൊണ്ടുതന്നെ ദക്ഷൻ നടത്തിയ യാഗത്തിലേക്ക് സകലദൈവങ്ങളെയും ക്ഷണിച്ചിട്ടും സ്വന്തം മരുമകനായ ശിവനെ ക്ഷണിച്ചില്ല. ശിവന്റെ വിലക്കുകൾ ലംഘിച്ച് സതി അച്ഛൻ സംഘടിപ്പിച്ച യാഗത്തിൽ പങ്കെടുക്കാൻ പോകുകയും ദക്ഷനാൽ അപമാനിതയാകുകയും ചെയ്തു. അപമാനഭാരത്താൽ സതി തീയിൽ ചാടിമരിച്ചു. കോപാകുലനായ ശിവൻ ദക്ഷന്റെ തല വെട്ടിമാറ്റി. എന്നാൽ ദേവന്മാരുടെ അഭ്യർത്ഥന മാനിച്ച് പകരം ആടിന്റെ തല വച്ചുപിടിപ്പിച്ച് ജീവൻ തിരിച്ചുനല്കി. സതിയുടെ ശരീരാവശിഷ്ടം കൈകളിലെടുത്ത് താണ്ഡവനൃത്തം നടത്തി. പ്രപഞ്ചമാകെ കുലുങ്ങി. മറ്റു ദൈവങ്ങൾ ഇടപെട്ട് സതിയുടെ ഭൗതികാവശിഷ്ടം വിവിധ ഭാഗങ്ങളിലായി തെറുപ്പിച്ചു. നാരായണൻ സതിയെ ഉമയായി പുനർജ്ജനിപ്പിച്ചു. ശിവൻ ശാന്തനായി. ശരത്കാലത്ത് ഉമ തന്റെ മക്കളായ ഗണേശനും കാർത്തിക്കും സഖിമാരായ ജയയ്ക്കും വിജയക്കുമൊപ്പം അച്ഛന്റെ വീട്ടിലേക്കു വരുന്നുവെന്നാണ് ദുർഗ്ഗാപൂജയ്ക്കു പിന്നിലെ സങ്കല്പം.

പൂജ ആറുദിവസം നീണ്ടുനില്ക്കും. ആദ്യദിവസത്തെ പൂജയെ പഞ്ചമി ബോധൻ എന്നാണ് പറയുക. ഷഷ്ടി, സപ്തമി, അഷ്ടമി, നവമി, ദശമി എന്നിങ്ങനെ അഞ്ചുദിവസത്തെ പൂജ മനോഹരമായി കെട്ടിയലങ്കരിച്ച പന്തലുകളിലാണ് നടത്തുന്നത്. ഓരോ കുടുംബത്തിനും ഓരോ പൂജാപന്തലുണ്ടാകും ഇതിനുപുറമെ കവലകളിലും വഴിയോരങ്ങളിലും സമിതികളുടെ പന്തലുകളുണ്ടാകും. ഭൂമുഖത്തുള്ള ഏറ്റവും വലിയ കലോത്സവമായി പൂജയെ വിശേഷിപ്പിക്കാറുണ്ട്. പൂജാ വിഗ്രഹ നിർമ്മാണത്തിൽ പ്രാവീണ്യം നേടിയ ആയിരക്കണക്കിന് കലാകാരന്മാർ ബംഗാളിലുണ്ട്. അറിയപ്പെടുന്ന കലാകാരന്മാർപോലും പൂജയ്ക്കായി ദുർഗ്ഗാ വിഗ്രങ്ങൾ ഉണ്ടാക്കാൻ രംഗത്തെത്തും. ദുർഗ്ഗാ ശില്പങ്ങൾക്കുള്ള ഏകീകൃത രൂപം കാലാന്തരത്തിൽ വികസിച്ചു വന്നതാണ്. 16–ാം നൂറ്റാണ്ടുമുതല്ക്കാണ് പൂജ വിപുലമായി ആചരിച്ചു തുടങ്ങിയത്. സിംഹത്തിന്റെ പുറത്തിരുന്ന് മഹിഷാസുരനെ വധിക്കുന്ന ദുർഗ്ഗയോടൊപ്പം രണ്ടുപുത്രന്മാരെയും രണ്ടു സഖിമാരെയും ചിത്രീകരിച്ചിരിക്കും. വൈക്കോൽ രൂപങ്ങളിൽ ചെളിപൂശിയെടുക്കുന്ന ദുർഗ്ഗാരൂപങ്ങൾ പ്രത്യക പരാമർശം അർഹിക്കുന്നവയാണ്. സ്ത്രീരൂപത്തിന്റെ ഏറ്റവും വശ്യമായ രീതിയിലാവും ദുർഗ്ഗയെ നിർമ്മിക്കുന്നത്. ആടയാഭരണങ്ങൾ പിന്നീട് ചാർത്തിക്കൊടുക്കുകയാണ്.

ഓരോ പൂജാ ദിനത്തിലും ഓരോ ദ്രവ്യങ്ങളാണ് പൂജയ്ക്കായി ഉപയോഗിക്കുന്നത്. പൂജയുടെ ആറാംദിവസം പൂജാവിഗ്രഹങ്ങൾ ഘോഷയാത്രയായി ഗംഗയിൽ നിമഞ്ജനം ചെയ്യും. ഉമ തന്റെ മക്കൾക്കൊപ്പം ഭർതൃഗൃഹമായ ഹിമാലയത്തിലേക്ക് മടങ്ങിപ്പോകുന്നതിനെയാണ് ഗംഗയിലെ നിമഞ്ജനംകൊണ്ട് അർത്ഥമാക്കുന്നത്. ദശമി ദിവസം മധുരപലഹാരങ്ങളുമായി ഗൃഹസന്ദർശനങ്ങളുണ്ടാകും.

ഹിമാംശുദാസ്ഗുപ്തയുടെ വീട്

ഹിമാംശുദായുടെ ദാസ്ഗുപ്ത കുടുംബത്തിലെ പൂജയുടെ ഒരുക്കങ്ങൾ നേരിൽക്കാണാനായി. കുട്ടികൾക്കൊപ്പം പന്തലുകൾ കാണാൻ പുറപ്പെട്ടു. പന്തലുകളുടെ നിർമ്മിതിയിൽ, ശില്പങ്ങളുടെ ചാരുതയിൽ വീടുകൾ തമ്മിൽ കടുത്ത മത്സരമാണ് നടക്കുന്നത്. നോനചന്ദൻപുകരിലുള്ള ഒരു പൂജാ പന്തലിനടുത്ത് സി പി ഐ (എം) ന്റെ ഓഫീസ് കണ്ടു. അവിടെ പന്തലിനരികിൽ പാർട്ടി പ്രസിദ്ധീകരണങ്ങളുടെ പ്രദർശനം നടക്കുകയാണ്. കാര്യങ്ങൾ തിരക്കാനായി അങ്ങോട്ടുകയറി. അവിടെ തകർപ്പൻ ചർച്ച നടക്കുകയാണ്. ജ്യോതിബസുവിന്റെ 'ഹിസ്റ്റോറിക് ബ്ലണ്ടർ' പ്രയോഗമാണ് ചർച്ചാവിഷയം. കേരളത്തിൽനിന്നാണെന്ന് പറഞ്ഞപ്പോൾ പാർട്ടി ഓഫീസിലേക്ക് ക്ഷണിച്ചിരുത്തി. ഏവർക്കും അറിയേണ്ട ആദ്യകാര്യം ഇതാണ്. എന്തുകൊണ്ട് കേരളത്തിൽ അഞ്ചുവർഷം കൂടുമ്പോൾ നമ്മുടെ സർക്കാർ വീണുപോകുന്നു. എന്തുകൊണ്ട് ഭരണം തുടർച്ചയായി നിലനിർത്താനാവുന്നില്ല. കേരളത്തിന്റെ പ്രാദേശിക പ്രത്യേകതകൾ, ജാതിഘടന, മതസ്വാധീനം, ബൂർഷ്വാ പത്രങ്ങൾ, ചരിത്രപരമായ വസ്തുതകൾ എന്നിങ്ങനെ കുറെ ന്യായങ്ങൾ ഞാൻ നിരത്തി. സഖാക്കൾക്ക് അതൊട്ടും ബോധിച്ചതായി മുഖഭാവം വ്യക്തമാക്കുന്നില്ല. ബംഗാളിലുള്ളതിനേക്കാൾ ദുർബ്ബലമായ ഒരു പാർട്ടിയായിരിക്കും കേരളത്തിൽ എന്നവർ ധരിച്ചുവശായതുപോലെ. ബംഗാളി ഗർവ്വ് അല്പം കടന്നതാണ്. മറ്റുള്ളവരെ അവർ വേഗത്തിൽ അംഗീകരിച്ചുതരില്ല.

ഞാൻ വിഷയം ബംഗാളി സാഹിത്യത്തിലേക്ക് തിരിച്ചുവിട്ടു. ബിമൽമിത്ര അവർക്കത്ര പഥ്യമല്ല. സാബിത്രിറോയിയെപ്പറ്റി പലരും കേട്ടിട്ടില്ല. ബുദ്ധദേവ് ഗുഹ ബൂർഷ്വാ ലിബറലാണ്. സുനിൽ ഗംഗോപാദ്ധ്യായ നമുക്കൊപ്പമല്ല. ടാഗോറും സത്യജിത്റായിയും ബങ്കിംചന്ദ്രനും ശരത്ചന്ദ്രചാറ്റർജിയും താരാശങ്കർബാനർജിയുമാണ് അവർക്കിപ്പോഴും പ്രയപ്പെട്ടവർ. പുതിയ എഴുത്തുകാരെ എനിക്കത്ര പരിചയംപോര. മണിശങ്കർ മുഖർജിയും വിഭൂതിഭൂഷൺ ബന്ദ്യോപാദ്ധ്യായയും വായിക്കപ്പെടുന്നത്രെ. നാമിത്രയുമൊക്കെ കഷ്ടപ്പെട്ട് ബംഗാളി സാഹിത്യം വായിക്കുമ്പോൾ അവരിലാരും മലയാള നോവലുകൾ വായിച്ചിട്ടില്ല. തകഴിയെപ്പറ്റി ഒരാൾ പറഞ്ഞു. എം ടിയെപ്പറ്റി മറ്റൊരാളും.

കേരളമെങ്ങനെ? ബംഗാളുമായി തട്ടിച്ചുനോക്കിയാൽ, വികസന സൂചിക നോക്കിയാൽ, റോഡു നോക്കിയാൽ(കൃഷിയിടങ്ങൾ മാത്രം നോക്കരുതെന്ന് അവരോടെങ്ങനെ പറയും.) അറിയാം കേരളം വളരെ മുന്നിലാണെന്ന്. കൂടുതൽ വ്യക്തമാകാനാകണം ഒരാൾ ചോദിച്ചു.

"ഒരു സാധാരണ ക്ലർക്കിന്റെ ജീവിതം?"

കോൺക്രീറ്റ് വീട്, ബൈക്ക്, ഫ്രിഡ്ജ് (എടുത്താൽ പൊങ്ങാത്ത വായ്പയും പലിശയും– അതും ഞാൻ പറഞ്ഞില്ല.)

ഞാൻ കണ്ടറിഞ്ഞതാണ്, ബംഗാളിലെ ഒരു ഇടത്തരം ഓഫീസർ

പോലും ഇത്തരം ആഡംബരങ്ങൾ സ്വപ്നം കാണുന്നത്പോലുമുണ്ടാവില്ല. തുടർച്ചയായി അധികാരത്തിലെത്താൻ കിണഞ്ഞു ശ്രമിക്കൂ, സഖാവേ എന്ന ഉപദേശം തന്നാണവർ എന്നെ പന്തലിൽ നിന്നും യാത്രയാക്കിയത്.

സ്വന്തം വീട് ചെറുതായത് കാരണം അടുത്തുള്ള ഒരു ഇരുനില വീട്ടിലാണ് ഹിമാംശുദാ ഞങ്ങൾക്ക് ഉറക്കത്തിനുള്ള സൗകര്യം ചെയ്തു തന്നത്. മകൾ വിദേശത്തുള്ള സുധീർ രഞ്ജൻ ദാസ് ഗുപ്ത ഒരു റിട്ടയേഡ് എൻജിനീയർ ആണ്. അമ്പത്തിയേഴിൽ ആദ്യത്തെ കമ്യൂണിസ്റ്റ് സർക്കാർ അധികാരമേറ്റ കാലയളവിൽ ശ്രീ സുധീർ രഞ്ജൻ വിദ്യാർത്ഥി ആയിരുന്നു. ആവേശത്തിമിർപ്പിൽ കേരളത്തിലേക്ക് വണ്ടികയറി. തിരുവനന്തപുരത്ത് വിമൻസ് കോളേജ് സുന്ദരിമാരെ കണ്ട് അവരെല്ലാം ബംഗാളികളാണെന്ന ധാരണയിൽ സംസാരിച്ച് അബദ്ധം പറ്റിയത് അദ്ദേഹം ഓർത്തു. അത്ര സാദൃശ്യമുണ്ടത്രേ. പക്ഷേ, കാലംപോകെ സുധീർ മാറി. എല്ലാ പ്രശ്നങ്ങൾക്കും കാരണം ബംഗ്ലാദേശിൽ നിന്നും വരുന്ന മുസ്ലിങ്ങളാണത്രേ! അയാളുടെ മനസ്സിൽ ഹിന്ദു വർഗ്ഗീയതയുടെ സർപ്പം പത്തിയൊതുക്കി കിടക്കുന്നത് എനിക്ക് കാണാൻ കഴിഞ്ഞു.

രാത്രി ജനാലവഴി താഴേക്ക് നോക്കുമ്പോൾ മനോഹരമായി ദീപാലങ്കാരം ചെയ്ത പന്തലിനുമുന്നിൽ പുതിയ തലമുറ ആടിത്തിമിർക്കുകയാണ്. മൂന്നാംതരം ഹിന്ദിപ്പാട്ടുകളുടെ ദ്രുതതാളം മുഴങ്ങുന്നു. മുമ്പ് കേട്ടിരുന്ന രബീന്ദ്രസംഗീതം നിലച്ചിരിക്കുന്നു. ആടിക്കുഴയലുകളും ഇഴുകിച്ചേരലുകളും ഉറയ്ക്കാത്ത ചുവടുകളുടെ ചടുലനൃത്തവും കാണാം. പുതിയ ബംഗാളി യുവാക്കൾ ആഘോഷപ്രിയരായതുകാരണമോ? ഉൾക്കാമ്പു നഷ്ടപ്പെട്ടവരായതിനാലാണോ, അതോ കാര്യം മനസ്സിലാക്കാതെ കാണുന്നത് കൊണ്ടോ?

വിളക്കണച്ച് ഞാൻ ഉറങ്ങാൻ കിടന്നു.

കറുത്ത ആട്ടിൻകുട്ടികളെ കെട്ടിയിട്ടിരിക്കുന്നതുകണ്ട് എന്റെ മകൻ ഓടിവന്നുപറഞ്ഞു, അത് ബലി നല്കാനുള്ളവയാണത്രേ. മനുഷ്യന്റെ വിവരക്കേടിന് ബലിയാവാൻ പാവം ആട്ടിൻകുഞ്ഞുങ്ങൾ, അവൻ പറയുകയാണ്. ഹിമാംശുദായോട് ചോദിച്ചു. “മൃഗബലി, ബംഗാളിൽ?” അയാൾ ചിരിച്ചു. “അങ്ങനെ പലതും കാണാം നിങ്ങൾക്ക് ബംഗാളിൽ. ഇവിടെ നിന്നും ഒന്നും പോയിട്ടില്ല. പലതും വന്നുചേർന്നതല്ലാതെ. ബലി നടക്കും ഞങ്ങൾ കണ്ണടയക്കും. എന്നാൽ എല്ലാ പന്തലുകളിലും ബലി നടക്കുമെന്ന് കരുതരുത്. വൈഷ്ണവ വിശ്വാസികൾ ബലി നടത്താറില്ല. പൂജ്യുടെ രണ്ടുമുതൽ അഞ്ചുവരെ ദിനങ്ങളിലാണ് മൃഗബലി നടക്കുന്നത്.” കേരളത്തിലെ മൃഗബലി നിർത്തലാക്കിയിട്ട് അരനൂറ്റാണ്ടുകഴിഞ്ഞുവെന്നു പറഞ്ഞപ്പോൾ ഹിമാംശുദാ പറഞ്ഞത് “ബംഗാൾ വൈരുദ്ധ്യങ്ങളുടെ നാടാണ്. കൃത്രിമമായി ഒന്നും മാറ്റാനാകില്ല” എന്നാണ്.

ബാരക്പൂരിലുള്ളവർ മിക്കവാറും കിഴക്കൻ ബംഗാളിൽ നിന്നും വിഭജനകാലത്ത് ഓടിപ്പോന്ന ഹിന്ദുക്കളായ അഭയാർത്ഥികളാണ്. ഭർത്താ

വിന്റെ ചുമരിലിരുന്ന് പുഴകടക്കുമ്പോൾ ഹിമാംശുദായുടെ അമ്മ ദുർഗ്ഗയ്ക്ക് വയസ്സ് 13. വാഴക്കൂട്ടങ്ങളും തെങ്ങിൻതോപ്പുകളും നെൽപ്പാടങ്ങളും നിറഞ്ഞ പ്രദേശങ്ങളിലൂടെ പുഴകളിറങ്ങിയും കയറിയും രാത്രികാലങ്ങളിൽ നടത്തിയ യാത്രയുടെ നടുക്കുന്ന ഒരോർമ്മ അമ്മയുടെ കണ്ണുകളിലുണ്ട്. പിന്നീടൊരിക്കലും ജന്മനാട്ടിലേക്ക് പോകാനായിട്ടില്ല. അമ്മ നെടുവീർപ്പെട്ടു. വിഭജനത്തിന്റെ വേദനകൾ തലമുറകൾക്ക് ശേഷവും അവശേഷിക്കുന്നു. കൊൽക്കത്തയിൽ നിന്നും ഡാക്കായിലേക്ക് സൗഹൃദ തീവണ്ടി ഓടുന്നതും കാത്ത് അവർ കഴിയുന്നു. തങ്ങളുടെ പഴയ കളിസ്ഥലങ്ങൾ ഒന്നുകാണാൻ. തങ്ങളുടെ മാതാപിതാക്കൾ വളർന്ന മണ്ണുകാണാൻ. അവർ കൊണ്ട കാറ്റേറ്റു കുളിരാൻ. എവിടെയായാലും ബംഗാളികൾ ഒരു ജനതയാണ്. വേർപിരിയാനാകാത്തവർ.

മംഗൽ പാണ്ഡെയും വിഭൂതിഭൂഷണും

ബാരക്പൂരിൽ നിന്നും ഓട്ടോയിൽ കയറി. ഇന്ത്യൻ സ്വാതന്ത്ര്യ സമരത്തിന്റെ പ്രോജ്ജ്വലമായ അദ്ധ്യായം. 1857 ലെ സായുധകലാപം. അതിന് നാന്ദി കുറിച്ച മംഗൽ പാണ്ഡെ. മംഗൽപാണ്ഡയുടെ വധശിക്ഷ നടപ്പിലാക്കിയ സ്ഥലം ബാരക്പൂരിലാണ്. അത്തരമൊരു സ്ഥലത്തെ പ്പറ്റി ആർക്കും ധാരണയില്ല. എത്ര വേഗമാണ് നാം ചരിത്രത്തെ വിസ്മൃ തിയിലേക്ക് തള്ളിവിടുന്നത്. രാജാക്കന്മാരും പ്രമാണിമാരും സ്മരിക്കപ്പെ ടുമ്പോൾ ഒരു സാധാരണ പടയാളി മാത്രമായ മംഗൽ പാണ്ഡയെപ്പറ്റി എത്ര കുറച്ചു മാത്രമാണ് നാം മനസ്സിലാക്കിയിട്ടുള്ളത്. ഹിമാംശു പറ ഞ്ഞതനുസരിച്ച് പൊലീസ് ട്രെയിനിങ് കോളേജിനരുകിൽ നിർത്തി, ഓട്ടോ മടക്കി. ട്രെയിനിങ് കോളേജിനുള്ളിലാണ് മംഗൽ പാണ്ഡയെ തൂക്കിലേറ്റിയ ആൽമരം. പക്ഷേ, സന്ദർശകർക്ക് ക്യാമ്പിനുള്ളിൽ പ്രവേ ശനമില്ല. കേരളത്തിൽ നിന്നാണെന്നും ഇതിനുവേണ്ടി മാത്രമാണെത്തി യത് എന്നും പറഞ്ഞപ്പോൾ മേലുദ്യോഗസ്ഥനെ കാണാൻ അനുമതി കിട്ടി. ഒരു പൊലീസുകാരന്റെ അകമ്പടിയിൽ ആൽമരത്തിനടുത്തേക്ക് നടന്നു. പഴയ ആൽമരം നിലവിലില്ല. അതിന്റെ ശാഖോപശാഖകൾ മണ്ണിൽ വേരുറപ്പിച്ചിട്ടുണ്ട്. അറുത്തുമാറ്റാനാകാത്ത ചരിത്രസത്യം പോലെ.

സ്വദേശസ്നേഹത്താലും ബ്രിട്ടീഷുകാരുടെ യജമാനഭാവത്തോടുള്ള വെറുപ്പിനാലും സ്വന്തം വിശ്വാസങ്ങൾക്കെതിരായി പ്രവർത്തിക്കേണ്ടി വന്നതിനാലും 1857 മാർച്ച് 29 ന് 34–ാമത് ബി എൻ ഐ യിലെ ബ്രിട്ടീഷ് സർജന്റ് മേജറായ ഹ്യൂസണെയും ലെഫ്റ്റനന്റായ ബാഗിനേയും നിറ തോക്കുമായി ആക്രമിക്കുകയും മറ്റ് പട്ടാളക്കാരോട് ആക്രമണത്തിൽ പങ്കുചേരാൻ ആഹ്വാനം ചെയ്യുകയും ചെയ്ത കുറ്റത്തിനാണ് മംഗൽ പാണ്ഡെ എന്ന ഇന്ത്യൻ പട്ടാളക്കാരനെ 1857 ഏപ്രിൽ 8 ന് കഴുവിലേറ്റു

മംഗൽപാണ്ഡെയെ തൂക്കിലേറ്റിയ ആൽമരം

ന്നത്. സ്വന്തം നാട്ടുകാരാലും സർക്കാരിനാലും അവഗണിക്കപ്പെട്ടുപോയ സ്വാതന്ത്ര്യത്തിന്റെ ആദ്യപോരാളിയെ അഭിവാദ്യം ചെയ്ത് ഏറെനേരം നിന്നു.

വിഭൂതിഭൂഷൺ ബന്ദോപാദ്ധ്യായയുടെ ഭവനം

ഇന്ത്യയിൽ രചിക്കപ്പെട്ട 10 മികച്ച നോവലുകളിലൊന്നായി എണ്ണപ്പെടുന്ന ആരണ്യകത്തിന്റെ രചയിതാവായ വിഭൂതി ഭൂഷൺ ബന്ദോപാദ്ധ്യായ യുടെ വീട് ബാരക്പുരിലാണ്. അദ്ദേഹം 1950 ൽ നിര്യാതനായി. ഞങ്ങളെത്തുമ്പോൾ അദ്ദേഹത്തിന്റെ മകന്റെ മകനായിരുന്നു ഉണ്ടായിരുന്നത്. വിട് ഭാഗികമായി ഒരു മ്യൂസിയമാണ്. *പാഥേർ പാഞ്ചാലി, ആരണ്യക്*, അപരാജിതോ, ആദർശഹിന്ദുഹോട്ടൽ, കാടുകളിലും മേടുകളിലും തുടങ്ങി എഴുപതിലേറെ കൃതികൾ മലയാളത്തിൽ വിവർത്തനം ചെയ്യപ്പെട്ടിട്ടുണ്ട്. അപരാജിതൻ എന്ന മലയാളവിവർത്തനം ഷെൽഫിൽ കണ്ടു. വിഭൂതി ഭൂഷന്റെ കിടക്ക, ഉപയോഗിച്ച പേന, എന്നിവ കേടുകൂടാതെ സൂക്ഷിക്കപ്പെട്ടിട്ടുണ്ട്. വീട് ഒരു മാറ്റവും വരാതെ സൂക്ഷിച്ചിരിക്കുന്നു. ഗ്രാമ ജീവിതത്തിന്റെ നേർക്കാഴ്ചയായ പാഥേർ പാഞ്ചാലിയും അതിലെ അപുവും ദുർഗ്ഗയും ഇന്ത്യക്കാർക്കാകെ സുപരിചിതമാക്കിയത് സത്യജിത് റായുടെ അതേ പേരിലുള്ള സിനിമയാണ്. അപുട്രയോളജി എന്ന സത്യജിത് റായി ചിത്രങ്ങൾക്ക് അടിത്തറയായത് വിഭൂതിഭൂഷന്റെ കൃതികളാണ്. വനത്തെപ്പറ്റിയുള്ള എക്കാലത്തെയും മികച്ച രചനയാണ് *ആരണ്യക്*. വനത്തെ വനമെന്നും മനുഷ്യരുടെ മനമെന്നും വ്യാഖ്യാനിക്കാം. യാഥാർത്ഥ്യമെന്നത് സ്ഥലകാലങ്ങൾക്കനുസരിച്ച് മാറ്റങ്ങൾക്ക് വിധേയമാകുന്നത്, നാട്ടിലെ യാഥാർത്ഥ്യവും കാട്ടിലെ യാഥാർത്ഥ്യവും വേർപിരിയുന്നത് *ആരണ്യകത്തിൽ* നാം വായിച്ചറിഞ്ഞതാണ്.

വിഭൂതിഭൂഷൺ ബന്ദോപാദ്ധ്യായയുടെ ഭവനം

ബംഗാളിസദ്യ

പൂജാപന്തലിനരികിൽ നടന്ന സദ്യയിൽ കൗതുകപൂർവ്വം ഇരുന്നു. കറികളൊന്നും കഴിക്കാനായില്ല. കടുകെണ്ണയുടെ രൂക്ഷഗന്ധം. ചെറിയ മൺപാത്രങ്ങളിൽ വിളമ്പിയ കട്ടത്തൈര് രക്ഷയ്ക്കെത്തി. ബംഗാളി സൗഹൃദം ആവോളമുള്ളതിനാലാവാം കറികൾ ഒരു പ്രശ്നമായില്ല. ബംഗാളികളുടെ ജീവിതലാളിത്യവും ഹൃദയം തുറന്ന സൗഹൃദവും മറക്കാനാവില്ല. ബംഗാളി സുമംഗലികളുടെ പ്രിയപ്പെട്ട ശംഖുവളകൾ –കൃഷ്ണാദി സമ്മാനിച്ചത്–ഭാര്യയുടെ കൈകളിൽ കിലുങ്ങി. ഹിമാംശുമാമൻ പൂജ സമ്മാനമായി നല്കിയ ഷർട്ടുകൾ കുട്ടികൾ ധരിച്ചിരുന്നു. എവിടെവച്ചോ ചിന്നിച്ചിതറിയ സഹോദരസമൂഹങ്ങളാണോ കേരളീയരും ബംഗാളിലെ വയലുകളും നാട്ടുവഴികളും ഇളങ്കാറ്റും കേരളത്തെ ഓർമ്മിച്ചുകൊണ്ടേയിരിക്കും.

മാറിക്കൊണ്ടിരിക്കുന്ന ബംഗാളിസമൂഹത്തിന്റെ അസ്വസ്ഥ ചിത്രമാണ് മനസ്സിൽ നിറഞ്ഞത്. ഇടതുപക്ഷം വർഷങ്ങളായി ബംഗാൾ ഭരിക്കുന്നുണ്ടെങ്കിലും പ്രതിലോമ സ്വഭാവങ്ങളും പ്രാകൃത ആചാരങ്ങളും ഇപ്പോഴും നിലനില്ക്കുന്നു. വലതുപക്ഷത്തിന് എപ്പോൾ വേണമെങ്കിലും വളർന്നുവരാനുള്ള സാദ്ധ്യതയുണ്ട്. ബംഗാളി സ്വത്വത്തെ പ്രതിനിധീകരിക്കാൻ കമ്യൂണിസ്റ്റ് പാർട്ടിക്ക് കഴിയുന്നിടത്തോളം അവർക്കതിന് കഴിയില്ല. പൂജ ഇനിയും മൂന്നുനാൾ നീണ്ടുനില്ക്കെ ഹിമാംശുവിന്റെ കുടുംബത്തോടു വിടപറഞ്ഞു. ദുർഗ്ഗമായുടെ കാലുതൊട്ട് വന്ദിച്ച് കൃഷ്ണാദിയോട് മൗനാനുവാദവും വാങ്ങി കുട്ടികളുടെ കൈപിടിച്ചു കുലുക്കി വീണ്ടുമൊരു യാത്ര വാഗ്ദാനം ചെയ്ത് ഞങ്ങൾ ടാക്സിയിൽ കയറി. സ്വന്തം നാട്ടിൽ വിരുന്നിനെത്തിയ മകൾ മക്കളോടൊപ്പം മടങ്ങിപ്പോവുകയാണ്; വീണ്ടും വരാനായി.

ഭാഗീരഥിയുടെ തീരങ്ങളിലൂടെ

പൂജയുടെ കൊടിയിറക്കത്തിന് ഇനിയും രണ്ടുനാളുകൾ ബാക്കി നില്ക്കെ മൂർഷിദാബാദിലേക്ക് യാത്രതിരിക്കാൻ ഞങ്ങൾ വീണ്ടും സിയാൽദാ റെയിൽവേ സ്റ്റേഷനിൽ എത്തി. കൊൽക്കത്തയിൽനിന്നും വടക്കൻ പ്രദേശങ്ങളിലേക്കുള്ള തീവണ്ടികളാണ് സിയാൽദാ സ്റ്റേഷനിൽ തിരക്ക് അല്പം കുറവുണ്ട്.

മുർഷിദാബാദിലേക്കുള്ള യാത്രയെക്കുറിച്ച് കർമ്മചാരി ഭവനിൽ നിന്നും ബിമൽദാ വിശദമായ വിവരങ്ങൾ മുൻകൂട്ടിത്തന്നെ നല്കിയിരുന്നു. അതുപ്രകാരം ലാൽഗൊല എക്സ്പ്രസിൽ രാത്രി പത്തു മുപ്പതിന് കയറിപ്പറ്റണം. പുലർച്ചെ 4.30 ന് ബഹ്റംപൂർ കോർട്ട് സ്റ്റേഷനിൽ ഇറങ്ങണം. ബഹരംപൂർ കൊൽക്കത്തയിൽ നിന്നും 186 കിലോമീറ്റർ അകലെയാണ്.

അജ്ഞാതമായ ഒരു സ്ഥലത്തേക്ക് രാത്രിവണ്ടിയിൽ കുടുംബത്തോടൊപ്പമുള്ള യാത്ര അല്പം പേടി നല്കാതിരുന്നില്ല. തീവണ്ടി ബോഗികൾ ഏറെക്കുറെ ഒഴിഞ്ഞുതന്നെ കിടന്നു. അങ്ങിങ്ങു കയറിപ്പറ്റിയവർ കമ്പിളി പുതച്ച് കടുത്ത നിദ്രയിൽ ആണ്ടു. കൂർക്കം വലി തീവണ്ടിയുടെ താളത്തെ ഭേദിച്ച് ഉയർന്നു നിന്നു. തണുത്ത കാറ്റ് വീശിയടിച്ചുകൊണ്ടിരുന്നു. ഇടയ്ക്ക് ചില സ്റ്റേഷനുകളിലെ വെളിച്ചം നിഴലിനോടൊപ്പം കമ്പാർട്ട്മെന്റിന്റെ ഉള്ളിലേക്ക് ഓടിയെത്തി. ചില സ്റ്റേഷനിലെ വെളിച്ചം ഏറെ നേരം ബോഗിക്കുള്ളിലേക്ക് കടന്നുവന്നപ്പോൾ ചില പ്രദേശങ്ങളിൽ നിന്നും വന്ന നിഴലും വെളിച്ചവും ശരവേഗത്തിൽ അപ്രത്യക്ഷമാവുകയായിരുന്നു. രണ്ടുമൂന്നു സ്റ്റേഷനുകൾ കടന്നപ്പോഴാണെന്നു തോന്നുന്നു വണ്ടിക്ക് വേഗതയേറിയത്. രാത്രിയുടെ നിശ്ശബ്ദതയെ ഭേദിച്ച് പുഴയോരങ്ങളിൽനിന്നും വയലേലകളിൽ നിന്നും ചീവിടുകളുടെ

ശബ്ദം തീവണ്ടിയുടെ ഇരമ്പലിനോട് ചേർന്ന് സിംഫണിയായി നാട്ടിൻപുറങ്ങളിലൂടെയാണ് യാത്ര. മിന്നാമിനുങ്ങുകളുടെ സമൂഹങ്ങൾ ഉത്സവക്കാഴ്ചകൾ ഒരുക്കുകയാണ്. ഒന്നു മയങ്ങിയുണരുമ്പോഴേക്കും പുലർച്ചേ 4.30 ആയിപ്പോകുമോ എന്ന ഭയത്താൽ ഉറങ്ങാതിരിക്കാൻ ശ്രമിച്ചു. ഉറക്കംവന്നുപോകുന്നത് നാം അറിയാതെയാവും. മുൻകൂട്ടി അറിയിച്ചതനുസരിച്ച് ഒരു സഹയാത്രികൻ വിളിച്ചുണർത്തി പറഞ്ഞു. വരുന്നതിന്റെ അടുത്ത സ്റ്റേഷൻ ബഹ്റംപൂർ കോർട്ടാണ്.

ബഹ്റംപൂർ

ബഹ്റംപൂർ കോർട്ട് സ്റ്റേഷനിൽ സഖാവ് സുഖേന്ദു പ്രകാശ്ധർ കാത്തുനില്പുണ്ടാവുമെന്ന് അറിയിപ്പ് ലഭിച്ചിരുന്നു. കോ-ഓർഡിനേഷൻ കമ്മിറ്റിയുടെ മുർഷിദാബാദ് ജില്ലാ സെക്രട്ടറിയാണ് അദ്ദേഹം. അദ്ദേഹത്തോടൊപ്പം അരമണിക്കൂർ ടാക്സിയിൽ യാത്രചെയ്തു വേണം മുർഷിദാബാദിലെത്താൻ. സഖാവ് സുഖേന്ദുവിനെ കാണണം.

ഞാൻ *സംക്രമിഹത്യാർ* എടുത്ത് മടക്കി നെഞ്ചോട് ചേർത്തുപിടിച്ചു. കോ-ഓർഡിനേഷൻ കമ്മിറ്റിയുടെ മുഖപത്രമാണ് *സംക്രമിഹത്യാർ* വിപ്ലവഘട്ടത്തിൽ കൈമാറുന്ന ചില രഹസ്യകോഡുകൾ ഇപ്പോഴും ബംഗാളിൽ നിലനില്ക്കുന്നോ? ഞാൻ സംശയിച്ചു. എങ്കിലും ഈ വിദ്യയിൽ എനിക്ക് അല്പം അഭിമാനമൊക്കെ തോന്നി. ഒരു ത്രില്ലർ സിനിമയുടെ ആദ്യരംഗങ്ങൾ ഒരു വെളുപ്പാൻകാലത്തുതന്നെ അരങ്ങേറുകയാണോ?

കാര്യങ്ങൾ ഉദ്ദേശിച്ച പ്രകാരം തന്നെ മുന്നേറുന്നു. കറുത്തു കുറുകിയ ഒരു മദ്ധ്യവയസ്കൻ എന്നെ സമീപിച്ചു.

"കോമ്രേഡ് രാധാകൃഷ്ണൻ?"

"എസ്സ്"

"കം വിത് മീ"

പിന്നെ ഡയലോഗില്ല. ഒറ്റ നടത്തം. ഞാൻ ഭാര്യയെ നോക്കി. ഇതെന്താണപ്പാ നടക്കുന്നതെന്നമട്ടിൽ അവൾ അമ്പരപ്പിലാണ്.

ഞാൻ ലഗേജുമായി ഓടി ഒപ്പമെത്തി തിരിച്ചു ചോദിച്ചു.

"കോമ്രേഡ് സുഖേന്ദു പ്രകാശ്ധർ?"

ഒറ്റവാക്കും കുറച്ചില്ല. ഒരു മുഴുവൻ പേരുവിളി തന്നെ നടത്തി.

കറുത്ത മുഖത്ത് ഒരു ചിരി പൂവിട്ടു ഉടൻ അണയുകയും ചെയ്തു. മറുപടി ഇപ്രകാരം.

"യാ. ഹറിയപ്പ്. ടാക്സി ഈസ് വെയ്റ്റിങ്"

ടാക്സി ഡ്രൈവർ സൈഡ് വിൻഡോ ഉയർത്തി. തണുത്ത കാറ്റുണ്ട്.അല്പം തണുക്കാനായി ഞാൻ ഷട്ടർ താഴ്ത്തി. സുഖേന്ദു പതുക്കെ തിരിഞ്ഞുനോക്കി. പേരും ആളും തമ്മിൽ ചേർച്ചയില്ലാത്ത പോലെ.

മുർഷിദാബാദിനെക്കുറിച്ചുള്ള ചോദ്യങ്ങൾക്ക് വളരെ കുറിയ ഉത്തരം

മാത്രം. വി കെ എൻ ബംഗാളിലുമെത്തിയോ എന്നു സംശയിച്ചു പോകും. അവിടെ എത്തിയാൽ താൻ ഉടനെ പോകുമെന്നും മറ്റു ചില സഖാക്കൾ മുർഷിദാബാദ് ഗസ്റ്റ് ഹൗസിൽ കാത്തുനില്ക്കുന്നുണ്ടാവുമെന്നും അവർ ബാക്കി കാര്യങ്ങൾ നോക്കിക്കൊള്ളുമെന്നും സുഖേന്ദു പറഞ്ഞു. “അടിയന്തരമായി ചില കമ്മിറ്റികൾ ഉണ്ട്. അവധിയൊന്നും നമ്മൾക്ക് ഉള്ളതല്ലല്ലോ? ബിമൽ ദാ വിളിച്ചതിനാലാണ് ഞാൻ തന്നെ എത്തിയത്.” നന്ദി പറയാതിരിക്കാൻ കഴിഞ്ഞില്ല.

മുർഷിദാബാദ്

മുർഷിദാബാദ് പട്ടണത്തിലെ ലാൽഭാഗിലുള്ള നേതാജി റോഡിലാണ് മുനിസിപ്പൽ ഗസ്റ്റ് ഹൗസ്. മുനിസിപ്പൽ ഗസ്റ്റ് ഹൗസിനുമുന്നിൽ കാർ നിന്നപ്പോൾ ഏഴുപേരടങ്ങുന്ന സംഘം സഖാവ് സുഖേന്ദുവിനെ അഭിവാദ്യം ചെയ്തു. ഗൗരവം വിടാതെ സുഖേന്ദു ബംഗാളിയിൽ എന്തൊക്കെയോ പറഞ്ഞു. ഭാഷ ഏതായാലും ആജ്ഞാ രൂപത്തിലുള്ള സംഭാഷണം നമുക്ക് തിരിച്ചറിയാം. കുറഞ്ഞ ദിവസത്തെ ബംഗാൾ അനുഭവം ഒരു കാര്യം വ്യക്തമാക്കി. സംഘടനാ ചട്ടക്കൂട് ശക്തമാണ്. സംഘടനാ ശ്രേണികൾ ആദരിക്കപ്പെടുന്നു. കേരളാ സെക്രട്ടറിയേറ്റിലെ സംഘടനാ നേതാവും കുടുംബവുമാണ്. നന്നായി നോക്കിക്കൊള്ളണം. ഇതായിരിക്കും പറഞ്ഞതെന്നോർത്ത് ഞാൻ ആശ്വസിച്ചു. സംഘടനാ പ്രവർത്തനത്തിനിറങ്ങുമ്പോൾ മുഖം കറുപ്പിച്ചിരുന്ന ഭാര്യക്ക് ഇപ്പോൾ കിട്ടുന്ന വി ഐ പി പരിഗണന നന്നായി ബോധിച്ചമട്ടുണ്ട്.

പൂജ അവധിയാണ്. ബംഗാളിയിൽ അടിമുടി ആഘോഷത്തിൽ മുങ്ങുന്ന ദിനങ്ങൾ. ഓണത്തിന് എന്തെങ്കിലും സംഘടനാ പരിപാടി വന്നാൽ നമ്മുടെ ആളുകളുടെ പ്രതികരണം എങ്ങനെയായിരിക്കുമെന്ന് എനിക്ക് ഊഹിക്കാം. എന്നാൽ വംഗദേശത്തിന്റെ സ്നേഹപ്രകടനങ്ങൾ നമ്മെ നമ്രശിരസ്കരാക്കുകതന്നെ ചെയ്യും. ചേതോഹരമായ ഡിസൈനുകളുള്ള കോട്ടൺ സാരി ധരിച്ച് ശംഖുവളകളും, ശംഖുമാലകളും അണിഞ്ഞ് അമ്പിളിയമ്മാവന്റെ വട്ടത്തിലുള്ള കുങ്കുമപ്പൊട്ടും ധരിച്ച രണ്ടു വനിതാ സഖാക്കളുണ്ടായിരുന്നു സ്വാഗതസംഘത്തിൽ. സ്ത്രീകൾ എന്റെ ഭാര്യക്ക് ചുറ്റും കൂടി മുറി ഇംഗ്ലീഷിൽ കേരളത്തിലെ വിശേഷങ്ങൾ തിരക്കി. പൂജാ ആഘോഷങ്ങൾക്കിടയിൽ കടന്നുകയറി ബുദ്ധിമുട്ടുണ്ടാക്കിയതിൽ ക്ഷമചോദിച്ചു. അവർ ഒറ്റ ശ്വാസത്തിൽ ആ ചിന്തയെ ഖണ്ഡിച്ചു. പൂജാകാലത്തെത്തുന്ന അതിഥി ഐശ്വര്യമാണെന്നാണത്രേ ബംഗാളിലെ ചിന്ത. ഞങ്ങളെ സ്വീകരിച്ച് മുറിയിലാക്കി, അവർ കാത്തു നിന്നു. ഒരാളെ വഴികാട്ടിയായി ടാക്സിയിൽ മുൻസീറ്റിലിരുത്തി ബാക്കിയുള്ളവർ യാത്രയായി. വൈകുന്നേരം കാണാമെന്ന ഉറപ്പോടെ.

മുർഷിദാബാദ് ഒരു പുരാതനനഗരമാണ്. മുസ്ലിം ജനവിഭാഗങ്ങളാണ് ഭൂരിപക്ഷം. പക്ഷേ, ഹൈന്ദവ/ഇസ്ലാമിക ആഘോഷങ്ങൾ പൊതുവായി ആഘോഷിക്കപ്പെടുന്നു.

സിറാജ്- ഉദ്-ദൗള ബംഗാൾ നവാബായിരുന്നപ്പോൾ മുർഷിദാബാദായിരുന്നു തലസ്ഥാനം. പ്ലാസിയുദ്ധത്തിൽ പരാജിതനായതിനെത്തുടർന്ന് വധിക്കപ്പെട്ടതും ഇവിടെവച്ച് തന്നെ. കൊൽക്കത്ത തുറമുഖത്തിനും വടക്കൻ ബംഗാളിനും ഇടയ്ക്കുള്ള പ്രധാന വാണിജ്യ കേന്ദ്രമായിരുന്നു മുർഷിദാബാദ്. മുർഷിദാബാദിൽ നിന്നും ഏകദേശം 225 കിലോമീറ്റർ കിഴക്കുമാറിയാണ് കൊൽക്കത്ത.

നഗരകാഴ്ചകൾ കണ്ടു നടക്കുമ്പോൾ ഏതോ ഒരു ഉത്തരേന്ത്യൻനഗരത്തിലാണെന്നു തോന്നും. ഇസ്ലാം എല്ലാക്കാര്യത്തിലും ഐക്യരൂപം പുലർത്തുന്ന ഒരു സംസ്കാരമാണ്. വസ്ത്രധാരണത്തിൽ, വാസ്തുവിദ്യയിൽ, ഭക്ഷണത്തിലൊക്കെ ഇസ്ലാമികത ദർശിക്കാം. ഹൈന്ദവരീതികളുമായി ഇടകലർന്ന് സവിശേഷമായ ഒരു നിർമ്മാണ രീതിയാണ് പഴയതും പുതിയതുമായ കെട്ടിടങ്ങൾക്ക്. മുർഷിദാബാദ് വലിയ തിരക്കുള്ള പട്ടണമല്ല. ഏകദേശം 40,000 പേരാണ് ഇവിടുത്തെ ജനസംഖ്യ.

നഗരത്തിലെ പ്രധാനകാഴ്ചകളിലൊന്ന് ഹസാർദ്വാരി കൊട്ടാരമാണ്. ആയിരം വാതിലുകളുള്ള ഈ പൗരാണിക കൊട്ടാരം നവാബുമാരുടെ നിർമ്മിതിയാണ്. 1837 ലാണ് ഇതിന്റെ നിർമ്മാണം. ബ്രിട്ടീഷ് രാജ്ഞി നല്കിയ സമ്മാനങ്ങൾ, കൊത്തുപണികൾ, കരകൗശലവസ്തുക്കൾ, പ്ലാസിയുദ്ധത്തിൽ ഉപയോഗിച്ച പീരങ്കികൾ എന്നിവ ഈ കൊട്ടാരത്തിൽ പ്രദർശിപ്പിച്ചിരിക്കുന്നു. കൊട്ടാരം പിന്നിട്ട് പുൽപ്പരപ്പിലൂടെ നടന്നുപോയാൽ മുർഷിദ്ക്വാലിഖാന്റെ കുടീരത്തിൽ എത്താം. അദ്ദേഹമായിരുന്നു 1705 ൽ മുർഷിദാബാദിലേക്ക് തലസ്ഥാനം മാറ്റിക്കൊണ്ട് വന്നത്. സിറാജ്ദൗള വധിക്കപ്പെട്ട നിമാക് ഹാരം ദിയോരി (വഞ്ചകന്റെ കവാടം) ഇതിനടുത്താണ്.

മുർഷിദാബാദ് ഭഗീരഥി നദിക്കരയിലാണ്. ഗംഗാ നദി മുർഷിദാബാദിലെത്തുമ്പോൾ ഭാഗീരഥിയാവുന്നു. ഗംഗാനദിയുടെ ഏറ്റവും വീതിയേറിയ ഭാഗം. പരന്നൊഴുകുന്ന ഗംഗയുടെ കരയിൽ നില്ക്കുമ്പോൾ അകലെ നിന്നും അടുത്തുവരുന്ന പായ്കെട്ടിയ ചങ്ങാടങ്ങളും കുട്ടികളുടെ കളിവഞ്ചികളും കടത്തുവള്ളങ്ങളും സജീവമാണ്. ഭാഗീരഥിക്കരയിലിരുന്ന് സായാഹ്നസൂര്യനെ ദർശിക്കുമ്പോൾ ചെറിയ ശബ്ദത്തിൽ വഞ്ചിപ്പാട്ട് ഒഴുകിയെത്തുന്നു. ഗ്രാമ്യമായ താളം മുർഷിദാബാദിൽ മുറ്റി നില്ക്കുന്നു.

ബഹ്റംപൂർ മുതൽ മുർഷിദാബാദ് വരെയുള്ള പ്രദേശങ്ങൾ വസ്ത്രനിർമ്മാണ മേഖലകളാണ്. നവാബുമാരുടെ കാലം മുതൽ തന്നെ മുർഷിദാബാദ് സിൽക്ക് പ്രസിദ്ധമാണ്. ബ്രിട്ടീഷ് രാജകുടുംബങ്ങൾ മുർഷിദാബാദ് സിൽക്ക് ഉപയോഗിച്ചിരുന്നു. ഗുണത്തിലും വിലയിലും മുന്തി നില്ക്കുന്നവയത്രേ മുർഷിദാബാദ് സിൽക്ക്. സിൽക്കിന്റെ വില ചോദിച്ച് നിരാശയായ ഭാര്യ സിൽക്ക് സാരി എന്ന ആശ അവിടെ ഉപേക്ഷിച്ചു. ബഹ്റംപൂരിലെ ഗവ: സിൽക്ക് സെന്റർ മുന്തിയ തരം പട്ടുനൂൽ നിർമ്മിക്കുന്നതിനുള്ള ഗവേഷണ പ്രവർത്തനങ്ങൾക്ക് നേതൃത്വം നല്കുന്നു.

ഭഗീരഥീ നദി

മുർഷിദാബാദിൽ നിന്നും 25 കിലോമീറ്റർ അകലെയാണ് പ്ലാസി. പ്ലാസിയിലേക്ക് പോകുമ്പോൾ വിസ്തൃതമായ ഗ്രാമങ്ങളും കായൽ പ്രദേശങ്ങളും കണ്ടു. കേരളത്തിന്റെ അസ്സൽ ഗ്രാമഭംഗി. വയലിനുള്ളിൽ നീണ്ട വയ്ക്കോൽ കൂമ്പാരങ്ങൾ കണ്ടു. ചണമാണത്രേ! വണ്ടി നിർത്തി ചണം അടുത്തുകണ്ടു. ബംഗാളിലെ പ്രധാനപ്പെട്ട ഒരു കൃഷിയും, വ്യവസായവുമാണ് ചണം. പ്ലാസി ചരിത്രമുറങ്ങുന്ന നഗരമാണ്. ബ്രിട്ടീഷ് ഭരണം ഇന്ത്യയിൽ ഉറയ്ക്കാൻ ഇടയാക്കിയ പ്ലാസിയുദ്ധത്തെപ്പറ്റി നാം സ്കൂൾ ക്ലാസുകളിൽ പഠിച്ചിട്ടുണ്ട്. ഒരു രൂപവുമില്ലാതെ കാണാപ്പാടം പഠിച്ചിട്ടുള്ള പ്ലാസിയുദ്ധത്തിന്റെ ഭൂമികയിതാ കൺമുമ്പിൽ. സിറാജ്-ഉദ്-ദൗളയേയും അദ്ദേഹത്തിന്റെ ഫ്രഞ്ച് കൂട്ടാളികളെയും 1757 ൽ റോബർട്ട് ക്ലൈവ് കീഴ്പ്പെടുത്തിയത് ബ്രിട്ടീഷ് ഭരണം ഇന്ത്യയിൽ ഉറയ്ക്കുന്നതിന് ഇടയാക്കി. പ്ലാസിയുദ്ധത്തിന്റെ സ്മരണയ്ക്കായുള്ള നിർമ്മിതികൾ അവിടെ കാണാം. ഈ പ്രശാന്ത സുന്ദരമായ ഗ്രാമമാണല്ലോ കൊളോണിയൽ വാഴ്ച ഉറയ്ക്കാൻ നിമിത്തമായതെന്ന് ഓർത്ത് നാം ദുഖിക്കുക. പരന്ന ഭൂപ്രദേശങ്ങൾ, വയലേലകൾ, കായൽപ്പരപ്പുകൾ, നദികൾ-മുർഷിദാബാദിന്റെ സവിശേഷതകളാണ്.

പട്ടണത്തിൽ സന്ധ്യയോടെ മടങ്ങിയെത്തി. കുടുംബത്തെ ഗസ്റ്റ് ഹൗസിൽ ആക്കി ഞാൻ സഖാക്കൾക്കൊപ്പം പുറത്തിറങ്ങി. അവർ എന്നെ കൂട്ടിക്കൊണ്ടുപോയത് ഇടുങ്ങിയ ഒരു തെരുവിലേക്കാണ്. അവിടെയാണ് കോ-ഓർഡിനേഷൻ കമ്മിറ്റിയുടെ ജില്ലാ കമ്മിറ്റി ഓഫീസ്.

ഇരുപത്തിയഞ്ചിലേറെപ്പേർ അവിടെ കൂടിയിട്ടുണ്ട്. എന്തിനുള്ള പുറപ്പാടാണെന്ന് ഒരു രൂപവും കിട്ടിയില്ല. സഖാവ് സുഖേന്ദു കടന്നുവന്നു. ബംഗാളിയിൽ എന്തൊക്കെയോ പറഞ്ഞു. ഞാനുമായി ബന്ധപ്പെട്ട കാര്യ

ങ്ങളാണെന്ന് ഊഹിച്ചു. പെട്ടെന്ന് അദ്ദേഹം സംസാരം ഇംഗ്ലീഷിലേക്ക് മാറ്റി. കേരളത്തിലെ ജീവനക്കാരുടെ പ്രസ്ഥാനത്തെപ്പറ്റി ഞാൻ പ്രസംഗിക്കും എന്ന പറഞ്ഞ് അദ്ദേഹം ഇരുന്നു. എനിക്ക് എഴുന്നേല്ക്കാതെ നിവൃത്തിയില്ലാതായി. അറിയാവുന്ന ഇംഗ്ലീഷിൽ കേരളത്തിലെ സർക്കാർ ജീവനക്കാരുടെ സംഘടനാ സമരചരിത്രം പറഞ്ഞു നിർത്തി. വിയർപ്പ് അങ്ങിങ്ങ് പൊടിഞ്ഞു തുടങ്ങി. ക്രമേണ വിറയൽ മാറി. ചോദ്യശരങ്ങൾ കൊണ്ട് ഞാൻ തളർന്നു. കേരളത്തിൽ എന്തുകൊണ്ട് തുടർച്ചയായി ഇടതുഭരണം വരുന്നില്ല എന്ന ചോദ്യമാണ് ഒരു മലയാളി സഖാവിനു മുന്നിൽ ബംഗാളി ആദ്യം ഉന്നയിക്കുക. പറയുന്ന മറുപടി അവർക്ക് തൃപ്തികരമായി തോന്നുന്നില്ല. ബംഗാളികൾ മോശക്കാരല്ല, നീട്ടിയ സൗഹൃദഹസ്തങ്ങൾക്കു പിന്നിൽ ചില സംഘടനാ ലക്ഷ്യങ്ങളും ഒളിച്ചുവച്ചിട്ടുണ്ട്. ഇത് ഒരു പാഠമായി. കാര്യങ്ങൾ പഠിക്കാതെ സംഘടനയുടെ പേരും പറഞ്ഞ് അവിടെ ചെന്നുപെട്ടാൽ വിയർത്തുപോകും.

സന്ധ്യക്ക്, രാത്രി വണ്ടി തേടി ബഹ്റംപൂർ കോർട്ടിലേക്ക് മടങ്ങുമ്പോൾ നിമഞ്ജനത്തിനായി കാളീവിഗ്രഹങ്ങൾ ഭാഗീരഥിയിലേക്ക് കൊണ്ടുപോകുന്ന വാഹനങ്ങളുടെ വ്യൂഹവും കാൽനടക്കാരായ ഘോഷയാത്രാ സംഘങ്ങളും കാണപ്പെട്ടു. വിഗ്രഹങ്ങൾ ഭഗീരഥി ഏറ്റുവാങ്ങുന്നു. ബംഗാളികൾ കാത്തിരിക്കുന്നു അടുത്ത പൂജയ്ക്കായി.

കൊൽക്കത്തെ: ചരിത്രവഴികൾ

സിയാൽദാ സ്റ്റേഷനിലിറങ്ങി നിരവധി തെരുവുകൾ താണ്ടി ശങ്കർത്തല റോഡിൽ എത്തി. മുർഷിദാബാദിലെ പൂജാദിനങ്ങളും ഭാഗീരഥിയിലെ ഓളപ്പരപ്പും വഞ്ചിപ്പാട്ടും യാത്രയുടെ താളത്തോടൊപ്പം സഞ്ചരിച്ചു. കർമ്മചാരി ഭവനിൽ പതിവു തിരക്കുതന്നെ. ആൾ ഇന്ത്യാ സ്റ്റേറ്റ് ഗവൺമെന്റ് എംപ്ലോയീസ് ഫെഡറേഷന്റെ ഓഫീസ് എന്നതിനു പുറമെ ബംഗാൾ സംസ്ഥാന ജീവനക്കാരുടെ നിരവധി വകുപ്പുസംഘടനകളുടെ കോ-ഓർഡിനേഷൻ കമ്മറ്റിയും കർമ്മചാരി ഭവനിലാണ് പ്രവർത്തിക്കുന്നത് കേരളത്തിലെ പ്രധാനവകുപ്പുകളെല്ലാം ജീവനക്കാർ പൊതുസംഘടനകളായ കേരള എൻ ജി ഒ യൂണിയന്റെയും കേരള ഗസറ്റഡ് ഓഫീസേഴ്സ് അസോസിയേഷന്റെയും കീഴിലാണ് അണിനിരന്നിട്ടുള്ളത്. യൂണിറ്ററി സംഘടനയാണ് കേരള എൻ ജി ഒ യൂണിയനെങ്കിൽ ബംഗാളിൽ വകുപ്പുസംഘടനയുടെ കോ ഓർഡിനേഷൻ കമ്മിറ്റി. ഒരേ രാഷ്ട്രീയ അഭിപ്രായം പങ്കിടുമ്പോഴും സംഘടനാരൂപത്തിൽ വ്യത്യാസമുണ്ട്. വകുപ്പുചിന്തകൾക്കെതിരായി ജീവനക്കാരുടെ വർഗ്ഗ ഐക്യം ഊട്ടിയുറപ്പിക്കാൻ കേരളത്തിൽ കഴിയുമ്പോൾ വിവിധ വകുപ്പുകളിലെ പ്രശ്നങ്ങളിൽ ഊന്നി ജീവനക്കാരെ സംഘടിപ്പിച്ച് പൊതുസംഘടനാരൂപം എന്ന നിലയിൽ കോ-ഓർഡിനേഷൻ കമ്മിറ്റി രൂപികരിക്കുകയാണിവിടെ. ബംഗാളിൽ ഓരോ വകുപ്പിനും പ്രത്യേക സംഘടനകൾ ഉണ്ടെങ്കിലും കോ-ഓർഡിനേഷൻ കമ്മിറ്റിയാണ് പ്രാധാന്യം. കർമ്മചാരി ഭവനിൽ കോ-ഓർഡിനേഷൻ കമ്മിറ്റി ഓഫീസിനു മുന്നിൽ എപ്പോഴും ചൂടുചായ ഉണ്ടാകും. വലിയൊരു ഫ്ളാസ്കിൽ. ആവശ്യമുള്ളവർക്ക് പകർന്നു കഴിക്കാം. വൈകുന്നേരങ്ങളിൽ ഓഫീസിൽ സർവ്വത്ര തിരക്കാവും. ഹിമാംശുദാസ് ഗുപ്ത വന്നു ക്ഷേമാന്വേഷണങ്ങൾ നടത്തി. ഓഫീസ്

സെക്രട്ടറി സ: ബിമൽദാ പതിവു ഗൗരവത്തിൽ തന്നെ. തലയുയർത്തി അഭിവാദ്യം ചെയ്തു. ഉടൻതന്നെ ഫോൺ വിളിയിൽ മുഴുകി. ഞങ്ങൾക്കായി തന്ന മുറിയിൽ കുളികഴിഞ്ഞ് വിശ്രമിക്കുമ്പോൾ മദ്ധ്യ വയസെത്തിയ ഒരു വനിതയുമായി ഹിമാംശുദാ എത്തി. വെള്ളയിൽ ചെറിയ ചുവന്ന പൂക്കളുള്ള ബംഗാളി കോട്ടൺ സാരിയാണവർ ധരിച്ചിരുന്നത്. വലിയപൊട്ടും ശംഖുവളകളും. അങ്ങിങ്ങു നരച്ചുതുടങ്ങിയ മുടി. മുഖത്ത് വിഷാദത്തിന്റെ ചുളിവുകൾ. കണ്ണിനുചുറ്റും പടരുന്ന കറുപ്പ്. അവർ ചിരിച്ചു. വേറൊരാളായപോലെ. ഹിമാംശുദാ പരിചയപ്പെടുത്തി. “ശിബാനി ഞങ്ങളുടെ ഉശിരൻ സഖാവാണ്. 24 പർഗനാസ് ജില്ലാ കമ്മിറ്റിയിലെ അംഗം.”

ശിബാനി നമ്മുടെ ആദരവ് പിടിച്ചു പറ്റുന്ന സഖാവാണ്. കുട്ടികളോട് ഒടുങ്ങാത്ത മമത. ഭാര്യയോട് കേരള വിവരങ്ങൾ തിരക്കി. കേരളത്തിലെ മൂവ്മെന്റിനേക്കുറിച്ച് എന്നോട് ചോദിച്ചു. തിരുവനന്തപുരത്ത് വന്നിട്ടില്ല. അഖിലേന്ത്യാ സമ്മേളന പ്രതിനിധി ആയിരുന്നെങ്കിലും വരാൻ കഴിഞ്ഞില്ല. കേരളത്തിലെ സ്ത്രീകളുടെ മുണ്ടും നേര്യതും അവർക്ക് വല്ലാത്ത ഇഷ്ടം. ഒരു സെറ്റ് അയച്ചുകൊടുക്കാമെന്ന് ഭാര്യ അവർക്ക് ഉറപ്പുനല്കുന്നുണ്ടായിരുന്നു. ആയുർവേദത്തിലെ കേരളത്തിന്റെ മേൽക്കൈ അവർക്കറിയാം. കോട്ടയ്ക്കൽ ആര്യവൈദ്യശാലയെപ്പറ്റി തിരക്കി. കാൽമുട്ടുകൾ വേദനയാണത്രേ. ഒരു കമ്മിറ്റിയുണ്ടെന്ന് പറഞ്ഞ്അവർ മടങ്ങി. കുറേക്കഴിഞ്ഞ് ഒരുപിടി ഓറഞ്ചുമായെത്തി കുട്ടികൾക്ക് നല്കി. അവരുടെ തലയിൽ സ്നേഹസ്പർശം നടത്തി മടങ്ങുമ്പോൾ അവർ ഒരിക്കൽ കൂടി തിരിഞ്ഞുനോക്കി..

“നല്ല സ്ത്രീ” ഭാര്യ പറഞ്ഞു.

അല്പം സമയം കഴിഞ്ഞ് ഹിമാംശുദായുമെത്തി. ശിവാനിയെപ്പറ്റി പറഞ്ഞു. പ്രാരാബ്ധമുള്ള ഒരു കുടുംബത്തിൽ നിന്നാണെത്തിയത്. മൂവ്മെന്റിൽ പ്രവർത്തിക്കുന്നതിൽ വീട്ടിൽനിന്ന് ആദ്യമൊക്കെ എതിർപ്പുണ്ടായിരുന്നു. മൂന്നു സഹോദരിമാരെ വിവാഹം കഴിപ്പിച്ചു.രണ്ട് അനുജന്മാർ പഠിച്ചു ജോലി സമ്പാദിച്ചു. ശിവാനി അങ്ങനെ നിന്നുപോയി. ശിവാനിയെപ്പറ്റി പറയുമ്പോൾ ഹിമാംശു വിഷാദത്തിലേക്ക് ചായുംപോലെ. ഹിമാംശുദാ മുറിക്കുപുറത്തേക്കിറങ്ങിയപ്പോൾ ഞാൻ കൂടെയിറങ്ങി. വരാന്തയിൽ നിന്നു നോക്കിയാൽ ഹൗറാ പാലത്തിന്റെ തലപ്പുകാണാം. ഒരു പറ്റം കാക്കകൾ പാഞ്ഞുപോയി. കൂടണയാൻ സമയമായിരുന്നു. ഹിമാംശുദാ പിരിയാൻ നേരം എന്റെ കൈപിടിച്ചു. ഒരു രഹസ്യംപോലെ എന്റെ ചെവിയിൽ പറഞ്ഞു. "Politically we are living together." പറഞ്ഞതിന്റെ അർത്ഥം എനിക്ക് പൂർണ്ണമായും മനസ്സിലായി.

കർമ്മചാരി ഭവന്റെ മട്ടുപ്പാവിൽ നിന്നു നോക്കിയാൽ കൊൽക്കത്താ നഗരത്തിലെ അപാരമായ കാഴ്ചകാണാം. സായാഹ്ന സൂര്യൻ ചെമ്പട്ടുടുത്തു കഴിഞ്ഞിരുന്നു. ഇത്രയേറെ പക്ഷികൾ ഈ നഗരത്തിൽ എങ്ങനെ ജീവിക്കുന്നു? വിഷപ്പുകയുടെ നിരവധി ചുരുളുകൾ നഗരത്തിനുമുക

ളിൽ കറുത്ത ആവരണങ്ങൾ തീർത്തിരുന്നു. ടാറ്റയുടെ ആസ്ഥാനമന്ദിരം കാണാം. ഹൗറാ പാലത്തിൽ ഇപ്പോൾ തിരക്കേറിയിട്ടുണ്ടാവും. ഹൂഗ്ലി നദിയിലൂടെ ചെറിയ കപ്പലുകളും യാത്രാ ബോട്ടുകളും തുഴവഞ്ചികളും ശവങ്ങളും ഒഴുകിപ്പോകുന്നുണ്ടാവും. പെട്ടെന്ന് സൈറൺ മുഴങ്ങി. അടുത്തെവിടെയോ ഫാക്ടറിയുണ്ട്. ഡംഡം വിമാനത്താവളത്തിൽ നിന്നും പറന്നുയർന്ന വിമാനം കൊൽക്കത്ത നഗരം ചുറ്റി മേഘപ്പാളികൾക്കിടയിലേക്ക് മറഞ്ഞു.

കൊൽക്കത്ത ഒരു മഹാനഗരം തന്നെയാണ്. ഒരു മുൻ പ്രധാനമന്ത്രി പറഞ്ഞുവത്രേ കൊൽക്കത്ത മരിക്കുകയാണെന്ന്. കൊൽക്കത്തയ്ക്ക് മരണമില്ല. ജീവിതംകൊണ്ട് ത്രസിക്കുകയാണ്. ഉഷാഉതുപ്പിന്റെ ധ്രുതസംഗീതം ഓർമ്മപ്പെടുത്തുന്നു.

ബ്രിട്ടീഷ് ഭരണത്തിന്റെ സംഭാവനയാണത്രേ ഈ നഗരം. ലോകത്തിൽ ഏറ്റവും കൂടുതൽ മനുഷ്യർ ജീവിക്കുന്ന മെട്രോനഗരം. സമ്പന്നതയും ദാരിദ്രവും കൂടിക്കുഴഞ്ഞ പ്രദേശം. രാഷ്ട്രീയ സാമൂഹിക ജീവിതത്തിന്റെ ചലനാത്മകതകൊണ്ടും കലയുടെ തീവ്രത കൊണ്ടും സജീവമായ ഇടം. ഇരുപത് ലക്ഷം പേർക്ക് മാത്രം പാർക്കാവുന്ന ഈ നഗരത്തിൽ ഒന്നരക്കോടിയോളം പേർ പാർത്താലുള്ള സ്ഥിതി നമുക്ക് ഊഹിക്കാം. 1300 ച: കി.മി വിസ്തീർണ്ണമാണ് കൊൽക്കത്തയ്ക്കുള്ളത്. മൂന്ന് കോർപ്പറേഷനുകൾ, ഒരു കന്റോൺമെന്റ്, 26 മുനിസിപ്പാലിറ്റികൾ, 44 മുനിസിപ്പൽ നഗരപ്രദേശങ്ങൾ എന്നിവ ഉൾപ്പെടെ കൊൽക്കത്ത മുനിസിപ്പൽ ജില്ലയ്ക്ക് 10,360 ച: കി മി വിസ്തൃതിയുണ്ട്.

17-ാം നൂറ്റാണ്ടിൽ ഇംഗ്ലീഷുകാരുടെ കടന്നുവരവിനു മുമ്പ് വെറും നാട്ടിൻപുറങ്ങളിലായിരുന്നു കൊൽക്കത്ത എന്നാണ് പൊതുവിശ്വാസം. എന്നാൽ സമകാലീന ചരിത്രപഠനങ്ങൾ വ്യക്തമാക്കുന്നത്. മദ്ധ്യകാലഘട്ടം മുതല്ക്കുതന്നെ ഒരു തീർത്ഥാടനകേന്ദ്രം എന്ന നിലയ്ക്ക് കൊൽക്കത്ത പ്രസിദ്ധമായിരുന്നു എന്നാണ്. ബ്രിട്ടീഷുകാരുടെ ആഗമനത്തിനുമുമ്പുള്ള കൊൽക്കത്ത സുതനുടി, ഗോവിന്ദ്പൂർ, കാളിഘട്ട് എന്നിങ്ങനെ മൂന്നുഗ്രാമങ്ങളായിരുന്നു. ഇതിൽ കാളിഘട്ട് എന്ന പേരിൽ നിന്നാണ് കൽക്കത്ത എന്നപേർ വന്നുചേർന്നത്. ബംഗാളികൾ കൊൽക്കത്ത എന്നാണ് പറയുന്നത്. പതിനാലാം നൂറ്റാണ്ടു മുതല്ക്കുതന്നെ കിഴക്കേ ഇന്ത്യയിൽ ശ്രദ്ധേയമായ പ്രദേശമായിരുന്നു കൊൽക്കത്ത. ആധുനിക കൊൽക്കത്തയുടെ രേഖപ്പെടുത്തപ്പെട്ട ചരിത്രം ആരംഭിക്കുന്നത് 1690 ൽ ഇംഗ്ലീഷ് ഈസ്റ്റിന്ത്യാ കമ്പനി അതിന്റെ വ്യാപാര താല്പര്യം ബംഗാളിൽ ഉറപ്പിക്കുന്നതുമായി ബന്ധപ്പെട്ടാണ്. കമ്പനിയുടെ അഡ്മിനിസ്ട്രേറ്റർ ആയിരുന്ന ജോബ് ചാർണോക്ക് ആണ് ആധുനിക കൊൽക്കത്തയുടെ സ്ഥാപകൻ എന്നു വാഴ്ത്തപ്പെടുന്നത്. എന്നാൽ കൊൽക്കത്തയ്ക്ക് പ്രത്യേക ഒരു സ്ഥാപകനോ സ്ഥാപകദിനമോ ഉണ്ട് എന്ന വാദം ആധുനിക ചരിത്രകാരന്മാർ നിഷേധിക്കുന്നുണ്ട്. 1702 ൽ ബ്രിട്ടീഷുകാർ ഫോർട്ട് വില്യം എന്ന കോട്ട കൽക്കത്തയിൽ പണിയു

കയും സൈന്യത്തിന്റെ പ്രാദേശിക കേന്ദ്രമാക്കുകയും ചെയ്തു. ആ നഗരത്തെ പ്രസിഡൻസി സിറ്റിയായും പിന്നീട് ബംഗാൾ പ്രസിഡൻസിയായും പേർ വിളിച്ചു. ഫ്രെഞ്ചുകാരുമായുള്ള ഏറ്റുമുട്ടലുകളെ തുടർന്ന് 1756 ൽ ബ്രിട്ടീഷുകാർ തങ്ങളുടെ കോട്ടകൾ കൂടുതൽ സുരക്ഷിതമാക്കി. സൈനികവല്ക്കരണത്തെ ചെറുത്ത സിറാജ്-ഉദ്-ദൗള എന്ന ബംഗാൾ നവാബ് ഫോർട്ട് വില്യം അക്രമിച്ച് കീഴ്പ്പെടുത്തി. (ഇന്ന് ഡൽഹൗസി സ്ക്വയർ അല്ലെങ്കിൽ ബി ബി ഡി ഭാഗ് എന്നറിയപ്പെടുന്ന സ്ഥലത്തായിരുന്നു Fort William സ്ഥിതി ചെയ്യുന്നത്) കോട്ടയ്ക്കുള്ളിൽ ഉണ്ടായിരുന്നവർ മിക്കവരും ബോട്ടിൽ കയറി ഹൂഗ്ലിനദിവഴി രക്ഷപ്പെട്ടു. എന്നാൽ പിടികൂടപ്പെട്ട 146 പേരെ ഇടുങ്ങിയ ഒരു സെല്ലിൽ അടച്ചു. ഇതിൽ 26 പേർ മാത്രമേ രക്ഷപ്പെട്ടിട്ടുള്ളു. ഇതിനെ ചരിത്രകാരന്മാർ Black hole Tragedy എന്നാണ് രേഖപ്പെടുത്തിക്കാണുന്നത്. ഇതിന് തിരിച്ചടിയായി മദ്രാസിൽനിന്നും റോബർട്ട് ക്ലൈവിന്റെ നേതൃത്വത്തിൽ എത്തിയ വിദഗ്ദ്ധ സൈനികരുടെ ഒരു സംഘം 1757 ൽ കൽക്കത്ത തിരിച്ചുപിടിച്ചു. ക്ലൈവിന്റെ കുതന്ത്രങ്ങൾ പ്രയോഗിക്കപ്പെട്ടു. സിറാജ് ദൗളയുടെ അമ്മാവനായ മിർ ജാഫിർ ബ്രിട്ടീഷുകാർക്കുവേണ്ടി വഞ്ചന കാട്ടി. പ്ലാസിയിൽ നടന്ന പൊരിഞ്ഞ യുദ്ധത്തിൽ (1757) സിറാജ് ദൗള വധിക്കപ്പെട്ടു. ഇന്ത്യയിൽ ബ്രിട്ടീഷ് സാമ്രാജ്യത്വം കെട്ടിപ്പൊക്കുന്നുതിൽ നിർണ്ണായകമായത് പ്ലാസിയുദ്ധമായിരുന്നു.

1760 ൽ മിർജാഫറിന്റെ മരുമകൻ മാർക്വാസിം അധികാരമേറ്റു. നാലു കൊല്ലങ്ങൾക്കുശേഷം ഷാ ആലം രണ്ടാമൻ എന്ന മുഗൾ രാജാവിന്റെയും ഔധ്നബായ ഷാജ ഉൾ ദൗളയുടേയും പിന്തുണയോടെ ബ്രിട്ടീഷ് കാരിൽനിന്ന് ബംഗാൾ പിടിച്ചെടുക്കാൻ ബേക്സറിൽ വച്ചു നടത്തിയ യുദ്ധം പരാജയപ്പെട്ടു. 1772 ൽ കൽക്കത്ത ബ്രിട്ടീഷ് ഇന്ത്യയുടെ തലസ്ഥാനമായി.

18–ാം നൂറ്റാണ്ടിൽ കൽക്കത്ത പ്രധാന വ്യാപാര- വിദ്യാഭ്യാസ കേന്ദ്രമായി വളർന്നു. ഇതിന്റെ ഫലമായാണ് ബംഗാൾ നവോത്ഥാനം രൂപപ്പെടുന്നത്. ആധുനിക വിദ്യാഭ്യാസവും കൊളോണിയൽ വിരോധവും ബംഗാളി യുവാക്കൾക്കിടയിൽ സംഘടിതമായ പ്രതിഷേധത്തിന്റെ അഗ്നിസ്ഫുലിംഗങ്ങൾ പടർത്തി.

നക്സൽബാരിയുടെ നാളുകൾ

തിരക്കേറിയ നഗരവീഥിയിലൂടെ നടക്കുമ്പോൾ പാദങ്ങൾ അമർത്താനാവില്ല. അറിയാതെ ചലനത്തിന് ആവേഗം വരുന്നു. കൊൽക്കത്താ നഗരത്തിന്റെ നടപ്പാതകളിലൂടെ പുരുഷാരം ഓടുകയാണ്. മെല്ലെ നീങ്ങുന്ന ട്രാമുകൾ, മനുഷ്യൻ യന്ത്രമാകുന്ന റിക്ഷകൾ, ട്രാഫിക് കുരുക്കിൽപ്പെട്ട് കിടക്കുന്ന ടൗൺബസുകൾ, ചീറിപ്പാഞ്ഞുപോകണമെന്ന് ആഗ്രഹമുള്ള പുത്തൻതലമുറക്കാറുകൾ രോഷമടക്കി ബസുകൾക്കു പിന്നിൽ മുരളുമ്പോൾ കൊൽക്കത്തയിൽ വന്നുചേർന്ന ഒരു ജീവിതതാളത്തെ ഭേദിച്ച് ആർക്കും മുന്നേറാനാവില്ലെന്ന സത്യം അനാവൃതമാവുകയാണ്. ഇതാവാം നടപ്പാതകളിലെ മനുഷ്യരുടെ പാദങ്ങളിൽ ധൃതചലനം ചേക്കാറാൻ കാരണം.

ഹിമാംശുദായോടൊപ്പം നിരത്തിലൂടെ നടക്കുമ്പോൾ അദ്ദേഹം പറഞ്ഞു. ഞാൻ എഴുപതുകളുടെ ആരംഭത്തിൽ ഈ നഗരത്തിൽ ഒളിച്ചു പാർത്തിട്ടുണ്ട്. വല്ലാത്തൊരു കാലയളവായിരുന്നു അത്. സി പി ഐ (എം) നുള്ളിൽ നടന്ന ആശയസമരം ഇടതുവ്യതിയാനത്തെ നിരാകരിച്ചിരുന്നു. ഇടതു വലതു വ്യതിയാനങ്ങളുടെ പ്രത്യയശാസ്ത്ര അടിത്തറ പെറ്റി ബൂർഷ്വാ വ്യക്തിവാദമാണെന്ന് പാർട്ടി ശരിയായി വിലയിരുത്തി. 1969 ൽ സി പി ഐ (എം എൽ) എന്ന പേരിൽ പുതിയ പാർട്ടി രൂപം കൊണ്ടു.

1964 ൽ കമ്യൂണിസ്റ്റ് പാർട്ടി പിളർന്നപ്പോൾ സി പി ഐ (എം) നേതൃത്വത്തിൽ ബംഗാളിൽ അതിശക്തമായ സംഘടനാ പ്രവർത്തനവും പ്രക്ഷോഭങ്ങളും നടന്നു. നഗരത്തിലെ മദ്ധ്യവർഗ്ഗത്തിനിടയിലും ട്രേഡ് യൂണിയനുകളിലും കർഷകമുന്നിണിയിലും പുത്തനുണർവ്വ് ദൃശ്യമായ കാലഘട്ടം. 1962 ൽ ഇന്ത്യ- ചീന യുദ്ധകാലത്ത് സി പി ഐ (എം)

നേതാക്കൾ മിക്കവരും ജയിലിലായിരുന്നു. എന്നിട്ടും പാർട്ടിയും ബഹുജനസംഘടനകളും ഉശിരൻ പോരാട്ടങ്ങൾ നടത്തി. ഈ പ്രക്ഷോഭങ്ങൾ എത്തിയത് ഭക്ഷ്യ വസ്തുക്കൾക്കു വേണ്ടിയുള്ള വൻ ബഹുജന പ്രക്ഷോഭത്തിലായിരുന്നു. 1966 ലായിരുന്നു ഇത്. പ്രക്ഷോഭത്തിന്റെ മുന്നിൽ സർക്കാരിന് നേതാക്കളെ മോചിപ്പിക്കേണ്ടി വന്നു. 1967 ൽ നടന്ന സംസ്ഥാന അസംബ്ലി തിരഞ്ഞെടുപ്പിൽ ബംഗാളിൽ ആദ്യത്തെ ഐക്യ മുന്നണി സർക്കാർ അധികാരത്തിലെത്തി.

1950 കളിൽത്തന്നെ ബംഗാളിന്റെ വടക്കൻ ജില്ലയായ സിലിഗുരിയിലെ നക്സൽബാരിയിൽ കർഷകസമരം തുടങ്ങിയിരുന്നു. തൊട്ടടുത്ത തേയിലത്തോട്ടങ്ങളിലെ തൊഴിലാളികളുടെ തീവ്ര ട്രേഡ്‌യൂണിയൻ പ്രവർത്തനവുമായി കോർത്തിണക്കപ്പെട്ടപ്പോൾ നക്സൽബാരിയിലെ കർഷകസമൂഹത്തിന് പുതിയ രൂപം കൈവന്നു. സി പി ഐ (എം) നേതൃത്വം നല്കി. നക്സൽബാരിയിലെ കർഷകരിൽ ഭൂരിപക്ഷവും പാട്ടകൃഷിക്കാരായിരുന്നു. ജന്മിമാരായ ജോത്തേദാർമാർ ബംഗാളിലെ ഏറ്റവും വലിയ പിന്തിരിപ്പൻമാരും അടിച്ചമർത്തൽ വീരന്മാരുമായിരുന്നു. 1967 മാർച്ചിൽ ഇടതുപക്ഷ നേതൃത്വത്തിൽ ഐക്യമുന്നണി സർക്കാർ അധികാരത്തിൽ വന്നപ്പോൾ ജോത്തേദാർമാർ പരിഭ്രാന്തരായി. സർക്കാർ ജന്മിമാരുടെ ഭൂമി പിടിച്ചെടുത്ത് പാട്ടക്കുടിയാന്മാർക്ക് നല്കാൻ പോകുന്നു എന്ന് കിംവദന്തി പ്രചരിപ്പിച്ചു. ഇത് വ്യാപകമായ തോതിൽ പാട്ടക്കുടിയാന്മാരെ ഒഴുപ്പിക്കുന്നതിലേക്കാണ് എത്തിയത്. പ്രാദേശിക കർഷകനേതാക്കൾ കർഷകരെ അതിശക്തമായി സംഘടിപ്പിക്കാൻ തുടങ്ങി. 1967 ഏപ്രിലിൽ കർഷക കമ്മിറ്റികൾ എല്ലാ ഗ്രാമങ്ങളിലും രൂപീകരിക്കപ്പെട്ടു. കർഷകർ ജോത്തേദാർമാരുടെ ഭൂമി ബലം പ്രയോഗിച്ച് പിടിച്ചെടുക്കുകയും കള്ള പ്രമാണങ്ങൾ തീയിടുകയും ചെയ്തു. സായുധഗ്രൂപ്പുകൾ രൂപീകരിച്ച് ജന്മിമാരുടെ പക്കൽനിന്നും തോക്കുൾപ്പെടെയുള്ള ആയുധങ്ങൾ പിടിച്ചെടുത്തു. നാടൻ ആയുധങ്ങളും ശേഖരിക്കപ്പെട്ടു. വില്ലേജ് ഭരണത്തിന് പ്രത്യേക കമ്മിറ്റികളും രൂപികരിച്ചു. നക്സൽബാരി, ഫാൻസിദ്വാ, ഖരിസാരി പൊലീസ് സ്റ്റേഷൻ അതിർത്തി പ്രദേശങ്ങൾ ഇവരുടെ നിയന്ത്രണത്തിലായി.

കർഷകപ്രസ്ഥാനത്തിലൂടെ വളർന്നുവന്ന സി പി ഐ (എം) നേതാവ് ഹരേകൃഷ്ണ കോനാറായിരുന്നു ഐക്യമുന്നണി സർക്കാരിന്റെ റവന്യൂമന്ത്രി. അദ്ദേഹം സിലിഗുരിയിലെത്തി കർഷകനേതാക്കളുമായി സംസാരിച്ചു. എല്ലാ നിയമ വിരുദ്ധ പ്രവർത്തനങ്ങളും നിർത്തിവയ്ക്കാൻ ആവശ്യപ്പെടുകയും കഷ്ടത്തിലായ കുടികിടപ്പുകാരോട് ഭൂമി പതിച്ചു കിട്ടാനായി സർക്കാരിന് അപേക്ഷ നല്കാൻ അഭ്യർത്ഥിക്കുകയും അപേക്ഷകൾ പരിശോധിച്ച് കർഷക സംഘടനകളുമായി ചർച്ച ചെയ്ത് ഭൂമി നല്കുന്നതായിരിക്കും എന്ന ഉറപ്പു നല്കുകയും ചെയ്തു. എന്നാൽ വിമതനേതാക്കൾ ഹരേകൃഷ്ണ കോനാറിന്റെ ഉറപ്പ് മാനിക്കാൻ തയ്യാറായില്ല.

സവിശേഷമായ ഒരു സാഹചര്യമായിരുന്നു അത്. പ്രത്യേകിച്ചും സി പി ഐ (എം) ന് ജനാധിപത്യത്തിന്റെ പരിധിക്കുള്ളിൽ ഈ പ്രശ്നം പരിഹരിക്കേണ്ടതായിരുന്നു. ജനാധിപത്യരീതിയിലുള്ള ബഹുജനപ്രക്ഷോഭങ്ങളും പാർലമെന്ററി പ്രവർത്തനവും യോജിപ്പിച്ചുപോവുക എന്നതായിരുന്നു പാർട്ടി നയം. സി പി ഐ (എം) നു പുറമെ, മറ്റ് ഇടതു പക്ഷകക്ഷികൾ, മദ്ധ്യവർഗ്ഗ പാർട്ടികൾ, കോൺഗ്രസ് വിമതർ എന്നിവർ ചേർന്ന ഒരു മുന്നണിയായിരുന്നു ഭരണത്തിൽ. തലവനായി ഒരു മുൻ കോൺഗ്രസുകാരനും. പാർട്ടി, ഭൂമി കൃഷിക്കാർക്ക് അടിയന്തരമായി വിതരണം ചെയ്യണം എന്ന നിലപാടാണ് എടുത്തിരുന്നത്. എന്നാൽ കുഴഞ്ഞുമറിഞ്ഞ ഭൂനിയമ വ്യവസ്ഥയ്ക്കുള്ളിൽനിന്നുകൊണ്ട് ഭൂമി വിതരണം ചെയ്യുക എന്ന പ്രക്രിയ അസാദ്ധ്യമായിവന്നു. നിലവിലുള്ള സാമൂഹ്യഘടനയെ ബാധിക്കുന്ന ഏതു പരിഷ്കാരങ്ങൾക്കും ശക്തമായ എതിർപ്പിനെ നേരിടേണ്ടിവരും. ഈ വ്യവസ്ഥയ്ക്കെതിരെ ബഹുജന പ്രക്ഷോഭത്തിന്റെ മാർഗ്ഗമാണ് സി പി ഐ (എം) തിരഞ്ഞെടുത്തത്.

1967 മേയ് 23ന് നക്സൽബാരിയിൽ കർഷകരും പൊലീസും ഏറ്റുമുട്ടി. ഒരു പൊലീസുകാരൻ കൊല്ലപ്പെട്ടു. രണ്ടുദിവസത്തിനുശേഷം ജനക്കൂട്ടത്തിനുനേരെ വെടിവച്ചു. ഏഴു സ്ത്രീകളും രണ്ടുകുട്ടികളുമടക്കം പത്തുപേർ കൊല്ലപ്പെട്ടു. മുഖ്യമന്ത്രിയുടെ ഏകപക്ഷീയമായി നടപടിയെ സി പി ഐ (എം) രൂക്ഷമായി വിമർശിച്ചു. നക്സൽബാരിയിലെ അസ്വസ്ഥതകൾക്കു പിന്നിൽ സാമൂഹ്യ യാഥാർത്ഥ്യങ്ങളുണ്ടെന്ന് പാർട്ടി തിരിച്ചറിഞ്ഞിരുന്നു. ജൂൺമാസത്തോടെ ബൂർഷ്വാ പത്രങ്ങളും ചില ഘടകക്ഷികളും നക്സൽബാരി പ്രസ്ഥാനത്തെ അടിച്ചമർത്തണമെന്ന പ്രചാരണം അഴിച്ചുവിട്ടു. ഗുരുതരമായ നിയമനിഷേധത്തിൽ കേന്ദ്രസർക്കാരും ഉൽക്കണ്ഠപ്പെട്ടു. സമാധാനപരമായ പരിഹാരത്തിനായി നിയോഗിക്കപ്പെട്ട ക്യാബിനറ്റ് സംഘത്തിന് മുന്നോട്ടുപോകാനായില്ല. കർഷകരുടെ പ്രതിഷേധത്തെ തീവ്രവാദസ്വഭാവത്തിലേക്ക് നയിക്കാൻ കനുസന്യാലിന്റെ നേതൃത്വത്തിൽ ശ്രമം നടന്നു. ഇതു തിരിച്ചറിഞ്ഞ പാർട്ടി നേതൃത്വം സാഹസിക നിലപാടെടുക്കുന്ന പാർട്ടി വിരുദ്ധകൂട്ടുകെട്ടിനെ രൂക്ഷമായി വിമർശിച്ചു. 19 പേരെ പ്രാഥമിക അംഗത്വത്തിൽനിന്നും പുറത്താക്കി. 1969 മേയ് ഒന്നിന് സി പി ഐ (എം എൽ) എന്ന സംഘടന രൂപംകൊണ്ടു. ചാരുമജുംദാറായിരുന്നു പുതിയ പാർട്ടിയുടെ നേതാവ്. കർഷകർ കൃഷിഭൂമിക്കായല്ല രാഷ്ട്രീയ അധികാരത്തിനാണ് സമരം ചെയ്യുന്നത് എന്നാണ് പുതിയ പാർട്ടി പ്രഖ്യാപിച്ചത്. നിലവിലുള്ള സാഹചര്യങ്ങളുടെ സങ്കീർണ്ണത മനസ്സിലാക്കുന്നതിൽ ഇവർ പരാജയപ്പെട്ടു. പുതുതായി അധികാരത്തിലെത്തിയ ഐക്യമുന്നണി സർക്കാരിനെ ഉപയോഗപ്പെടുത്താനുള്ള ക്ഷമ ഇവർ കാണിച്ചില്ല. നക്സൽ നേതാക്കളായ ചാരുമജുംദാറും കനുസന്യാലും തമ്മിൽ അഭിപ്രായ വ്യത്യാസവും ഉടലെടുത്തു. ഉന്മൂലന സിദ്ധാന്തം തുടങ്ങിയ തെറ്റായ നടപടികൾ ജനങ്ങളിൽ നിന്നും അവരെ അകറ്റി. ബംഗാളിലാകെയും പുറത്തും പുതിയ

പാർട്ടി വേരോട്ടം നടത്തി. അടിച്ചമർത്തലുകളിലും കൊലപാതകങ്ങളിലുമായി ആയിരങ്ങൾ കൊല്ലപ്പെട്ടു. കാലാന്തരത്തിൽ വിവിധ ചെറുഗ്രൂപ്പുകളിലായി ഇടതു തീവ്രവാദികൾ ചിന്നിച്ചിതറി. പൊതു ഇടതുപക്ഷ പ്രസ്ഥാനത്തിന് തടസ്സം സൃഷ്ടിക്കാൻ മാത്രമാണിവർക്കു കഴിഞ്ഞത്. എഴുപതുകളുടെ ആദ്യം തീവ്രവാദികളായ നക്സലൈറ്റുകളുടെ കത്തിക്കും തോക്കിനും സി പി ഐ (എം) പ്രവർത്തകർ ഇരയായി. രാഷ്ട്രീയ പ്രവർത്തനം അത്യന്തം ദുഷ്കരമായ നാളുകൾ. ഈ ഘട്ടത്തിന്റെ ചിത്രീകരണമായിരുന്നു *കൽക്കത്ത-71* എന്ന മൃണാൾസെൻ ചിത്രം. എഴുപതുകളുടെ ആദ്യം യുവജനസംഘടനാപ്രവർത്തകനായിരുന്ന ഹിമാംശു രാഷ്ട്രീയ എതിരാളികളുടെ കത്തിക്കുത്തിനിരയായിരുന്നു. ആ നാളുകളുടെ സമ്മർദ്ദം ഹിമാംശുവിന്റെ മുഖത്തിൽ വിയർപ്പുമണികൾക്കൊപ്പം പ്രത്യക്ഷമായി.

ഓഫീസിനുള്ളിലെ വിശേഷങ്ങൾ

പ്രധാന വീഥികൾ പിന്നിട്ട് ഒരു ബഹുനില മന്ദിരത്തിന്റെ മുന്നിൽ നില്ക്കുകയാണ് ഞങ്ങൾ. പതിനേഴ് നിലയുള്ള കെട്ടിടത്തിന്റെ ആധുനിക ലിഫ്റ്റ് സംവിധാനം കർമ്മനിരതമാണ്. മുകളിൽ നീലാകാശത്തിൽ ഒരു തുണ്ടുമേഘം. നിഴൽ വീണപ്പോൾ ചുമരുകളിലെ പുതിയ പെയിന്റ് കൂടുതൽ തെളിഞ്ഞു. ലിഫ്റ്റിനുമുന്നിൽ തിരക്കാണ്. പടി കയറാമെന്ന് ഹിമാംശുദാ ആംഗ്യം കാട്ടി.

സ്റ്റെപ്പിലേക്ക് കാലുകുത്തുമ്പോൾ ഒന്നു ബോദ്ധ്യമാകുന്നു. കെട്ടിടത്തിന്റെ പുറംമോടി അകത്തില്ല. ഇതൊരു ഓഫീസ് കോംപ്ലക്സാണ്. സ്വന്തം വീടുകൾ അതിമനോഹരമായി സൂക്ഷിക്കുന്ന ബാബുമാർ കേരളത്തിലായാലും ബംഗാളിലായാലും ഓഫീസ് പരിസരം വൃത്തികേടാക്കുന്നതിൽ മുമ്പന്തിയിൽ തന്നെയാണ്. പടികളിൽ പാഴ്കടലാസുകൾ പറന്നുനടക്കുന്നു. ചുമരുകളിൽ പല വർണ്ണങ്ങളിലുള്ള പോസ്റ്ററുകൾ. ബംഗാളി ഭാഷയിലുള്ളതാണ് അധികവും STRIKE എന്ന വലിയ അക്ഷരം വായിച്ചെടുത്തു. പ്രകടനങ്ങളുടേയും ധർണ്ണകളുടേയും ആഹ്വാനങ്ങളാവാം പോസ്റ്ററുകളിൽ. അലക്ഷ്യമായി മുറുക്കിത്തുപ്പിയപ്പോൾ തെറിച്ചതാവാം, ഉണങ്ങിയ ചുവപ്പ് പാടുകൾ എമ്പാടുമുണ്ട്. ചൂലുമായി ചില സ്ത്രീകൾ ഇറങ്ങിപ്പോയി. രാവിലത്തെ ഡ്യൂട്ടികഴിഞ്ഞു മടങ്ങുന്ന തൂപ്പുകാരാണ്. ഹിമാംശുവിനെ അഭിവാദ്യം ചെയ്ത സ്ത്രീകളുടെ ചലനങ്ങളിൽ ആദരവ് നിറഞ്ഞു. നാലാം നിലയിലായിരുന്നു ഹിമാംശുവിന്റെ ഓഫീസ്. റിഹാബിലിറ്റേഷൻ വകുപ്പ്. വിഭജനകാലത്തും തുടർന്ന് 1971 ലെ ഇന്ത്യാ-പാകിസ്ഥാൻ യുദ്ധകാലത്തും ബംഗ്ലാദേശിൽ നിന്നും ലക്ഷക്കണക്കിനാളുകൾ പടിഞ്ഞാറൻ ബംഗാളിൽ എത്തി, അഭയാർത്ഥികളായി. ഇവരെ പുനരധിവസിപ്പിക്കുക എന്ന ദൗത്യം ഈ റിഹാ

ബിലിറ്റേഷൻ വകുപ്പിനായിരുന്നു. അധികവും ആന്തമാൻ നിക്കോബാർ ദ്വീപുകളിലേക്കായിരുന്നു.

നമ്മുടെ പ്രിയകഥാകാരൻ സി വി ശ്രീരാമൻ കുറേക്കാലം ഈ വകുപ്പിൽ പണിയെടുത്തു. ബംഗ്ലാദേശികളായ അഭയാർത്ഥികളെ ആന്തമാൻ ദ്വീപുകളിലേക്ക് കപ്പൽ മാർഗ്ഗം കൊണ്ടുപോയിരുന്ന കാലത്ത് പുനരധിവാസ വകുപ്പിൽ ജോലി ചെയ്തിരുന്ന സി വി ശ്രീരാമൻ രചിച്ച കഥയാണ് *വാസ്തുഹാര.* ഇതേപേരിൽ ശ്രീ. അരവിന്ദൻ ചലച്ചിത്ര ഭാഷ്യമൊരുക്കുകയുണ്ടായി.

സ്വന്തം ഓഫീസിൽ ഒപ്പിട്ട്, കുശലാന്വേഷണങ്ങൾ നടത്തി എന്നെയും കുടുംബത്തെയും സഹപ്രവർത്തകർക്കു പരിചയപ്പെടുത്തി. ആളുകൾ അധികവുമെത്തിച്ചേർന്നിട്ടില്ല. പതിനൊന്നുമണിയാകുമത്രേ ആളുകൾ നിരക്കാൻ. പന്ത്രണ്ടരയ്ക്ക് ഊണു തുടങ്ങും.

ആകെ അലങ്കോലമായ അന്തരീക്ഷമായിരുന്നു ഓഫീസിന്റേത്. ഉദാസീനമായി വാരിവലിച്ചിട്ടിരിക്കുന്ന ഫയലുകൾ അലമാരകൾ വളച്ചു വച്ചുതീർത്ത സെക്ഷനുകൾ. അലമാരയ്ക്കു മുകളിൽ പൊടിപിടിച്ച കടലാസു കൂമ്പാരങ്ങൾ. ഉത്തരവുകളുടെ സ്റ്റെൻസിൽ പതിപ്പുകളും തീർപ്പാക്കിയ ഫയലുകളുമാവാം, കേരളത്തിലെ പരിചയം വച്ച് ഞാൻ ഊഹിച്ചു.

വലിയൊരു ഹാളിന്റെ ചെറിയൊരു ഭാഗം തട്ടി കൊണ്ടു മറച്ചിരിക്കുന്നു. അതിലൂടെ മടക്കിവച്ച ചെങ്കൊടിയുടെ തല പുറത്തുകാണാം. അത് സംഘടനാ ഓഫീസാണ്. റീഹാബിലിറ്റേഷൻ വകുപ്പിലെ ജീവനക്കാരുടെ ഏറ്റവും വലിയ സംഘടനയുടെ ഓഫീസ്. കോ-ഓർഡിനേഷൻ കമ്മിറ്റിയിൽ അഫിലിയേറ്റ് ചെയ്യപ്പെട്ടത്. ഈ കാഴ്ച വിചിത്രമായിത്തോന്നി. അപ്പുറത്തായി ത്രിവർണ്ണ പതാക പേറുന്ന യൂണിയൻ ഓഫീസും കണ്ടു.

സന്നാഹങ്ങൾ കണ്ടപ്പോൾ എന്തോ യോഗത്തിനുള്ള പുറപ്പാടാണെന്നു ബോദ്ധ്യമായി. ഹിമാംശു ചിലർക്ക് നിർദ്ദേശങ്ങൾ നല്കുന്നുണ്ടായിരുന്നു. മറ്റുള്ളവരെ കാര്യങ്ങൾ ഏല്പിച്ച് ഞങ്ങളെ ഓഫീസുകൾ കാണിക്കാനായി കൊണ്ടുപോയി. പടവുകളുടെ രണ്ടുവട്ടം പിന്നിടുമ്പോൾ ഒരു ഫ്ളോറായി. ഓരോ ഫ്ളോറിലും ഓരോ ഓഫീസ്. ആളുകൾ എത്തിത്തുടങ്ങുന്നതേ ഉണ്ടായിരുന്നുള്ളു. ഇടയ്ക്ക് ഒരു ഓഫീസിൽ വച്ച് ശിവാനിദിയെ കണ്ടു. ചിരപരിചിതരോടെന്നപോലെ അവർ ഓടിയെത്തി. ചുവന്ന ബോർഡറുള്ള വെള്ള സാരിയാണുടുത്തിരുന്നത്. രാവിലെയായതു കൊണ്ടാകാം മുഖത്ത് നല്ല പ്രസരിപ്പ്. ഞങ്ങളെ കൂട്ടിപ്പോയി ചായയ്ക്ക് ഓർഡർ നല്കി. ഒഴിഞ്ഞ ഒരു സ്ഥലത്ത്(ഓഫീസിനകത്ത്) ഒരു തട്ടുകടമാതിരിയുള്ള ടീ സ്റ്റാൾ. ഹിമാംശു അവരുടെ കാതിൽ എന്തോ പറഞ്ഞു. അടുത്ത ഫ്ളോറിലേക്കു കയറുമ്പോൾ ശിവാനിദി താഴെത്തന്നെ നില്ക്കുന്നുണ്ടായിരുന്നു.

പതിനേഴുനിലകളിലും പര്യടനം നടത്തിയപ്പോൾ വ്യക്തമായത് ബ്യൂറോക്രസിയുടെ അലംഭാവ സ്വഭാവം മിക്കവാറും ഒരുപോലെ

എന്നാണ്. ജീവനക്കാർ വന്നും പോയുമിരിക്കുന്നു. ബംഗാളി നോവലുകളിൽ നിറഞ്ഞുനില്ക്കുന്ന ബാബുമാർ. സർക്കാർ ജീവനക്കാർ ബംഗാളികൾക്ക് ബാബുമാരാണ്. ഓജസ്സ് ചോർന്നുപോയ ഒരു വിഭാഗമായി എങ്ങനെയാണ് സർക്കാർ ജീവനക്കാർ മാറിപ്പോകുന്നത്? തന്റെ കഴിവിനും വരുമാനത്തിനും അനുസരിച്ച് പണിയെടുക്കുന്നില്ല എന്ന ബോധമാവാം ഉള്ളിലേക്കു വലിയുന്നവരായി ഇവരെ മാറ്റുന്നത്. തൊഴിൽ ഒരാളെ പുനസൃഷ്ടിക്കുന്നു

റീഹാബിലിറ്റേഷൻ വകുപ്പ് പ്രയേണ ഒരു ചെറിയ വകുപ്പാണ്. പര്യടനം കഴിഞ്ഞ് അവിടെയെത്തുമ്പോൾ അലമാരകളെല്ലാം മാറ്റി പ്രതിഷ്ഠിച്ച് കസേരകൾ നിരത്തി ഒരു യോഗഹാളായി ഓഫീസ് മാറിക്കഴിഞ്ഞു. ഹിമാംശു എത്തിയപ്പോൾ ഇനി യോഗം തുടങ്ങാം എന്ന നിലയിൽ ഒരു ചലനം ഉണ്ടായി. ഹിമാംശുദാ ചെവിയിൽ പറഞ്ഞു. "പെൻഷൻ പറ്റുന്ന ആ ദിവസം തന്നെ മുഴുവൻ ആനുകൂല്യങ്ങളും ജീവനക്കാർക്ക് നല്കുന്ന പരിപാടിയുടെ സംസ്ഥാനതല ഉദ്ഘാടനമാണ് ഇവിടെ നടക്കുന്നത്."

യോഗം തുടങ്ങുകയാണ്. വകുപ്പദ്ധ്യക്ഷൻ ഉപവിഷ്ടനായി. അദ്ദേഹം ബംഗാളിയിൽ സംസാരിച്ചു. സ്വാഗതപ്രസംഗം നടത്തിയത് ഹിമാംശുദായാണ്. പല സംഘടനകളുടെയും പ്രതിനിധികൾ സംസാരിച്ചു. ഘോരഘോരമായി ബംഗാളി വാക്കുകൾ തെറിച്ചുവീണു. കുറച്ചു പേരെ മാത്രമാണ് തങ്ങൾ അഭിസംബോധന ചെയ്യുന്നതെന്ന് പലരും മറന്നു. ഞാനും കുടുംബാംഗങ്ങളും മുൻവരിയിൽ ഇരിക്കുകയാണ്. ഒരൊറ്റയക്ഷരം മനസ്സിലാകുന്നില്ല. അപരിചിതരായ ഒരു കുടുംബം ഓഫീസ് മീറ്റിങ്ങിൽ ഇരിക്കുന്നത് വന്നുകൂടിയവരിൽ കൗതുകമുണർത്തി. മറ്റുള്ളവരുടെ ശ്രദ്ധാകേന്ദ്രമായി മാറുന്നത് എപ്പോഴും ആഹ്ലാദകരമല്ല. ഒരുതരം അങ്കലാപ്പിൽ അകപ്പെടുകയാൽ ഞാൻ അകാരണമായി വിയർക്കുകയാണ്. അപ്പോഴാണ് ഇടിത്തീപോലെ ആ പ്രഖ്യാപനം വന്നത്. അതും ഹിമാംശുദായിൽനിന്നും.

"തുടർന്നു കേരളത്തിൽ നിന്നും കുടുംബസമേതം എത്തിയ നമ്മുടെ പ്രിയ അതിഥി കേരളാ സെക്രട്ടറിയേറ്റ് എംപ്ലോയീസ് അസ്സോസിയേഷൻ നേതാവ് സഖാവ് രാധാകൃഷ്ണൻ നിങ്ങളോട് സംസാരിക്കും."

അപ്പീൽ നല്കാൻ സമയമില്ല. വിധി ഉടൻ നടപ്പിലാക്കപ്പെട്ടു. അപരിചിത സ്ഥാനത്തെത്തിയതിനാൽ ആകെ വിയർത്തിരിക്കുമ്പോഴാണ് പുതിയ ആഘാതം. എഴുന്നേല്ക്കാതെ നിവർത്തിയില്ല. വിളിക്കാൻ ഒരു ദൈവമില്ലാത്തതിന്റെ ദുഃഖം ജീവിതത്തിൽ ആദ്യമായി അനുഭവപ്പെട്ടു.

ധൈര്യം വിടാൻ പാടില്ലല്ലോ. കേരളത്തിൽ നിന്നുമുള്ള ഒരു നേതാവല്ലേ? ഭാര്യയും കുട്ടികളുമുണ്ട്. അവരുടെ മുന്നിൽ വില കളയാനും പാടില്ല. ഹൗറാ പാലം കടന്ന് എത്തിയ തണുത്ത കാറ്റ് എന്നെത്തഴുകി പോയി. ഹിമാംശുവിന്റെ ചിരിക്കുന്ന മുഖം.

"പ്രിയമുള്ളവരെ എന്നു പറഞ്ഞുതന്നെ തുടങ്ങി (അറിയാവുന്ന

ഇംഗ്ലീഷിൽ തന്നെ) എത്രയോ കാലമായി മനസ്സിൽ താലോലിച്ച ഒരു സ്വപ്നമാണ് ഇപ്പോൾ സാക്ഷാൽക്കരിച്ചുകൊണ്ടിരിക്കുന്നത്. കേരളത്തിൽ ബംഗാളി നോവലുകൾ മലയാളനോവലുകൾപോലെ തന്നെപോപ്പുലറാണ്. നിങ്ങൾ ജനുവരിയിൽ ഒരു പുതിയ നോവലിറക്കിയാൽ ഡിസംബറിൽ അത് മലയാളത്തിലെത്തും (അല്പം കടത്തിത്തട്ടിയതാണ്." ബംഗാളി പൊങ്ങച്ചത്തെ ഒന്ന് ഉദ്ദീപിപ്പിക്കാൻ തന്നെ) ബിമൽ മിത്രയുടെ *വിലയ്ക്കുവാങ്ങാം* എന്ന നോവൽ മലയാളം നോവലുകളേക്കാൾ വിറ്റുപോയവയാണ്. സാബത്രിറോയിയുടെ *നെല്ലിന്റെ ഗീതം* എത്ര പ്രിയതരമാണ്. മണിശങ്കർ മുഖർജിയുടെ ചൗരംഗി, ഗജേന്ദ്രകുമാർ മിത്രയുടെ *ഞാൻ ചെവിയോർത്തിരിക്കും* ശങ്കറിന്റെ *സീമാസദ്ധ നാരായണൻ* ഗംഗോലദ്ധ്യായ, സുനിൽ ഗംഗോലദ്ധ്യായ എന്നിവരുടെ നോവലുകൾ അത്ഭുതപ്പെടുത്തി. കാടിന്റെ മന്ത്രം കാതുകളിൽചൊല്ലുന്ന വിഭൂതി ഭൂഷന്റെ ആരണ്യക്, അപുത്രയങ്ങൾ താരാശങ്കർ ബാനർജിയുടെ *ആരോഗ്യനികേതനം...* ഈ കൃതികളിലൂടെ അറിഞ്ഞ ഈ ദേശത്തെ നേരിൽ കാണുകയാണ്. കയ്യൂർ സഖാക്കളെ തൂക്കിക്കൊല്ലരുതെന്ന് ആവശ്യപ്പെട്ട് കൽക്കത്ത വീഥികളിൽ പ്രകടനം നടത്തിയ സഖാക്കൾ മലയാളിയുടെ മനസ്സിലുണ്ട്. നമ്മൾ ഒരിക്കൽ ഒന്നായിരുന്നു. ഒരു കുടുംബത്തിൽ നിന്നും ചിതറിപ്പോയവരല്ലേ? ഒരുപോലെ ചിന്തിക്കുന്നവർ.."

പറച്ചിലിന് ശ്രദ്ധ വരുന്നു. സംഭവം ക്ലിക്ഡ്. ഒരു മലയാളം നോവലുപോലും വായിച്ചിട്ടില്ലാത്ത എന്റെ മുമ്പിലിരിക്കുന്ന ചാറ്റർജിമാരും മഖർജിമാരും ലജ്ജിച്ച് തലതാഴ്ത്തട്ടെ. കേരളത്തിലെ ഇടതുപക്ഷ സർക്കാർ ജീവനക്കാരുടെ മേഖലയിൽ നടത്തിയ ക്ഷേമപ്രവർത്തനങ്ങളെപ്പറ്റി ഒരു ദീർഘ പ്രഭാഷണം തന്നെ നടത്തി (അത് നമ്മുടെ മേഖല വിട്ടുകൊടുക്കാനാകുമോ?). ഇടതുപക്ഷ സർക്കാരുകൾക്ക് മാത്രമേ ജനക്ഷേമവും തൊഴിലാളിക്ഷേമവും ഉറപ്പു നല്കാനാകു എന്ന സത്യം ഞാൻ പറഞ്ഞപ്പോൾ ഹർഷാരവം ഉയർന്നു(ഒരു കൈയടി ഞാനും പ്രതീക്ഷിച്ചിരുന്നു).

പ്രസംഗിച്ചു നിർത്തുമ്പോൾ വിയർപ്പ് ആറിക്കഴിഞ്ഞിരുന്നു. വിറയൽ ഏറെനേരം ബാക്കി നിന്നു. മലയാളികളെ ഇത്രയേറെ സ്നേഹിക്കുന്ന സർക്കാർ ജീവനക്കാരായ ബംഗാളി സോദരങ്ങളോട് വിടചൊല്ലി ഞങ്ങൾ ഹിമാംശുവിനൊപ്പം പുറത്തിറങ്ങി, പുതിയ കാഴ്ചകൾക്കായി.

കാളിഘട്ടിലെ കാഴ്ചകൾ

ചന്നം പിന്നം മഴ പെയ്യുന്ന ഒരു പകൽ കാളിഘട്ട് അന്വേഷിച്ചിറങ്ങി. ബംഗാളിലേക്ക് യാത്രതിരിക്കുമ്പോൾ മനസ്സിൽ കുറിച്ചിട്ട ഒരു പേരായിരുന്നു കാളിഘട്ട്. ബിമൽ മിത്രയുടെ *ഇരുപതാം നൂറ്റാണ്ട്* വി സാംബശിവൻ കഥാപ്രസംഗരൂപത്തിൽ അവതരിപ്പിച്ചപ്പോൾ കൽക്കത്തയും കാളിഘട്ടും മലയാളികളുടെ നാവിൻ തുമ്പിൽ തത്തിക്കളിച്ചിരുന്നു. ഉത്സവപ്പറമ്പുകളിൽ നിന്നും ഇത്തിരി വിലയ്ക്കു വാങ്ങാം. നെല്ലിന്റെ ഗീതവും ദീപാങ്കുരനും പാർത്ഥനുമൊക്കെ ഉള്ളിൽ കുടുങ്ങിക്കിടന്നിരുന്നു. ഗജേന്ദ്രകുമാർ മിത്രയുടെ *കൽക്കത്തയ്ക്കടുത്തുതന്നെ* എന്ന നോവലിൽ കാവ്യരൂപത്തിൽ കാളിഘട്ടിൽ പ്രത്യക്ഷപ്പെട്ടിരുന്നു. ബംഗാളികളുടെ പ്രിയപ്പെട്ട കാളിദേവിയുടെ ക്ഷേത്രം എന്ന നിലയിൽ ഒഴിവാക്കാനാവാത്ത ഒരു കാഴ്ചയായിരുന്നു കാളിഘട്ട്.

മഴയ്ക്ക് പ്രാദേശിക രൂപങ്ങളുണ്ട്. സംഗീതത്തിൽ കർണ്ണാട്ടിക്കും ഹിന്ദുസ്ഥാനിയും എന്നൊക്കെപ്പറയും പോലെ. നിരവധി നാടൻ ശീലുകളിൽ ഇന്ത്യൻ സംഗീതം നിറഞ്ഞു പെയ്യും പോലെ മഴയും. മഴത്തുള്ളികളുടെ ഘനത്തിൽ, മഴനാരുകളുടെ നടനത്തിൽ, കുത്തിയൊലിപ്പിന്റെ ഏകാന്തതയിൽ പ്രണയപ്പീലിവിടർത്തുന്ന മഴവിൽ മഴയിൽ ഒക്കെ വൈവിദ്ധ്യങ്ങൾ.

മഴ കൊൽക്കത്തയിലെത്തുമ്പോൾ ഒരു വികൃതിക്കുട്ടിയാവുന്നു. Alexander Frater മന്റെ പ്രശസ്തമായ Chasing the monsoon കൊൽക്കത്തയിലൂടെയും കടന്നുപോകുന്നു. കൊൽക്കത്തയിലെ വന്യമായ മഴയെപ്പറ്റി ഫ്രാറ്റർ പറയുന്നുണ്ട്.

മഴപെയ്തു പെയ്തു കുഴിഞ്ഞുപോയ റോഡുകൾ. കരകവിഞ്ഞൊഴുകി മാത്രം ശീലിച്ച ഓടകൾ. മഴനനഞ്ഞുപോകുന്നതിൽ തല്പരരായ

ബാബുമാർ. നനഞ്ഞ നടപ്പാതയിൽ വാരിക്കൂട്ടിയിട്ട തുണിക്കെട്ടിൽ സുഖ നിദ്ര കൊള്ളുന്ന കുട്ടികൾ. കൽക്കത്തയിൽ നടപ്പാത നടക്കാനുള്ളതല്ല വഴി വാണിഭത്തിനുള്ളതാണ്. തട്ടുകടകൾ, ബാർബർ ഷോപ്പുകൾ, സീത പ്പഴക്കച്ചവടക്കാരികൾ, ചെരുപ്പുകുത്തികൾ എന്നിങ്ങനെ. മാതാ ഗംഗ യിൽ നിന്നും പ്രത്യേക കുഴൽ വഴി ഒഴുകിയെത്തി ചെറിയ വട്ടത്തിൽ തിളച്ചു മറിയുന്ന വെള്ളം. ബ്രിട്ടീഷുകാരുടെ കാലത്ത് കുതിരകളെ കുളി പ്പിക്കാനും കുടിപ്പിക്കാനും കുഴൽമാർഗ്ഗം എത്തിച്ചിരുന്ന ശുദ്ധീകരി ക്കാത്ത ഗംഗാജലം തെരുവിന്റെ മക്കളെ ഇപ്പോഴും കുളിപ്പിക്കുകയും കുടിപ്പിക്കുകയും ചെയ്യുന്നു. നിറവെള്ളത്തിൽ പാതിമുങ്ങിയ മഞ്ഞത്ത ലയൻ ടാക്സികൾ. നനഞ്ഞു കുതിർന്ന പട്ടിണിക്കോലങ്ങൾ വലിക്കുന്ന റിക്ഷകളുടെ ചക്രങ്ങൾ കാൽഭാഗത്തിലേറെ വെള്ളത്തിൽ. റിക്ഷകളിൽ മലർന്നു കിടക്കുന്ന കുലീന വനിതകൾ റോഡിലേക്ക് നീട്ടിത്തുപ്പുമ്പോൾ മഴവെള്ളം ചുവക്കുന്നു.

മഴവെള്ളം ചവിട്ടിത്തെറിപ്പിച്ച് ഒരു കാൽനട ജാഥ കടന്നുപോയി. മമതാ ബാനർജി ഭവാനിപൂർ റോഡ് ഉപരോധിക്കുകയാണത്രേ ഭാഷ ഏതായാലും പാർട്ടി ഏതായാലും വികാരത്തിന്റെ ഭാഷ ഒന്നുതന്നെ. പ്രശ്നങ്ങളോട് വൈകാരികമായി പ്രതികരിച്ച് ശീലിച്ചവരാണ് ബംഗാളി ജനത. മമതാ ബാനർജിയെ കമ്യൂണിസ്റ്റ് വിരുദ്ധരുടെ നേതാവാക്കിയത് ഇത്തരത്തിലുള്ള അതി തീവ്രവികാരപ്രകടനമായിരിക്കും.

കാളീഘട്ട് ക്ഷേത്രം

ഇടതുപക്ഷ തീവ്രവാദത്തിന് എക്കാലത്തും ബംഗാളിൽ ഇടമുണ്ടായിരുന്നു. സ്വാതന്ത്ര്യസമര കാലത്ത് കോൺഗ്രസിനുള്ളിലെ പുരോഗമന പക്ഷത്തെ പ്രതിനിധാനം ചെയ്ത സുഭാഷ് ചന്ദ്രബോസ് ഇപ്പോഴും ബംഗാളിയുടെ അഭിമാനമാണ്. സുഭാഷിന്റെ രാഷ്ട്രീയ ലൈൻ കമ്മ്യൂണിസ്റ്റ് പാർട്ടികൾ തള്ളിയപ്പോഴും ബംഗാൾ ഇടതുപക്ഷം അദ്ദേഹത്തെ തള്ളിപ്പറഞ്ഞില്ല. സ്വാതന്ത്ര്യത്തോടുള്ള സുഭാഷിന്റെ തീവ്രവികാരം അദ്ദേഹത്തെ ബംഗാളി ഹൃദയങ്ങളിൽ കുടിയിരുത്താൻ ഉതുകി.

ലെനിൻസരണി വഴി എസ്പ്ലനേഡിൽ എത്തി. കൊൽക്കത്തയിലെ പ്രധാന ബസ് ടെർമിനിലാണ് എസ്പ്ലനേഡ്. അ ടുത്തായിത്തന്നെയാണ് ഈഡൻ ഗാർഡനും വിധാൻ സൗധവും. വിശാലമായ മൈതാനത്തോടനുബന്ധിച്ചാണ് റേസ് കോഴ്സും വിക്ടോറിയ മെമ്മോറിയലും സെന്റ് പോൾ കത്തീഡ്രലും സ്ഥിതി ചെയ്യുന്നത്. ട്രാമുകൾ യാത്ര ആരംഭിക്കുന്നതും അവസാനിപ്പിക്കുന്നതും എസ്പ്ലനേഡിലാണ് വിശാലമായ പുൽപ്പരപ്പിൽ നിന്നും ട്രാമുകൾ ഇഴഞ്ഞു നീങ്ങുന്നത് വ്യത്യസ്തമായ ഒരു കാഴ്ചയാണ്. കൽക്കത്തയുടെ ശ്വാസകോശം എന്നാണ് ഈ മൈതാനം അറിയപ്പെടുന്നത്. മൈതാനത്തിന്റെ ഓരം ചേർന്ന് വളർന്നു പടർന്ന കുറ്റൻ വൃക്ഷങ്ങൾ.

എസ്പ്ലനേഡിൽ നിന്നും നെഹ്റുറോഡുവഴി ഭവാനിപ്പൂരിൽ എത്തിയപ്പോൾ മമതാ ബാനർജിയുടെ റോഡുപരോധം ഏകദേശം അവസനിച്ചു കഴിഞ്ഞിരുന്നു. ഭവാനിപ്പൂരിൽനിന്നും അഷുതോഷ് മുഖർജി സരണി വഴി ശ്യാമപ്രസാദ് മുഖർജി സരണിയിൽ എത്തിച്ചേരാം. ശ്യാമപ്രസാദ് മുഖർജി സരണിയിൽ നിന്നും അല്പം മാറിയാണ് കാളീഘട്ട്. ഒരുകാലത്ത് പവിത്രമായ ഒരു ജലശ്രോതസ്സായിരുന്നു ഇവിടം. ഇന്ന് സകല മാലിന്യങ്ങലും പേറുന്ന അഴുക്കുചാൽ. കൽക്കത്ത എന്ന പേരുതന്നെ കാളിഘട്ടുമായി ബന്ധപ്പെട്ടതാണെന്ന് അഭിപ്രായമുണ്ട്.

ഭാരതത്തിലെ 52 ശക്തിപീഠങ്ങളിലൊന്നായാണ് കാളിഘട്ട് അറിയപ്പെടുന്നത്. സതീദേവിയുടെ ശരീരഭാഗങ്ങൾ വീണ സ്ഥലങ്ങളാണ് ശക്തിപീഠങ്ങളായി അറിയപ്പെടുന്നത്. ഭഗീരഥി നദിക്കരയിലൂടെ (ഹൂഗ്ലി അഥവാ ഗംഗ) പോകുകയായിരുന്ന ഒരു കാളീഭക്തൻ തിളങ്ങുന്ന ഒരു കല്ല് കണ്ടെത്തിയെന്നും അതിന്മേൽ ഒരു മനുഷ്യപാദം കൊത്തിയിട്ടുണ്ടായിരുന്നുവെന്നും അതാണ് ആദ്യത്തെ പ്രതിഷ്ഠയെന്നാണ് ഐതീഹ്യം. പ്രതിഷ്ഠ നടത്തുമ്പോൾ ആ പ്രദേശം കൊടുംകാടായിരുന്നത്രേ.

ഇപ്പോഴത്തെ കാളീക്ഷേത്രത്തിന് 200 കൊല്ലത്തെ പഴക്കമുണ്ട്. ക്ഷേത്രത്തിൽനിന്നും കണ്ടെത്തിയ നാണയങ്ങൾക്ക് ചന്ദ്രഗുപ്തൻ രണ്ടാമന്റെ കാലത്തോളം പഴക്കമുണ്ട്. ആദ്യകാലത്ത് കാളീക്ഷേത്രം ഒരു ചെറിയ കുടിലായിരുന്നു. 16–ാം നൂറ്റാണ്ടിൽ മാനവസിംഹ രാജാവാണ് ക്ഷേത്രം പുതുക്കിപ്പണിഞ്ഞത്. പഴമയുടെ ഗന്ധം ക്ഷേത്രത്തിലും പരിസരങ്ങളിലും തളംകെട്ടിക്കിടക്കുന്നു. തെറ്റിപ്പൂക്കളും ചെമ്പരത്തിയും

കോർത്ത മാലകൾ. ബംഗാളിലെ ദേവിക്കും ചുവപ്പുതന്നെയാണ് ഇഷ്ട നിറം. ക്ഷേത്രപരിസരത്തുള്ള വിപണനകേന്ദ്രങ്ങളിൽ കടും ചുവപ്പിലുള്ള ചെമ്പരത്തി പൂമാലകളും മിനുക്കുകൾ തുന്നിച്ചേർത്ത പട്ടുവസ്ത്രങ്ങളും തൂക്കിയിട്ടിരിക്കുന്നു. സ്റ്റാളുകളിൽ നാളികേരവും പൊരിയും നിറഞ്ഞിരിക്കുന്നു. ഓരോ കടയുടെ മുന്നിൽനിന്നും ഏജന്റുമാർ ഭക്തന്മാരെ മാടിവിളിക്കുന്നു. പൂജയ്ക്കു സഹായിക്കുന്ന കങ്കാണിമാരുടെ കണ്ണുകളിൽ ചോര നിറമാണ് മുന്നിട്ടുനില്ക്കുന്നത്. ബലിപീഠത്തിൽ തലയറ്റു വീഴുന്ന ഓരോ ആട്ടിൻകുട്ടിക്കും ഒന്നു കരയുവാൻപോലും അവസരം കിട്ടാതെയാണ് തല വേർപ്പെട്ടുപോകുന്നത്. അറ്റുവീഴുന്ന തലകൾ ഒന്നു കരയുവാനായി പിളർക്കുന്ന വായ പിന്നെ അടയ്ക്കുവാനാകുന്നില്ല. കലണ്ടർ ചിത്രങ്ങളിൽ കാളീദേവിയുടെ കിങ്കരന്മാരുടെ കൈകളിൽ കാണുന്നതുപോലുള്ള വാളുകൾ കൈകളിലേന്തിയാണ് ബലിപീഠങ്ങൾക്കരുകിൽ കുരുതിപ്പൂജാരികൾ നില്ക്കുന്നത്. ക്ഷേത്രപരിസരങ്ങളിൽ ചുവപ്പുമാലയുമണിഞ്ഞ് കണ്ണുകളിൽ നിഷ്കളങ്കമായ ദൈന്യതയോടെ കറുത്ത ആട്ടിൻകുട്ടികൾ പകച്ചുനടക്കുന്നു. അടുത്ത നിമിഷം എന്തു സംഭവിക്കും എന്ന് അവർക്കറിയില്ലല്ലോ. ബലിപീഠത്തിൽ അറ്റുവീളുന്ന ഓരോ തലയും ഉടലും കനക്കുന്ന ചോരപ്പുഴയും നിമിഷങ്ങൾക്കുള്ളിൽ തന്നെ കഴുകി മാറ്റപ്പെടുന്നു. ഇങ്ങനെയൊന്നും നടന്നിട്ടേയില്ല എന്ന മട്ടിൽ കാര്യങ്ങൾ മുമ്പോട്ടുപോകുമ്പോഴാകും അടുത്ത ബലി. മനുഷ്യത്വം ബാക്കിനില്ക്കുന്ന ആർക്കും കാളിഘട്ടിൽ അധികനേരം നില്ക്കാനാവില്ല. ചൂടുചോരയുടെയും പ്രാകൃതത്വത്തിന്റെയും കെട്ടവാട നിങ്ങളുടെ പ്രജ്ഞയെ കെടുത്തിക്കളയും. ക്ഷേത്രവുമായി ബന്ധപ്പെട്ട ഗുണ്ടാസംഘങ്ങളുടെ ഒരു പടതന്നെയുണ്ടെന്ന് ആർക്കും എളുപ്പത്തിൽ മനസ്സിലാകും.

സഹികെട്ട് ക്ഷേത്രമതിൽക്കെട്ടിന് പുറത്തേക്ക് കടക്കുമ്പോൾ കാണുന്ന കാഴ്ചയും നമ്മെ ഞെട്ടിക്കും. പട്ടിണിക്കോലങ്ങൾ ഭക്ഷണത്തിനായി അക്ഷമയോടെ കാത്തിരിക്കുന്നു. വൃദ്ധരാണേറെയും. വലിയ പാത്രങ്ങളിൽ കൊണ്ടുവരുന്ന ചോറും കറികളും ഭിക്ഷപാത്രങ്ങളിലേക്ക് പകരും. കുറച്ചുകൂടി വേണമെന്ന് കെഞ്ചുന്നവർക്ക് ഒരു തൊഴികൂടി കിട്ടിയെന്നുവരും. ക്ഷേത്രപരിസരത്തേക്ക് ഒഴുകിയെത്തുന്ന യാചകനും കുഞ്ചിരോമങ്ങളിൽ വെള്ളത്തുള്ളിൽ വഹിച്ച കറുത്ത ആട്ടിൻകുട്ടികളും കടകളിൽ തൂങ്ങുന്ന ചെമ്പരത്തിമാലകളും നീണ്ടുവിടർന്ന കണ്ണുകളിൽ സകലതും സാകൂതം കാണുന്ന കാളിയും ക്ഷേത്ര മതിലിനരികിലൂടെ ഒഴുകിപ്പോകുന്ന ചോരപ്പുഴയും കാളിഘട്ടിലെ കാഴ്ചകളെ അസ്വസ്ഥമാക്കുന്നു. ഇതാണ് ബംഗാൾ പുരോഗമനവും പ്രാകൃതത്വവും തോളോടുതോൾചേർന്ന്.........

കൊളോണിയൽ സ്മരണയിൽ
വിക്ടോറിയ മെമ്മോറിയൽ

വിക്ടോറിയ മെമ്മോറിയലിന്റെ വെള്ളച്ചായം പൂശിയ കൂറ്റൻ ഇരുമ്പുഗേറ്റുകൾ ബ്രിട്ടീഷ് രാജ്ഞിയെ ഓർമ്മിപ്പിക്കും. ഇന്ത്യക്കാരുടെ സമ്പത്താകെ കൊള്ളയടിച്ച് ബ്രിട്ടണിലേക്ക് കടത്തിയപ്പോഴും ചില സ്മാരകങ്ങൾ വാസ്തുവിദ്യയുടെ ഉത്തമമാതൃകകളായി പടുത്തുയർത്താൻ അവർ മറന്നില്ല. ബ്രിട്ടണിലെ വിക്ടോറിയരാജ്ഞി നമ്മുടെയും രാജ്ഞിയായിരുന്നല്ലോ. വിക്ടോറിയ രാജ്ഞിയുടെ സ്മരണാർത്ഥമാണ് ഈ സൗധം കെട്ടിപ്പടുത്തിട്ടുള്ളത്. ബൽഫാസ്റ്റിലെ സിറ്റി ഹാളിന്റെ മാതൃകയിലാണ് ഈ സൗധം നിർമ്മിക്കപ്പെട്ടിട്ടുള്ളത്. വിക്ടോറിയ മെമ്മോറിയലിന്റെ നിർമ്മാണപ്രവർത്തനങ്ങൾ ഏറ്റെടുത്തത് കൽക്കത്തയിലെ മെസ്സേഴ്സ് മാർട്ടിൻ കമ്പനി എന്ന സ്ഥാപനമാണ്. 1906 ൽ നിർമ്മാണം തുടങ്ങുകയും 1921 ൽ പൂർത്തിയാക്കുകയുമുണ്ടായി. ഈസ്റ്റിന്ത്യാ കമ്പനിയിൽ നിന്നും ഇന്ത്യയുടെ ഭരണം ബ്രിട്ടീഷ് രാജ്ഞി ഏറ്റെടുത്തുകൊണ്ടുള്ള വിജ്ഞാപനം ഇവിടെ കൊത്തിവച്ചിട്ടുണ്ട്. താഴികക്കുടങ്ങളും ഗോപുരങ്ങളുമടങ്ങുന്ന ഈ മനോഹര സൗധം കൽക്കത്താ മൈതാനത്തിന്റെ കിഴക്ക് ഭാഗത്താണ് സ്ഥിതിചെയ്യുന്നത്. ഇന്ന് വിക്ടോറിയ മെമ്മോറിയൽ ഒരു ചരിത്ര മ്യൂസിയം കൂടിയാണ്. കൊൽക്കത്തയിലെത്തുന്ന സന്ദർശകർക്ക് ഒഴിവാക്കാനാവാത്ത ഒന്നുകൂടിയാണ് വിക്ടോറിയ മെമ്മോറിയൽ. ആഗ്രയിലെ താജ്മഹൽ പോലെ കൊൽക്കത്തയ്ക്ക് വിക്ടോറിയ. കറുത്ത പിത്തളകൊണ്ടു നിർമ്മിച്ച വിജയദേവതയുടെ ശില്പം ബ്യൂഗിളൂതിക്കൊണ്ട് താഴികക്കുടത്തിനുമേൽ തലയെടുപ്പോടെ നില്ക്കുന്നു. കൊൽക്കത്ത മൈതാനത്തു നിന്നു നോക്കിയാൽ റ്റാറ്റായുടെ ഹെഡ് ഓഫീസ് മന്ദിരവും ഹൗറാപാലത്തിന്റെ തലപ്പും കാണാം.

മാറിക്കൊണ്ടിരിക്കുന്ന മൂല്യങ്ങളുടെ നിദർശനമാണ് വിക്ടോറിയ

വിക്ടോറിയ മെമ്മോറിയൽ

മെമ്മോറിയൽ പരിസരം. മതിൽക്കെട്ടിനകത്തെ കൃത്രിമ ജലാശയവും പരന്ന മൈതാനത്തിലെ പാർക്കും. കമിതാക്കളെകൊണ്ട് നിറഞ്ഞിരിക്കുന്നു. തടാകത്തിലെ ജലാശയത്തിലേക്ക് നോക്കി. ആലിംഗനബദ്ധരായി ചുണ്ടുകൾ കോർത്തിരിക്കുന്ന യുവതീയുവാക്കളെ ഒളികണ്ണാൽ നോക്കാതിരിക്കാൻ ഒരു മലയാളിക്കാവില്ല. ഒളിനോട്ടം നമ്മുടെ ശീലമായിപ്പോയല്ലോ. കൊൽക്കത്തക്കാർ ഇതൊരു കാഴ്ചയല്ലാതാക്കിയിട്ട് പതിറ്റാണ്ടുകൾ കഴിയും. തിരക്കിട്ട നഗര ജീവിതത്തിൽ ഒന്ന് ഒഴിഞ്ഞിരിക്കാനുള്ള ഇടമായി യുവതീയുവാക്കൾ കാണുന്നതിൽ അവരെ കുറ്റപ്പെടുത്താനാവില്ല. കൊൽക്കത്ത എല്ലാത്തിനും ഇടമുള്ള ഭൂമിയാണ്. ടോളിഗഞ്ച് മുതൽ വിക്ടോറിയ മെമ്മോറിയൽ വരെ.

കൊൽക്കത്തയിൽ ഒരു സമ്പന്ന വർഗ്ഗം ഒളിഞ്ഞിരുപ്പുണ്ട്. വീഥികളിലൂടെയുള്ള നമ്മുടെ യാത്രയിൽ നമ്മുടെ കണ്ണിൽപ്പെടുന്നത് ദാരിദ്രത്തിന്റെ ലക്ഷണങ്ങളാണ്. അല്പം മാറി സാൾട്ട്ലേക്ക് സിറ്റിയിലും മറ്റ് ആസൂത്രിത പ്രദേശങ്ങളിലും പരമ്പരാഗത പണക്കാരുടെ ആവാസപ്രദേശങ്ങളിലും പഴയ രാജാക്കന്മാരുടേയും നവാബുമാരുടേയും മണിസൗധങ്ങളിലും തടിച്ചുകൊഴുത്ത സമ്പന്നവർഗ്ഗം നിലനില്ക്കുന്നു. ഓഹരികമ്പോളത്തിലൂടെയും ആധുനിക വ്യവസായങ്ങളിലൂടെയും ദല്ലാൾ പണത്തിലൂടെയും സമ്പത്ത് വാരിക്കൂട്ടിയവരെ നിങ്ങൾക്ക് പൊങ്ങച്ച ക്ലബുകളിലും പഞ്ചനക്ഷത്ര ഹോട്ടലുകളിലും കാണാം. യാഥാസ്ഥിതികത്വത്തിന്റെ പാരമ്യമാണ് ഇക്കൂട്ടർ. ലോകത്തെ ഏറ്റവും വ്യത്തികെട്ട സമ്പന്നർ കൊൽക്കത്തയിലേതായിരിക്കും. ഇവരുടെ സാന്നിദ്ധ്യം കൊണ്ടു

കൂടിയാവാം സാധാരണക്കാർ ഇടതുപക്ഷത്തോടൊപ്പം ചേർന്നു നില്ക്കുന്നത്. അങ്ങനെ അവർ ശക്തരായിരുന്നില്ലെങ്കിൽ ബംഗാളിലെ സമ്പന്നവർഗ്ഗം തങ്ങളുടെ സ്വരൂപം കാട്ടുമായിരുന്നു. തൃണമൂൽ കോൺഗ്രസ് പോലുള്ള പ്രസ്ഥാനങ്ങൾക്ക് ഇടത്തരക്കാരുടെ പിന്തുണ യുണ്ടെങ്കിലും ബംഗാളി എലീറ്റുകളുടെ പിന്തുണയെന്ന സ്രോതസ്സ് അവ ഗണിക്കാനാവില്ല. അധികാരം കൈക്കലാക്കാൻ ഈ എലീറ്റുകൾ എന്തും ചെയ്യും.

വിക്ടോറിയമെമ്മോറിയൽ മൈതാനത്തിലൂടെ നടക്കുമ്പോൾ ഞങ്ങ ളുടെ കുടുംബഫോട്ടോ എടുക്കാൻ ഒരു പൂതി. മെമ്മോറിയലിന്റെ പശ്ചാ ത്തലത്തിൽ. എതിരെ കൈകോർത്തുവരുന്ന യുവതീയുവാക്കളോട് ഫോട്ടോ ഒന്നെടുത്ത് തരാൻ അഭ്യർത്ഥിച്ചു. കേരളത്തിൽ ആരും സന്തോ ഷത്തോടെ നിർവ്വഹിക്കുന്ന കാര്യം. അവൾ, ബംഗാളി എലീറ്റ് ഈറ്റപ്പു ലിയേപ്പോലെ ഞങ്ങൾക്ക് നേരെ കയർത്തു. എന്തൊക്കെയോ പുലമ്പി ക്കൊണ്ട് കാമുകനോട് ചേർന്ന് നടന്നുപോയി. ഞാനൊന്നു പകച്ചു. കാഴ്ചയിൽ കറുപ്പനും ദരിദ്രനുമായ ഒരുവന്റെ കുടുംബത്തിന്റെ പടമെ ടുത്തു കൊടുക്കാവുന്ന തരത്തിൽ അധഃപതിച്ചിട്ടില്ല ബംഗാളീ എലീറ്റു കൾ. അവർ ടാഗോറിനേപ്പറ്റിപറയും, സുഭാഷിന്റെ ചിത്രം സ്വീകരണമു റിയിൽ തൂക്കും. ബങ്കീംചന്ദ്രനെപ്പറ്റി അഭിമാനം കൂടും. സത്യജിത്റായി യേയും എന്തിന് മൃണാൾസെന്നിനിനേയും തിടമ്പേറ്റും. പക്ഷേ, ഈ തെരുവിലെ മനുഷ്യനെക്കാണുമ്പോൾ, സമരം കാണുമ്പോൾ, ചെങ്കൊടി കാണുമ്പോൾ ഇന്നും കലിതുള്ളും. അവർക്ക് പക്ഷേ, ഇഷ്ടപ്പെടാത്തൊ ന്നുണ്ട്. ഋത്വിക്ഘട്ടക്. കൽക്കത്തയിലെ എലീറ്റുകൾക്കെതിരെയുള്ള ബോംബ് ഷെല്ലുകളായിരുന്നു ഋതിക് ദായുടെ ചിത്രങ്ങൾ.

മൈതാനത്തിനു പുറത്ത് ഒരു വഴിവാണിഭക്കാരനിൽനിന്നും നാലു ഗ്ലാസ് നാരങ്ങാവെള്ളം വാങ്ങി. എൺപതുരൂപ. വഴക്കുണ്ടാക്കാതിരിക്കാൻ കഴിഞ്ഞില്ല. ഇന്ത്യയുടെ ഭാഗമല്ലേ ഈ വിക്ടോറിയ മെമ്മോറിയൽ പരി സരം. വഴക്കു മൂത്തപ്പോൾ ജനം കൂടി. ഇതാണ് ബംഗാൾ. എൺപത് രൂപ ചോദിച്ചവന്റെ ചെവിയിൽ പിടിച്ചുകൊണ്ട് ഒരാൾ. ഇരുപത്തിനാലു രൂപ മാത്രം വാങ്ങി കേസ് ഒതുക്കി. ആരെന്നും എന്തെന്നും ചോദിക്കു ന്നതിനുമുമ്പ് അയാൾ ആൾക്കൂട്ടത്തിനിടയിൽ മറഞ്ഞു. ഇതും ബംഗാൾ. സഹായം എവിടെനിന്നും വന്നെത്താം. അപകടം പോലെതന്നെ.

അധികാരത്തിന്റെ ഇടങ്ങൾ

കൊൽക്കത്തയിൽ എത്തിയിട്ട് സർക്കാർ ബാബുമാരുടെ സന്നിധാനമായ റൈറ്റേഴ്സ് ബിൽഡിങ് കാണാതെ മടങ്ങുന്നത് ശരിയല്ലല്ലോ. ഏതെല്ലാം വഴികളിലൂടെയാണ് ഹിമാംശുദാ ഞങ്ങളെ നയിക്കുന്നത്. മെട്രോ ട്രെയിൻ ഭൂഗർഭ പാതയിലൂടെ പായുമ്പോൾ ശീതീകരിച്ച അറകൾക്കുള്ളിൽ രബീന്ദ്രസംഗീതം മുഴങ്ങുന്നു. തലയിൽ മഞ്ഞച്ചായം പൂശിയ പഴയ അംബാസിഡർ കാറുകൾ നിരത്തു നിറഞ്ഞൊഴുകുന്നു. ബസിലും ട്രാമിലും ഓട്ടോറിക്ഷയിലും മനുഷ്യർ വലിച്ചോടുന്ന റിക്ഷയിലുമൊക്കെ യാത്രചെയ്താണ് ഡൽഹൗസി സ്ക്വയറിലെത്തിയത്. കൊൽക്കത്തയുടെ ഹൃദയമാണ് ഈ പ്രദേശം. എല്ലാ റോഡുകളും ഡൽഹൗസി സ്ക്വയറിലേക്ക് ഒഴുകിയെത്തുന്നു.

വിക്ടോറിയ രാജ്ഞി 1885 ൽ ഇന്ത്യയുടെ ഭരണം ഈസ്റ്റിന്ത്യാ കമ്പനിയിൽനിന്നും ഏറ്റെടുക്കുമ്പോൾ ബ്രിട്ടീഷ് ഇന്ത്യയുടെ തലസ്ഥാനമായി നിശ്ചയിച്ചത് കൊൽക്കത്ത തന്നെയായിരുന്നു. 1911 ൽ ദില്ലിയിലേക്ക് മാറ്റും വരെ ബ്രിട്ടീഷ് ഇന്ത്യയുടെ തലസ്ഥാനം കൊൽക്കത്ത തന്നെയായിരുന്നു. സ്വാതന്ത്ര്യലബ്ധിക്കുശേഷം ഡൽഹൗസി സ്ക്വയറിന്റെ പേരുമാറ്റി മൂന്ന് ബംഗാളി വിപ്ലവകാരികളുടെ നാമധേയത്തിൽ-ബിനോയ്-ബാദൽ-ദിനേശ്ബാഗ്(ചുരുക്കത്തിൽ ബി ബി ഡി ബാഗ്) എന്നു പുനർനാമകരണം ചെയ്തു.

ഇന്നത്തെ ഡൽഹൗസി സ്ക്വയർ ഒരു കാലത്ത് വലിയൊരു കുളമായിരുന്നു. ബ്രിട്ടീഷ് ഗവർണർമാരുടെ തീൻമേശകളിൽ എത്തിയിരുന്ന തടിച്ച മത്സ്യങ്ങൾ ഈ കുളത്തിൽ നിന്നുമായിരുന്നു. പില്ക്കാലത്ത് ഈ കുളം വലിയൊരു ജലസംഭരണിയായി പരിവർത്തനം ചെയ്യപ്പെട്ടു. 1864 മുതൽ യൂറോപ്യന്മാരുടെ വാസഗൃഹങ്ങളിലേക്കുള്ള വെള്ളം ഇവിടെ നിന്നുമാണ് സപ്ലൈ ചെയ്തുവരുന്നത്.

കൊൽക്കത്തയിലെ ട്രാം

ഡൽഹൗസി സ്ക്വയറിനു ചുറ്റും പ്രധാനപ്പെട്ട സർക്കാർ മന്ദിരങ്ങൾ കാണാം. ബ്രിട്ടീഷ് തേരോട്ടകാലത്തെപ്പറ്റി ആയിരംകഥകൾ ഈ മന്ദിരങ്ങൾ പറയുന്നുണ്ടാവും. പോരാളികളുടെ ചോരവീണു കുതിർന്ന ബംഗാൾ മണ്ണിൽ എത്രയെത്ര നിശ്വാസങ്ങൾ അലിഞ്ഞുചേർന്നിട്ടുണ്ടാവും.

ഡൽഹൗസി സ്ക്വയറിനു കിഴക്കുമാറി രാജ്ഭവൻ കാണാം. ജോർജിയൻ വാസ്തുശില്പരീതിയിൽ നിർമ്മിക്കപ്പെട്ട ഈ കെട്ടിടം തലയെടുപ്പോടെ നിലകൊള്ളുന്നു. അതിനടുത്തുതന്നെ ഗോഥിക് നിർമ്മാണരീതിയിലുള്ള കൊൽക്കത്ത ഹൈക്കോടതിയും. രാജ്ഭവനിനടുത്താണ് സെന്റ് തോമസ് ചർച്ച്. കൊൽക്കത്തയുടെ പിതാവ് എന്നറിയപ്പെടുന്ന ജോബ് ചാർനോക്ക് ഈ പള്ളിയുടെ സെമിത്തേരിയിൽ അന്ത്യവിശ്രമം കൊള്ളുന്നു. ജി പി ഒയും റിസർവ്വ് ബാങ്കും അടുത്തുതന്നെയുണ്ട്. ചതുരത്തിന്റെ വടക്കൻ പ്രദേശങ്ങൾ മുഴുവൻ റൈറ്റേഴ്സ് ബിൽഡിങ് ആണ് പശ്ചിമബംഗാൾ സെക്രട്ടറിയേറ്റ് മന്ദിരം.

ബി ബി ഡി ബാഗിൽനിന്നും വടക്കുമാറിയാണ് റൈറ്റേഴ്സ് ബിൽഡിങ്സ്. പശ്ചിമബംഗാൾ ജീവനക്കാരുടെ സംഘടനകളുടെ കോ-ഓർഡിനേഷൻ കമ്മിറ്റി അഖിലേന്ത്യ സ്റ്റേറ്റ് ഗവൺമെന്റ് എംപ്ലോയീസ് ഫെഡറേഷന്റെ സജീവാംഗമാണ്. പശ്ചിമബംഗാൾ സെക്രട്ടറിയേറ്റ് എംപ്ലോയീസ് അസോസിയേഷൻ കോ-ഓർഡിനേഷൻ കമ്മിറ്റിയിൽ അഫിലിയേറ്റ് ചെയ്തിട്ടുള്ള സംഘടനയാണ്. കേരളത്തിൽ നിന്നും ഒരു സഖാവ് എത്തുന്നു എന്ന വിവരം ഹിമാംശുദാ മുൻകൂട്ടി അറിയിച്ചിട്ടുണ്ട്. ണ്ട്. സഹായത്തിനായി ആരെങ്കിലും എത്തുമെന്ന് ഹിമാംശുദാ പറഞ്ഞു.

ബി ബി ഡി ബാഗിൽനിന്നും നടന്ന് ബിപ്ലബി ത്രൈലക്യ സരണിയിൽ എത്തിച്ചേർന്നു. റോഡരികിൽ ട്രാഫിക് പൊലീസുകാർക്കു പുറമെ സായുധ പൊലീസിനേയും വിന്യസിച്ചിട്ടുണ്ട്. റോഡിനോട് ചേർന്ന് ഏതു മുന്തിയ ക്യാമറയിലും ഒറ്റ സ്നാപ്പിലൊതുങ്ങാത്ത റൈറ്റേഴ്സ് ബിൽഡിങ്സ്. ഇഷ്ടിക നിറത്തിൽ പത്തേക്കർ സ്ഥലത്തിനുള്ളിൽ വ്യാപിച്ചു കിടക്കുന്ന സമുച്ചയം. 13 കെട്ടിടങ്ങളാണ് ഈ കെട്ടിട സമുച്ചയത്തിനുള്ളത്. പശ്ചിമബംഗാൾ സെക്രട്ടറിയേറ്റിന് പുതിയ ഒരു ബ്ലോക്കുകൂടിയുണ്ട്.

യൂറോപ്യൻ മാതൃകയിലാണ് നിർമ്മിതി. ഈസ്റ്റിന്ത്യാ കമ്പനിയുടെ ക്ലാർക്കുമാരെ റൈറ്റേഴ്സ് എന്നാണ് വിളിച്ചിരുന്നത്. അവരുടെ വസസ്ഥലം എന്ന നിലയ്ക്കാണ് റൈറ്റേഴ്സ് ബിൽഡിങ്ങിന്റെ തുടക്കം. പഴയ ഒരു കോട്ടയുടെ പിന്നാമ്പുറങ്ങളിൽ കെട്ടിയ ഷെഡ്ഡുകളിലായിരുന്നു കമ്പനിയുടെ ജൂനിയർ ക്ലാർക്കുമാർ പാർത്തിരുന്നത്. 1690 ൽ ആയിരുന്നു ആ ഷെഡുകൾ നിർമ്മിച്ചത്. ഒരു കൊടുങ്കാറ്റിൽപ്പെട്ട് ആ ഷെഡ്ഡുകൾ തകർന്നു. അതിനേത്തുടർന്നാണ് കോട്ടയ്ക്കകത്ത് ഇഷ്ടികയുപയോഗിച്ച് പുതിയ കെട്ടിടം പണിതത്. ഇപ്പോഴത്തെ ജനറൽ പോസ്റ്റോഫീസിനടുത്താണ് പഴയ റൈറ്റേഴ്സ് ബിൽഡിങ്. 1706 ൽ ഇതിന്റെ നിർമ്മാണം പൂർത്തിയായി.

ഇപ്പോഴത്തെ റൈറ്റേഴ്സ് ബിൽഡിങ് പണിതീർത്തത് 1780 ൽ ആണ്. ഈ കെട്ടിടത്തിന് മഹാകാരൺ എന്നുപേരുണ്ട്. കമ്പനി ഭരണം

റൈറ്റേഴ്സ് ബിൽഡിങ്

അവസാനിപ്പിച്ചപ്പോൾ റൈറ്റേഴ്സ് ബിൽഡിങ് ബ്രിട്ടീഷ് ഇന്ത്യയുടെ ഭരണകേന്ദ്രമായി. അപ്പോഴും ഇപ്പോഴും ഒരുപക്ഷേ, എപ്പോഴും ബംഗാളി ബാബുമാരുടെ ഒരു കേന്ദ്രം തന്നെയായിരുന്നു ഈ മന്ദിരം. ഇന്ന് ഈ കെട്ടിടത്തിൽ 6000 ത്തിൽ പരം ജീവനക്കാർ പണിയെടുക്കുന്നു.

ബംഗാളിലെ എല്ലാ സർക്കാർ ഓഫീസുകൾക്കും ഉള്ള ദുര്യോഗം ഇവിടെയുമുണ്ട്. പുറമെ കാണുന്ന പത്രാസ് അകത്തില്ല. പശ്ചിമബംഗാൾ സെക്രട്ടറിയേറ്റ് എംപ്ലോയീസ് അസോസിയേഷന്റെ ഒരു പ്രവർത്തകനോടൊത്ത് ഹിമാംശുദാസ് ഗുപ്ത ഞങ്ങളെ സെക്രട്ടറിയേറ്റിനുള്ളിലേക്ക് കൂട്ടിക്കൊണ്ടുപോയി. ആദ്യം എത്തപ്പെടുന്നത് ഒരു വ്യാപാരകേന്ദ്രത്തിലേക്കാണ്. ജീവനക്കാരുടെ സഹകരണസംഘങ്ങൾ. രാവിലെ പതിനൊന്നുമണിക്ക് ജീവനക്കാർ എത്തിത്തുടങ്ങുന്നതേയുള്ളു. സഹകരണ സ്റ്റോറുകളിലും സാധാരണ ചായക്കടകളിലും നല്ല തിരക്കുണ്ട്. ഭിത്തികളിൽ സമരപ്രഖ്യാപനങ്ങൾ, മുദ്രാവാക്യങ്ങൾ, ചുവരിലും നോട്ടീസിലും മുറുക്കിത്തുപ്പിയതിന്റെ ചിത്രവിശേഷങ്ങൾ. ഫയലുകളുടെ ഇടയിൽ കിളിർത്തു പൊന്തിയ ഉദ്യോഗസ്ഥർക്ക് ഒരേ മുഖം. ഒരേ ഛായ!

കമ്പനി കാലം മുതൽ എന്തൊക്കെ സംഭവങ്ങൾക്ക് സാക്ഷ്യം വഹിച്ചതാണ് ഈ മന്ദിരം. അന്നുമിന്നും ആളുകൾ എഴുതിക്കൂട്ടുകയാണ്. ഭരണയന്ത്രം നിർത്താതെ ചലിക്കുന്നു. കാര്യങ്ങൾ കുറേ നടന്നുപോകുന്നു. കുറേക്കാര്യങ്ങൾ ഭരണചക്രത്തിൽ കുടുങ്ങിപ്പോകുന്നു. പുരോഗമനസർക്കാരുകൾക്ക് പുരോഗമന നടപടികൾക്ക് പിന്തുണയേകുന്ന ഒരു വലിയ ശക്തിയാണ് അവിടുത്തെ ഇടതുപക്ഷ സർവ്വീസ് സംഘടനകൾ. എന്നിട്ടും പഴയ ചതഞ്ഞ സിവിൽ സർവ്വീസിനെ ഊർജ്ജസ്വലമാക്കാൻ കഴിഞ്ഞിട്ടില്ല. സ്വയം മാറാൻ സിവിൽ സർവ്വീസിന് ആവില്ല. അത്രയും ശക്തിയായി ബാഹ്യശക്തി പ്രയോഗിക്കപ്പെടണം, മാറ്റം ഉണ്ടാകണമെങ്കിൽ.

വംഗദേശത്തിലെ ചുവപ്പുരാശി

റൈറ്റേഴ്സ് ബിൽഡിങ്സിൽ നിന്നിറങ്ങി ഡൽഹൗസി സ്ക്വയർ വരെ നടന്നു. ഒരു ഓട്ടോറിക്ഷയിൽ ചുവന്ന തോരണങ്ങളും ഉച്ചഭാഷിണിയും കണ്ടു. ബംഗാളിയിൽ എന്തൊക്കെയോ പറയുന്നുണ്ട്. അന്തോളൻ എന്ന പദം പ്രജ്ഞയിൽ തറച്ചു. സോഷ്യലിസ്റ്റ് യൂണിറ്റി സെന്റർ ഓഫ് ഇന്ത്യ Suci യുടെ പ്രചാരണ വാഹനമാണ്. വിലക്കയറ്റത്തിനെതിരെയാണ് പ്രചാരണം. മമതാ ബാനർജിയുടെ തൃണമൂൽ കോൺഗ്രസ്സുമായി Suci സമര ഐക്യത്തിലാണത്രേ! സി പി ഐ (എം) നയിക്കുന്ന ഇടതുപക്ഷ സർക്കാരിനെതിരെ വലതുമുതൽ ഇടതറ്റം വരെയുള്ള കക്ഷികൾ തമ്മിൽ അപ്രഖ്യാപിതമായ ഒരു ഐക്യം നിലനില്ക്കുന്നുണ്ട് എന്ന് എളുപ്പം ബോദ്ധ്യപ്പെടും. ഹേമന്ദബസു സരണിയിലൂടെ നടന്ന് മാർക്സ്, എംഗൽസ് വീഥിയിൽ എത്തി. ഈസ്റ്റേൺ റെയിൽവേയുടെ റിസർവേഷൻ ഓഫീസും പിന്നിട്ട് കഴ്സൺ പാർക്കിനരികിലൂടെ വിധാൻ സഭയുടെ മുന്നിൽ എത്തിച്ചേർന്നു. ജനാധിപത്യത്തിന്റെ നിരവധി കുഴഞ്ഞുമറിയലുകൾക്ക് സാക്ഷ്യം വഹിച്ച വിധാൻ സഭ. ചരിത്ര പ്രസിദ്ധമായ നിരവധി നിയമനിർമ്മാണങ്ങൾ. ഇന്ത്യൻ ജനാധിപത്യത്തിന് ബംഗാളിന്റെ നിരവധി സമ്മാനങ്ങൾ!

വിധാൻ സഭയ്ക്കും കൊൽക്കത്ത ഹൈക്കോടതി സെന്റിനറി മന്ദിരത്തിനും ഇടയിലായി രക്തസാക്ഷി ഖുദ്ദിറാംബോസിന്റെ പ്രതിമ തലയെടുപ്പോടെ നില്ക്കുന്നു. വിധാൻ സഭയ്ക്കുമുന്നിൽ ഒരു താക്കീത് പോലെയാണ് ഖുദ്ദിറാമിന്റെ ഘനഗാംഭീര്യനില.

സഹീദ് ഖുദ്ദിറാം ബോസ്! ഇന്ത്യൻ സ്വാതന്ത്ര്യ സമരത്തിൽ ചോര കൊണ്ടെഴുതിയ ഒരേട്. ബ്രിട്ടീഷുകാർക്കെതിരെ ആദ്യമായി എറിയപ്പെട്ട കൈബോംബ്!

മേദിനിപ്പൂരിലെ മൊഹബാനിയെന്ന ഗ്രാമത്തിലായിരുന്നു ഖുദ്ദിറാം ജനിച്ചത്. കുട്ടിക്കാലം മുതൽ സ്വാതന്ത്ര്യബോധം ജ്വലിച്ചു നിന്നു. ബ്രിട്ടീഷുകാർ താൻ എതിരിടേണ്ട പ്രധാനശത്രുവാണെന്ന് ഖുദ്ദിറാം കരുതി. ബ്രിട്ടീഷുകാരെ ഇന്ത്യയിൽ നിന്നും തുരത്താനുള്ള ത്വര അനുദിനം ശക്തിപ്പെട്ടു. ബംഗാളികളുടെ സ്വത്വബോധത്തെ പിടിച്ചുലച്ച സംഭവമായിരുന്നു 1905 ലെ ബംഗാൾ വിഭജനം. ബംഗാളിലെ വിപ്ലവകാരികളുടെ കേന്ദ്ര സംഘടനയായിരുന്നു അനുശീലൻ സമിതി. അരബിന്ദഘോഷിനായിരുന്നു നേതൃത്വം. ബംഗാൾ വിഭജനകാലത്ത് ബംഗാളിലുടനീളം വിപ്ലവസമിതികളും സജീവമായി.

ഇന്ത്യക്കാരുടെയോ ബംഗാളികളുടെ പ്രത്യേകിച്ചോ അഭിപ്രായം മാനിക്കാതെയായിരുന്നു ബ്രിട്ടീഷ് വൈസ്രോയിയായിരുന്ന കർസൻ പ്രഭു ബംഗാളിനെ വെട്ടിമുറിച്ചത്. ബംഗാൾ വിഭജനം ബംഗാൾ ജനതയുടെ ഹൃദയത്തിലേക്ക് കുത്തിയിറക്കപ്പെട്ട ഒരു വാളായി മാറി. സമാധാനപ്രേമികളും സാത്ത്വികളുമായിരുന്ന കോൺഗ്രസ് കാരണവന്മാരുടെ വാക്കുകൾക്കോ സാന്ത്വനങ്ങൾക്കോ ബങ്കിം ചന്ദ്ര ചാറ്റർജിയുടെയും സ്വാമി വിവേകനന്ദന്റെയും അരവിന്ദ ഘോഷിന്റെയും ആശയ സ്വാധീനങ്ങളിൽ പെട്ട യുവവിപ്ലവകാരികളെ തടയാനായില്ല. ആ ഘട്ടത്തിൽ ഉയർന്നു വന്ന ഒരു യുവ വിപ്ലവകാരിയായിരുന്നു ഖുദ്ദിറാം ബോസ്. അക്കാലത്തെ യുവവിപ്ലവകാരികളുടെ പ്രസ്ഥാനമായിരുന്ന യുഗാന്തർ ആയിരുന്നു ഖുദ്ദിറാമിന്റെ പ്രസ്ഥാനം. ഖുദ്ദിറാം ശ്രദ്ധിക്കപ്പെട്ടത് എക്സിബിഷൻ ഗ്രൗണ്ട് സംഭവത്തോടെയാണ്. ബ്രിട്ടീഷ് സർക്കാരിനെ പ്രകീർത്തിക്കുന്ന ഒരു എക്സിബിഷൻ നടക്കുകയായിരുന്നു. സുവർണ്ണ ബംഗ്ലാ എന്ന പേരിൽ ഒരു ലഘുലേഖ യുവവിപ്ലവകാരികൾ വിതരണം ചെയ്തു. ഇതിൽ വന്ദേ മാതരം എന്ന മുദ്രാവാക്യമുണ്ടായിരുന്നു. ബ്രിട്ടീഷ് വാഴ്ചയെ അടിമുടി എതിർത്തുകൊണ്ടും തുറന്നുകാട്ടി കൊണ്ടുള്ളതുമായിരുന്നു ആ ലഘുലേഖ.

ബ്രിട്ടീഷ് സർക്കാരിന്റെ തന്നെ എക്സിബിഷൻ ഗ്രൗണ്ടിൽ സർക്കാരിനെതിരെയുള്ള ലഘുലേഖ വിതരണം ചെയ്യാൻ ഖുദ്ദിറാമും സുഹൃത്തുക്കളും കാട്ടിയ ചങ്കൂറ്റം ആളുകളെ അത്ഭുതപ്പെടുത്തി. പൊലീസ് യുവാക്കളെ ആക്രമിച്ചു. ചെറുത്തുനിന്ന യുവാക്കൾ ഒടുവിൽ പിടി നല്കാതെ രക്ഷപ്പെട്ടു.

യുഗാന്തർ 1908 ൽ ഖുദ്ദിറാമിനേയും പ്രഫുല്ലചാകി എന്ന 20 കാരനെയും മുസാഫർപൂരിലെ മജിസ്ട്രേറ്റ് കിങ്സ് ഫോർഡിനെ വധിക്കാനായി ബീഹാറിലെ മുസാഫിർപൂരിലേക്ക് നിയോഗിച്ചു. ഇവർ കിങ്സ് ഫോർഡിന്റെയും കുടുംബത്തിന്റെയും ഓരോ നീക്കങ്ങളും സസൂക്ഷ്മം നിരീക്ഷിച്ചു. അതനുസരിച്ച് വധിക്കാനുള്ള പദ്ധതി തയ്യാറാക്കി. 1908 ഏപ്രിൽ 30 ന് ഇരുവരും കിങ്സ് ഫോർഡിനെ വഹിച്ചുള്ള കുതിരവണ്ടി വന്നെത്തുന്നതും കാത്ത് യൂറോപ്യൻ ക്ലബിനു മുന്നിൽ നിലയുറപ്പിച്ചു. ഗേറ്റുകടന്ന് ഒരു കുതിരവണ്ടി പുറത്തേക്ക് വന്നു. അവർ വണ്ടിക്കുള്ളി

ലേക്ക് ബോംബ് വലിച്ചെറിഞ്ഞു. പക്ഷേ ,വണ്ടിക്കകത്ത് ഉണ്ടായിരുന്നത് രണ്ട് ബ്രിട്ടീഷ് വനിതകളായിരുന്നു. ബോംബേറിനെ തുടർന്ന് ഇരുവരും ഓടിമറഞ്ഞു. പ്രഫുല്ലനെ സമസ്തിപൂർ റെയിൽവേ സ്റ്റേഷനിൽ വച്ച് പൊലീസ് വളഞ്ഞു. എന്നാൽ പിടികൊടുക്കാതെ പ്രഫുല്ലചാകി ആത്മ ഹത്യ ചെയ്തു. സമസ്തപൂറിന് 20 കിലോമീറ്റർ അകലെ വച്ച് ഖുദ്ദീറാ മിനെ പൊലീസ് പിടികൂടി. മുസാഫർപൂരിലെ ബോംബാക്രമണകുറ്റം ചുമത്തി രണ്ടുമാസക്കാലത്തോളം വിചാരണ നടത്തി. വക്കീൽ ഫീസു വാങ്ങാതെ, അക്കാലത്തെ പ്രമുഖ അഭിഭാഷകരിലൊരാളായ നരേന്ദ്ര കുമാർ ബസു ഖുദ്ദിറാമിനുവേണ്ടി വാദിച്ചു. കോടതി ഖുദ്ദിറാമിനെ തൂക്കി ക്കൊല്ലാൻ വിധിച്ചു. സുസ്മേരവദനനായി മരണത്തെ വരിക്കുമ്പോൾ ഖുദ്ദിറാമിന് 17 വയസ്സു കഴിഞ്ഞിരുന്നേയുള്ളു.

ഖുദ്ദിറാം ബോസിനു ചുവപ്പൻ ഒരഭിവാദ്യം നല്കി നടക്കുമ്പോൾ ഓർത്തത് വംഗദേശത്തിന്റെ ഹൃദയത്തിലേക്ക് ചുവപ്പുരാശി പടർന്നുക യറാൻ ആ ജനത നല്കിയ കുരുതികളേപ്പറ്റിയായിരുന്നു.

ബംഗാളിൽ പുരോഗമനാശയങ്ങൾ കടന്നു വന്നത് ഒരു സുപ്രഭാ തത്തിലല്ല. നൂറ്റാണ്ടുകൾകൊണ്ട് നിരവധി ആന്തരിക സംഘർഷങ്ങളി ലൂടെ എത്തിച്ചേരപ്പെട്ട സവിശേഷമായ ഒരവസ്ഥയാണത്. എം എൻ റോയി എന്ന ധൈഷണികന്റെ ജീവിതത്തെ അനാവരണം ചെയ്യുന്ന എം എൻ *റോയി സ്വതന്ത്ര്യാമ്പോഷിയായ വിപ്ലവകാരി.* എന്ന എൻ ദാമോദ രന്റെ പുസ്തകത്തിൽ ബംഗാളിലെ ആദ്യകാല വിപ്ലവപ്രസ്ഥാനത്തെ പ്പറ്റി വിവരിക്കുന്നുണ്ട്.

കമ്പനിവാഴ്ചയ്ക്കെതിരെ 1772–74 കാലഘട്ടത്തിൽ ബംഗാളിൽ നടന്ന സന്ന്യാസി ലഹളയെ അടിസ്ഥാനപ്പെടുത്തി ബങ്കിംചന്ദ്ര ചാറ്റർജി രചിച്ച *ആനന്ദമഠത്തെ* വിപ്ലവചിന്തയുടെ ആദ്യമുകുളം എന്നു വിശേഷി പ്പിക്കാം. ഭാരതമാതാവ് എന്ന സങ്കല്പം രൂപപ്പെടുന്നത് വന്ദേമാതരത്തി ലൂടെയാണെന്ന് കരുതാം. ഇതുവഴി രൂപപ്പെട്ട ഇന്ത്യൻ ദേശീയതയ്ക്ക് മതപരമായ ഉള്ളടക്കവും കൂടി വന്നുചേർന്നു. ബംഗാളി വിപ്ലവകാരിക ളുടെ സംഘടനയായ അനുശീലൻ സമിതി കുടുംബ–ധന–വികാരാദി കളെ പരിത്യജിച്ച് ഒരമ്മയുടെ മക്കളെയെന്നപോലെ ഇന്ത്യക്കാർ ജീവി ക്കണമെന്ന് അംഗങ്ങളെക്കൊണ്ടു പ്രതിജ്ഞയെടുപ്പിച്ചു.

പതിനാറാം നൂറ്റാണ്ടോടെ അവസാനിച്ച മുഗൾഭരണം ഇന്ത്യയിലെ മുസ്ലീം ആധിപത്യത്തിനുകൂടി തിരശ്ശീലയിടുകയായിരുന്നു. ഇതോടെ ഉറപ്പുള്ള ഒരു കേന്ദ്രീകരണ ഭരണവും അവസാനിച്ചു. ഈ ഘട്ടത്തി ലാണ് ബ്രിട്ടീഷുകാർ ഇന്ത്യയിലേക്ക് കടന്നുവരുന്നത്. ബ്രിട്ടീഷുകാർ കൊണ്ടുവന്ന മൂലധനവും, മൂലധന താല്പര്യങ്ങളും ആധുനിക വിദ്യാ ഭ്യാസവും സാങ്കേതിക വിദ്യയും പുതിയ ഒരു സാമൂഹികശക്തിയെ സൃഷ്ടിച്ചു. പരമ്പരാഗത ധാരണകൾ ചോദ്യം ചെയ്യപ്പെട്ടു. രാജാറാം മോഹൻറായ്(1772–1833) ജാതിക്കും മതമേധാവിത്വത്തിനും എതിരായി ബ്രഹ്മോയിസം എന്ന പ്രസ്ഥാനം തുടങ്ങി. ഈശ്വർചന്ദ്രവിദ്യാസാഗർ

(1820–1891) ബംഗാളിൽ ശക്തമായ വിദ്യാഭ്യാസ പ്രസ്ഥാനത്തിനു തുടക്കമിട്ടു.

ഇന്ത്യൻ സിവിൽ സർവ്വീസിൽനിന്നും സുരേന്ദ്രനാഥ ബാനർജിയെ പുറംതള്ളിയതും കോടതിയിൽ പോകാനുള്ള അനുവാദം അദ്ദേഹത്തിനു നിഷേധിച്ചതും ബംഗാളി ഹൃദയങ്ങളിൽ രോഷം ജനിപ്പിച്ചു. ഇന്ത്യൻ ജനതയോടാലോചിക്കാതെ ഇന്ത്യയുടെ ഭരണാധികാരം ബ്രിട്ടീഷ് ചക്രവർത്തിക്ക് കൈമാറിയ ഈസ്റ്റിന്ത്യാകമ്പനിയുടെ നടപടി ബംഗാളി ദേശീയ പ്രസ്ഥാനത്തിന് ആക്കംകൂട്ടി.

1857 ലെ ഒന്നാം സ്വാതന്ത്ര്യ സമരത്തിനുശേഷം നടന്ന ഇത്തരം സംഭവങ്ങൾ ബംഗാളിലെ ഉദ്ബുദ്ധരായ വിദ്യാസമ്പന്നരിൽ ദേശീയവികാരങ്ങൾ ഉണർത്തി. 1857 ലെ സമരാനുഭവങ്ങളിൽനിന്നും പാഠം പഠിച്ച ബ്രിട്ടീഷ് സർക്കാർ സാമൂഹികപരിഷകരണങ്ങളിൽ നിന്നും ഒഴിഞ്ഞു നിന്നു. അടിച്ചമർത്തിക്കൊണ്ടുള്ള ഭരണവും ചൂഷമാണധിഷ്ഠിതമായ നിലപാടുകളും കൊടികുത്തി വാണു.

ഈ ഘട്ടത്തിലാണ് സ്വാമി വിവേകാന്ദൻ പാശ്ചാത്യ പര്യടനം കഴിഞ്ഞ് ബംഗാളിലെത്തുന്നത്. “ബലഹീനതയ്ക്ക് ഇഹത്തിലും പരത്തിലും സ്ഥാനമില്ല; ബലഹീനത മരണമാണ്” അദ്ദേഹം പ്രഖ്യാപിച്ചു. രഹസ്യ സംഘടനകൾ സ്ഥാപിച്ച് ബ്രിട്ടീഷ് സാമ്രാജ്യത്വത്തിനെതിരെ സായുധമായി പോരാടാൻ വിവേകാനന്ദൻ ആഹ്വാനം ചെയ്തു.ഉൽപതിഷ്ണുക്കളായവരിൽ ദേശീയബോധവും വിപ്ലവബോധവും കൂടുതൽ കൂടുതൽ വളർന്നുവന്നു. ഇക്കൂട്ടത്തിൽ എടുത്തു പറയേണ്ട പേരാണ് പില്ക്കാലത്ത് നിരാലംബസ്വാമി എന്നറിയപ്പെട്ട ജതീന്ദ്രനാഥ ബാനർജി ജതീന്ദ്രന് അരവിന്ദഘോഷ്, സ്വാമി വിവേകാനന്ദന്റെ ശിഷ്യ സിസ്റ്റർ നിവേദിത എന്നിവരുടെ സഹായം ലഭിച്ചു. ആത്മീയ മോക്ഷത്തിനായി പ്രവർത്തിക്കുന്നതിനുപകരം രാജ്യത്തിന്റെ സ്വാതന്ത്ര്യത്തിനായി പോരാടാൻ അവർ ഇന്ത്യക്കാരെ ഉദ്ബോധിപ്പിച്ചു.

ബംഗാളി യുവാക്കളുടെ വിപ്ലവസംഘടനയായ അനുശീലൻ സമിതി 1902 ലാണ് സ്ഥാപിതമായത്. സതീഷ് ചന്ദ്രബോസായിരുന്നു നേതൃത്വം വഹിച്ചത്. മനുഷ്യാവസ്ഥയുടെ പൂർണ്ണ ഉദ്ഗഥനം. ലക്ഷ്യമാക്കിയാണ് അനുശീലൻ സമിതി പ്രവർത്തിച്ചത്. സ്വാമി വിവേകാനന്ദന്റെ പൂർണ്ണ പിന്തുണ സമിതിക്കുണ്ടായിരുന്നു. ആദ്യകാല ഇന്ത്യൻ വിപ്ലവ പ്രസ്ഥാനത്തിന് ആത്മീയമായി ബന്ധമുണ്ടായിരുന്നു എന്നകാര്യം തർക്കമറ്റതാണ്. പ്രമാദമിത്ര എന്നൊരു വിപ്ലവകാരിയുടെ മുൻകൈയിൽ അരവിന്ദഘോഷിന്റെ നേതൃത്വത്തിലുള്ള ബറോഡ് ഗ്രൂപ്പും അനുശിലൻ സമിതിയും തമ്മിൽ യോജിപ്പിലായി. അനുശീലൻ സമിതിയെ കേന്ദ്രവിപ്ലവ സംഘടനയാക്കി മാറ്റി. പരസ്യവും രഹസ്യവുമായ രാഷ്ട്രീയ പ്രവർത്തനങ്ങളിൽ അവർ ഏർപ്പെട്ടു. ബംഗാൾ വിഭജനത്തെത്തുടർന്ന് 1905 ൽ വിപ്ലവ ഗ്രൂപ്പുകളെ ബ്രിട്ടീഷ്സർക്കാർ നിരോധിച്ചു. ഇതേത്തുടർന്ന് ബറിൻഘോഷ് എന്ന വിപ്ലവകാരി ബ്രിട്ടീഷ് സർക്കാരിനെതിരെ കലാപം

ചെയ്യാൻ സ്വന്തമായി ഒരു പാർട്ടിക്ക് രൂപംനല്കി. ഇതിലേക്കായി യുഗാന്തർ എന്ന പേരിൽ ഒരു പത്രവും തുടങ്ങി. അക്കാലത്തെ ബംഗാളി യുവാക്കളുടെ ഒരു ആകർഷണ കേന്ദ്രമായിരുന്നു യുഗാന്തർ. 1905 ൽ ബനാറസിൽ ചേർന്ന ഇന്ത്യൻ നാഷണൽ കോൺഗ്രസിന്റെ സമ്മേളനത്തിലൂടെ യുഗാന്തർ ഉയർത്തിപ്പിടിച്ച അഭിപ്രായങ്ങൾ പ്രതിദ്ധ്വനിച്ചു. ലജ്പത് റായ്, ബാലഗംഗാധര തിലകൻ, വിബിൻ ചന്ദ്രപാൽ എന്നിവരുടെ നേതൃത്വത്തിൽ കോൺഗ്രസിൽ ഒരു വാമഭാഗം ഉടലെടുത്തു. 1906 ലെ കൽക്കത്ത സമ്മേളനത്തിൽ അവർ അരവിന്ദന്റെ നിർദ്ദേശപ്രകാരം തിലകനെ നേതാവായി തെരഞ്ഞെടുത്തു. ലജ്പത്റായി കോൺഗ്രസിന്റെ ഏറ്റവും ഇടത്തും ബിപിൻ ചന്ദ്രപാൽ മദ്ധ്യഭാഗത്തുമാണ് നിലയുറപ്പിച്ചത്.

ബ്രിട്ടീഷ് സർക്കാർ വിപ്ലവകാരികളെ കുരുക്കാൻ മെനഞ്ഞതന്ത്രങ്ങളായിരുന്നു ഗൂഢാലോചന കേസുകൾ. അത്തരത്തിലൊന്നായിരുന്നു ഹൗറ ഗൂഢാലോചന കേസ്. 1910 ജനുവരിയിൽ രഹസ്യാന്വേഷക ഉദ്യോഗസ്ഥനായ നന്ദൻലാൽ ബാനർജിയുടെ വധത്തെത്തുടർന്ന് അന്യായഭാഗം കേസിന്റെ നടത്തിപ്പുകാരനായ ഷംസുൽ അലാം എന്ന പൊലീസ് ഡെപ്യൂട്ടി സൂപ്രണ്ട് കോടതി പരിസരത്ത് ബീരേന്ദ്രദത്ത് ഗുപ്തയാൽ വെടിയേറ്റ് കൊല്ലപ്പെട്ടു. ഈ സംഭവത്തെ ആസ്പദമാക്കി ഗവൺമെന്റ് ഹൗറാ ഗൂഢാലോചന കേസ് രജിസ്റ്റർ ചെയ്തു. ഇത് സർക്കാർ മുൻകൂട്ടി തയ്യാറാക്കിയ പദ്ധതി പ്രകാരമായിരുന്നു എന്ന് തിരിച്ചറിയപ്പെട്ടിട്ടുണ്ട്. കേസിൽ പ്രതിയായ ബീരൻ ദത്തയെ തൂക്കിക്കൊല്ലുകയായിരുന്നു. ഈ കേസിൽപെടുത്തി നിരവധി വിപ്ലവകാരികളെ തുറുങ്കിലടച്ചു.

1905 നും 1910 നും ഇടയിൽ ഹൗറയിലെ ശിവപുരം കേന്ദ്രീകരിച്ച് ബ്രിട്ടീഷ് ഇന്ത്യയിലെ മറ്റ് ഭാഗങ്ങളുമായി ബന്ധം സ്ഥാപിച്ചുകൊണ്ട് ബ്രിട്ടീഷ് ചക്രവർത്തിയെയും അദ്ദേഹത്തിന്റെ അധികാരത്തെയും ബലപ്രയോഗം വഴി പുറംതള്ളാൻ ഗൂഢാലോചന നടത്തി എന്നാണ് കേസ്സ്. കൊലക്കുറ്റം, വെടിക്കോപ്പ് സൂക്ഷിക്കൽ, കൂട്ടക്കവർച്ച, പട്ടാളത്തെ സ്വാധീനിക്കൽ എന്നീ കുറ്റങ്ങളും ചാർത്തപ്പെട്ടു. വിപ്ലവകാരികളാൽ സ്വാധീനിക്കപ്പെട്ടു എന്ന പേരിൽ ഒരു പട്ടാളവിഭാഗത്തെ തന്നെ പിരിച്ചുവിട്ടു.

1920 ൽ ഒന്നാം ലോകമഹായുദ്ധം പൊട്ടിപ്പുറപ്പെടാൻ സാദ്ധ്യതയുണ്ടെന്നു മുൻകൂട്ടിക്കണ്ട വിപ്ലവകാരികൾ പിരിച്ചുവിടപ്പെട്ട റെജിമെന്റിനെ സർക്കാരിനെതിരെ ഉപയോഗിക്കാൻ തീരുമാനിച്ചിരുന്നു. എന്നാൽ വിവരം ബ്രിട്ടീഷ് സർക്കാർ മണത്തറിഞ്ഞു. (യുദ്ധം പ്രതീക്ഷിച്ചതിലും വളരെ നേരത്തെ 1914 ആഗസ്ത് 4 ന് ആരംഭിച്ചു.)

1930 കളിൽ ഇടതുപക്ഷരാഷ്ട്രീയം ബംഗാളിൽ രൂപപ്പെട്ടു. മഹാത്മാഗാന്ധിയുടെ നേതൃത്വത്തിൽ നടന്ന നിയമലംഘനപ്രസ്ഥാനത്തിൽ ആവേശത്തോടെ അണിനിരന്ന ചെറുപ്പക്കാർ, ഇർവ്വിൻ സന്ധിയേത്തുടർന്ന് പ്രസ്ഥാനം പിൻവലിക്കപ്പെട്ടപ്പോൾ നിരാശരായി. ഇത് ഇടതുപക്ഷത്തേക്കു തിരിയാൻ യുവാക്കളെ പ്രേരിപ്പിച്ചു. ആ ദശകത്തിന്റെ പകുതിയാകുന്നതോടെ ആ ദേശീയ വിപ്ലവബോധം സോഷ്യലിസ്റ്റ് ചിന്താപ

ദ്ധതിയിലേക്ക് ചുവടുമാറുന്നത് കാണാം. ബംഗാളിലെ ധൈഷണികവിഭാഗം മാർക്സിസത്തിലേക്ക് ആകർഷിക്കപ്പെടുന്നത് ഈ ഘട്ടത്തിലാണ്. ഇത് ചിന്താരംഗത്തുള്ള വിപ്ലവകരമായ ഒരു പരിവർത്തനത്തിന് തുടക്കം കുറിച്ചു. ബംഗാളിലെ ജയിലറകളിൽ മാർക്സിസം സജീവചർച്ചാവിഷയമായി. വിവിധ ജയിലുകളിൽ മാർക്സിസ്റ്റ് സെല്ലുകൾ രൂപീകരിക്കപ്പെട്ടു. 1936 മുതൽ അവിഭക്ത കമ്യൂണിസ്റ്റു പാർട്ടിയുടെ ബംഗാൾ കമ്മിറ്റിയുടെ പ്രവർത്തനം ആരംഭിച്ചു.

ജ്യോതിബസു തന്റെ ഓർമ്മപുസ്തകത്തിൽ ഇപ്രകാരം കുറിച്ചു. "രണ്ട് ബ്രിട്ടീഷ് കമ്യൂണിസ്റ്റ്പാർട്ടി നേതാക്കളെ ഇവിടെ സ്മരിക്കുന്നു. ബ്രാഡ്ലിയും മൈക്കൽ കാരറ്റുമാണവർ. ഇന്ത്യയിലെ കമ്യൂണിസ്റ്റ് പ്രസ്ഥാനത്തെ സഹായിക്കാൻ ബ്രാഡ്ലി ഇന്ത്യയിൽ എത്തുകപോലും ചെയ്തു. തൊഴിലാളി പ്രസ്ഥാനത്തിലും അദ്ദേഹം നിർണ്ണായക പങ്കുവഹിച്ചു. ഒരു ഇംഗ്ലീഷുകാരനായിരുന്നിട്ടും മീറത്ത് ഗൂഢാലോചനകേസുമായി ബന്ധപ്പെട്ടതിന്റെ പേരിൽ കുറേക്കാലം ഇന്ത്യൻ ജയിലിലും അദ്ദേഹത്തിന് കിടക്കേണ്ടിവന്നു. ഇന്ത്യൻ സ്വാതന്ത്ര്യസമരത്തിലും ഈ നാട്ടിൽ സോഷ്യലിസ്റ്റ് ആശയങ്ങൾ പ്രചരിപ്പിക്കുന്നതിലും ഈ ഇംഗ്ലീഷുകാരൻ വഹിച്ച പങ്ക് നാം ഒരിക്കലും മറക്കാൻ പാടില്ല. മൈക്കൽ കാരറ്റാകട്ടെ ഒരു ഉയർന്ന ഇംപീരിയൽ സിവിൽ സർവ്വീസ് ഓഫീസറായിരുന്നു. അവിഭക്ത ബംഗാൾ ഗവർണറുടെ സെക്രട്ടറിയെന്ന നിലയിൽ അദ്ദേഹം കുറച്ചുകാലം പ്രവർത്തിച്ചിരുന്നു. അദ്ദേഹത്തിന്റെ രാഷ്ട്രീയ ചായ്‌വു പുറത്തുവന്നതോടെ അദ്ദേഹം സർവ്വീസിൽനിന്നും രാജിവച്ചു. *കിരീടത്തിലെ കറുത്ത അടയാളം* എന്ന അദ്ദേഹത്തിന്റെ പുസ്തകത്തിൽ നിന്നും അദ്ദേഹം ഇന്ത്യയിലെ കമ്യൂണിസ്റ്റ് പ്രസ്ഥാനത്തിന് നല്കിയ സംഭാവനകൾ നമുക്ക് മനസ്സിലാകും. ഇത്തരം നേതാക്കളിൽനിന്നും ഇന്ത്യയിലെ കമ്യൂണിസ്റ്റ് പാർട്ടിക്ക് ലഭിച്ച പിന്തുണ നമുക്കൊരിക്കലും മറക്കാനാവില്ല.

സാർവ്വദേശീയ സാഹചര്യവും സാർവ്വദേശീയ ബോധത്തോടെ ഇന്ത്യയിലെ പ്രസ്ഥാനത്തെ സഹായിച്ച മഹദ്വ്യക്തികളുടെ സംഭാവനയേയും എടുത്തുകാട്ടുകയായിരുന്നു ജ്യോതിബസു. 1935 ൽ ചേർന്ന കമ്യൂണിസ്റ്റ് ഇന്റർനാഷണൽ ഏഴാം കോൺഗ്രസ് ആഹ്വാനം അനുസരിച്ച് സാമ്രാജ്യത്വവിരുദ്ധ ജനകീയമുന്നണി എന്ന തത്ത്വം നടപ്പാക്കാൻ ബംഗാളിലെ കമ്യൂണിസ്റ്റുകാർ തീരുമാനിച്ചു. ബഹുജനങ്ങളുമായി അടുത്തിടപഴകാൻ ഇത് സഹായിച്ചു. ബഹുജന സംഘടനകളിൽ അതിന്റെ പ്രവർത്തനം തീവ്രമാക്കി

സുബാഷ് ചന്ദ്രബോസിന്റെ പിന്തുണയുള്ള അനുശീലൻഗ്രൂപ്പ് കമ്യൂണിസ്റ്റുകാരുമായി ചേർന്നു പ്രവർത്തിക്കാൻ തീരുമാനിച്ചു. 1939 ൽ ഇന്ത്യൻ നാഷണൽ കോൺഗ്രസ് സമ്മേളനത്തിൽ മഹാത്മാഗാന്ധി പ്രഖ്യാപിച്ച പ്രസിഡന്റ് സ്ഥാനാർത്ഥി പട്ടാഭി സീതാരാമയ്യർക്കെതിരെ ഇടതുപക്ഷം സുഭാഷ് ചന്ദ്രബോസിനെ മത്സരിച്ചു വിജയിപ്പിച്ചു. ഇതി

നെത്തുടർന്ന് ബോസും കോൺഗ്രസ് ഹൈക്കമാന്റും തമ്മിൽ നടന്ന സമരത്തിൽ ബംഗാളിലെ ഇടതുപക്ഷ ശക്തികൾ മുഴുവൻ ബോസിനോടൊപ്പം നിന്നു. അങ്ങനെ ഏറ്റുമുട്ടൽ ബംഗാളിലെ ഇടതുപക്ഷ മുൻതൂക്കമുള്ള ബംഗാൾ ഘടകവും അഖിലേന്ത്യാ കോൺഗ്രസ് കമിറ്റിയും തമ്മിലായി. സുബാഷ് ചന്ദ്ര ബോസ് ബംഗാളിന്റെ പൊരുതുന്ന പ്രതീകമായി ഉയർന്നു. ബംഗാൾ ഗവൺമെന്റുതന്നെ അതിന്റെ ഔദ്യോഗികരേഖയിൽ ഇപ്രകാരം രേഖപ്പെടുത്തി. "ഏറെക്കുറെ ഇടതുപക്ഷക്കാരും വിപ്ലവകാരികളും അടങ്ങിയ ബംഗാൾ പ്രദേശ് കോൺഗ്രസ് കമ്മറ്റി കോൺഗ്രസിൽ നിന്നും വ്യത്യസ്തവും അതിനെ എതിർക്കുന്നതുമായ നയത്തിന്റെ അടിസ്ഥാനത്തിൽ ഊർജ്ജസ്വലമായി പ്രവർത്തിച്ചേക്കും."

1939 സെപ്തംബർ 3 ന് ഗ്രേറ്റ് ബ്രിട്ടൻ യുദ്ധം പ്രഖ്യാപിച്ചു കഴിഞ്ഞിരുന്നു. ഇതിനെ എതിർത്തു ഇടതുപക്ഷം രംഗത്തെത്തി. ഇടതുപക്ഷത്തിന്റെ സ്വാധീനം വളർത്താൻ ഇതും സഹായകരമായി. ബംഗാളിലെ ഇടതുകോൺഗ്രസ് ഹൈക്കമാന്റിന്റെ കണ്ണിലെ കരടാവുകയും 1940 ൽ സസ്പെന്റ് ചെയ്യപ്പെടുകയും ചെയ്തു.

സോവിയറ്റ് യൂണിയനുനേരെ 1941 ജൂണിൽ ഹിറ്റ്ലർ ആക്രമണം തുടങ്ങിയപ്പോൾ കമ്യൂണിസ്റ്റുകാർ ഫാസിസ്റ്റുവിരുദ്ധ നിലപാടെടുത്തു. സാമ്രാജ്യത്വ വിരോധം കൈവിടാതെ തന്നെ ആഗോള ഫാസ്റ്റ് വിരുദ്ധ സമരത്തിൽ പങ്കാളികളായി. 1942 ൽ ക്വിറ്റ് ഇന്ത്യാ സമരം തുടങ്ങി. ജയിലിലായ കോൺഗ്രസുകാരെ മോചിപ്പിക്കണം എന്ന് ആവശ്യപ്പെട്ട് കമ്യൂണിസ്റ്റുകാർ അഖിലേന്ത്യാ ക്യാമ്പെയിൽ നടത്തി.

യുദ്ധവും വരൾച്ചയും ചേർന്ന് കൊടിയ ക്ഷാമം പടർത്തി. 1943 ൽ ക്ഷാമത്തിൽ പെട്ടവരെ രക്ഷിക്കുന്നതിന് ബംഗാൾ മുഴുവൻ റിലീഫ് ക്യാമ്പുകളും ദുരിതാശ്വാസ പ്രവർത്തനങ്ങളുമായി കമ്യൂണിസ്റ്റ് പാർട്ടി രംഗത്തെത്തി. ജനഹൃദയങ്ങളിൽ കമ്യൂണിസ്റ്റുകാരുടെ ചെങ്കൊടി കുത്താൻ ഇതിടയാക്കി. 1943 ൽ ബോംബെയിൽ ഇന്ത്യൻ കമ്യൂണിസ്റ്റ് പാർട്ടിയുടെ ഒന്നാം കോൺഗ്രസ് ചേർന്നു. അതേത്തുടർന്ന് കൊൽക്കത്തയിലെ ഇന്ത്യൻ അസോസിയേഷൻ ഹാളിൽ ആദ്യമായി കമ്യൂണിസ്റ്റ് പാർട്ടിയുടെ തുറന്ന സെഷൻ നടന്നു. ഇതെല്ലാം പുതിയ പാർട്ടിയെപ്പറ്റിയുള്ള ജിജ്ഞാസ വളർത്തി.

1945 ൽ രണ്ടാം ലോക മഹായുദ്ധം അവസാനിക്കുമ്പോൾ INA തടവുകാരെ മോചിപ്പിക്കണം എന്നാവശ്യപ്പെട്ട് ബഹുജനപ്രക്ഷോഭം കൊടുമ്പിരി കൊണ്ടു. 1945 ൽ സെപ്തംബർ 21 ന് നടന്ന പടുകൂറ്റൻ പ്രകടനത്തിനു നേരെ പൊലീസ് വെടിവച്ചു. ഒട്ടേറെ വിദ്യാർത്ഥി പ്രക്ഷോഭങ്ങൾ നഗരങ്ങളെ ഇളക്കിമറിച്ചു. സാധാരണ കുടുംബങ്ങളിൽ നിന്നുള്ള നിരവധി വിദ്യാർത്ഥികൾ രാഷ്ട്രീയ പ്രക്രിയയിൽ കൂടുതൽ കൂടുതൽ ഇടപെടാൻ ഇതിനിടയാക്കി. വിയറ്റ്നാമിലെ സാമ്രാജ്യത്ത വിരുദ്ധ പോരാട്ടങ്ങൾക്ക് ഐക്യധാർഢ്യം പ്രകടിപ്പിച്ചു വിദ്യാർത്ഥി–യുവജന–തൊഴി

ലാളി–കർഷക ഐക്യം ബ്രിട്ടിഷ് വിരുദ്ധ സമരമായി പടർന്നു. കൃഷിക്കാരുടെ തേഭാഗ സമരം വിജയിപ്പിക്കുന്നതിൽ കമ്യൂണിസ്റ്റുകാരുടെ ഇടപെടലുണ്ടായിരുന്നു, ബംഗാളിലേതുപോലെ രാജ്യത്തെമ്പാടും പ്രോക്ഷോഭങ്ങൾ കൊടുമ്പിരികൊണ്ടു. ദേശീയ സമരത്തിന്റെ നേതൃത്വം ബൂർഷ്വാസിയിൽ നിന്നും വഴുതിപ്പോകുമോ എന്ന് ബ്രിട്ടുഷുകാർ ഭയപ്പെട്ടു. 1945 മെയ് 2 ന് സോവിയറ്റുപട ബർലിൽ കീഴടക്കി ചുവപ്പു കൊടി നാട്ടി. കൊൽക്കത്തയിൽ ആയിരക്കണക്കിന് തൊഴിലാളികൾ വിജയഭേരി മുഴക്കി പ്രകടനം നടത്തി.

1946 ൽ നിയമസഭയിലേക്ക് തിരഞ്ഞെടുപ്പു നടന്നു. അതിക്രമങ്ങളും ബൂത്തുപിടിത്തവും വ്യാജപ്രചാരണങ്ങളും വ്യാപകമായി അരങ്ങേറിയ തിരഞ്ഞെടുപ്പിനെപ്പറ്റി ജ്യോതിബസു ഇങ്ങനെ എഴുതി. *1946 ലെ തിരഞ്ഞെടുപ്പ് എന്നെ ഒരു പാഠം പഠിപ്പിച്ചു. ബൂർഷ്വാ സംവിധാനത്തിനുള്ളിൽ നടക്കുന്ന തിരഞ്ഞെടുപ്പിൽ ആദർശത്തിനും സത്യസന്ധതയ്ക്കൊന്നും ഒരു വിലയുമില്ല. ലക്ഷ്യം വിജയം മാത്രമാണ് എന്തുവില കൊടുത്തും*. ഭൂരിപക്ഷം സീറ്റുകളും നേടിയ മുസ്ലീംലീഗിന്റെ നേതാവായ സുഹ്രവർദ്ധയുടെ നേതൃത്വത്തിലുള്ള സർക്കാർ തിരഞ്ഞടുപ്പിനെത്തുടർന്ന് ബംഗാളിൽ അധികാരത്തിൽ വന്നു. കോൺഗ്രസായിരുന്നു പ്രതിപക്ഷത്ത്. മൂന്ന് എം എൽ എമാരുള്ള കമ്യൂണിസ്റ്റ് പാർട്ടി പ്രത്യേക ബ്ലോക്കായിരുന്നു.

തേഭാഗ പ്രസ്ഥാനം എന്ന പേരിൽ അറിയപ്പെടുന്ന കർഷകസമരം അവിഭക്ത ബംഗാളിന്റെ രാഷ്ട്രീയ ചരിത്രം തന്നെ മാറ്റിക്കുറിച്ച ഒന്നായിരുന്നു. മണ്ണിൽ പണിയെടുത്ത് കൃഷിയിറക്കുന്ന പാട്ടക്കുടിയാനായ കർഷകന് വിളവിൽ മൂന്നിൽ രണ്ടുഭാഗം ആവശ്യപ്പെട്ട് നടന്ന സമരമാണിത്. കർഷകരുടെ ആവശ്യങ്ങൾക്ക് നിയമപ്രാബല്യം നല്കിക്കൊണ്ട് ഒരു ബിൽ ബംഗാൾ അസംബ്ലിയിൽ അവതരിപ്പിക്കപ്പെട്ടു. എന്നാൽ ഭരണകക്ഷിയായ മുസ്ലീംലീഗിൽപ്പെട്ട സെമീന്ദാർമാർ ബിൽ അട്ടിമറിക്കാൻ ചരടുവലിച്ചു. ജ്യോതിബസുവിന്റെ നേതൃത്വത്തിലുള്ള കമ്യൂണിസ്റ്റു പാർട്ടി എം എൽ എ മാർ ബിൽ പാസാക്കാൻ നിലകൊണ്ടു. ബിൽ പാസാക്കാൻ സാദ്ധ്യത ഉണ്ടെന്നുകണ്ട കർഷകർ ബംഗാളിൽ ശക്തമായ പ്രക്ഷോഭം ആരംഭിച്ചു. രണ്ടാം ലോകമഹായുദ്ധം പരിസമാപ്തിയിലെത്തിയ ഘട്ടത്തിൽ കർഷകപ്രക്ഷോഭം ശക്തിപ്പെട്ടു. വിവിധ വെടിവെപ്പുകളിലായി എഴുപതോളം കൃഷിക്കാർ കൊല്ലപ്പെട്ടു. ബംഗാളിൽ കമ്യൂണിസ്റ്റ് പാർട്ടിയുടെ വളർച്ചയ്ക്കുള്ള പ്രധാനകാരണങ്ങളിൽ ഒന്ന് തേഭാഗ സമരമായിരുന്നു.

സമരങ്ങളുടെ തീച്ചൂളയിൽ

സ്വാതന്ത്ര്യത്തിനുശേഷം പശ്ചിമബംഗാൾ തീക്ഷ്ണങ്ങളായ സമരങ്ങളുടെ വേദിയായി. സ്വാതന്ത്ര്യത്തിനുമുമ്പ് വെച്ചുപുലർത്തിയ പ്രതീക്ഷകൾ പലതും കടുത്ത നിരാശയായി പരിണമിച്ചു. കോൺഗ്രസ് നേതൃത്വത്തിലുള്ള സർക്കാരുകൾ അടിച്ചമർത്തലിന്റെ മാർഗ്ഗമാണ് സ്വീകരിച്ചത്. ജനകീയ സമരങ്ങോടു കാട്ടിയ അസ്സഹിഷ്ണുതയ്ക്ക് പിറകിൽ കമ്യൂണിസ്റ്റ് പാർട്ടിയോടുള്ള വിരോധമാണ് നിഴലിച്ചത്.

ട്രാം സമരം

ട്രാം ചാർജ് വർദ്ധനവിനെതിരെ 1953 ജൂലൈ മാസത്തിൽ കൊൽക്കത്തയിലും ഹൗറയിലും അനിശ്ചിതകാല സമരം ആരംഭിച്ചു. ബ്രിട്ടീഷ് കമ്പനിക്കായിരുന്നു ട്രാമുകളുടെ നിയന്ത്രണം. കോൺഗ്രസ് സർക്കാരിന്റെ അനുമതിയോടെയായിരുന്നു ചാർജ് വർദ്ധന. വിലവർദ്ധനയ്ക്കെതിരെ രൂപീകരിച്ച പ്രസ്ഥാനം വർദ്ധിപ്പിച്ച ചാർജ് നല്കാതെ യാത്ര ചെയ്യാൻ ജനങ്ങളോട് ആഹ്വാനം ചെയ്തു. ബ്രിട്ടീഷ് ട്രാം കമ്പനിയിലെ ജീവനക്കാരും സമരത്തോട് ആഭിമുഖ്യം കാട്ടി. യാത്രക്കാർ ടിക്കറ്റെടുക്കാൻ വിസമ്മതിച്ചാൽ നിർബ്ബന്ധിച്ച് ടിക്കറ്റ് നല്കാൻ അവർ തയ്യാറായില്ല. ഇത് അത്ഭുതം സൃഷ്ടിച്ചു. ട്രാമുകളിൽ പൊലീസ് കാവലേർപ്പെടുത്തി. കമ്യൂണിസ്റ്റ് പാർട്ടി ട്രാമുകൾ ബഹിഷ്കരിക്കാൻ ആഹ്വാനം നടത്തി. ഒരൊറ്റ യാത്രക്കാരുമില്ലാതെ കൊൽക്കത്ത നഗരത്തിലൂടെ ട്രാമുകൾ ഓടി. കമ്പനി ഒടുവിൽ ട്രാം സർവ്വീസ് നിർത്തിവച്ചു. സമരം കാട്ടുതീപോലെ പടർന്നു. നഗരം റാലികളാലും യോഗങ്ങളാലും നിറഞ്ഞു. ടിയർ ഗ്യാസ്, ലാത്തിച്ചാർജ് 144-ാം വകുപ്പനുസരിച്ചുള്ള നിരോധനം തുടങ്ങിയ അടിച്ചമർത്തൽ തന്ത്രങ്ങൾ തകർത്ത് സമരം മുന്നേറി. നിര

വധിപേർ രക്തസാക്ഷിത്വം വഹിച്ചു. ജ്യോതിബസു ഫോർവേഡ് ബ്ലോക്ക് (മാർക്സിസ്റ്റ്) നേതാവ് സത്യപ്രിയ ബാനർജി തുടങ്ങിയവർ ജയിലിൽ അടയ്ക്കപ്പെട്ടു. 1953 ജൂലൈ മാസം 22 ന് നിരോധനാജ്ഞ ലംഘിച്ച് കൊൽക്കത്ത മൈതാനിയിൽ പടുകൂറ്റൻ റാലി നടന്നു. റാലിയെ പൊലീസ് ആക്രമിച്ചു. പത്രപ്രവർത്തകർക്ക് കൊടിയമർദ്ദനം ഏല്ക്കേണ്ടിവന്നു. ജനവികാരം സർക്കാരിനെതിരായപ്പോൾ, ഒടുവിൽ, ട്രാം ചാർജ് വർദ്ധന പിൻവലിക്കാൻ തയ്യാറായി 1967 ൽ ആദ്യത്തെ ഇടതുമുന്നണി സർക്കാർ ട്രാം കമ്പനി ദേശസാല്ക്കരിച്ചു. കൊൽക്കത്ത നഗരഹൃദയത്തിലൂടെ പൊട്ടിപ്പൊളിഞ്ഞ വഴിയും താണ്ടി കുടുങ്ങി കുടുങ്ങിപ്പോകുന്ന ട്രാമുകൾ ജനങ്ങളുടെ പ്രിയ വാഹനമായി തുടരുന്നതിന് പിന്നിൽ ഇത്തരമൊരു കഥയുണ്ട് പഴയ കാലത്തിലേക്കുള്ള ഓർമ്മപ്പാലം പോലെ ട്രാമുകൾ ഇപ്പോയും ഓടിക്കൊണ്ടിരിക്കുന്നു.

1954 ലെ അദ്ധ്യാപകസമരം

സ്വാതന്ത്ര്യാനന്തര ബംഗാൾ കണ്ട ആദ്യത്തെ അദ്ധ്യാപകസമരം 1954 ഫെബ്രുവരി 10 നു തുടങ്ങി. ക്ഷാമബത്ത 35 രൂപയായി ഉയർത്തണം കുറഞ്ഞവേതനം 75 രൂപയിൽ നിന്നും 180 രൂപയായി ഉയർത്തണം ഇതായിരുന്നു പ്രധാന ആവശ്യം. ആൾ ഇന്ത്യാ ടീച്ചേഴ്സ് അസോസിയേഷൻ ആഹ്വാനം ചെയ്ത സമരത്തിൽ 18000 സെക്കന്ററി അദ്ധ്യാപകർ പങ്കെടുത്തു. സെക്കന്ററി വിദ്യാഭ്യാസ ബോർഡ് മുന്നോട്ടു വച്ച നിർദ്ദേശം നടപ്പാക്കണമെന്നേ അദ്ധ്യാപകർ ആവശ്യപ്പെട്ടിരുന്നുള്ളു. സംഘടനകൾ നല്കിയ മെമ്മോറാണ്ടങ്ങൾ സർക്കാർ അവഗണിച്ചു. പ്രതിപക്ഷ നേതാവായ ജോതിബസു പ്രശ്നം അസംബ്ലിയിൽ ഉയർത്തി. യുവാക്കളും തൊഴിലാളികളും സാധാരണക്കാരും സമരത്തെ പിന്തുണച്ച് തെരുവിലിറങ്ങി. ഫെബ്രുവരി 11 ന് റൈറ്റേഴ്സ് ബിൽഡിങ്ങിലേക്ക് മാർച്ചുചെയ്ത അദ്ധ്യാപകരെ രാജ്ഭവനുമുന്നിൽ പൊലീസ് തടഞ്ഞു. അദ്ധ്യാപർ അവിടെ കുത്തിയിരുന്ന് സമരം തുടർന്നു. രാത്രിയിലും അദ്ധ്യാപകർ പിരിഞ്ഞില്ല. പിന്തുണയുമായി ആയിരക്കണക്കിന് ജനങ്ങൾ രാജ്ഭവനു മുന്നിൽ തടിച്ചുകൂടി. അടുത്ത ദിവസം ബംഗാൾ നിശ്ചലമായി. വിദ്യാർത്ഥി സമരം സമാന്തരമായി ആരംഭിച്ചു. കുത്തിയിരുന്ന അദ്ധ്യാപകർ പിരിഞ്ഞുപോയില്ല. ഫെബ്രുവരി 14 ന് രാത്രി അദ്ധ്യാപകരെ അറസ്റ്റ് ചെയ്തു. സമരപ്പന്തലുകൾ പൊളിച്ചു. പൊലീസ് റെയ്ഡ് വ്യാപകമായി. എം എൽ എ മാർ ഉൾപ്പെടെ കസ്റ്റഡിയിൽ ആയി. ജ്യോതിബസു അറസ്റ്റ് ഒഴിവാക്കി സമരത്തിനു നേതൃത്വം നല്കാൻ സ്പീക്കറുടെ അനുമതിയോടെ അസംബ്ലിയിൽ തന്നെ ഒരാഴ്ച ചെലവിട്ടു. മറ്റ് എം എൽ എ മാർ പൊലീസ് കസ്റ്റഡിയിൽ ആയിരുന്നു. ഫെബ്രുവരി 16 ന് 40000 പേർ അസംബ്ലിയിലേക്ക് മാർച്ചുനടത്തി. നിരോധനാജ്ഞ ലംഘിച്ച് നടത്തിയ റാലിക്ക് മുന്നിൽ നിന്നും നേതാക്കളെ അറസ്റ്റുചെയ്തു നീക്കിയതിനു ശേഷം ലാത്തിച്ചാർജും വെടിവയ്പും നടത്തി. പൊലീസും അതിക്രമം

തുടർന്നു, 12 ദിവസം നീണ്ട തീവണ്ടി മുടക്കം ഫെബ്രുവരി 31 ന് പിൻവലിച്ച് അറസ്റ്റ് ചെയ്ത സമരക്കാരെ വിട്ടയച്ചു. ചില അവകാശങ്ങൾ അംഗീകരിക്കപ്പെട്ടു. അദ്ധ്യാപകരുടെയും ജീവനക്കാരുടെയും പ്രസ്ഥാനം ശക്തിപ്പെട്ടത് ആ സമരത്തോടെയാണ്.

അടുത്ത തിരഞ്ഞെടുപ്പ് പടിവാതില്ക്കൽ എത്തിനില്ക്കുമ്പോൾ വാഗ്ദാനം പാലിക്കാത്തതിന്റെ പരിഭ്രാന്തിയിലായിരുന്നു കോൺഗ്രസ്. സ്വാതന്ത്ര്യം നല്കിയ പ്രതീക്ഷകൾ മങ്ങി. ഉള്ളവരും ഇല്ലാത്തവരും തമ്മിലുള്ള അന്തരം വർദ്ധിച്ചു. രണ്ടാം പഞ്ചവത്സര പദ്ധതിക്കാലത്തും സർവ്വതോമുഖങ്ങളായ പ്രതിസന്ധികളാണ് രൂപപ്പെട്ടത്. അഞ്ചു പ്രമുഖ ഇടതുപക്ഷ പാർട്ടികൾ ചേർന്നമുന്നണി തിരഞ്ഞെടുപ്പിന് തയ്യാറായി. ഇടതുമുന്നണി 234 അസംബ്ലി സീറ്റിലും 36 ലോകസഭാ സീറ്റിലും മത്സരിച്ചു. തിരഞ്ഞെടുപ്പുഫലം വന്നപ്പോൾ ഇടതുപക്ഷം 81 സീറ്റുകളും കോൺഗ്രസ് 152 ഉം നേടി. എന്നാൽ കമ്യൂണിസ്റ്റ് പാർട്ടിക്കുകിട്ടിയ വോട്ട് ഇരട്ടിച്ചു. 1952 ൽ കിട്ടിയ വോട്ട് 7,97,570 , 1957 ൽ 18,84,723 ആയി വർദ്ധിച്ചു. ജനങ്ങളുടെ ശക്തമായ എതിർപ്പും ചെറുത്തുനില്പും ഉണ്ടായിട്ടും കോൺഗ്രസ് നേട്ടം ഉണ്ടാക്കിയത് ഇടതുപക്ഷത്തിന്റെ സംഘടനാ ദൗർബല്യങ്ങൾ ആയിരുന്നു. കോൺഗ്രസിന്റെ കുപ്രചാരണങ്ങളെ അതിജീവിക്കാൻ ഇടതുപക്ഷത്തിനായില്ല. 1952 ലെ തിരഞ്ഞെടുപ്പുകാലത്ത് ഏറെക്കുറെ നിഷ്പക്ഷമായി പ്രവർത്തിച്ച ബൂർഷാപത്രങ്ങൾ 1957 ൽ ഇടതുപക്ഷത്തിനെതിരെ ദുഷിച്ച പ്രചാരണങ്ങളാണ് നടത്തിയത്. വിവിധ ജനവിഭാഗങ്ങൾക്കിടയിൽ ഉയർത്തിക്കൊണ്ടുവരേണ്ട പ്രക്ഷോഭങ്ങളും അതുവഴി ഉരുത്തിരിയുന്ന ജനകീയ ഐക്യവും അനിവാര്യമാണെന്ന വസ്തുത ഇടതുപക്ഷം കണ്ടു.

വിദ്യാഭ്യാസ അവസരങ്ങൾ വെട്ടിക്കുറയ്ക്കാൻ ശുപാർശ ചെയ്ത ഫിലിപ്സ് കമ്മീഷൻ റിപ്പോർട്ടിനെതിരെ 1957 ലെ തിരഞ്ഞെടുപ്പു കഴിഞ്ഞ ഉടൻ വമ്പിച്ച വിദ്യാർത്ഥി പ്രക്ഷോഭം നടന്നു. ബംഗാൾ ആകെ ഇളകി മറിഞ്ഞു. രണ്ടാം കേന്ദ്ര ശമ്പളക്കമ്മീഷൻ നിയമിക്കണമെന്നാവശ്യപ്പെട്ട് 1957 ജൂലൈ 8,9 തിയതികളിൽ കമ്പിത്തപാൽ ജീവനക്കാർ നടത്തിയ ദേശീയ പണിമുടക്കം ബംഗാളിൽ പൂർണ്ണമായി. സെപ്തംബറിൽ 11000 വരുന്ന ജീവനക്കാർ നടത്തിയ സമരം, 1958 ലെ ഭക്ഷ്യപ്രക്ഷോഭം പട്ടിണി ബംഗാൾ ആകെ വ്യാപകമായി. അരിയും ഗോതമ്പും വിതരണം ചെയ്യണമെന്നാവശ്യപ്പെട്ട് ഇടതുപക്ഷം ജനകീയ പ്രക്ഷോഭം തുടങ്ങി. 7000 പേർ പങ്കെടുത്തു. കേരളവുമായി ബംഗാളിസമൂഹം എന്നും ഹൃദയഐക്യം പുലർത്തി. 1959 ജൂൺ 6 ന് കൊൽക്കത്തയിലെത്തിയ ഇ എം എസിന് നല്കിയ സ്വീകരണത്തിന് 20,00000 പേർ പങ്കെടുത്തു. 1959 ജൂലൈ 31 ന് കേരളത്തിലെ കമ്യൂണിസ്റ്റ് ഗവൺമെന്റിനെ കേന്ദ്ര സർക്കാർ പിരിച്ചുവിട്ടു. ഇതിനെതിരെ ബംഗാളിലെമ്പാടും റാലികൾ നടന്നു. ഇന്ത്യാ-ചൈന അതിർത്തി തർക്കം ചർച്ചയിലൂടെ പരിഹരിക്കണമെന്നാവശ്യപ്പെട്ട കമ്യൂണിസ്റ്റ് നേതാക്കളെ ചൈനാചാരന്മാർ എന്ന് മുദ്ര

കുത്തി ജയിലിലടച്ചു. നേതാക്കളെ മോചിപ്പിക്കണമെന്നാവശ്യപ്പെട്ട് വമ്പിച്ച പ്രക്ഷോഭം സംഘടിപ്പിക്കപ്പെട്ടു.

ഇന്ത്യൻഭരണകൂടത്തെ വിലയിരുത്തുന്നതിനെ ചൊല്ലി കമ്യൂണിസ്റ്റ് പാർട്ടിയിൽ രൂപപ്പെട്ട ഭിന്നത പിളർപ്പിലെത്തി. സി പി ഐ(എം) നിലവിൽ വന്നു. വിപ്ലവകരമായ പരിപാടിയുമായി പിറന്നുവീണ പുതിയ പാർട്ടിയെ ഭരണാധികാരികൾ ഭയപ്പെട്ടു. നേതാക്കളെയും പ്രവർത്തകരെയും കള്ളക്കേസുകളിൽപ്പെടുത്തി തുറുങ്കിലടച്ചു. 1966 മാർച്ചുമാസത്തിൽ, ജനനേതാക്കളെ മോചിപ്പിക്കണമെന്നാവശ്യപ്പെട്ടു നടത്തിയ പ്രക്ഷോഭത്തിനുനേരെ നടന്ന പൊലീസ് വെടിവയ്പ്പിൽ നിരവധി പേർ കൊല്ലപ്പെട്ടു.

1967 നെ അസംബ്ലി തിരഞ്ഞെടുപ്പിൽ ത്രികോണ മത്സരത്തിനാണ് അരങ്ങൊരുങ്ങിയത്. സി പി ഐ (എം) നേതൃത്വം നല്കിയ ഐക്യ ഇടതുപക്ഷമുന്നണി. ഇതിൽ ആർ എസ് പി ഫോർവേഡ് ബ്ലോക്ക് (മാർക്സിസ്റ്റ്), ആർ സി പി ഐ, എസ്. എസ് പി, എസ് യു സി ഐ, വർക്കേഴ്സ് പാർട്ടി എന്നീ പാർട്ടികളുണ്ടായിരുന്നു. സി പി ഐയും ബംഗാൾ കോൺഗ്രസും ചേർന്ന പുരോഗമന ഐക്യ ഇടതുപക്ഷമുന്നണി. ഇതിനുപുറമെ കോൺഗ്രസ്. ശക്തമായ മത്സരം നടന്നു. തിരഞ്ഞെടുപ്പു ഫലം ഇപ്രകാരമായിരുന്നു. സി പി ഐ എം നേതൃത്വം നല്കിയ ഐക്യ ഇടതുപക്ഷ മുന്നണിക്ക് 68 സീറ്റ്. സി പി ഐ മുന്നണിക്ക് 65 സീറ്റ്. അതിൽ ബംഗ്ലാ കോൺഗ്രസ് 34 ഉം സ പി ഐ 16 ഉം സീറ്റ് നേടിയിരുന്നു. കോൺഗ്രസിന് 127 സീറ്റ്. കോൺഗ്രസ് ഇതര സർക്കാർ രൂപീകരിക്കാൻ തിരക്കിട്ടു ശ്രമങ്ങൾ നടന്നു. 43 സീറ്റുണ്ടായിരുന്നിട്ടും സി പി ഐ മുഖ്യമന്ത്രി സ്ഥാനത്തിന് അവകാശവാദം ഉന്നയിച്ചില്ല. ബംഗ്ലാ കോൺഗ്രസിലെ അജയ് മുഖർജി മുഖ്യമന്ത്രിയായി. ജ്യോതിബസു ഉപമുഖ്യമന്ത്രിയും. തികച്ചും വ്യത്യസ്തമായ നയങ്ങളുമായി സർക്കാർ മുന്നേറി. ട്രേഡ് യൂണിയൻ സ്വാതന്ത്ര്യം അനുവദിക്കപ്പെട്ടു. പിരിച്ചുവിടപ്പെട്ട ട്രേഡ് യൂണിയൻ നേതാക്കൾക്ക് ജോലി തിരിച്ചുനൽകി. ഒരു ലക്ഷത്തിലധികം താല്ക്കാലിക ജീവനക്കാരെ സ്ഥിരപ്പെടുത്തി ഭൂരഹിതർക്ക് ഭൂമിനല്കി. കാർഷിക പരിഷ്കരണം യാഥാർത്ഥ്യമാകുമെന്നുകണ്ടപ്പോൾ സ്ഥാപിത തല്പരക്കാരായ ഭൂസ്വാമിമാർ അസ്വസ്ഥരായി. എതിർപ്പുകളെ അതിജീവിച്ച് 2.38 ലക്ഷം ഏക്കർ ഭൂരഹിത–ചെറുകിട കർഷകർക്ക് വിതരണം ചെയ്തു. സംസ്ഥാന കോൺഗ്രസ് ഘടകവും കേന്ദ്രസർക്കാരും ഒരു വിഭാഗം പൊലീസുദ്യോഗസ്ഥരും, ബ്യൂറോക്രാറ്റുകളും ഗവൺമെന്റിനെതിരെ ഗൂഢാലോചന നടത്തി. ഭക്ഷ്യധാന്യം വിതരണം ചെയ്യുന്നത് കേന്ദ്ര സർക്കാർ നിർത്തിവച്ചു. വർഗ്ഗീയ കലാപങ്ങൾ കുത്തിപ്പൊക്കി. 1967 ൽ ഭക്ഷ്യപ്രതിസന്ധി രൂക്ഷമായി. ഭക്ഷ്യമന്ത്രി പ്രഫുല്ലഘോഷ് രാജിവച്ചു. 1967 നവംബർ 21 ന് ആദ്യത്തെ ഐക്യമുന്നണി സർക്കാരിനെ പിരിച്ചുവിട്ടു. പ്രഫുല്ലഘോഷ് കോൺഗ്രസ് പിന്തുണയോടെ മുഖ്യമന്ത്രിയായി.

പുതിയ മന്ത്രിസഭ വന്നെങ്കിലും ജനകീയ പ്രക്ഷോഭത്തെ തുടർന്ന് ആ സർക്കാരും രാജിവച്ചു.

പ്രഫുല്ലഘോഷ് മന്ത്രിസഭയും രാജിവച്ചതിനെ തുടർന്ന് 1969 ഫെബ്രുവരിയിൽ ഇടക്കാല തിരഞ്ഞെടുപ്പ് പ്രഖ്യാപിച്ചു. 1967 ലെ ഇടതുപക്ഷവും ക്രമസമാധാന പ്രശ്നമുയർത്തി കോൺഗ്രസും പ്രചാരണം നടത്തി. ഇടതുപക്ഷം കഴിഞ്ഞ തിരഞ്ഞെടുപ്പിന്റെ പാഠം ഉൾക്കൊണ്ട് മുന്നണി കൂടുതൽ ശക്തിപ്പെടുത്തി. 214 സീറ്റുകൾ നേടി ഇടതുപക്ഷം ഭൂരിപക്ഷം നേടി. സി പി ഐ (എം) നു മാത്രം 83 സീറ്റിൽ വിജയിച്ച ബംഗ്ലാ കോൺഗ്രസിന്റെ നേതാവ് അജയ് മുഖർജി മുഖ്യമന്ത്രിയായും ജ്യോതിബസു ഉപമുഖ്യമന്ത്രിയുമായുള്ള ഇടതുപക്ഷ സർക്കാർ അധികാരമേറ്റു. ഭൂപരിഷ്കരണത്തിനാണ് പുതിയ സർക്കാർ മുൻഗണന നല്കിയത്. കർഷക സംഘടനയുടെ സഹായത്തോടെ, ഭൂപ്രഭുക്കൾ കൈയേറിയ ഭൂമി, സർക്കാർ പിടിച്ചെടുക്കാനും തുടങ്ങി. പശ്ചിമബംഗാൾ ഭൂപരിഷ്കരണ(രണ്ടാം ഭേദഗതി) ബിൽ 1969 ൽ അവതരിപ്പിച്ചു. ഓരോ കുടുംബവും കൈവശം വയ്ക്കുന്ന 3 ഏക്കർ വരെയുള്ള ഭൂമി നികുതിയുടെ പരിധിയിൽനിന്നും ഒഴിവാക്കി. തൊഴിലാളികൾക്ക് ജനാധിപത്യ അവകാശങ്ങൾ ഉറപ്പു നല്കുന്ന നിയമനിർമ്മാണം നടപ്പാക്കി. വർഗ്ഗപരമായ രൂപീകരണം ജനങ്ങൾക്കിടയിൽ നടക്കുകയായിരുന്നു. അജോയ് മുഖർജിയുടെ രാഷ്ട്രീയ കാഴ്ചപ്പാടിലെ ചാഞ്ചാട്ടം മനസ്സിലാക്കിയ കോൺഗ്രസ് അദ്ദേഹത്തെ പാട്ടിലാക്കുന്നതിൽ വിജയിച്ചു. 1970 മാർച്ച് 16 ന് അജയ് മുഖർജി രാജിവച്ചു. ബംഗാളിൽ പ്രസിഡന്റ് ഭരണം നിലവിൽ വന്നു.

പ്രസിഡന്റുഭരണത്തിന്റെ മറവിൽ കോൺഗ്രസിന്റെ തേർവാഴ്ചയായിരുന്നു ബംഗാളിൽ നടന്നത്. രണ്ടുലക്ഷത്തോളം സായുധ പൊലീസിനെ വിന്യസിച്ചു. ജനകീയ പ്രക്ഷോഭങ്ങളെ അടിച്ചമർത്തി സി പി ഐ (എം)ന്റെ ജനാധിപത്യ അവകാശങ്ങൾ അംഗീകരിച്ചില്ല. പൊലീസ് അതിക്രമങ്ങളിൽ 150 ൽ ഏറെ കാഡർമാർ കൊല്ലപ്പെട്ടു. ഇടക്കാല തിരഞ്ഞെടുപ്പ് നടത്തണമെന്ന ആവശ്യം സർക്കാർ ചെവിക്കൊണ്ടില്ല.

1971 മാർച്ച് 9 ന് തിരഞ്ഞെടുപ്പ് പ്രഖ്യാപിച്ചു. 1969 ലെ തിരഞ്ഞെടുപ്പിൽ ഇടതുകക്ഷികൾ ഒന്നിച്ചു മത്സരിച്ചിരുന്നു. ഇത്തവണ സി പി ഐ (എം) നെതിരെ 8 കക്ഷികളുടെ മുന്നണി ചില ഇടതുപക്ഷ കക്ഷികൾ ചേർത്ത് രൂപപ്പെടുത്തി. കോൺഗ്രസ് ഇതിനിടെ ഇന്തിക്കേറ്റെന്നും സിൻഡിക്കേറ്റെന്നും രണ്ടായി പിളർന്നു. തിരഞ്ഞെടുപ്പു പ്രചാരണത്തിനിടെ ഫോർവേഡ് ബ്ലോക്ക് നേതാവ് ഹേമന്ദബോസ് കൊല്ലപ്പെട്ടു. കുറ്റം സി പി ഐ (എം) നു മേൽ ചാർത്തി. മാധ്യമങ്ങൾ കൊണ്ടുപിടിച്ച പ്രചാരവേല നടത്തി. തിരഞ്ഞെടുപ്പിൽ സി പി ഐ (എം) 111 സീറ്റോടെ ഏറ്റവും വലിയ ഒറ്റ കക്ഷിയായി. മുന്നണിക്ക് ആകെ 123 സീറ്റ് ലഭിച്ചു. സി പി ഐ (എം) നേതൃത്വത്തിലുള്ള 8 കക്ഷി മുന്നണിക്ക് 25 സീറ്റ് മാത്രമേ ലഭിച്ചുള്ളു.

ഏറ്റവും വലിയ ഒറ്റകക്ഷിയുടെ നേതാവിനെ മന്ത്രിസഭ രൂപീകരിക്കാൻ ക്ഷണിക്കാതെ അജയ് മുഖർജിയുടെ നേതൃത്വത്തിലുള്ള ഒരു പിന്തിരിപ്പൻ സർക്കാർ രൂപീകരിക്കാൻ ഗവർണർ അവസരം നല്കി. തെറ്റായ രാഷ്ട്രീയ പരീക്ഷണപാഠശാലയായി ബംഗാൾ മാറി. കോൺഗ്രസിന്റെ ക്ഷമ നശിക്കുകയായിരുന്നു. ഏറെനാൾ അധികാരത്തിനു പുറത്തുനിന്ന കോൺഗ്രസ് ഏതു കുതന്ത്രത്തിലൂടെയും അധികാരത്തിലെത്താൻ ശ്രമം തുടങ്ങി. ജൂൺ 25 ന് രാത്രി സംസ്ഥാനത്ത് പ്രസിഡന്റ് ഭരണം ഏർപ്പെടുത്തി.

വീണ്ടും പ്രസിഡന്റുഭരണത്തിന്റെ മറവിൽ കോൺഗ്രസ് ഭരണം ആരംഭിച്ചു. അർദ്ധ ഫാസിസ്റ്റു വാഴ്ചയിൽ ബംഗാൾ അമർന്നു. തെരുവുഗുണ്ടകളെയും ഉപയോഗിച്ച് കമ്യൂണിസ്റ്റ് പാർട്ടി പ്രവർത്തകരെ കടന്നാക്രമിച്ചു. പൊലീസിനെയും പട്ടാളത്തെയും ഗുണ്ടകളെയും ഉപയോഗിച്ച് വൻതോതിൽ തിരഞ്ഞെടുപ്പ് കൃത്രിമം നടത്തി കോൺഗ്രസ് അധികാരം പിടിച്ചു. സിദ്ധാർത്ഥ് ശങ്കർ റേയുടെ നേതൃത്വത്തിലുള്ള സർക്കാർ അധികാരത്തിലെത്തി. വാസ്തവത്തിൽ ബംഗാളികളുടെ മനസ്സിൽ ഇടതുപക്ഷത്തിന് സ്ഥിരപ്രതിഷ്ഠ കൊടുത്തത് സിദ്ധാർത്ഥ് ശങ്കർ റേയുടെ അർദ്ധ ഫാസിസ്റ്റ് വാഴ്ചയും അതിനെതിരെ ഇടതുപക്ഷം നടത്തിയ ഉജ്ജ്വല ചെറുത്തുനില്പുമാണ്.

ഇതിനിടയിൽ അടിയന്തരാവസ്ഥ പ്രഖ്യാപിക്കപ്പെട്ടു. 1972–77 കാലത്ത് ബംഗാളിൽ അരങ്ങേറിയ അതിക്രമങ്ങൾക്ക് കണക്കില്ല. എഴുപതുകളിലെ കൊല്ക്കത്ത ഇടതുപക്ഷ തീവ്രവാദത്താലും പൊലീസ് അതിക്രമങ്ങളാലും സി പി ഐ (എം) ന്റെ ചെറുത്തുനില്പുകളാലും ശ്രദ്ധിക്കപ്പെട്ടു. സിനിമയിലും സാഹിത്യത്തിലും ചരിത്രത്തിലും ഈ കാലഘട്ടം അടയാളപ്പെടുത്തപ്പെട്ടു. ഈ അഞ്ചുവർഷത്തിനിടയിൽ 80,000 പേരെ കള്ളക്കേസിൽ പെടുത്തി. 20000 കുടുംബങ്ങളെ സ്വവസതികളിൽനിന്നും ഇറക്കിവിട്ടു. 350 ട്രേഡ്‌യൂണിയൻ ഓഫീസുകൾ കൈയേറി കൈക്കലാക്കി. 927 അദ്ധ്യാപകരെ തങ്ങൾ പഠിപ്പിക്കുന്ന സ്കൂളുകളിൽ കയറാൻ അനുവദിച്ചില്ല. സംഘടനാ പ്രവർത്തനം സകലമേഖലകളിലും തടയപ്പെട്ടു. വിദ്യാർത്ഥിമേഖലയിൽ കൊടിയ അതിക്രമങ്ങളെ അതിജീവിച്ച് വിദ്യാർത്ഥി ഫെഡറേഷൻ പ്രമുഖ സംഘടനയായി വളർന്നു.

അടിയന്തരാവസ്ഥയിൽ അയവുവരികയും ലോക്സഭാ തിരഞ്ഞെടുപ്പ് പ്രഖ്യാപിക്കപ്പെടുകയും ചെയ്തു. പ്രതികരിക്കാനുള്ള അവസരത്തിനായി ജനങ്ങൾ കാത്തിരിക്കുകയായിരുന്നു. 1977 മാർച്ച് 16 ന് ലോക്സഭാ തിരഞ്ഞെടുപ്പ് നടന്നു. സി പി ഐ ഒഴികെയുള്ള ഇടതു പാർട്ടികൾ മുന്നണി രൂപീകരിക്കുകയും ജനതാപാർട്ടിയുമായി സീറ്റ് പങ്കുവയ്ക്കുകയും ചെയ്തു. റിസൾട്ട് വന്നപ്പോൾ ജനതാ പാർട്ടി 22 സീറ്റിലും ജയിച്ചു. സി പി ഐ (എം) ന് 17 സീറ്റ് ലഭിച്ചു. തിരഞ്ഞെടുപ്പ് ഫലം ജനങ്ങളെ ആവേശഭരിതരാക്കി. നിയമസഭാ തിരഞ്ഞെടുപ്പിനായി അവർ

കാത്തിരുന്നു. നിയമസഭാ തിരഞ്ഞെടുപ്പ് പ്രഖ്യാപിക്കുമ്പോൾ ഇടതുമുന്നണി സഖ്യത്തിനായി ജനതാ പാർട്ടിയെ സമീപിച്ചു. 52% സീറ്റും ജനതാപാർട്ടിക്ക് വിട്ടുകൊടുക്കാൻ ഇടതുപക്ഷം തയ്യാറായി. കോൺഗ്രസ് വാഴ്ച അവസാനിപ്പിക്കാൻ എന്തു വിട്ടുവിഴ്‌യ്ചക്കും അവർ തയ്യാറായിരുന്നു. ജനതാ പാർട്ടി 60% സീറ്റ് ആവശ്യപ്പെട്ടു. ചർച്ചകൾ പരാജയപ്പെട്ടു. 294 സീറ്റിലും മത്സരിക്കാൻ ഇടതുപക്ഷം തീരുമാനിച്ചു. എല്ലാ സീറ്റിലും മത്സരിക്കാനുണ്ടായ സാഹചര്യം ജനങ്ങളോടു വിശദീകരിച്ചു. ജനം ഇരുകൈയുംനീട്ടി ഇടതുപക്ഷത്തെ സ്വീകരിച്ചു. 294 സീറ്റുള്ളതിൽ 243 സീറ്റും വിജയിച്ച ഇടതുപക്ഷം 1977 ജൂൺ 21 ന് മന്ത്രിസഭ രൂപീകരിച്ചു. സഖാവ് ജ്യോതിബസുവായിരുന്നു മുഖ്യമന്ത്രി.

പിന്നെ നാളിതുവരെ ഇടതുപക്ഷത്തിന് തിരിഞ്ഞുനോക്കേണ്ടിവന്നില്ല.

മടക്കം

ബംഗാൾ മലയാളികൾക്ക് നൊമ്പരമാണ്. ഹൃദയംകൊണ്ട് ഒന്നായ ജനത ശരീരംകൊണ്ട് രണ്ടിടത്തായതുപോലെ. സ്വന്തം സംസ്കാരത്തെ വാനോളം ഉയർത്തിപ്പിടിക്കുന്ന വംഗദേശത്തെ ഓരോ യാത്രയും ഓരോ സവിശേഷ അനുഭവമാണ്. വൈരുദ്ധ്യങ്ങളുടെ ഈ നാട്ടിൽ ഒരിക്കലും അവസാനിക്കാത്ത ഒന്നുണ്ട്. പോരാട്ടവീര്യം. ഇടതുപക്ഷത്തിന്റെ മുദ്രാവാക്യങ്ങൾ ഉയർത്തിയാണ് ബംഗാളിലെ വലതുപക്ഷം പ്രവർത്തിക്കുന്നത്. സ്വന്തം ലക്ഷ്യവും മാർഗ്ഗവും പുനർനിർണ്ണയിച്ചുകൊണ്ടേ ബംഗാളിൽ ഇടതുപക്ഷത്തിന് മുന്നേറാനാകൂ. കർമ്മചാരി ഭവനിന്റെ പടിയിറങ്ങുമ്പോൾ ഹിമാംശുദായും ശിവാനിദിയും ടാക്സിക്കരികിൽ എത്തി. സഹോദരൻ കുടുംബത്തോടൊപ്പം മറ്റൊരിടത്തേക്ക് പോവുകയാണ്. മടങ്ങിവരാൻ വേണ്ടി. അല്ലെങ്കിൽ നാം എങ്ങും പോകുന്നില്ലല്ലോ! ഒരേ വഞ്ചിയിലെ യാത്രക്കാർ.

പിൻകുറിപ്പ്

പതിനഞ്ചാം ലോകസഭയിലേക്കുള്ള ഒന്നാംഘട്ട വോട്ടെടുപ്പ് കഴിഞ്ഞ് ശാന്തത തളംകെട്ടിയ ഒരു സായാഹ്നത്തിൽ സെക്രട്ടറിയേറ്റ് സമര ഗേറ്റിൽനിന്നും കന്റോൺമെന്റ് പൊലീസ് സ്റ്റേഷനിലേക്ക് നീളുന്ന റോഡിന്റെ ഓരംചേർന്നു നടക്കുകയായിരുന്നു ഞാൻ. നിറവേനലിന്റെ ക്രൗര്യത്തെ ശമിപ്പിച്ച് ഓർക്കാപ്പുറത്തൊരു മഴപെയ്തു. സെക്രട്ടറിയേറ്റ് വളപ്പിലെ ഞാവൽമരത്തിൽനിന്നും കുറെ നീലിച്ച കായ്കൾ റോഡി ലേക്കു തെറിച്ചുവീണു; ഇലകളും. അടുത്തുള്ള പോസ്റ്റോഫീസ് കെട്ടിട ത്തിലേക്ക് ഓടിക്കയറി. റോഡുപണി നടക്കുന്നുണ്ടായിരുന്നു. പുഞ്ച്-ലോയ്ഡ് കമ്പനിയുടെ കരാർ തൊഴിലാളികളായിരുന്നു പണിയെടുത്തി രുന്നത്. മഴ കനത്തപ്പോൾ ഓടിക്കയറിയവരുടെ കൂട്ടത്തിൽ ഏതാനും തൊഴിലാളികളുമുണ്ടായിരുന്നു. മഴത്തുള്ളികൾ വീണ് നഗ്നശരീരത്തിൽ നീർച്ചാലുകൾ കാണായി. മണ്ണിന്റെ ചുവപ്പുനിറം ഭേദിച്ച് മഴത്തുള്ളി കൾ കറുത്ത ശരീരങ്ങളെ അനാവൃതമാക്കി.

ഒരു മദ്ധ്യവയസ്കൻ. കൈയിൽ ഒരു കുടന്ന ഞാവൽപ്പഴങ്ങൾ. വായ്ക്കുള്ളിൽ ഏതാനും പഴങ്ങൾ ഉണ്ടെന്നുതോന്നുന്നു. നാക്ക് ഞാവൽപ്പഴങ്ങളെ ഉഴുതുമറിക്കുന്നുണ്ട്. വയലറ്റ് നിറത്തിലായ ചുണ്ടു കളുടെ തടവറ ഭേദിച്ച് കുറച്ച് ഉമിനീരും തെറിച്ചുവീണു. ഇത്തിരി വയ ലറ്റ് പടർന്ന ക്ഷമാപണ ഭാവത്തിൽ അയാൾ എന്നെനോക്കി.

അറിയാവുന്ന ഹിന്ദിയിൽ ഞാൻ ചോദിച്ചു.

"മഴനനഞ്ഞു അല്ലേ?"

"ജി ബാബു"

"പണി കഴിഞ്ഞോ?"

"വണ്ടി വന്നില്ല."

നഗരമദ്ധ്യത്തിലൂടെ കറുത്തു കരുവാളിച്ച തൊഴിലാളികളെയും കയറ്റിപ്പോകുന്ന പുഞ്ച്–ലോയ്ഡ് കമ്പനിയുടെ ലോറികൾ മനസ്സിലൂടെ ചീറിപ്പാഞ്ഞു.

"എവിടെന്നാണ്?"

"ബംഗാൾ, ബാബു."

നിറഞ്ഞ ചിരിയോടെയാണയാൾ പറഞ്ഞത്.

ഹിന്ദിയിൽ ബംഗാളി കലർന്നിരുന്നു.

"പേര്?"

"സൗമിത്ര ചാറ്റർജി."

"സിനിമാക്കാരന്റെ പേരല്ലേ?"

"അതേ, ബാബു."

"സത്യജിത്റായിയെ അറിയുമോ?"

"ഞങ്ങളുടെ നാടിന്റെ അഭിമാനമല്ലേ, ബാബു."

"കേരളമെങ്ങനെയുണ്ട്?"

"ഞങ്ങളുടെ നാടുപോലെ. പക്ഷേ, ആളുകൾ മുഖത്തുനോക്കില്ല, ബാബു. ഇവിടെ ഞാനൊരു മനുഷ്യനാണെന്നു തോന്നുന്നില്ല. മാടുപോലെ ബാബു."

"മാടുപോലെ."

വിഷയം മാറ്റാൻ ഞാൻ ചോദിച്ചു.

"ബംഗാളിൽ എവിടെ?"

"നന്ദിഗ്രാം"

"നന്ദിഗ്രാമോ?"

എനിക്ക് ഞെട്ടൽ മറയ്ക്കാനായില്ല.

കൊട്ടിഘോഷിക്കപ്പെട്ട സമരത്തിന്റെ പ്രതീകമായ നന്ദിഗ്രാമം.

കലാപത്തെപറ്റി ചോദിച്ചു.

സൗമിത്ര തെല്ലു മൗനത്തിലാണ്ടു.

ആ മുഖത്തിൽ ഭയത്തിന്റെ കാർമേഘങ്ങൾ ഉരുണ്ടുകൂടി.

കണ്ണുകളിൽ തോക്കും കത്തിയും തീപ്പന്തവും കാണാം.

"എങ്ങനെയായിരുന്നു പ്രശ്നങ്ങളുടെ തുടക്കം?"

"പെട്രോളിയം കമ്പനി വരുന്നെന്ന പിറുപിറുക്കലുകൾ കേട്ടു. പ്രശ്നമുണ്ടാവില്ലെന്നു പാർട്ടിക്കാർ പറഞ്ഞു. പാർട്ടി പറഞ്ഞാൽ പിന്നെ മറിച്ചാവില്ലെന്നുകരുതി. ഭൂമിക്കുവേണ്ടി പോരാടാൻ ഞങ്ങളെ പഠിപ്പിച്ചത് പാർട്ടിയല്ലേ, ബാബു. ആ പാർട്ടി ഭൂമി പിടിച്ചെടുക്കുമോ? സ്ഥലമെടുക്കാൻ പഞ്ചായത്താപ്പീസിൽ കടലാസൊട്ടിച്ചെന്നു കേട്ടു. പോയി നോക്കിയില്ല. പഞ്ചായത്തിൽ സ്ഥലമെടുക്കാൻ യോഗം ചേരുമെന്നു പറഞ്ഞ് തൃണമൂലുകാരും മറ്റും ഓടിപ്പോകുന്നതു കണ്ടു. പിന്നെ പഞ്ചായത്താഫീസ് ആക്രമിച്ചെന്നും പൊലീസ് ജീപ്പ് തകർത്തെന്നും കേട്ടു. പാർട്ടിക്കാർ പറഞ്ഞത് കേന്ദ്ര ഉദ്യോഗസ്ഥർ മറ്റെന്തിനോ വേണ്ടി പഞ്ചായത്താഫീസിൽ വന്നതാണെന്ന്. എന്തോ. കുറെക്കഴിഞ്ഞ് തീവെയ്പ്പായി,

റോഡ് പൊളിക്കലായി, വെടിവെയ്പ്പായി. ഞാൻ പിള്ളാരെയുംകൊണ്ട് ഓടി രക്ഷപ്പെട്ടു. പാർട്ടിയുടെ അഭയാർത്ഥി ക്യാമ്പിൽ കഴിഞ്ഞു. കുറെ നാൾ. പിന്നെ കേരളത്തിലേക്കുള്ള വണ്ടി കയറി. ഭാര്യയും മക്കളും ക്യാമ്പിലുണ്ട്."

"തൃണമൂലുകാരാണോ കുഴപ്പമുണ്ടാക്കിയത്?"

"എല്ലാരുമുണ്ട്. ഭൂമിഉഛാടൻ പ്രതിരോധസമിതിയിൽ തൃണമൂലു മുതൽ നക്സലുകൾ വരെയുണ്ട്. മുസ്ലീങ്ങളുടെ സംഘടനയുമുണ്ട്. എല്ലാവരും എങ്ങനെ ഒന്നായെന്ന് ആലോചിച്ചിട്ട് പിടികിട്ടുന്നില്ല. പാർട്ടിക്കാർക്ക് എല്ലാവരെയും പറഞ്ഞു മനസ്സിലാക്കാനോ ചെറുക്കാനോ കഴിഞ്ഞില്ല. "

സൗമിത്ര പിന്നെയും മൗനത്തിലാണ്ടു.

"തിരഞ്ഞെടുപ്പിന് വോട്ടുചെയ്യാൻ പോകുന്നില്ലേ?"

"പോണം. ഹൗറ വണ്ടിക്ക് ബുക്ക് ചെയ്തിട്ടുണ്ട്."

"പോണം. വോട്ടുചെയ്യണം, ബാബു വോട്ടുചെയ്യണം."

മഴ തീർന്നു.

ഞാനിറങ്ങി നടന്നു.

അയാൾ അപ്പോഴുമവിടെയുണ്ട്.

www.ingramcontent.com/pod-product-compliance
Lightning Source LLC
LaVergne TN
LVHW090319051026
849518LV00005B/1816